இலக்கின் இலக்கு

இலக்கு ஆசிரியர் குழு

டிஸ்கவரி பப்ளிகேஷன்ஸ்
எண்: 9, பிளாட் எண்: 1080A, ரோஹிணி பிளாட்ஸ்,
முனுசாமி சாலை, கே.கே.நகர் மேற்கு,
சென்னை - 600 078. பேச: 99404 46650

வெளியீட்டு எண்: 0223

இலக்கின் இலக்கு (ஆசிரியர் தலையங்கங்கள்)
ஆசிரியர்: இலக்கு ஆசிரியர் குழு©
Ilakkin Ilakku (Editorials)
Author: R.Prabaharan©
Print in India
1st Edition: Jan – 2023
ISBN No : 978-93-95285-47-6
Pages - 320
Rs - 375

Publisher • *Sales Rights*

Discovery Publications	**Discovery Book Palace (P) Ltd**
No. 9, Plot,1080A, Rohini Flats,	No. 1055-B, Munusamy Salai,
Munusamy Salai,	K.K.Nagar West,
K.K.Nagar West, Chennai - 78.	Chennai-600 078.
Tamilnadu, India.	Ph: (044) 4855 7525
Mobile: +91 99404 46650	Mobile: +91 87545 07070

discoverybookpalace@gmail.com / www.discoverybookpalace.com

இந்த நூலில் பிரசுரமாகியுள்ள எந்த ஒரு பகுதியையும் எழுத்துபூர்வமான முன்அனுமதி பெறாமல் எடுத்தாள்வதோ, மறுபிரசுரம் செய்வதோ, மொழியாக்கம் செய்வதோ, ஊடகங்களில் மறுபதிப்புச் செய்வதோ, காப்புரிமைச் சட்டப்படி தடை செய்யப்பட்டுள்ளது. இந்த நூலிலிருந்து சில பகுதிகளை மேற்கோள்காட்டி நூல்அறிமுகம் செய்யலாம்.

உங்கள் மொபைல் போனிலிருந்து ஸ்கேன் செய்து 'டிஸ்கவரி புக் பேலஸ்' மொபைல் ஆப்பை டவுன்லோடு செய்து, புத்தகங்களை வாங்குங்கள்.

காணிக்கை

விடுதலைப் பயணத்தில் ஆகுதியாகிய அனைவருக்கும்,
பாதிப்புற்றும் உறுதியோடு பயணிக்கும் மக்களுக்கும்
இந்நூலைக் காணிக்கையாக்குகிறோம்.

ஆசிரிய குழுவின் பேனாவிலிருந்து...

'நல்ல ஆசிரிய தலையங்கம், மக்கள் எதனை நினைக்கின்றார்கள் என்பதை அவர்களுக்குச் சொல்வதை தலைமை நோக்காகக் கொண்டிருக்க வேண்டுமே தவிர, ஆசிரியர் எதனை நினைக்கின்றார் என்பதை மக்களுக்குச் சொல்வதாக இருக்கக் கூடாது' என்பது அமெரிக்கப் பத்திரிகை உலகின் இருபதாம் நூற்றாண்டின் ஊடக ஆசான் எனப் போற்றப்படும் ஆர்தர் பிரிஸ்பனின் கருத்து.

அனைத்துலக ஈழத்தமிழர் உரிமை மையத்தின் ஊடகப்பிரிவால் இலண்டனிலிருந்து வெளிவரும் வாராந்த மின்னிதழான 'இலக்கு' தனது ஆசிரிய தலையங்கங்களில் ஈழத்தமிழ் மக்கள், தங்களின் சமகால சமுக பொருளாதார அரசியல் ஆன்மிகப் பரிணாம வளர்ச்சிக்கு ஏற்ப எதனை நினைக்கின்றார்கள் என்பதை உலகுக்கு வெளிப்படுத்தும் கடமையினைத் தனது தலைமை நோக்காக முன்னெடுத்து வருகிறது.

ஈழத்தமிழர்கள் தங்களின் வரலாற்றுக்கு முற்பட்ட காலம் முதலான சொந்த மண்ணில் தாயகத்தில், தங்களுக்கு உள்ள தொன்மையும் தொடர்ச்சியுமான இறைமையின் அடிப்படையில், தங்களுக்கான அரசியல் எதிர்காலத்தைத் தாங்களே நிர்ணயிக்கும், அனைத்துலக சட்டங்களின்படி யாராலும் என்றும் பிரிக்கப்பட முடியாத அடிப்படை மக்கள் உரிமையான தன்னாட்சி உரிமையினைச் செயற்படுத்திப் பாதுகாப்பான அமைதியுடன் கூடிய வளர்ச்சியில் வாழ நினைக்கின்றார்கள். இன்னும் சுருக்கமாகச் சொன்னால் தேசியக்கவிஞர் புதுவை இரத்தினதுரை அவர்களின் மொழியில் 'இந்த மண் எங்களின் சொந்த மண்' என்பதே ஈழத்தமிழர்களின் நினைப்பாகவும் அதனைப் பேணுவதே இலக்காகவும் உள்ளது.

ஈழத்தமிழர்களின் இந்த இலக்கை, இன்றைய ஈழத்தமிழர்களின் அரசியல் தலைவர்கள் என தங்களைக் கூறிக்கொள்பவர்களுக்கு, குறிப்பாக திருகோணமலைப் பாராளுமன்ற உறுப்பினர் சம்பந்தன் அவர்களுக்கும் நினைவுறுத்த வேண்டிய நிலை உள்ளது.

உலகநாடுகளுக்கும் உலக அமைப்புகளுக்கும் ஈழத்தமிழ் மக்களின் பிரச்சினை வடக்கு கிழக்கு அவர்களின் சொந்த மண் என்னும் அவர்களின் இறைமையையும் இந்த தங்கள் தாயகத்தில் அவர்களுக்குள்ள ஆதிபத்திய உரிமையையும் சிறிலங்கா ஏற்க மறுப்பதே என்பதை மீள்வலியுறுத்தச் சம்பந்தன் மறுக்கின்றார். இவர் சிறிலங்காவின் 2009 முள்ளிவாய்க்கால் ஈழத்தமிழின அழிப்பு முதல் இன்று வரை உண்மையும் நேர்மையுமான முறையில் ஈழத்தமிழ் மக்களின் இறைமைப் பிரச்சினையை அதன் உண்மை வடிவிலும் அதனை முறியடிக்கச் சிறிலங்கா செய்யும் ஈழத்தமிழின அழிப்பு வரலாற்றின் அடிப்படையிலும் வெளிப்படுத்தத் தவறி வருகின்றனர்.

இது ஒருவகையில் ஈழத்தமிழினத்தின் வெளியக தன்னாட்சி உரிமையினைப் பலவழிகளில் தடுக்கும் சிறிலங்கா அரசுக்கான ஆதரவுச் செயலாகவும் அமைகிறது. இதனால்தான் உலகநாடுகள் உலக அமைப்புக்கள் சிறிலங்காவின் இறைமையக் கடந்து பாதிக்கப்பட்ட அதீத மனிதாய தேவைகளில் உள்ள ஈழத்தமிழர்களுக்கு உதவ இயலாத நடைமுறை நிலை தொடர்கிறது. ஈழத்தமிழர்களின் தேசிய பிரச்சினை என்பது சிறுபான்மையினப் பிரச்சினையல்ல, இறைமை சிறிலங்காவால் மறுக்கப்படும் அனைத்துலக நாடுகளின் மன்றத்தால் தீர்க்கப்பட வேண்டிய காலனித்துவ காலப் பிரச்சினை என்பதை, உலகுக்கும், தன்மானம், இனமானம் இழந்து சிறிலங்காவின் ஈழத்தமிழின அழிப்பால் எஞ்சியிருக்கும் ஈழத்தமிழர்களுக்கான தப்பிப்பிழைக்கும் பொறிமுறை என நியாயப்படுத்திக் கொண்டு தங்கள் பதவிகளைத் தக்க வைக்க அரசியல் நடாத்தும் ஈழத்தமிழ் அரசியல்வாதிகள் அனைவருக்கும் இலக்கின் ஆசிரிய தலையங்கங்கள் தெளிவாக எடுத்துக் கூறிவருகின்றன.

இவ்விடத்தில் முன்னாள் அமெரிக்க ஜனாதிபதி ஜோன் எப் கென்னடி ‘ உண்மையின் மிகப் பெரிய பகைவன் என்பது பெரும்பாலும் வேண்டுமென்றே செயற்கையான மற்றும் நேர்மையற்ற முறையில் சொல்லப்படும் பொய் அல்ல, மாறாக தொடர்ந்து நம்பச் செய்யும் வகையில் சொல்லப்படும் உண்மைக்குப் புறம்பான கற்பனையாகும்’ எனக்கூறியதை ஈழத்தமிழ் இன்றைய அரசியல்வாதிகளுக்கும், புலம்பதிந்து வாழும் வாழ்வில் உலகநாடுகளுடனும் உலக அமைப்புக்களுடனும் ஈழத்தமிழ் மக்களுக்கு நீதி கிடைக்க வேண்டுமென்னும் நோக்கில் ஈழத்தமிழர்களின் ஆணையை விருப்பை விட்டுக்கொடுத்தும், நடந்தது இனஅழிப்பு என்பதனை வலியுறுத்தாது மேற்குலகம் சொல்லும் வகைப்பாடுகளுள் நடந்த உண்மைகளை மறைத்து அவர்களின் வழியில் ஈழத்தமிழர்க்குரிய பரிகாரநீதியையோ

அல்லது சிறிலங்காவுக்கான தண்டனை நீதியையோ பெற்றிடலாமெனச் செயற்படும் அனைத்துலக செயற்பாட்டாளர்களுக்கும் நினைவூட்ட விரும்புகின்றோம்.

ஈழத்தமிழர்கள் உண்மையை உரக்கப் பேச வேண்டும். எதனையும் கோராது தேசியத் தலைவர் செய்தது போல ஈழத்தமிழ் மக்களில் நம்பிக்கை வைத்து, குரலற்றவர்களாக இன்று உள்ள அவர்களின் குரலாக மாற வேண்டும் என்பதே இந்த இலக்கின் இலக்கு நூலின் ஈழத்தமிழர்களுக்கான அழைப்பாக உள்ளது. இதனை இன்றைய ஈழத்தமிழ் அரசியல்வாதிகள் கவனத்தில் கொள்ளல் மிகமுக்கியம். உண்மைகளை நிலைநிறுத்துதல் இழந்தவற்றை மீளவும் அடைதல் என்ற இரு தளங்களில் ஈழத்தமிழர்கள் பயணிக்க வேண்டும். அதனை விடுத்து தப்பிப்பிழைப்பதற்கான பொறிமுறை என்று கூறிக்கொண்டு ஈழத்தமிழர்களின் அரசியல் எதிர்காலத்தையே வெறுமையாக்கும் அரசியலை நடாத்தக் கூடாது என்பதே இலக்கின் ஆசிரிய தலையங்கங்களின் நெறிப்படுத்தலாக உள்ளது.

ஈழத்தமிழர்களின் இறைமையை, சிங்களப் பெரும்பான்மை ஒற்றையாட்சிப் பாராளுமன்றத்தில் சிங்களவர்களின் இறைமையுடன் இணைத்து உருவாக்கிய சுதந்திர இலங்கை அரசாங்கம் என்பதை நிறுவிய சோல்பரி அரசியலமைப்பின் 29(2) விதிதான் ஒற்றையாட்சிக்குள் ஈழத்தமிழரை இலங்கை அரசாங்கம் ஆட்சி செய்கையில் மத மற்றும் இன சிறுபான்மையினர்க்கான அரசியலமைப்புப் பாதுகாப்பாகத் திகழ்ந்து வந்தது. இந்த சோல்பரி அரசியலமைப்பை வன்முறைப்படுத்தி 22.05.1972இல் சிங்கள பௌத்த சிறிலங்காக் குடியரசை சிங்களப் பேரினவாத சிறிலங்கா அரசாங்கம் பிரகடனப்படுதியது முதல் இன்று வரை ஈழத்தமிழ் மக்கள் அரசற்ற தேச இனமாகவே உள்ளனர்.

1975இல் அக்கால ஈழத்தமிழர்களின் அரசியல் தலைவராக விளங்கிய சா.ஜே.வேலுப்பிள்ளை செல்வநாயகம் அவர்கள் சிறிலங்காப் பாராளுமன்றத்தில் எங்களுக்கான அரசியல் உரிமைகளை காலனித்துவ பிரித்தானியாவிடம் இருந்து பெறுவதற்காகவே நாங்களும் பிரித்தானியக் காலனித்துவ ஆட்சிக்கு எதிராகப் போராடினோம். ஆனால் சுதந்திரம் பெற்றதன் பின்னரான கால்நூற்றாண்டு கால அரசியல் அனுபவத்தில் இந்த சிங்களப் பெரும்பான்மை ஒற்றையாட்சிப் பாராளுமன்றத்தில் எங்களுடைய அரசியல் உரிமைகளைப் பெற இயலாது என்பது உறுதிப்படுத்தப்பட்டதால் எங்களுடைய அரசியல் எதிர்காலத்தை நாங்களே இனி நிர்ணயிப்போம் என உலகுக்கு அறிவிக்கின்றேன் என அனைத்துலகச் சட்டப்படி காங்கேசன்துறைத் தேர்தலை அடையாள குடியொப்பமாக முன்னிலைப்படுத்தி அதில்

பெற்ற மக்களாணையின் அடிப்படையில் தன்னாட்சிப் பிரகடனம் செய்தார். 'இந்த ஈழத்தமிழர்களின் தன்னாட்சி உரிமையை சனநாயக வழிகளில் சிறிலங்கா ஏற்காது விட்டால் வேறு எந்த வழிகளிலும் அதனை அடைவோம்' என 1977 பாராளுமன்றத் தேர்தலை மக்கள் குடியொப்பமாக முன்னிலைப்படுத்தி தமிழர் விடுதலைக் கூட்டணியினர் வெற்றி பெற்றனர்.

இந்த மக்களாணையின் அடிப்படையிலேயே சிறிலங்காவின் இனஅழிப்பு அரசியல் கொள்கைகளாலும் படைபலத்தால் தனது ஆட்சிக்கு ஈழத்தமிழர்களின் அரசியல் பணிவைப் பெறும் அரசியற் செயற்திட்டங்கள் ஏற்படுத்திய உயிருக்கும் உடமைகளுக்கும் நாளாந்த வாழ்வை வாழ்வதற்குமான இனங்காணக்கூடிய அச்சத்தில் இருந்து விடுபட ஆயுத எதிர்ப்பை வெளிப்படுத்திய ஈழத்தமிழர்கள் தங்களுக்கான நடைமுறை அரசைத் தங்களின் தேசியத்தலைவர் மேதகு வேலுப்பிள்ளை பிரபாகரன் தலைமையில் சீருடை அணிந்த முப்படைகள், நிர்வாக அமைப்புக்கள், நீதிமன்றங்கள் உடன் கூடிய முழுமையான தன்னாட்சி அரசாக முப்பத்தொரு ஆண்டுகள் முன்னெடுத்து தங்களுக்கான பாதுகாப்பான அமைதியையும் வளர்ச்சிகளையும் உறுதிப்படுத்தி அதற்கான அனைத்துலக அங்கீகாரத்தை நோக்கிப் பயணித்துக்கொண்டிருந்தது. 2009இல் ஈழத்தமிழர்களின் இந்த நடைமறை அரசை இருபத்தோராம் நூற்றாண்டின் முதலாவது கிட்லரிசத்தையும் விஞ்சிய ஈழத்தமிழர் மேலான இனஅழிப்பின் மூலம் ஆக்கிரமித்து 140000 மக்களை இனப்படுகொலை செய்து அனைத்துலகச் சட்டதிட்டங்களுக்கு அமையாத, அடாவடித்தனமான அரசாக சிறிலங்கா இன்று வரை அதே ஆட்சிமுறையை அனைத்துலகச் சட்டங்களை மீறிய அதே படையினரை அரசின் நிர்வாகத்தை நடாத்த அனுமதித்து ஈழத்தமிழர்களின் இறைமையை ஒடுக்கி வருகின்றனர் என்பதை இந்த ஆசிரிய தலையங்கங்கள் எடுத்து விளக்குகின்றன.

இந்நிலையில் அனைத்துலக நாடுகளும் அனைத்துலக மன்றமும் ஈழத்தமிழர்களின் வெளியகத் தன்னாட்சி உரிமையின் அடிப்படையில் அவர்களுக்கான ஏற்புடைய அரசியல் தீர்வை அனைத்துலகச் சட்டங்களின் மூலம் செயற்படுத்த வேண்டும் என்பதையும், பாதிப்புற்ற ஈழத்தமிழர்களுக்குரிய நீதியையும் பரிகாரத்தையும் அவர்கள் பெற்றுக்கொள்ள வழிகாட்ட வேண்டுமென்பதும் இந்த ஆசிரிய தலையங்கங்களின் அழைப்பாக உள்ளது. இதனை ஈழத்தமிழர்கள் தங்களின் ஒருமைப்பாட்டை மீளவும், குடைநிழல் பொது அமைப்பு ஒன்றின் வழியாகக் கட்டி எழுப்பி ஈழத்தமிழர்களின் உலகளாவிய சமுக மூலதனத்தையும், புத்திஜீவித்தனத்தையும்

ஒருங்கிணைத்து, ஈழத்தமிழர்கள் தங்களுக்கான இறைமையின் அடிப்படையில் தங்களின் தாயக தேசிய தன்னாட்சி உரிமைகளை மீளப்பெற உதவவேண்டும் என்பதை ஊக்கப்படுத்துவதே இந்த ஆசிரிய தலையங்கங்களின் தொகுப்பு நூலின் நோக்காக உள்ளது. இந்த நோக்கு, நடைமுறைச் சாத்தியமாக ஒவ்வொரு ஈழத்தமிழரும் இந்நூலை வாங்கிப் படித்து இலக்கின் இலக்கைப் புரிந்து, இலக்கு வார மின்னிதழை உங்கள் தேசிய மின்னிதழாகவும், உங்களுக்கான சமூக ஊடகமாகவும் தரமுயர்த்தி, எங்களுடன் கைகோர்த்து, ஈழமக்களின் அரசியல் உரிமைகளை அவர்கள் பெற்று இனமானத்துடனும் சமத்துவத்துடனும் சகோதரத்துவத்துடனும் அவர்களின் வரலாற்றுத் தாயகமான இலங்கைத் தீவில் வாழ்வாங்கு வாழ உதவுமாறு இலக்கு ஆசிரிய குழு உரிமையுடன் அழைக்கிறது.

— இலக்கு ஆசிரிய குழு

1

ஆசிரியர் தலையங்கம் – இலக்கு இதழ்: 205

ஈழத்தமிழர் தேசியப் பிரச்சினை இனப் பிரச்சினையல்ல; இறைமைப் பிரச்சினை.

இலங்கைத் தீவில் ஈழத்தமிழர்களின் தேசியப் பிரச்சினை என்பது இனப்பிரச்சினையல்ல; இறைமைப் பிரச்சினை. வரலாற்றுக்கு முற்பட்ட காலம் முதலாக இலங்கையில் தொன்மையும் தொடர்ச்சியுமான இறைமையுடன் வாழ்ந்து வரும் உலகின் மூத்தக் குடிகளில் ஒன்றாகிய ஈழத்தமிழர்களுடைய உயிருக்கும் உடலுக்கும் நாளாந்த வாழ்வுக்கும் இனங்காணக்கூடிய அச்சத்தைக் கடந்த 75 ஆண்டுகாலமாக அளித்து வரும், ஐக்கிய நாடுகள் சபையால் தீர்க்கப்பட வேண்டிய, பிரித்தானிய காலனித்துவகால, அனைத்துலகப்பிரச்சினை.

வரலாற்றுக்கு முற்பட்ட காலம் முதலாக இலங்கையின் மூத்த தேசஇனமாக இறைமையுடன் வாழ்ந்து வரும் ஈழத்தமிழர்களின் அரசியலை 1947 செப்டெம்பர் 20இல் காலனித்துவ பிரித்தானிய அரசால் நடத்தி முடிக்கப்பட்ட இலங்கைப் பாராளுமன்றத்துக்கான முதல் தேர்தலே மாற்றியமைத்து இன்றைய ஈழத்தமிழர் தேசியப் பிரச்சினைக்கான தொடக்கமாகியது.

27.09.1947இல் ஐக்கிய தேசியக்கட்சியின் தலைவர் டி.எஸ். சேனநாயக்கா பிரதமராகி, 08.10.1947இல் முதல் அமைச்சரவை கட்டமைக்கப்பட்டு, 14.10.1947இல் முதலாவது பிரதிநிதிகள் கூட்டம் நடைபெற்று, 11.11.1947இல் இலண்டனிலும் கொழும்பிலும் இலங்கைக்குச் சுதந்திரம் வழங்குவதற்கான உடன்படிக்கை கைச்சாத்திடப்பட்டு, 12.11.1947இல் முதலாவது மேலவைக் கூட்டம் நடைபெற்று, 13.11.1947இல் இலங்கைச் சுதந்திர மசோதா பிரித்தானியப் பாராளுமன்றத்தில் அறிவிக்கப்பட்டு, 25.11.1947இல் பிரதிநிதிகள்

சபை, பாராளுமன்றமாக சம்பிரதாயபூர்வமாக கூட்டப்பட்டு, மறுநாள் 26.11.1947இல் பிரதமர் டி.எஸ்.சேனநாயக்காவால் சுதந்திர மசோதா பாராளுமன்றத்தில் தாக்கல் செய்யப்பட்டது. அன்று இழக்கப்பட்ட ஈழத்தமிழர்களின் இறைமையை மீட்டெடுக்கும் மனிதவலுவாக ஏழு ஆண்டுகளின் பின்னர் தேசியத்தலைவர் வேலுப்பிள்ளை பிரபாகரனின் தோற்றமும் 26.11.1954இல் வரலாற்றில் கட்டமைக்கப்பட்டது ஒரு அதிசயமான திகதி ஒற்றுமையாகவும் அமைகிறது. 01.12.1947இல் அன்றைய நிதிஅமைச்சரான ஜே.ஆர்.ஜயவர்த்தனாவால் இலங்கைப் பாராளுமன்றத்தின் முதலாவது வரவுசெலவுத் திட்டம் சமர்ப்பிக்கப்பட்டு, 05.12.1947இல் சுதந்திர மசோதா பாராளுமன்றத்தில் 59க்கு 11 என்ற வாக்கு வித்தியாசத்தில் நிறைவேற்றப்பட்டு, 10.12.1947இல் பிரித்தானிய மகாராணியாக அன்று விளங்கிய மாட்சிமைக்குரிய 2வது எலிசபேத் மகாராணி அவர்களின் கையொப்பத்தைப் பெற்றது. அன்றுமுதல் ஈழத்தமிழ் மக்களின் மக்கள் போராட்டம் அவர்களால் தேர்ந்தெடுக்கப்பட்ட இலங்கைப் பாராளுமன்றப் பிரதிநிதிகள் மூலம் 1975இல் தந்தை செல்வநாயகம் சிறிலங்காப் பாராளுமன்றத்திற்கு ஈழத்தமிழர்களை ஆளும் அரசியலமைப்புச் சட்ட உரிமையில்லையென ஈழத்தமிழர்களுக்கான தன்னாட்சி உரிமைப் பிரகடனத்தை சட்டபூர்வமாக உலகுக்கு அறிவித்து, அதிலிருந்து விலகிய காலம் வரை 28 ஆண்டுகாலப் பாராளுமன்றப் போராட்டமாக அமைந்தமை ஈழத்தமிழரின் சமகால முதற்கட்ட வரலாறு.

மலையகத் தமிழ் மக்களின் குடியுரிமை அனைத்துலக தொழிலாளர் சட்டங்களுக்கு எதிரான வகையில் சிங்களப் பெரும்பான்மை ஒற்றையாட்சிப் பாராளுமன்றக் கொடுங்கோன்மையால் பறிக்கப்பட்ட வரலாற்றுத் தவறின் அனுபவத்தில் இலங்கைத் தமிழர்கள் தங்களின் யாழ்ப்பாண அரசின் தலைநகரமாக விளங்கிய நல்லூரில் தங்களின் கடைசி அரசன் சங்கிலியனின் உருவச்சிலைக்கு முன்னால் தங்களின் இறைமையின் தனித்துவத்தை உலகுக்கு வெளிப்படுத்தி 1949 இல் அக்காலத் இலங்கைத்தமிழர்களின் தலைவரான தந்தை செல்வநாயகம் தலைமையில் தமிழரசுக் கட்சியை நிறுவினர்.

இந்தக்கட்சியின் 23 ஆண்டுகால எல்லாவிதமான ஜனநாயகப் போராட்டங்களையும் சிங்களப் பெரும்பான்மை அரசாங்கங்கள் படைபலம் மற்றும் சிங்கள அரசபயங்கரவாதம் கொண்டு வன்முறைப்படுத்தி 22.05. 1972 இல் சோல்பரி அரசியலமைப்பையும் வன்முறைப்படுத்தி இலங்கைத் தமிழர்களை ஆளும் அரசியலமைப்புத் தகுதியை இழந்த நிலையில் 22.05. 1972 இல் தன்னிச்சையாக சிங்கள பௌத்த சிறிலங்காக்குடியரசை சிங்கள அரசாங்கம் பிரகடனப்படுத்தி இலங்கைத் தமிழர்களை அரசற்ற தேசஇனம் என்ற நிலைக்குத் தள்ளினர்.

இந்த ஒடுக்குமுறை அரசியல் அனுபவத்தின் அடிப்படையில் முதலில் ஈழத்தமிழகம் எனத் தங்கள் வரலாற்றுத் தாயகத்தை அடையாளப்படுத்திய இலங்கைத் தமிழர்கள் அதன் வளர்ச்சியில் தங்களுக்கான நடைமுறைஅரசை (Defacto) தேசியத்தலைவர் வேலுப்பிள்ளை பிரபாகரன் அவர்கள் தலைமையில் நடைமுறைப்படுத்திய பொழுது தங்கள் தாயகத்தைத் தமிழீழம் என முன்னிலைப்படுத்தினர்.

இந்தத் தமிழீழ மக்களின் பாதுகாப்பையும் அமைதியையும் உறுதிப்படுத்தும் பொறுப்பை இந்தியா தன்பொறுப்பாக நிலைப்படுத்த முனைந்து சுதுமலையில் தமிழீழ விடுதலைப்புலிகளின் ஆயுதங்களைப் பொறுப்பேற்று நடாத்திய பொதுக்கூட்டத்தில் சுதுமலைப்பிரகடனத்தைத் தேசியத்தலைவர் வேலுப்பிள்ளை பிரபாகரன் அவர்கள் வெளியிட்ட பொழுது இந்தியா அப்பொறுப்பில் தவறுமாயின் மீளவும் தமிழீழ மக்கள் போராட்டத்தைத் தொடருவார்கள் என்ற முன்நிபந்தனையையும் அறிவித்தே அடையாள ஆயுத ஒப்படைப்பைச் செய்தார். ஆயினும் இந்தியா தனது பொறுப்புத்துறப்பை அரசியலாக்கிய நிலையில் 1987ம் ஆண்டு செப்டெம்பர் 26 இல் தியாகதீபம் திலீபனின் உணவுமறுப்பு அமைதிப்போராட்டம் உயிர்க்கொடையாக அமைந்த பொழுது இலங்கைப் பாராளுமன்றம் உருவாகி 42 ஆண்டுகளின் பின்னர் தமிழீழ மக்களின் மண் மீட்புக்கான மக்கள் போராட்டம் வேகம் கொண்டெழுந்தது.

இந்தப் போராட்டத்தையே 17.05. 2009 இல் சிறிலங்கா முள்ளிவாய்க்கால் இனஅழிப்பின் மூலம் ஒடுக்கி இன்றுவரை ஈழத்தமிழ் மக்களுக்கு இனங்காணக்கூடிய அச்சத்தைப் படைபல நிர்வாகம் மூலம் ஏற்படுத்தி அவர்களின் அரசியல் பணிவைப் பெறும் அனைத்துலக சட்டங்களுக்கு எதிரான ஆட்சிமுறையைத் தொடர்கிறது. இந்நேரத்தில் ஈழத்தமிழ் அரசியல் தலைமைகள் இந்த வரலாற்று வளர்ச்சியை மறந்து இனப்பிரச்சினைக்கு தீர்வு என்ற அடிப்படையில் நடக்க முற்படுவது ஈழத்தமிழர்களின் நிலத்தை ஆக்கிரமித்து ஒருநாடு ஒரு சட்டம் என எதனைச் சிறிலங்கா சாதிக்க நினைக்கிறதோ அதற்கு பக்கத்துணையாகும் செயலாகவே அமையும்.

ஈழத்தமிழர்களும் உலகத் தமிழர்களும் ஈழத்தமிழர் தேசியப்பிரச்சினை இறைமைப் பிரச்சினை என்பதை உண்மையாகவும் நேர்மையாகவும் உலகின் முன் உறுதிப்படுத்துவதன் மூலம் மட்டும்தான் ஈழத்தமிழர் தேசியப் பிரச்சினைக்கான நியாயமான தீர்வைப் பெறலாம் இது பிரிவினையும் அல்ல பயங்கரவாதமும் அல்ல. இந்த உண்மை ஏற்கப்படாத எந்தத் தீர்வும் எந்தக் காலத்திலும் ஈழத்தமிழர் தேசியப் பிரச்சினைக்கான தீர்வாகாது என்பதே இலக்கின் எண்ணமாக உள்ளது.

2

ஆசிரியர் தலையங்கம் – இலக்கு இதழ்: 204

எரிக்சொல்கைம்மின் தவறான கருத்துக்காக நோர்வே அரசாங்கம் அவரைத் திருப்பி அழைக்க வேண்டும்

"ஆயுத மோதலின் போது காணாமல் போதல் உயிரிழப்பு என்பன சாத்தியமே" என்னும் கருத்தை இன்று இலங்கையின் எதிர்காலம் குறித்து காலநிலை குறித்த விடயங்களை முன்னெடுப்பதன் மூலம் உறுதிப்படுத்தவென சிறிலங்கா ஜனாதிபதியால் அவருக்கான ஆலோசகராக நியமிக்கப்பட்ட நோர்வேயின் முன்னாள் அமைச்சர் எரிக்சொல்கைம் தெரிவித்துள்ளார். இவர் முன்னர் சிறிலங்காவுக்கும் விடுதலைப்புலிகளுக்கும் இடையிலான அனைத்துலகப் பேச்சுவார்த்தைக்கு நடுநிலையாளராக விளங்கியவர். இந்தச் செய்தியை வீரகேசரிப் பத்திரிகை "விடுதலைப்புலிகளை நான் அழித்தேன் எனத் தெரிவிக்கப்படுவது சரியான விடயமல்ல எரிக்சொல்கைம்" என்ற தலைப்பில் வெளியிட்டுள்ளது. வலிந்து காணாமலாக்கப்பட்டமை யுத்தத்தின் இயல்புநிலை எனச் சிறிலங்கா அரசாங்கம் வலிந்து காணாமல் ஆக்கப்பட்டோர் தொடர்பில் ஐக்கிய நாடுகள் மனித உரிமைகள் ஆணையகத்திற்குப் பொறுப்புக் கூற மறுக்கும் அனைத்துலகச் சட்டங்களுக்கு எதிரான குற்றச் செயலுக்கு பக்கபலமளிக்கும் நோக்கிலும், அனைத்துலக மனித உரிமைகள் ஆணையகத்தின் சிறிலங்காவில் மனித உரிமைகளை ஒழுங்குபடுத்தும் முயற்சிகளுக்குப் பாதிப்புக்களை ஏற்படுத்தும் போக்கிலும் அமைந்துள்ள எரிக்சொல்கைம்மின் இந்தத் தவறான கருத்து உலகின் பாதுகாப்புக்கும் அமைதிக்கும் எதிரான செயலாக அமைகிறது.

ஐக்கியநாடுகள் சபையின் அனைத்துலகச் சட்டங்கள், உலகில் போர்க்காலங்களிலும் யுத்தக்குற்றச் செயல்கள், மனிதாயத்திற்கு

எதிரான குற்றங்கள், மனித உரிமை வன்முறைகள், இனஅழிப்புக்கள், இனத்துடைப்புக்கள், பண்பாட்டு இனஅழிப்புக்கள் செய்யப்படுவது அனைத்துலகச் சட்டங்களுக்கு எதிரான அனைத்துலக நீதிமன்றத்தால் தண்டிக்கப்பட வேண்டிய குற்றம் எனத் தெளிவாகத் தெரிவிக்கின்றன. இந்த அனைத்துலகச் சட்ட மரபை மீறி உலகின் பாதுகாப்பையும் அமைதியையும் ஒழுங்கு படுத்தும் ஐக்கியநாடுகள் சபையின் மனித உரிமைகள் ஆணைக்குழுவின் செயற்பாடுகளுக்கு கருத்தளவில் ஊறுவிளைவிக்கும் வகையில் நோர்வேயின் முன்னாள் அமைச்சர் எரிக்சொல்கைம் அவர்கள் சிறிலங்கா அரசாங்கத்தின் அனைத்துலகக் குற்றச் செயலுக்கு நியாயப்படுத்தல் செய்துள்ளார். வலிந்து காணாமல் ஆக்கப்பட்டவர்களின் கிட்டிய குடும்ப உறுப்பினர்கள் 158 பேரை தங்களின் இரண்டாயிரம் நாட்களுக்கும் மேலான நேரடியான நீதிக்கான ஜனநாயகப் போராட்டத்தில் சாகக் கொடுத்த நிலையிலும் உறுதியுடன் போராடிக் கொண்டிருப்பது உலகறிந்த விடயம். இவர்கள் கோரும் தண்டனை நீதியும் பரிகார நீதியும் இவர்களுக்கு கிடைப்பதை அனைத்துலக ரீதியில் தடைசெய்ய முயற்சிக்கும் சிறிலங்காவின் முயற்சிகளுக்குப் பக்கமளிக்கும் கூற்றாக நோர்வேயின் முன்னாள் அமைச்சரின் கருத்து அமைந்துள்ளது.

உலகில் பாதுகாப்பையும் அமைதியையும் காக்கப் பொறுப்புள்ள ஐக்கிய நாடுகள் சபையின் உறுப்பு நாடுகளில் ஒன்றான நோர்வே அவரை இந்த அனைத்துலகச் சட்ட மீறலுக்காக உடனே திருப்பி அழைத்து உலகின் பாதுகாப்பையும் அமைதியையும் பேண உதவ வேண்டுமென நோர்வே அரசாங்கத்தை வலியுறுத்துவது, உலகின் முக்கிய நாடுகளில் எல்லாம் புலம்பதிந்து வாழ்ந்து கொண்டிருக்கும் உலக ஈழத்தமிழினத்தின் பொறுப்பாகவும் தமிழகத் தமிழினத்தவரின் இனத்துவ உறவுக் கடமையாகவும் உள்ளது. எரிக்சொல்கைம்மின் சமகால நியமனம் குறித்து யாழ்ப்பாணப் பத்திரிகைகளில் வெளிவந்த குறிப்பு ஒன்றில் இதே விடயத்திற்கு இவர் தமிழக முதலமைச்சர் மு. க. ஸ்டாலின் அவர்களுக்கும் ஆலோசகராகப் பணியாற்றப் போகிறார் என்றும் தெரிவிக்கப்பட்டுள்ளது. அதே வேளை இவர் கொழும்பில் தமிழ்ப்பாராளுமன்ற உறுப்பினர்கள் சட்டத்தரணி சுமந்திரன், திரு. சாணக்கியன் ஆகியோரையும் அழைத்துப் பேசியுள்ளார். இந்தச் செயற்பாடுகளுக்கும் காலநிலையை உறுதிப்படுத்தலுக்கும் எத்தகைய உட்தொடர்புகள் உள்ளதென காலநிலையைப் பேணல் தொடர்பில் அறிவார்ந்த அணுகுமுறை உள்ள பலருக்குத் திகைப்பாக உள்ளது.

இவை எல்லாமே இந்தியா முன்னெடுக்கும் சிறிலங்கா அரசியலமைப்பின் 1978ம் ஆண்டு 13வது திருத்தத்தைச் சிறிலங்காவை

இலக்கின் இலக்கு 15

மீளவும் நடைமுறைப்படுத்த வைக்கும் முயற்சிக்கு அனைத்துலக அழுத்தத்தை ஈழத்தமிழர் மேலும் தமிழகத் தமிழர் மேலும் உருவாக்கி அவர்கள் இந்த முயற்சியைத் தடுக்கவெடுக்கும் சனநாயகவழிகளை அடைக்கும் நோக்குடையதாகவே எரிக்சொல்கைம்மின் செயற்பாடுகள் அமைகின்றன. இப்படித்தான் இவரால் விடுதலைப்புலிகளும் பலமிழக்கச் செய்யப்பட்டனர். இந்நிலையில் வரலாற்றுக்கு முற்பட்ட காலம் முதலாகத் தங்கள் வரலாற்றுத் தாயகத்தில் தங்களுக்கு உள்ள இறைமையையும் தாயக தேசிய தன்னாட்சி உரிமைகளையும் 22.05.1972 முதல் படைபலத்தின் மூலம் ஆக்கிரமித்து நிற்கும் சிறிலங்காவிலிருந்து தாங்கள் அனைத்துலக நாடுகள் அமைப்புக்களால் பாதுகாக்கப்பட்டு பாதுகாப்பான அமைதியான வாழ்வில் வாழவேண்டும் என்பதே இன்றைய ஈழத்தமிழர் தேசியப்பிரச்சனை. இதற்கு, சிறிலங்கா அரசாங்கத்தின் நிதிப்பரவலாக்கலை மாகாணசபைகள் வழி பெற்றுக் கொடுக்கும் 13வது திருத்தம் எந்த அளவுக்கு அவர்களின் வாழ்வுக்கான கண்ணியத்தை ஏற்படுத்தும் அரசியல் தீர்வாக அமையும் என்பது இந்தியா விளக்கமளிக்க வேண்டிய விடயம். இலங்கை இந்திய ஒப்பந்தம் திருகோணமலைத்துறைமுகத்தை மையப்படுத்தி இந்தியப் பாதுகாப்பை இந்துமாக்கடலில் உறுதிப்படுத்தும் நோக்கானது.

இதனை இலங்கையின் அரசியலமைப்பு வழி உறுதிப்படுத்த 13வது திருத்தம் நிர்வாகக் கட்டமைப்பை உருவாக்கிக் கொடுக்கும் என்பது இந்தியாவின் எண்ணம். இந்தத் திருத்தத்தை நடைமுறைப்படுத்தாமலே புரிந்துணர்வு அடிப்படையில் இந்தியாவுடன் திருகோணமலைத் துறைமுக அபிவிருத்தி மற்றும் எண்ணெய் தாங்கிகளைப் பேணல் இந்தியாவுடன் இணைந்தே முன்னெடுக்கப்படும் எனத் திருகோணமலை மாவட்ட அபிவிருத்திக் கூட்டத்தில் உரையாற்றிய சிறிலங்கா ஜனாதிபதி ரணில் விக்கிரமசிங்கா உறுதியுளித்துள்ளார். எனவே மறைமுகமாக 13வது திருத்தத்தைக்கூடச் சிறிலங்கா இனி ஏற்காது என்பது தெளிவாக்கப்பட்டு வருகிறது. இந்நிலையில் இதற்கான இந்திய ஆதரவைப் பெறும் அனுசரணையாளராக முன்னைய அனுசரணையாளருக்குப் புதிய நியமனத்தைச் சிறிலங்கா வழங்கியுள்ளது என்பதே இலக்கின் எண்ணம். இந்தப் பிராந்திய அனைத்துலக மேலாண்மைகள் வல்லாண்மைகள் கூட்டுறவின் மறைமொழிகள் வழியாக மறைமுகமாக வாழ்விழந்து கொண்டிருக்கும் ஈழத்தமிழர்களை உலக ஈழத்தமிழர்களின் அமைப்புக்களின் குடை அமைப்பொன்று உடன் உருவாக்கப்பட்டால் மட்டுமே பாதுகாக்க முடியும் என்பதே இலக்கின் உறுதியான எண்ணம்.

3

ஆசிரியர் தலையங்கம் – இலக்கு இதழ்: 203

அனைத்துலக ஈழத்தமிழர் அரசியல் சமூகம் அமைக்கப்படல் காலத்தின் தேவையாகவுள்ளது

புலம்பெயர்ந்த ஈழத்தமிழர்கள் குறிப்பிடத்தக்க எண்ணிக்கையில் குடிகளாக வாழும் ஐரோப்பாவில் இவ்வாரத்தில் அதன் அரசியல் தலைவர்களை உள்ளடக்கிய ஐரோப்பிய அரசியல் சமூகம் அதனுடைய முதலாவது அமர்வை செக் குடியரசின் பிராக்குவே நகரில் அக்டோபர் 7இல் நடாத்தியது. அரசியல் வேறுபாடுகளைக் கடந்து ஐரோப்பியர் நலன் பேணும் பொது அமைப்பாக ஐரோப்பிய ஒன்றியத்தில் இருந்து விலகிய பிரித்தானியாவும் நட்புநிலையில் கலந்து கொண்டு உருவாகியுள்ள இந்த ஐரோப்பிய அரசியல் சமுகம் ஐரோப்பாவின் முக்கிய சமகாலப்பிரச்சினைகளுக்கான தீர்வுகளை ஆராயும் பொது அமைப்பாகத் தன்னை வெளிப்படுத்தியுள்ளது.

மேற்குலகத்தினரின் மொழியில் உக்கிரேனில் ரஸ்யாவின் யுத்தம், என்னும் கிரெம்ளினின் பொறுப்பற்ற விரிவாக்கப் படிமுறைகளான 01. தேசிய அணிதிரட்டல் பரப்புரை 02. போலியான வற்புறுத்தல் குடியொப்பம் 03. சுட்டவிரோதமாக உக்கிரேனின் எல்லைகளைத் தன்னோடு இணைத்தல் என்பனவற்றை எவ்வாறு எதிர்கொண்டு உக்கிரேனுக்கு உறுதியான பொருளாதார, இராணுவ, அரசியல், நிதி ஆதரவுகளை ஐரோப்பிய நாடுகள் அளிக்கலாம் என்பது குறித்தும், அதன்வழி எவ்வாறு ஐரோப்பாவின் உட்கட்டுமானத்திற்கான நெருக்கடிகளை எதிர் கொள்வது எனவும் இந்த அரசியல் சமுகம் ஆராய்ந்துள்ளது.

அவ்வாறே ஐரோப்பாவில் சக்தி வளங்களுக்கு மிகப்பெரிய விலையேற்றம் ஏற்பட்டுள்ள இன்றைய காலகட்டத்தில் அவற்றின் வழங்கல்களை உறுதி செய்து தாங்கக்கூடிய விலையில் வீடுகளும்

வர்த்தகநிறுவனங்களும் அதனைப் பயன்பாட்டுக்குப் பெறுவதற்கு ஐரோப்பியரின் சிறந்த ஒத்துழைப்பை உருவாக்குவதும், பொருளாதாரத்தை வளர்த்து வேலைவாய்ப்புக்களைப் பெருக்கி ஏற்பட்டுள்ள விலைவாசி ஏற்றத்தை எதிர் கொண்டு மக்கள் வாழ்வதற்கான ஒன்றுபட்ட மனநிலையை உருவாக்கி பொதுவான அக்கறைகளைப் பாதுகாத்து நலிந்த நிலையில் உள்ளவர்களை எவ்வாறு பாதுகாக்கலாம் என ஆராய்ந்து கொள்கைகளை உருவாக்கவும், ஐரோப்பிய அரசியல் சமூகத்தின் பொதுக்கருத்துக்கோளத்தை உருவாக்கி அதன் அடிப்படையில் இவற்றை எதிர் கொள்வதும், இந்த ஐரோப்பிய அரசியல் சமுகத்தின் நோக்காகவும் போக்காகவும் உள்ளது.

உலக வரலாற்றில் பலநாடுகளில் வாழும் மக்களுக்குப் பொதுவான தேவைகள் தோன்றும் பொழுது பலநாடுகளில் வாழும் மக்களை நாடுகளின் அரசியலுக்கு அப்பாற்பட்ட முறைமையில் ஒன்றிணைக்கின்ற மக்கள் சமுக இணைப்புக்கள் தோன்றுவது இயல்பான ஒன்றாகவே உள்ளது.

இந்த வகையில் ஈழத்தமிழர்கள் தங்களின் அரசியல் எதிர்காலத்தைத் தாங்களே நிர்ணயிக்க வேண்டிய அரசற்ற தேசமக்களாக 22.05. 1972 முதல் இன்று வரை சிறிலங்காப் படைகளின் இனங்காணக் கூடிய அச்சத்திற்கு முகங்கொடுத்து உறுதியுடன் வாழ்ந்து வரும் நிலையில் அதிலும் குறிப்பாக 23.07.1983 முதல் இன்று வரை உலகின் பல முக்கிய நாடுகளுக்கும் புலம்பெயர்ந்து அரசியல் புகலிடம் கோரிப் பெற்று புலம்பதிந்து அந்நாடுகளின் குடிமக்களாகவே அந்நாடுகளின் சமுக பொருளாதார அரசியல் ஆன்மிக வாழ்வுக்குத் தங்களின் உழைப்பை உறுதியுடன் நல்கி வரும் உலக ஈழத்தமிழர்கள் சமுகம் என்ற அரசியல் சமுகத்தைத் தோற்றுவித்து வாழும் நிலையில், தாயகத்தில் வாழும் ஈழத்தமிழர்களையும் இணைத்த "ஈழத்தமிழர் அரசியல் சமூகம்" அதனை உருவாக்க வேண்டிய பொறுப்புள்ளவர்களாக உள்ளனர்.

ஐக்கிய நாடுகள் மனித உரிமைகள் பேரவை 2015 முதல் கடந்த ஏழு ஆண்டுகளாக 21 அமர்வுகளில் இலங்கைத் தீவின் இன்றைய ஆட்சியாளர்களான சிறிலங்கா அரசாங்கத்தினரை பொறுப்புக்கூறவைத்தல், மனித உரிமைகளைப் பேணவைத்தல், சுதந்திரமான தேர்தல் வழியிலான சனநாயக அடிப்படையில் நல்லாட்சியை முன்னேற்றுதல் என்கிற நோக்கைச் செயற்படுத்த முயன்று வருகிறது. சிறிலங்காவில் மனித உரிமை வன்முறைகள், யுத்தக்குற்றச் செயல்கள், மனிதநேயத்திற்கு எதிரான குற்றங்கள் செய்தோரை தனிப்பட்ட நிலையில் அனைத்துலகச் சட்டங்களின் கீழ் விசாரிப்பதற்கு அனைத்துலகக் குற்றவியல் நீதிமன்றத்தில் அவர்கள் மேலான

வழக்குகளைத் தாக்கல் செய்வதற்கான சாட்சியங்களைப் பதியும் முயற்சியிலும் ஈடுபட்டு வருகின்றனர். இவற்றை முன்னெடுப்பதற்கு ஐக்கிய நாடுகள் மனித உரிமைகள் ஆணையாளருக்கு அதிகாரங்களை வழங்கும் தீர்மானங்களாக 30/1. 46/1 தீர்மானங்களை நிறைவேற்றிய ஐக்கிய நாடுகள் மனித உரிமைகள் பேரவை 2022ம் ஆண்டு அமர்வில் 51/1 தீர்மானத்தை 13 மேலதிக வாக்குகளால் நிறைவேற்றியுள்ளது. இம்முறைத் தீர்மானத்தில் பொருளாதாரக் குற்றங்களும் அனைத்துலகச் சட்டங்களுக்கு ஏற்ப விசாரிக்கப்பட வேண்டும் என்கிற விரிவாக்கம் மட்டும் செய்யப்பட்டுள்ளது. இதன்வழி சிறிலங்காவின் பொறிமுறைக்குள்ளேயே அதனை ஒழுங்குபடுத்தும் முயற்சியில் ஐக்கிய நாடுகள் மனித உரிமைகள் ஆணையக முயற்சிகள் எல்லைப்படுத்தப்படுகின்றன. பிரித்தானியா 18 மாதங்களை இதற்கான கால எல்லையாக கட்டமைத்த தன்மையை மாற்றி இரண்டு வருடங்களைக் கால எல்லையாக விரிவுபடுத்திச் சிறிலங்காவுடனான நட்பை உறுதி செய்துள்ளது. இந்தியா நடுநிலைமை வகித்து தனது 13வது திருத்தத்தையே மீளவும் மீளவும் உலகநாடுகளும் உலக அமைப்புக்களும் தீர்வாக ஏற்க வேண்டுமென்பதை வலியுறுத்தி அவை ஈழத்தமிழர்களின் வெளியகத் தன்னாட்சி உரிமையின் அடிப்படையில் ஈழத்தமிழர்க்கான ஏற்புடைய தீர்வுகளை வழங்காது சிறிலங்காவின் இறைமையையும் ஆள்புல ஒருமைப்பாட்டையும் காப்பாற்றிக் கொடுத்துள்ளது. சீனா தனது தூதுவரை யாழ்ப்பாணப் பல்கலைகழக மாணவர்களுக்கு 82 பேருக்கு மாதம் 5000 ரூபா புலமைப்பரில் வழங்க 4.3 மில்லியன் ரூபாக்கள் வழங்கியும் 5 முனைவர்கள் சீனப்பல்கலைக்கழகத்தில் பட்டம் பெறவும் உதவி தமிழருடன் உறவாடலை நடாத்தும் அதே வேளை ஐக்கிய நாடுகள் சபையின் மனித உரிமைகள் பேரவையில் சிறிலங்காவுக்கான முழுஅளவான ஆதரவை வெளிப்படுத்தியுள்ளது. இத்தகைய இரட்டை நிலைப்பாட்டு அரசியல் எதார்த்த நிலையில் ஈழத்தமிழர்கள் தங்களுக்கான அனைத்துலக அரசியல் சமுகம் ஒன்றை உடன் உருவாக்கி உழைத்தால் மட்டுமே ஈழத்தமிழரின் தாயக தேசிய தன்னாட்சி உரிமைகளைப் பேண முடியும் என்பதே இலக்கின் எண்ணம்.

4

ஆசிரியர் தலையங்கம் – இலக்கு இதழ்: 202

ஈழத்தமிழர்களது அறவழிப்போராட்டங்களும், அனைத்துலக நாடுகளும் அமைப்புக்களும்

சிறிலங்கா அரசாங்கத்தின் படைகளால் வலிந்து காணாமலாக்கப்பட்ட ஈழத்தமிழர்களின் நீதிக்காக அவர்களின் கிட்டிய குடும்ப உறுப்பினர்கள் இரண்டாயிரம் நாட்களுக்கு மேலாக 158 போராட்டக்காரர்களை போராட்டத்தின் காரணமாக ஏற்பட்ட உடல் வேதனைகளாலும் உள அழுத்தத்தினாலும் இழந்து விட்ட நிலையிலும் தொடர்ந்து அறவழியில் வன்முறையிலாப் போராட்டத்தை முன்னெடுத்துப் போராடிக் கொண்டிருக்கும் நேரத்தில் ஐக்கிய நாடுகள் சபையின் அனைத்துலக வன்முறையில்லா நாள் அக்டோபர் 2ம் திகதி மகாத்மா காந்தியின் பிறந்த நாளை முன்னிலைப்படுத்தி இடம் பெறுகிறது.

மகாத்மா காந்தி 1930களில் பிரித்தானியக் காலனித்துவ ஆட்சிக்கு எதிராக “நேரிய வழிகளால் நேரியதை அடைதல்” என்னும் உறுதி வாக்கியத்துடன் உப்புச் சத்தியாக்கிரகத்தை நடத்தியதை நினைவுகூர்ந்து அனைத்துலக வன்முறையிலா நாள் ஐக்கிய நாடுகள் சபையால் முன்னெடுக்கப்பட்டாலும் ஈழத்தமிழர்களின் சமகால வரலாற்றில் வன்முறையிலா உணவுத்தவிர்ப்பப்பு போரில் ஈடுபட்ட தியாகி திலீபனையும் அன்னை பூபதியையும் இந்தியா மரணமடைய அனுமதித்து மகாத்மா காந்தியின் நற்பெயருக்கே பங்கத்தை ஏற்படுத்தியதை உலகு நன்கு அறியும். இன்றுவரை இந்தியா இதற்கான கவலையைக் கூடத் தெரிவியாதிருப்பது வன்முறையிலாப் போராட்டங்களில் இளையவர்கள் நம்பிக்கையிழக்க வைக்கிறது.

“போராட்டம் முக்கிய தேவை என்னும் நிலையில் செயலறு நிலையில் இருப்பதையும் பணிந்து கிடப்பதையும் நிராகரித்துப்

போராட்டத்தை வன்முறைகளைப் பயன்படுத்தாது முன்னெடுத்தல் என்னும் தொழில்நுட்பத்தை வன்முறையிலாச் செயற்பாடு எனலாம். வன்முறையிலாச் செயற்பாடு முரண்பாடுகளை தவிர்ப்பதோ அல்லது கவனியாதிருப்பதோ அல்ல. அரசியலில் ஆற்றலுள்ள முறையில் பதிலளிப்பதற்கு மக்கள் சக்தியை ஆற்றலுள்ள முறையில் பயன்படுத்துதல்" என வன்முறையிலாப் போராட்டத்திற்கு, 'வன்முறையிலாப் போராட்டத்தின் அரசியல்' என்னும் நூலை எழுதிய பேராசிரியர் ஜீனி சார்ப் வரைவிலக்கணம் தந்துள்ளார்.

வன்முறையிலாப் போராட்டத்தின் முக்கிய கோட்பாடாக "ஆள்பவர்களின் சக்தி மக்களின் விருப்பிலேயே தங்கியுள்ளது என்பதால் மக்களின் விருப்பையும் ஒத்துழைப்பையும் வன்முறையிலா போராட்டத்தால் விலக்கிக் கொள்வதன் மூலம் ஆளுபவர்களின் சக்தியை நலிவடையச் செய்தல்" என்பது அமைகிறது.

வன்முறையிலாப் போராட்டம் மூன்று வகைகளில் நிகழலாம். முதலாம் வகை, வன்முறையிலா எதிர்ப்பையும் வற்புறுத்தலையும் ஊர்வலங்களையும் மற்றும் விழிப்புநிலைப்போராட்டங்களையும் உள்ளடக்கும். இரண்டாம் வகையில் ஒத்துழையாமைப் போராட்டங்கள் இடம்பெறும். மூன்றாம் வகையில் வன்முறையிலாத முறையில் மறியல் செய்தல், இடத்தை அடைத்தல் போன்ற தலையிடுதல்கள் அமையும்.

ஈழத்தமிழர்களைப் பொறுத்த மட்டில் 1930களில் டொனமூர் அரசியலமைப்பு பிரித்தானிய காலனித்துவ அரசால் கொண்டுவரப்பட்டதன் பின்னரான தேர்தலை யாழ்ப்பாண காங்கிரசு புறக்கணித்து ஒத்துழையாமையை வன்முறையிலாமுறையில் வெளிப்படுத்தி ஈழத்தமிழர்களின் அறவழிப்போராட்டத்தை தொடக்கி வைத்தது. ஆயினும் சிங்களவர்களை மட்டும் கொண்ட அமைச்சரவை உருவாக்கப்பட்டதை அவர்களால் தடுத்து நிறுத்த முடியவில்லை.

1949 களில் மலையக மக்களின் குடியுரிமை சிங்கள அரசால் பறிக்கப்பட்ட பொழுது மலையகத் தமிழ்த் தலைவர்கள் சத்தியாக்கிரக போராட்டதை முன்னெடுத்த பொழுது அவர்களின் பெருந்தோட்டப் பொருளாதாரத்தை வளப்படுத்தவும் நிதிமுகாமைத்துவத்தை ஒழுங்குபடுத்தவும் வேலைகளுக்கு அழைத்து வந்த பிரித்தானிய காலனித்துவ ஆட்சியாளர்கள் அதனைக் கவனத்தில் எடுக்கத் தவறினர்.

அவ்வாறே 1956இல் சிங்களம் மட்டும் சட்டம் கொண்டுவரப்பட்ட பொழுது இலங்கைத் தமிழ்த்தலைவர்கள் பாராளுமன்றத்திற்கு முன்னால் உள்ள காலிமுகத்திடலில் சத்தியாக்கிரகத்தை தொடங்கிய பொழுதும் அதனை அரசபாதுகாப்புடன் சிங்களக் காடையர்கள்

வன்முறைகளால் முறியடித்து நாடெங்கும் தமிழர்களின் உயிருக்கும் உடலுக்கும் உடைமைகளுக்கும் இனங்காணக் கூடிய அச்சுறுத்தல்களை முன்னெடுத்தனர்..

1958இல் அரசியல் அதிகாரப் பரவலாக்கலை மாவட்டசபைகள் மூலம் முன்னெடுக்கச் செய்யப்பட்ட பண்டா செல்வா உடன்படிக்கையை கண்டிப் பாதயாத்திரை எச்சரிப்புடன் கூடிய வன்முறைப் போராட்டங்களை முன்னெடுத்துக் கிழித்தெறியச் செய்ததன் பின்னர் நாடளாவிய நிலையில் இனஅழிப்பை சிங்களப்படைகளுடன் சிங்களக் காடையர்களும் சேர்ந்து செய்தனர். பொருளாதாரக் குற்றங்களும் வெளிப்படையாகத் தமிழர்களுக்கு எதிராகச் செய்யப்பட்டன

1960களில் சத்தியாக்கிரகத்தால் வடக்கு கிழக்கில் அரச நிர்வாகமே தமிழர்களிடை 3மாதங்கள் செயலிழந்து போய் அஞ்சல் முத்திரை தமிழர்களால் வெளியிடப்பட்டுத் தங்களுக்கான தபால் விநியோகம் தொடங்கப்பெற்ற நிலையில் படைபலம் கொண்டு அதனைச் சிங்கள அரசாங்கம் முறியடித்தது.

1965 இல் வடக்கு கிழக்கு நீதிமன்றங்களில் தமிழ்மொழி சிறப்புப் பயன்பாட்டுச் சட்டம் டட்லி சேனநாயக்காவால் அறிவிக்கப்பட்ட பொழுது சிங்கள காடையர்களால் வன்முறைகளால் அந்தச் சட்டம் நடைமுறைப்படுத்தப்படாத நிலைக்குக் கொண்டு வரப்பட்டது. இதே ஆண்டில் கல்வி அமைச்சர் ஈரியக்கொலை தமிழ் மாணவர்களின் உயர்கல்விக்கு எதிரான தரப்படுத்தல் சட்டத்தை கொண்டு வந்த பொழுதும் 1970களில் அப்போதைய கல்வி அமைச்சர் பதியுதீன் முகம்மட் தரப்படுத்தலை முன்னெடுத்த வேளையிலும் ஈழத்தமிழ் மாணவர்கள் செய்த அறவழி எதிர்ப்பு ஊர்வலங்கள் சிங்கள அரசால் கவனத்தில் கொள்ளப்படவில்லை.

1972இல் சிங்கள பௌத்த குடியரசுப் பிரகடனம் ஈழத்தமிழர்களை அரசற்ற தேசஇனமாக மாற்றிய பொழுது அந்தக் குடியரசு அரசியலமைப்புக்கு எதிராகப் பலவகையில் ஈழத்தமிழர்கள் வன்முறையிலா முயற்சிகளை முன்னெடுத்த நேரத்தில் ஈழத்தமிழர்களால் மேற்கொள்ளப்பட்ட பல்வேறு வன்முறையிலா சனநாயகப் போராட்டங்கள் படைபலம் கொண்டு ஒடுக்கப்பட்டதன் பின்னணியிலே ஈழத்தமிழர்களின் உயிருக்கும் உடலுக்கும் உடைமைகளுக்கும் இனங்காணக்கூடிய அச்சம் நாளாந்த வாழ்வாக்கப்பட்டதன் அடிப்படையிலேயே ஈழத்தமிழர்களின் ஆயுத எதிர்ப்பு அவர்களின் நாளாந்த வாழ்வில் அவர்களின் உயிரையும் உடலையும் உடைமைகளையும் பேணுவதற்கான முக்கிய

தேவையாயிற்று. இதன் பின்னர் 1972 முதல் 2009 வரை சிறிலங்கா ஈழத்தமிழின அழிப்பை தனது அரச கொள்கையாக முன்னெடுத்து வன்முறைகள், யுத்தக் குற்றச்செயல்கள், மனிதநேயத்திற்கு எதிரான குற்றங்களைச் செய்த பொழுது உலகநாடுகளும் அமைப்புக்களும் உரிய நேரத்தில் அதனைத் தடுக்கத் தவறியதன் விளைவாக 176000க்கு மேற்பட்ட ஈழத்தமிழர்களின் உயிரை இனஅழிப்புக்குள்ளாக்கி ஈழத்தமிழர்களின் தாயகத்தின் அனைத்து உட்கட்டுமானங்களையும் அழித்து ஒழிப்பதையே இன்றுவரை தங்கள் அரசியல் கொள்கையாகத் தொடர்கிறது. இனியேனும் உலகநாடுகளும் அமைப்புக்களும் ஈழத்தமிழர்கள் வன்முறையிலாப் போராட்டங்களில் நம்பிக்கை வைக்கக் கூடிய முறையில் அனைத்துலக சட்டங்களால் குற்றம் இழைத்தவர்களை தண்டித்து உலக பாதுகாப்புக்கும் அமைதிக்கும் உதவ வேண்டும் என்பதே இலக்கின் எண்ணமாக உள்ளது.

5

ஆசிரியர் தலையங்கம் – இலக்கு இதழ்: 201
இறைமையை முன்னிறுத்தி சிறிலங்கா வெற்றி பெறுகிறது.
இறைமையைப் பின்தள்ளி ஈழத்தமிழர்கள் தோல்வியடைகின்றனர்.

இரண்டாயிரம் நாட்களுக்கு மேலாக இன்றுவரை வலிந்து காணாமல் ஆக்கப்பட்டோரின் கிட்டிய குடும்ப உறுப்பினர்கள் தொடர்ச்சியாக மழையிலும் குளிரிலும் வாடையிலும் கோடையிலும் தெருவில் இறங்கி எல்லா சனநாயக வழிகளிலும் போராடி 158 போராட்டத்தில் ஈடுபட்டோர் தங்களின் குடும்ப உறுப்பினர்களின் நினைவு ஏக்கத்துடனேயே உயிரிழந்த நிலையில்கூட அதனை ஏறெடுத்துப் பார்க்காத சிறிலங்கா அரசாங்கத்தின் மேல் எந்தவிதமான தாக்கமான தீர்மானத்தை எடுக்காமலே 13 வது ஆண்டாக ஐக்கிய நாடுகள் மனித உரிமைகள் பேரவையின் 51வது அமர்வின் 50/1 ம் இலக்க நகல் வரைவும் வெளிவந்துள்ளது. திருத்தங்கள் இந்த நகல் வரைபையும் மேலும் மென்மைப்படுத்தும் என்ற எதிர்பார்ப்பே தமிழர்களின் ஆய்வாளர்களின் எதிர்பார்ப்பாக உள்ளது.

அப்படியாயின் இம்முறை ஐக்கிய நாடுகள் மனித உரிமைகள் பேரவையின் தீர்மானம் முன்னைய 46/1 தீர்மானத்தை விட எந்தவகையில் சிறப்புற்றுள்ளது என்ற கேள்வி எழுகிறது. உண்மையில் 46/1 தீர்மானம் சிறிலங்காவின் மனித உரிமைகளை வன்முறைப்படுத்தல், யுத்தக்குற்றச் செயல், மனிதாயத்திற்கு எதிராக குற்றங்களை கண்காணிப்பதற்கு சாட்சியங்களைப் பதிவு செய்தலுக்கான பொறிமுறைகளை நிறுவியது. ஆயினும் இதனை இறைமையுள்ள நாடு ஒன்றின் மேலான தலையீடு எனச் சிறிலங்கா கூறி ஒத்துழைக்க மறுத்தது. இதனை மேற்கொள்ளும்

விதத்தில் பொருளாதாரக் குற்றச் செயல்களைச் செய்தவர்களையும் விசாரித்தல், கொள்ளையிடப்பட்ட மக்களின் சொத்துக்களை மீளவும் பெறலுக்கான பொறிமுறைகளை உருவாக்கல் என்னும் இருபுதிய பொறிமுறைகளை ஐக்கிய நாடுகள் மனித உரிமைகள் பேரவையின் 50/1 தீர்மானம் உள்ளடக்குகிறது. இது அனைத்துலக சட்டங்களின் நீதி அதிகார வரம்பெல்லைகளை விரிவுபடுத்திச் சிறிலங்காவை அதனுள் கொண்டு வருவதற்கான முயற்சியாக அமைகிறது. இது சிறிலங்கா எதிர்நோக்கும் நிதி நெருக்கடியின் காரணிகள், மக்கள் பிரச்சினைகள் என்பன குறித்த அக்கறையின் பின்னணியில் முன்மொழியப்பட்டுள்ளது. இதனையும் சிறிலங்கா இறைமைக்குள் தலையீடு என்ற அடிப்படையில் தடுத்து நிறுத்த முயற்சிக்கிறது. சுருக்கமாகச் சொன்னால் கடந்த 13 ஆண்டுகளாகச் சிறிலங்கா அனைத்துலக அமைப்புக்களின் விசாரணை எதுவும் தன்னைப் பாதிக்காதவாறு இறைமையுள்ள நாடு தான் என்பதையே பயன்படுத்தி வெற்றிகரமாக தடுத்து வெற்றியடைந்து வருகிறது.

ஆனால் வரலாற்றுக் காலத்திற்கு முன்பிருந்தே இலங்கைத்தீவில் தொன்மையும் தொடர்ச்சியும் கொண்ட இறைமையுடன் வாழ்ந்து வரும் தேச இனமான ஈழமக்கள் தங்களின் தேசிய பிரச்சினை தங்களின் இறைமையைக் கடந்த 75 ஆண்டுகளாக சிங்களப் பெரும்பான்மைப் பாராளுமன்ற ஒற்றையாட்சிமுறை மறுத்து வருவதே என்பதையும், தங்களின் இறைமையை உறுதிப்படுத்தும் போராட்டமே ஈழமக்களின் அரசியல் போராட்டம் என்பதையும் வெளிப்படுத்தத் தவறுகின்றனர். சிறுபான்மையினமொன்றின் மனித உரிமைக்கான பாதுகாப்புக் கோரிக்கையினையே ஈழத்து அரசியல் வாதிகள் தாயகத்திலும் புலத்திலும் பேசி வருகின்றனர். இதுவே கடந்த 13 ஆண்டுகளாக ஈழத்தமிழர்கள் சிறிலங்காவின் இனஅழிப்புக்கான நீதியைப் பெற இயலாது தவிப்பதன் காரணமாக அமைகிறது.

வரலாற்றில் ஈழதேச இனம் 1505இல் போர்த்துக்கேய காலனித்துவ ஆட்சி ஏற்பட்ட பொழுது தங்களின் தனியான இறைமையுள்ள யாழ்ப்பாண அரசிலேயே வாழ்ந்து கொண்டிருந்தனர். இந்த யாழ்ப்பாண அரசின் இறைமையையே 1621இல் 116 வருடப் போராட்டத்தின் பின்னர் போர்த்துக்கேய காலனித்துவம் கைப்பற்றியது. பின்னர் இவ்விறைமை 1656இல் டச்சுக்காலனித்துவத்தைச் சென்றடைந்து 1796இல் இலண்டனின் கிழக்கிந்திய வணிகக் கம்பெனியால் கைப்பற்றப்பட்டது. கிழக்கிந்தியக் கம்பெனி மதராசு எனப்படும் சென்னையில் இருந்து இலங்கைத் தீவில் உள்ள அனைவரையும் ஒரு அரசியல் அலகாக ஒரே நிதியுடன் 1802வரை ஆறு வருடங்கள் ஆண்டனர். 1802இல் பிரித்தானிய முடிக்குரிய நாடாக இலங்கை அறிவிக்கப்பட்டதுமுதல் 1948வரை பிரித்தானிய அரசிடம் ஈழத்தமிழரின் இறைமைதொடர்ந்தது.

இலக்கின் இலக்கு 25

24.09.1947இல் தான் பிரித்தானியா இலங்கைத் தீவுக்குச் சுதந்திரம் வழங்கவென நியமித்த சோல்பரி ஆணைக்குழு உருவாக்கிய சோல்பரி அரசியல்திட்டத்தின்கீழான முதலாவது இலங்கைப் பாராளுமன்றத்திற்கான பொதுத்தேர்தல் ஆகஸ்ட் 14இல் பாக்கிஸ்தானுக்குச் சுதந்திரம் வழங்கப்பட்ட நாளில் தொடங்கி செப்டெம்பர் 20வரை நடைபெற்றது. அத்தேர்தலில் ஐக்கிய தேசியக்கட்சி 42, சுயேட்சைகள் 21, லங்கா சமசமாஜக்கட்சி 10, பொல்சிவிக் லெனின் கட்சி 05, கம்யூனிஸ்ட் கட்சி 03 தமிழ்க்காங்கிரஸ் 07, இந்தியன் காங்கிரஸ் 06, லேபர் கட்சி 01 என 95 பிரதிநிதிகள் இலங்கையின் முதல் பாராளுமன்றத்துக்குத் தெரிவாகி இலங்கைளின் பன்மொழி பல்கலாச்சாரத் தன்மையை உலகுக்கு வெளிப்படுத்தினர். செப்டெம்பர் 24இல் ஐக்கிய தேசியக்கட்சியின் தலைவர் டி.எஸ்சேனநாயக்கா பன்மொழி பல்கலாச்சார இலங்கை அரசாங்கத்தின் முதல் பிரதமரானார். இந்த இலங்கை அரசாங்கத்திடமே ஈழத்தமிழரின் இறைமையையும் சிங்களவர்களின் இறைமையையும் பிரித்தானியக் காலனித்துவ அரசாங்கம் சிங்களப்பெரும்பான்மை ஒற்றையாட்சிப் பாராளுமன்ற ஆட்சியில் சோல்பரி அரசியலமைப்பால் இணைத்து, இலங்கைக்குச் சுதந்திரத்தை 04.02.1948இல் வழங்கியது. இந்த வரலாற்றின் அடிப்படையில் இந்த செப்டெம்பர் மாதத்துடன் ஈழத்தமிழரின் பாராளுமன்ற சனநாயக ஆட்சி தொடங்கி 75 ஆண்டுகளாகின்றன. இந்த 75 ஆண்டுகளிலும் ஈழத்தமிழர் தேசியப் பிரச்சினை என்பது அவர்களின் இறைமையைச் சிங்கள பெரும்பான்மை பாராளுமன்ற ஒற்றையாட்சி முறைமை மறுத்து வருவதேயாகும்.

எனவே இந்த ஈழத்தமிழரின் இறைமையினை அனைத்துலக நாடுகளும் அமைப்புக்களும் அவர்களின் வெளியக தன்னாட்சி உரிமையின் அடிப்படையில் அங்கீகரிக்கக் கோருவது ஒன்று மட்டுமே ஈழத்தமிழர் மேலான சிறிலங்காவின் இனஅழிப்பு அரசியலை ஒழுங்குபடுத்தும் என்பதே இலக்கின் எண்ணமாகவுள்ளது. இந்த உண்மையில் உறுதியுடன் நின்று இதனை உலக மக்களுக்குத் தெளிவாகத் தெரியப்படுத்தினாலேயே ஐக்கிய நாடுகள் மனித உரிமைகள் பேரவை ஈழத்தமிழர்களை மட்டுமல்ல சிங்களவர்கள், முஸ்லீம்கள், மலையகத்தவர்களையும் அவர்கள் எதிர்நோக்கி நிற்கும் மனித உரிமைப் பிரச்சினைகளில் இருந்து விடுவிக்க முடியும். என்பதே இலக்கின் கருத்தாக உள்ளது.

6

ஆசிரியர் தலையங்கம் – இலக்கு இதழ்: 200

ஈழத்தமிழர் அரசியற் பொருளாதார உயராய்வு மையம் உடன் தேவையாகிறது

2022ம் ஆண்டின் ஐக்கிய நாடுகள் சபையின் மனித உரிமைகள் பேரவையின் 51வது கூட்டத்தொடர் அமர்வில் சிறிலங்காவில் மனித உரிமைகள் குறித்த அறிக்கையும், தீர்மானங்கள் குறித்த பூச்சிய வரைபும் தாக்கல் செய்யப்பட்டு விட்டன. இதனை உறுப்புரிமை நாடுகள் ஆராய்ந்து தேவையானால் ஏற்புடைய திருத்தங்களை சேர்த்ததன் பின்னர் தீர்மானம் வாக்கெடுப்புக்கு விடப்படவுள்ளது. இதுவரை வெளிவந்த தரவுகள் தகவல்களின் அடிப்படையில் சிறிலங்காவில் நடைபெற்ற பொருளாதாரக் குற்றங்கள் குறித்தும் மனித உரிமைகள் ஆணையகம் உரிய விசாரணைகள் மேற்கொள்ள வேண்டும் என்பதே முன்னைய அறிக்கைகளிலிருந்து வேறுபட்ட ஒன்றாக அமைந்துள்ளது. இந்நேரத்தில் 1956, 1958, 1977, 1983 ஆண்டுகளில் இலங்கை முழுவதிலும் 1979ம் ஆண்டுப் பயங்கரவாதத் தடைச்சட்டம் நடைமுறைப்படுத்தப்பட்டது முதல் ஈழத்தமிழர்களின் தாயகமெங்கிலும் சிறிலங்கா அரசாங்கப் படையினரும் படையினரின் முழுஅளவிலான ஆதரவு பெற்ற சிங்களக் காடையர்களும் ஈழத்தமிழர்களுடைய தனிச் சொத்துக்களை வீடுகளை குடியேற்றங்களை வர்த்தக நிலையங்களை தொழிலகங்களை தொழிற்சாலைகளை பொதுச் சொத்துக்களை அழித்தொழித்து செய்த பொருளாதாரக் குற்றங்களையும் மனித உரிமைகள் ஆணையகத்தை விசாரிக்க வைக்க வேண்டிய கடப்பாடு உள்ளவர்களாக புலம்பதிந்து வாழும் தமிழர்கள் உள்ளனர்.

இம்முறை மனித உரிமைகள் ஆணையாளர் உடைய அறிக்கையில் சிறிலங்காவில் மக்களின் கருத்துச் சுதந்திரம், பேச்சுச் சுதந்திரம்,

எழுத்துச் சுதந்திரம், அரசியல் எதிர்ப்பை வெளிப்படுத்தும் சுதந்திரம் போன்றவை பாதுகாக்கப்பட வேண்டும் என்கிற விதந்துரை மேற்கொள்ளப்பட்டுள்ளது. இவை ஈழத்தமிழர்களுக்கு இலங்கைக்கு பிரித்தானியாவால் ஈழத்தமிழர்களின் இறைமையை அவர்களின் விருப்பின்றி சிங்களப் பெரும்பான்மை ஒற்றையாட்சிப் பாராளுமன்ற முறையில் இணைத்துச் சுதந்திரம் வழங்கப்பட்ட நாள் முதல் இன்று வரையான 74 ஆண்டுகளும் சிங்கள அரசாங்கங்களால் மறுக்கப்பட்டே வருகின்றன. அந்த வகையில் காலனித்துவத்தால் தீர்க்கப்படாத பிரச்சினையாகத் தொடரும் ஈழத்தமிழர் மனித உரிமைகள் பிரச்சினையை வெளியக பொறிமுறை மூலமே ஐக்கிய நாடுகள் மனித உரிமைகள் ஆணையகம் தீர்க்க முயற்சிக்க வேண்டுமென்பது புலம்பதிந்த ஈழத்தமிழர் கடமையாகவுள்ளது.

அத்துடன் 1979ம் ஆண்டு கண்ட இடத்தில் சுடவும் சுட்ட இடத்தில் விசாரணையின்றி எரிக்கவும் தண்டனை விலக்கு பெறவும் படைகளுக்கு எல்லையற்ற அதிகாரத்தினை வழங்கிய பயங்கரவாதத் தடைச்சட்டத்தால் இன்று வரை 43 ஆண்டுகள் உண்மைகளைக் கண்டும் கையில் ஊமையன் வெண்ணெய் காத்த கதையாக அதனை உலகுக்கு எடுத்துரைக்க அஞ்சி வாழ்ந்து வருகின்றனர். இதுவே யுத்தக் குற்றச் செயல்களுக்கும், மனிதாயத்திற்கு எதிரான குற்றங்களுக்குமான மூலகாரணமாகவுள்ளது. இந்நிலையிலேயே இந்தியா உட்பட பலநாடுகளும் சிறிலங்காவின் பயங்கரவாதத் தடைச்சட்டத்தை அனைத்துலக தரத்திற்கு இணைவான சட்டமாக மாற்ற சிறிலங்காவுக்கு ஆலோசனை வழங்கியுள்ளனர். இதனைச் சமாளிக்கப் பயங்கரவாதத் தடைச் சட்டத்திற்கு தேசிய பாதுகாப்புச் சட்டம் என நாட்டின் தேசிய பாதுகாப்புக்கான சட்டமென வலுவாக்கம் அளிக்கும் முயற்சியில் ஈடுபட்டுள்ளார் ரணில். உண்மையில் பெயரை மாற்றி உள்ளுள்ள மனித உரிமைகளை வன்முறைப்படுத்தும் சட்டங்களை முன்னைய விட அதிக பலமானதாக மாற்றுவதே ரணிலின் முயற்சியாக உள்ளது.

மேலும் இம்முறையும் இந்தியா மனித உரிமைகள் பேரவையில் 13வது அரசியலமைப்புத் திருத்தத்தை ஈழத்தமிழர் தேசியப் பிரச்சினைக்கான தீர்வாக முன்வைத்துள்ளது. உண்மையில் 13வது அரசியலமைப்புத் திருத்தம் வடக்கு கிழக்கு இணைக்கப்பட்டு ஒரே மாகாணசபை நிர்வாக அலகாக்கப்பட்ட பொழுது அந்நிலப்பரப்புக்கான நிதிப்பரவலாக்கலுக்கே உருவாக்கப்பட்டது. இதனாலே 35 ஆண்டுகளுக்கு முன்பே இது ஏற்புடைய அரசியல் தீர்வாக ஈழமக்களுக்கு அமையாதென இவ்வாரத்தில் தியாகி திலீபன் இதனையும் எதிர்த்தே உண்ணாவிரதப் போராட்டத்தைத் தொடங்கினார்

என்பது வரலாறாக உள்ளது. இலங்கைஇந்திய உடன்படிக்கையை எந்த வகையிலும் இதுவரை நடைமுறைப்படுத்தாத சிறிலங்கா வடக்கு கிழக்கு மாகாணங்கள் ஒரே நிர்வாக அலகாக உடன்படிக்கையால் உருவாக்கப்பட்டதையும் கலைத்துவிட்டது. நடைமுறைப்படுத்தப் படுவதற்கான நிலப்பரப்பே மாற்றப்பட்டுவிட்ட இன்றைய நிலையில் 13வது திருத்தத்தை ஈழத்தமிழர்களின் தேசியப்பிரச்சினைக்கான தீர்வாக இந்தியா மீள்வலியுறுத்துவது ஈழத்தமிழர்களின் வெளியக தன்னாட்சி உரிமையின் அடிப்படையில் உலகநாடுகள் அமைப்புக்கள் தங்களுடைய ஏற்புடைய தீர்வுகளை முன்வைக்காது தடுக்கும் இந்தியாவின் ஒரு அரசியல் ராஜதந்திர உத்தியாகவும் உள்ளது. சீனாவின் சங்காய் பொருளாதார ஒத்துழைப்பு கட்டமைப்பு ரஸ்யா உட்பட பெரும்பாலான ஆசிய மத்திய கிழக்காசிய ஆப்பிரிக்க நாடுகளை உள்ளடக்கியுள்ளது. சிறிலங்கா பார்வையாளராக உள்ளது. இதன் இவ்வாண்டுத் தலைமையினை இந்தியா ஏற்றுள்ளமையும் எல்லைகளில் அடையாளப் படைவிலக்கல்களும் சீன இந்திய நட்புறவு பலமாக வளரத் தொடங்கியுள்ளதன் வெளிப்பாடாக உள்ளது. இந்த ஆசிய நாடுகள் ஐக்கிய நாடுகள் சபையை ஒருநாட்டின் இறைமை எல்லைக்குள் தலையிடாது தடுக்கும் பொதுக் கொள்கை உடையவை. இது மனித உரிமைகள் ஆணையரின் வெளியக பொறிமுறை விசாரணைக்கான நெறிப் படுத்தல்களிலிருந்து சிறிலங்கா தப்புவதற்கான பாதுகாப்புக்கவசமாகத் திகழ்கிறது.

இந்நிலையில் ஈழத்தமிழர்களின் சமுக அரசியற் பொருளாதார கொள்கைகளைக் காலத்துக்கேற்ப அறிவார்ந்த நிலையில் உலகநாடுகள் ஏற்கத் தக்கவகையில் உருவாக்கவல்ல உயராய்வு மையம் ஒன்று புலம்பதிந்து வாழும் தமிழர்களால் அவர்கள் வாழும் நாடுகளின் ஏற்புடையவர்களை உள்ளடக்கி இலண்டனில் உடன் உருவாக்கப்பட வேண்டும். இதன்வழி ஈழத்தமிழர்களின் சமுக பொருளாதார அரசியல் கொள்கைளும் கோட்பாடுகளும் உலகுக்குத் தெளிவுபடுத்தப்பட்டாலே, ஐக்கிய நாடுகள் சபையின் மனித உரிமைகள் பேரவையின் உறுப்பு நாடுகள் ஈழத்தமிழர் தேசியப் பிரச்சினை குறித்த உண்மைநிலைகளை அறிந்து ஈழத்தமிழர் எதிர்பார்க்கும் இனஅழிப்பாளர்களுக்கான தண்டனை நீதியும் பாதிப்புற்ற மக்களுக்கான பரிகாரநீதியும் அவர்களின் வெளியக தன்னாட்சி உரிமை வழியான பாதுகாப்பான அமைதி வாழ்வும் எதிர்காலத்திலாவது கிடைக்கச் செய்வார்கள் என்பதே இலக்கின் 200வது இதழின் எண்ணமாக உள்ளது.

7

ஆசிரியர் தலையங்கம் – இலக்கு இதழ்: 199

ஈழத்தமிழர்களுக்குப் பெயரளவு வாக்குறுதிகளல்ல இறைமையின் சட்ட உறுதிப்படுத்தல்களே தேவை

ஐக்கிய நாடுகள் சபையின் மனித உரிமைகள் பேரவையின் நடப்பு ஆண்டுக்கான 51வது அமர்வு செப்டெம்பர் 12ம் திகதி ஆரம்பமாகவுள்ளது. இம்முறை இந்த அமர்வில் முன்வைக்கப்படவுள்ள ஐக்கியநாடுகள் மனிதஉரிமைகள் ஆணையாளரின் சிறிலங்கா குறித்த அறிக்கையில் சிறிலங்காவில் மனித உரிமைகள் வன்முறைகள், மனிதாயத்திற்கு எதிரான குற்றங்கள், யுத்தக்குற்றங்களுக்கு 2015முதல் பொறுப்புக்கூறலை வலியுறுத்திய மனித உரிமைகள் ஆணையாளர் இம்முறை இலங்கையில் ஏற்பட்டுள்ள பொருளாதார நெருக்கடிக்கும் பொருளாதாரப் பொறுப்புக்கூறலைக் கோரியுள்ளார். வெளிப்படையாகவே இந்தப் பொறுப்புக்கூறலுக்கான அழைப்பை ஒருநாட்டின் இறைமைக்கு எதிரான தலையீடுவென நிராகரித்துள்ளன. இலங்கையில் மனித உரிமைகள் வன்முறைகள் எவ்வாறு ஈழத்தமிழர்களின் நாளாந்த வாழ்வில் அரசபயங்கரவாதத்தைப் படைபலம் மூலம் முன்னெடுப்பதன் மூலம் வன்முறைப்படுத்தி ஈழத்தமிழர்களை இனங்காணக்கூடிய அச்சப்படுத்தலுக்கு உள்ளாக்குவதன் மூலம் அவர்களின் அரசியல் பணிவை 1979ல் பயங்கரவாதத் தடைச்சட்டம் கொண்டுவரப்பட்டது முதல் இன்று வரை சிறிலங்கா பெற்று வருகின்றது. இவ்வாறு தமிழ் மக்களின் மனித உரிமைகளை வன்முறைப்படுத்தித் தனக்கான அரசியல் பணிவைப் பெற்றுப் பழகிய சிறிலங்காவின் ஆட்சியாளர்கள், அதே பாணியில் இன்று சிங்கள மக்களின் மனித உரிமைகளையும் வன்முறைப்படுத்தி அவர்களைச் சிறையில் அடைக்கிறது இன்று மனித உரிமைகளுக்காகக் குரல் எழுப்பும் நாடுகளும் அமைப்புக்களும் ஈழத்தமிழர்களுக்கு 1956 முதல் இழைக்கப்பட்ட – இழைக்கப்படும் மனித உரிமைகள்

வன்முறைகள் குறித்து 66 ஆண்டுகளாகச் அனைத்துலகச் சட்டங்களை நடைமுறைப்படுத்துவதன் மூலம் செயலளவில் கட்டுப்படுத்தாது விட்ட தால் இன்று அவர்களின எச்சரிப்புக்களையும் நெறிப்படுத்தல்களையும் ஏறெடுத்தும் பார்க்கும் நிலையில் கூடச் சிங்கள ஆட்சியாளர்களில்லை.

இந்நிலையில் யாழ் குடாநாட்டில் மானிப்பாய் கந்தசுவாமி கோயில் முன்றலில் 10.09. 2022 இல் தொடங்கப்பெற்ற பயங்கரவாதத் தடைச்சட்டத்தையும் அதன் வழியான தடுப்புக்களையும் இரத்துச் செய்யக் கோரும் கையெழுத்துப் போராட்டம் ஊர்திவழிப்போராட்டமாக மற்றைய மாவட்டங்களிலும் மூன்று நாட்கள் தொடரவுள்ளது. ஆயினும் ஈழத்தமிழர் பிரச்சினையை தேசியத்திற்கு எதிரானதும் தேசிய ஒருமைப்பாட்டுக்கு எதிரான பயங்கரவாதச் செயலெனவும் இதனை எதிர்கொண்டு நாட்டையும் மக்களையும் பாதுகாக்கப் பயங்கரவாதத் தடைச்சட்டம் தேவையெனவும் கடந்த 43 ஆண்டுகளாகச் சிறிலங்கா செய்யும் நியாயாப்படுத்தலையே இன்றும் முன்னெடுக்கும் என்பது அனைவர்க்கும் தெரிந்த விடயம் எனவே ஈழத்தமிழர்களின் அரசியல் தலைமைகளும் புலம்பெயர் தமிழர்களம் ஈழத்தமிழர் பிரச்சினை சிறுபான்மை இனப் பிரச்சினையல்ல ஈழ தேசமக்களின் இறைமைப்பிரச்சினை என்பதை ஐக்கியநாடுகள் சபையும் உலக நாடுகளும் மற்றைய உலக அமைப்புக்களும் ஏற்கக் காலதாமதம் செய்வதின் விளைவே இலங்கைத் தீவின் எல்லாப் பிரச்சினைகளினதும் அடிப்படை என்ற உண்மையை, இந்தப் பயங்கரவாத எதிர்ப்புப் போராட்டம் முதல் ஐக்கிய நாடுகள் சபை வரை ஈழத்தமிழர்கள் கூட்டொருங்கு இயக்க அரசியல் மூலம் வெளிப்படுத்தினாலே சிறிலங்காவின் பயங்கரவாதத் தடைச்சட்டம் அனைத்துலகச் சட்டங்களுக்கு எதிரானது என்ற உண்மையும் ஈழத்தமிழின இனஅழிப்புக்களும் உலகுக்குத் தெளிவாகும் என்பதே இலக்கின் எண்ணம். இதனைச் செய்யாதவரை ஐக்கிய நாடுகள் மனிதஉரிமைகள் ஆணையகத்தின் சிறிலங்கா மீதான அனைத்துலக சட்டச் செயற்பாடுகளை ஒரு நாட்டின் இறைமைக்கு எதிரான தலையீடுகளாகச் சித்தரிக்க சிறிலங்கா பலமாக முனைகிறது.

மேற்குலகநாடுகளின் ஆசிய ஆப்பிரிக்க நாடுகள் மேலான தலையீடாக அரசியல்படுத்தவும் செய்கின்றது. இதற்கு ஆசிய ஆபிரிக்க நாடுகள் ஈடுபடவும் செய்யும். இவ்வாறு ஐக்கிய நாடுகள் மனிதஉரிமைகள் பேரவையின் தலையீட்டை மட்டுப்படுத்தும் இராஜதந்திர முயற்சியில் சிறிலங்கா பலமான அரசாங்கம் பொருளாதார உறுதிப்பாட்டுக்கும் அனைத்துலகத் தொடர்புகளுக்கும் உடனடியாக நிறுவப்பட்டாலே அனைத்துலக நாணய நிதியம் உட்பட்ட அனைத்துலக அமைப்புக்களின் கடன் உதவிகளையும் நிதி

இலக்கின் இலக்கு 31

உதவிகளையும் பெறலாம் எனக்கூறி, இன்றைய ரணில் ஆட்சியிலும் மனித உரிமைகள் தொடர்பான விடயங்களை இரண்டாவதாக மாற்றுவதற்கு முயல்கிறது. இது ராசபக்ச குடும்ப ஆட்சியாளர்களதும் அவர்களின் ஆட்சிக்காலப் படையினரினதும் அனைத்துலகச் சட்டங்களுக்கு எதிரான குற்றச் செயல்களை அனைத்துலகக் குற்றவியல் நீதிமன்றத்திற்கு பாரப்படுத்துவதைத் தடுக்கும் நோக்காகவும் போக்காகவும் உள்ளது. ஆயினும் தேசிய அரசாங்கமமைத்து பலமான அரசை நிறுவ முயற்சித்து தோல்வி கண்டுள்ள சிறிலங்கா ஜனாதிபதி ரணில் எல்லாக் கட்சியின் பிரதிநிதிகளையும் உள்ளடக்கிய தேசிய சபை மூலம் பலமான அரசாங்கத்தை நிறுவ முயற்சித்து வருகிறார். அதே வேளை புலம் பெயர் இலங்கையருக்கான அலுவலகம் ஒன்றைத் தொடங்கி புலம்பெயர் தமிழர்களின் முதலீடுகளை இலங்கையில் ஊக்குவிக்கக் கூடியதான பேச்சுக்களைப் புலம்பெயர்ந்தவர்களுடன் உலகளாவிய நிலையில் முன்னெடுத்து பொருளாதார நெருக்கடிக்கு இலங்கைத் தமிழர்களின் டொலர் நிதிப்பங்களிப்பைப் பெறவும் முயல்கின்றார். கூடவே இவ்வாரத்தில் இலங்கைக்கு வருகை தந்துள்ள அமெரிக்காவின் அனைத்துலக வளர்ச்சிக்கான நிறுவனத்தின் *(USAID)* தலைவர் சமந்தா அவர்களுடன் இலங்கையில் அனைத்துலக நாணய நிதியத்தின் நெறிப்படுத்தல்களுக்கு ஏற்ப மக்களுக்கு வரிகளையும் விலைகளையும் அதிகரிக்கையில் அவரின் நிறுவனத்தின் உதவிகள் எவ்வாறு அமையும் என்ற பேரப்பேச்சுக்கள் வழியாகவும் யப்பானுக்கு இவ்வாரத்தில் செல்லவுள்ள சிறிலங்காவின் அரசத்தலைவர் ரணில் விக்கிரமசிங்கா யப்பானைக் கொண்டு சிறிலங்காவுக்குக் கடன் கொடுத்த நாடுகளுடன் கடனின் திருப்பிக் கட்டும் காலஎல்லையைக் கூட்டவும் வட்டிவீதத்தைக் குறைக்கவும் அதற்குப் பேரமாக இந்துமாக்கடலில் அந்த நாடுகளுக்கு உள்ள விருப்புக்களை வளர்க்க சிறிலங்கா எவ்வாறு இடமளிக்கும் என்னும் இராணுவத் தந்திரோபாயப் பேச்சுக்கள் வழியாகவும் தனது அரசாங்கத்தைப் பலம்பொருந்திய அரசாக உலகில் முன்னிறுத்த முயற்சிக்கவுள்ளார். இதுவே இன்றைய நடப்பாக உள்ள நிலையில் ஈழத்தமிழர்களுக்குப் பெயரளவு வாக்குறுதிகளல்ல அவர்களின் இறைமையின் சட்ட உறுதிப்படுத்தல்களே தேவை என்பதை மையப்படுத்தி ஈழத்தமிழ் அரசியல் தலைமைகளும் புலம்பெயர் தலைமைகளும் உண்மையுடனும் நேர்மையுடனும் துணிவுடனும் செயற்பட வேண்டும் என்பதே இலக்கின் எண்ணமாக உள்ளது.

8

ஆசிரியர் தலையங்கம் – இலக்கு இதழ்: 198

சிங்களவரின் அரசியலை மையப்படுத்தி முகமிழக்கும் தமிழரின் அரசியல்

சிறிலங்காவின் முன்னாள் அரசுத்தலைவர் கோட்டாபய ராசபக்சா மாலைதீவு, சிங்கப்பூர், தாய்லாந்துப் பயணங்களை முடித்துக்கொண்டு நாடு திரும்பிய நிலையில் இவ்வார சிங்களவரின் அரசியல் நிகழ்வுகள் ஆரம்பமாகின்றன. சிங்களவர்களின் அரசியல் சிங்கள பௌத்த பலமான அரசாங்கம் ஒன்றை இலங்கைத்தீவில் நிறுவுதல் என்கிற அரசியல் கொள்கை உறுதிப்பாட்டுடன் 1948 முதல் 74 ஆண்டுகள் தொடர்ச்சியாகப் பயணித்துக் கொண்டிருக்கிறது. இதனை முதன்மைப்படுத்திய நிலை யிலேயே சிங்களவர்களின் அரசியல் தனக்குள் ஏற்படும் அரசியல் முரண்பாடுகளையும் பதவிக்கான போட்டாபோட்டிகளையும் அன்றும் இன்றும் என்றும் முன்னெடுக்கும் என்பது அரசியல் பட்டறிவாக உள்ளது.

இந்நிலையில் இலங்கைத் தீவில் சிங்களத் தேச இனத்தை விடத் தொன்மையும் தொடர்ச்சியும் கொண்ட இறைமைக்குரிய இலங்கைத் தமிழர்களின் அரசியல் தலைமைகள் தங்கள் மக்களின் அரசியலின் தனித்துவத்துடன் அதனைத் தொடராது 1948 முதல் 1978 வரையும் 2009 முதல் இன்று வரையும் 43 ஆண்டுகள் சிங்களவரின் அரசியலை மையப்படுத்தித் தமிழரின் அரசியல் முகத்தை இழக்கவைக்கும் தன்னல அரசியலையே முதன்மைப்படுத்தி வருகின்றனர். இதுவே இலங்கைத் தீவில் தமிழரின் தேசியப்பிரச்சினை (Tamils' National Question) என்பது இலங்கைத் தமிழ் மக்களுக்கு இலங்கைத் தீவில் உள்ள யாராலும் அகப்படுத்த முடியாத இறைமையின் அடிப்படையில் அவர்கள் சமத்துவத்துடனும் சகோதரத்துவத்துடனும் சுதந்திரத்துடனும் தங்களின் அரசியல் எதிர்காலத்தைத் தாங்களே நிர்ணியிக்கும் தன்னாட்சி உரிமையை உறுதிப்படுத்தல் என்கிற உண்மையை

அனைத்துலக சமூகம் இன்றுவரை சிந்திக்க முன்வராதுள்ளமைக்கான முக்கிய தலைமைக்காரணியாக உள்ளது.

04.02.1948 வரை 152 ஆண்டுகால பிரித்தானிய காலனித்துவ ஆட்சிக்காலம் முழுவதும் தமிழ், சிங்கள தேசியங்கள் ஒருங்கிணையாதனவாகவும் இத்தேசியங்களின் அரசியல் கோரிக்கைகள் பொருளாதாரத் தேவைகள் சமுக தேச உருவாக்கங்கள் என்பன தனித்தனியாகவே பிரித்தானிய அரசிடம் முன்வைக்கப்பட்டன என்பது வரலாற்று உண்மை. வரலாற்றின் பரிணாம வளர்ச்சியில் இலங்கை முஸ்லீம்கள் என்ற வர்த்தகக் குடிவரவு வழியான குடிசார் இனத்துவ சிறுபான்மையினமும், 1949இல் மலையகத் தமிழர்களின் குடியுரிமை பறிக்கப்பட்டது முதல் மலையகத்தவர் என்ற தொழில்நிலைக் குடிவரவின் வழியான குடிசார் இனத்துவச் சிறுபான்மையினமும் இலங்கைத் தமிழ் சிங்கள தேச இனங்களுடன் சமத்துவ சகோதரத்துவ சுதந்திர நிலையில் வாழும் உரிமையுள்ள மக்கள் இனங்களாகி நான்கு மக்கள் இனங்களின் தாயகமாக இன்று இலங்கைத் தீவு உள்ளது. இந்த நான்கு மக்கள் இனங்களதும் தேவைகள் தனித்தனியானவை அவை தனித்தனியாகவே அரசியல் மயப்படுத்தப்பட வேண்டியவை. அதனை முஸ்லீம், மலையக அரசியல் தலைமைகள் இயன்றவரை செய்கின்றன. ஆனால் தமிழர்களின் அரசியல் தலைமைகள் சிங்களவரின் அரசியலை மையப்படுத்தி அதனையே பேசி விமர்சித்து முகமிழக்கும் அரசியலாக தமிழரின் அரசியலை 2009 முதல் இன்றுவரை 13 ஆண்டுகள் முன்னெடுத்து வருகின்றன.

ஐந்து வருடத்தில் 29 பில்லியன் டொலர் கடனை திருப்பிக்கட்டி கடனிலிருந்து மீளவேண்டிய நிலையில் உள்ள ரணில் அரசாங்கம் அதில் பத்திலொருபங்கினைத்தான் 2.9 பில்லியனைத் தான் இப்பொழுது நடைபெற்று வரும் அனைத்துலக நாணயநிதியத்துடனான பேச்சுக்கள் வெற்றி பெற்றாலும் பெற முடியும் அதனையும் இலங்கைக்குக் கடன் கொடுத்த நாடுகளுடன் இலங்கை செய்யும் கடன் மறுசீராக்கம் உரிய முறையில் அமைந்தாலே அனைத்துலக நாணய நிதியம் வழங்கும். சீனா இலங்கையின் இன்றைய கடனில் 10 வீதத்தை வழங்கிய உதவிக் கரமாக இருந்தாலும் அது கடன் மறுசீரமைப்புக்கான வட்டி வீதத்தைக் குறைத்தாலோ அல்லது கடனைத் திருப்பிச் செலுத்தும் கால நீடிப்பைச் செய்தாலோ அது உலகநாடுகள் அனைத்துக்கும் சீனா பின்பற்ற வேண்டிய பொதுவழக்காகிச் சீனாவின் அனைத்துலக வர்த்தகத்தை மிகக்கடுமையாகப் பாதிக்கும். இதனால் சீனா இதனைத் தவிர்த்து மக்களுக்கு தான் நேரடியாக உதவும் திட்டங்களுக்கு முன்னுரிமை அளிக்கிறது. இதன் அடிப்படையிலேயே

இவ்வாரத்தில் சீனத்தூதுவர் புதிய திட்டங்களை யாழ்ப்பாணத்தில் தொடங்குவதற்கு அங்கு செல்லவுள்ளார். இந்நிலையில் அனைத்துலக நாணயநிதியத்தின் தற்காலிக உதவிகளைக் கூட இலங்கை பெறுமா என்ற கேள்வி இன்னமும் தொடர்கிறது. இதனால் புலம்பதிந்து வாழ் தமிழர்கள், இலங்கை முஸ்லீம்கள், மலையக வர்த்தகப் பெருமக்கள், மற்றும் உலகெங்கும் வாழும் சிங்களவர்கள் ஆகியோரிடம் பெறப்படும் முதலீடுகள், உழைப்புக்கள், நன்கொடைகள் வழியாகவே வட்டியில்லாத நிலையில் இலங்கையின் இன்றைய அரசாங்கம் தன்னை பலமான அரசாங்கமாகக் காட்ட முயற்சிக்கிறது.

அதேநேரத்தில் இன்றைய சிறிலங்கா அரசாங்கம் கோட்டபாயாவையும் திருப்பி அழைத்து அவர் ஈழத்தமிழர்கள் மேல் நடாத்திய இனஅழிப்பைத் தேசியப்பாதுகாப்புக்கு அவர் செய்த சிங்கள பௌத்த புனிதப்பணியாக சிங்கள மக்கள் முன் மீளுருவாக்கம் செய்து அவரைச் சமுகஉள்வாங்கல் அடையச் செய்து, சிங்கள பௌத்த பேரினவாதம் வீறுகொண்டெழுவதற்கு உதவுகிறது. இதன்வழி இனங்காணக் கூடிய அச்சத்தை மக்கள் போராட்டங்களுக்கான தடையாக அமைத்து அரசுக்கு எதிரான அனைத்தையும் மேற்கொள்ளும் ஆற்றலுள்ள பலமான அரசாங்கம் தன்னுடைய அரசாங்கம் என உலகநாடுகளின் அமைப்புக்களின் கடனுதவிகளை பெறமுயல்கிறது. அத்துடன் முதலீடுகளுக்கான பாதுகாப்பு உண்டென உலக முதலீடுகளை ஊக்குவிக்கவும் முயல்கிறது. அதேநேரத்தில் ஐக்கிய நாடுகள் மனிதஉரிமைகள் பேரவையின் செப்டெம்பர் 12 அமர்வில் அது பொறுப்புக் கூறல், நல்லாட்சி, மனித உரிமைகளை உறுதிப்படுத்தலுக்கான முன்மொழிவுகளை மேற்கொள்ளாமலும், அதன் மனித உரிமைகள் வன்முறையாளர்கள், யுத்தக்குற்றவாளிகள், மனிதாயத்துக்கு எதிரான குற்றமிழைத்தவர்கள் மேலான அனைத்துலகச் சட்ட நடைமுறைப்படுத்தல்களைச் செய்யாமலும் உலகநாடுகள் உலக அமைப்புக்களது ஆதரவைப் பெறுவதும் ரணில் நரித்தந்திர அரசியல் செயற்திட்டமாகவுள்ளது.

இந்நிலையில் இலங்கைத் தமிழர்களின் சமுக அரசியல் பொருளாதார ஆன்மீகத் தனித்துவத்தை அவர்களின் தாயகம் மீதான இறைமையின் அடிப்படையில் முன்னெடுத்துத் தமிழரின் அரசியல் முகத்தை உலகுக்குத் தெளிவுபடுத்தினாலே தமிழர்கள் பாதுகாப்பான அமைதியில் வாழும் நிலை அனைத்தலக சமுகத்தால் உறுதிப்படுத்தப்படுமென்பதே இலக்கின் கருத்தாகவுள்ளது.

9

ஆசிரியர் தலையங்கம் – இலக்கு இதழ்: 197

ஈழத்தமிழர்கள் இன்றென்ன செய்ய வேண்டும்?

இந்திய அமெரிக்க எதிர்ப்புக்களுக்கும் மேலாக தனது ஏகாதிபத்திய இறைமையை செயற்படுத்தி சிறிலங்கா சீனாவின் புலனாய்வுக் கப்பலான யுவான் வாங் 5 ஐ அம்பாந்தோட்டை துறைமுகத்தில் தரித்து நிற்பதற்கு அனுமதித்து சீனாவை முன்னிறுத்தும் சிறிலங்கா தான் என்பதைச் சிறிலங்கா உலகுக்கு மீளவும் உறுதி செய்துள்ளது.

இதற்கு பதில் உதவியாக...

1. சிறிலங்கா சீனாவிடமிருந்து பெற்ற கடனை மீளக்கட்டும் காலத்தை நீடிப்புச் செய்யுமாறு கோருவது,

2. மீளவும் 4.5 பில்லியன் டொலர்களைச் சீனாவிடமிருந்து புதிய கடனாகப் பெற முயற்சிப்பது,

3. ஐக்கிய நாடுகள் மனித உரிமைகள் பேரவையின் 51வது கூட்டத்தொடர் 12.09. 2022 இல் ஆரம்பமாகும் பொழுது அன்றையத் தினமே சிறிலங்காவின் மனித உரிமைகள் நிலை குறித்த அறிக்கை ஐக்கிய நாடுகள் சபையின் மனித உரிமைகள் ஆணையாளரால் சமர்ப்பிக்கப்பட்டு, அது தொடர்பாக நாடுகளின் விவாதமும் தொடங்க இருக்கின்ற சூழலில் சிறிலங்காவின் இறைமைக்குள்ளும் ஆள்புலஒருமைப்பாட்டுக்குள்ளும் தலையிடும் செயலாகச் சீனாவைக் கொண்டு எச்சரிக்கை செய்வித்து, ஐக்கிய நாடுகள் மனித உரிமைகள் ஆணையாளரின் சிறிலங்கா குறித்த அனைத்துலகச் சட்டங்களின் அடிப்படையிலான கடமைகளைச் செய்யவிடாது தடுப்பது

என்பன அமைந்துள்ளன.

சீனாவைச் சிறிலங்கா முன்னிறுத்தும் நிலையிலும் இந்தியாவோ சிறிலங்காவை முன்னிறுத்தி அயல் நாடுகளுக்கு முதலில் உதவுவது

என்ற தனது வெளிவிவகாரக் கொள்கையின் நடைமுறைப்படுத்தலாக 06 பில்லியன் டொலர் கடன்களை வழங்கியும், தொடர்ந்தும் நிதி உதவிகளை வழங்க இயலாத நிலையில் நேரடியாகவே அனைத்துலக நாணயநிதியத்தின் கடனைச் சிறிலங்காவுக்கு வழங்குமாறு விதந்துரைத்தும் சிறிலங்காவின் இன்றைய பொருளாதார நெருக்கடி நிலையில் இருந்து பிணையெடுக்கப் பார்க்கிறது. இந்த முயற்சிகள் வழி சிறிலங்காவில் தனது சந்தை மற்றும் இராணுவப் போட்டியார்களான சீனாவையும் பாக்கிஸ்தானையும் முழுஅளவில் தங்கள் மேலாண்மையை நிறுவ அனுமதியாது தடுத்தல் என்பது அமைகிறது.

சீனாவுக்கு சிறிலங்காவில் உள்ள மேலாண்மையை மட்டுப்படுத்தும் நோக்கிலேயே அமெரிக்காவும் தனது சிறிலங்காவுக்கான தூதுவர் மூலம் மனித உரிமைகள், பேணப்பட வேண்டும் என்னும் நேரடி அறிவுறுத்தல்களை வழங்கியும், மறைமுகமாக அனைத்துலக நாணய நிதியத்தின் வழி தாரண்மைவாத முதலளித்துவ நாடாக இலங்கையை மாற்றக் கூடிய முறையில் நாட்டின் உயர் கல்வி உட்பட பல இலாபம் தரக்கூடிய தேசிய சேவைகளைத் தனியார்க்கு விற்று அதன் வழி வரக்கூடிய வருமானத்தைக் கொண்டு பொருளாதார நெருக்கடியில் நின்று சிறிலங்காவை விடுபடும்படி நெறிப்படுத்தியும் வருகிறது.

கூடவே பயங்கரவாதத் தடைச்சட்டத்தை நீக்குவோம் என ஐரோப்பிய ஒன்றியத்திடம் இருந்து வரிச்சலுகைகளைப் பெற்ற சிறிலங்காவின் இன்றைய ஜனாதிபதி ரணில் (ராசபக்சா) தான் அதே பயங்கரவாதத் தடைச்சட்டத்தைக் கொண்டு அரகலியப் போராட்டத்தில் பங்கேற்ற சிங்களவர்கள் உட்பட்ட போராட்டக்காரர்களைக் கைது செய்து விளக்கமறியலில் மூன்று மாதங்கள் தடுத்து வைக்கும் அரசபயங்கரவாதத்தை நடைமுறைப்படுத்தி வருகின்றார் பயங்கரவாதத் தடைச்சட்டத்திற்குத் தேசியத் தகுதி வழங்கி தேசியப் பாதுகாப்புச் சட்டம் என்னும் பெயரில் அதனை மீள்கட்டமைப்புச் செய்யவுமுள்ளார்.

இவ்வாறு சிறிலங்காவின் இன்றைய அரசியல் அனைத்துலக நாடுகளின் தலையீடுகளை

இயல்பாகப் பெறும் நிலையிலும், அவை மனித உரிமைகள் பேணலை உதவிகளுக்கான முன் நிபந்தனையாக வைக்கின்ற நிலையிலும், சிறிலங்கா தனது சிங்கள பௌத்த பேரினவாத அரசியல் சிந்தனைகளிலும் ஈழத்தமிழரின் மேலான பண்பாட்டு இனஅழிப்பு, இனச்சுத்திகரிப்பு, இனஅழிப்பு என்னும் மூவகை இனஅழிப்பு அரச செயற்பாட்டு திட்டங்களிலும் எவ்வித மாறுபாடுமில்லாது ரணிலின் ஆட்சியிலும் இவை அவையாகவே தொடர்கின்றன.

ஐக்கிய நாடுகள் சபையின் நல்லாட்சிக்கானதும் பொருளாதார வளர்ச்சிக்கானதுமான வழிகாட்டலாக அமைந்த பொறுப்புக் கூறல், வெளிப்படையான முறையில் எதனையும் செய்தல், மனித உரிமைகளைப் பேணல், சுதந்திரமாகத் தேர்தல் நடாத்துதல் என்பவற்றை நடைமுறைப்படுத்தாது விடுவதற்கு பொருளாதார நெருக்கடியில் இருந்து விடுபடுதல் தான் முதன்மை நோக்கு என்ற பின்னணி யில் தான் தனது ஆட்சியை ரணில் முன்னெடுக்கிறார்.

இலங்கைத் தமிழர்களின் தேசிய பிரச்சினைக்கான எந்தத் தீர்வையும் கவனத்தில் கொள்ளாது, புலம்பெயர் தமிழர்களின் நிதி முதலீட்டைக் கவர்வதில் ரணில் கவனம் செலுத்தும் இந்தப் புதிய சூழலில் ஈழத்தமிழர் என்ன செய்து தமது தாயக தேசிய தன்னாட்சி உரிமைகளைப் பேணுவது என்பது முக்கியமான கேள்வியாக உள்ளது.

இதற்கு விடை இலங்கைத்தமிழர் தேசியப் பிரச்சினை என்பது அவர்களின் வரலாற்றுத் தாயகமான இலங்கைத் தீவில் அவர்களுக்கு வரலாற்றுக்கு முற்பட்ட காலம் முதலாகத் தொடர்ந்து வரும் இறைமையின் அடிபப்டையில் அவர்களின் தாயக தேசிய தன்னாட்சி உரிமைகளைச் செயற்படுத்தி அவர்கள் இலங்கையின் மற்றைய தேச இனமான சிங்களவர்களுடன் சமத்துவம் சகோதரத்துவம் சுதந்திரம் பேணப்பட்ட நிலையில் இணைந்து முஸ்லீம் மலையக மக்களின் குடியுரிமைகளை வழங்கி வாழ வழி செய்வதே என்ற உண்மையை ஒவ்வொரு இலங்கைத் தமிழரும் உரக்கப்பேசி உலகிற்குத் தெளிவுபடுத்த வேண்டும். அப்பொழுதுதான் ஈழத்தமிழ் மக்களின் அரசியல் உரிமைகள் உறுதி பெறும். இந்த உண்மையின் அடிப்படையிலேயே தாயகத் தமிழர்களும் புலம்பதிந்து வாழும் தமிழர்களும் ரணிலுடனான அனைத்துத் தொடர்புகளையும் முன்னெடுப்பது மட்டுமல்ல இந்தியா, சீனா, யப்பான், இரஸ்யா அமெரிக்கா, பிரித்தானியா ஐரோப்பிய ஒன்றிய நாடுகள் உட்பட்ட உலகநாடுகள் அனைத்திற்கும் இலங்கையில் மனித உரிமைகள் பேணப்பட வேண்டுமானால் ஈழத்தமிழர்களின் இறைமை பேணப்பட வேண்டும் என்பதை உறுதியுடன் எடுத்துக் கூறவேண்டுமென்பதே இலக்கின் எண்ணம்.

10

ஆசிரியர் தலையங்கம் – இலக்கு இதழ்: 196

ஒரு குழுவாக முன்னேறும் சிங்களவர்களும் பல குழுக்களாகத் தடுமாறும் தமிழர்களும்

ஐக்கிய நாடுகள் மனித உரிமைகள் ஆணையகத்தின் ஆசிய பசிபிக் விடயங்களுக்கான பிரிவின் தலைவர் ரொரீ மன்கோவன் அவர்கள் கொழும்பில் மனித உரிமைகள் மற்றும் குடிசார் உரிமைகளின் அமைப்புக்களின் பிரதிநிதிகள் ஆர்வலர்களைச் சந்தித்து இலங்கையின் இன்றைய மனித உரிமைகள் மற்றும் குடிசார் உரிமைகள் குறித்து கள ஆய்வு செய்து செப்டெம்பர் 12ம் திகதி அன்று ஐக்கியநாடுகள் மனித உரிமைகள் ஆணையகக் கூட்டத் தொடர் ஆரம்பமாகுமன்றே ஆணையாளரால் வாசிக்கப்பட்டு அன்றே விவாதிக்கபடவும் உள்ள அறிக்கைக்கு மேலும் தரவுகள் சான்றுகள் சேர்க்க வந்துள்ளார். இந்நேரத்தில் மனித உரிமைகள் வன்முறை குறித்த காட்டமான தீர்மானங்களை இலங்கைக்கு அனுசரணை செய்யும் நாடுகள் கொண்டு வராது தீர்மானத்தை மலினப்படுத்தல், இலங்கையின் இறைமைக்குள் தலையீடு அதனால் அதனை ஏற்க மறுத்தல் என்கின்ற ஜாதிக பெரமுனையின் கொள்கைகளை இன்றைய ஜனாதிபதி ரணில் (ராசபக்சா) மீள் புதுப்பித்தல் செய்து வருகின்றார்.

இங்குதான் சிங்களவர்கள் தங்களிடையுள்ள அரசியல் வேறுபாடுகளைக் கடந்து சிங்கள பௌத்த தேசிய வாதத்தை நிலைநிறுத்துவதை மையப்படுத்தி ஒரே குழுவாக முன்னேறும் ஆற்றல் தெளிவாகிறது. ஆனால் இலங்கைத் தமிழ் அரசியல்வாதிகளோ ஒன்றுபட்ட குரலில் பாதிக்கப்பட்ட தமிழர்களின் மனித உரிமைகள் வன்முறைகள் பற்றி எடுத்துரைக்கும் ஆற்றலற்றவர்களாக உள்ளனர். இதற்குக் காரணமாகப் பல குழுக்களாகத் தடுமாறுவதே அமைகிறது. இந்தத் தடுமாற்றத்தால் இம்முறையும் பல அறிக்கைகளைத்

தமிழ் அரசியல்வாதிகள் ஐக்கிய நாடுகள் மனித உரிமைகள் ஆணையகத்திற்கு அனுப்பியுள்ளதும் அல்லாமல் தனித்தனி சந்திப்புக்கள் சாட்சியளித்தல்களுக்கும் முயற்சிக்கின்றனர். கடந்த 13 ஆண்டுகளாக சிறிலங்கா மனித உரிமைகள் ஆணையகத்தின் அனைத்துலக சட்ட விசாரணைகளில் இருந்து தப்புவதற்கு இலங்கைத் தமிழர்களின் இந்த பாழ்செய்யும் பல்குழுச் செயற்பாடே காரணமாகிறது.

சிறிலங்காவில் மனித உரிமைகள், பொறுப்புக்கூறல், நல்லாட்சி என்பன முன்னேற்றம் அடைகின்றன எனக் காட்டும் அறிக்கைகள் தயாரிப்பது, இந்தியா, சீனா யப்பான் ரஸ்யா உட்பட்ட ஆசிய நாடுகளை தீர்மானத்தை மலினப்படுத்த உதவுமாறு வேண்டுவது எனப் பல்வகை உத்திகளில் சிறிலங்காவின் இன்றைய ஜனாதிபதியும் இறங்கியுள்ளாரே தவிர நடைமுறையில் உள்ள தவறுகளை ஏற்று உரிய திருத்தங்களை ஐக்கியநாடுகள் மனித உரிமைகள் ஆணையாளரின் நெறிப்படுத்தலில் செய்ய அவர் ஆயத்தமாக இல்லை.

இதனை 2023 முதல் 2027 வரை ஐந்தாண்டுகளுக்கான நிலைபேறான அபிவிருத்தி திட்ட ஒத்துழைப்புக்கள் உடன்படிக்கையில் கையொப்பமிட இலங்கை வந்த ஐக்கிய நாடுகள் அபிவிருத்தி ஒத்துழைப்பு பங்கொக் அலுவலகத்தின் ஆசிய பசிபிக் பிராந்தியப் பணிப்பாளர் டேவிட் மஸ்னெக்யன்கார் கொழும்பில் ஜனாதிபதி ரணில் விக்கரமசிங்காவை, இலங்கைக்கான ஐக்கிய நாடுகள் சபையின் வதிவிடப் பிரதிநிதி ஹனா சிங்கர் ஹம்டி, ஒருங்கிணைப்பாளர் ஆண்டரியாஸ் கர்பாதி ஆகியோருடன் சந்தித்துக் கலந்துரையாடிய பொழுதும் உணர முடிகிறது. இக்கலந்துரையாடல்களில் மனித உரிமைகள் மற்றும் குடிசார் உரிமைகள் உரிய முறையில் பேணப்பட்டாலே பொருளாதார அமைதி பொருளாதார வளர்ச்சி மறுசீராக்கம் அடையும் என்னும் கருத்தை அவர் எடுத்துரைத்துள்ளார். இதற்கு ரணில் தான் இலங்கையிலுள்ள அனைத்து சமூகங்களினதும் உரிமைகளைப் பாதுகாக்கவுள்ள பயனுள்ள சீர்திருத்தங்களைச் செய்யவுள்ளார் எனவும் ஐக்கிய நாடுகள் சபையின் மனித உரிமைகள் பேரவையுடனும், புலம்பெயர் தமிழர்களுடனும் இணைந்து இது தொடர்பில் பயணிப்பதற்கான திட்டங்களைச் செயற்படுத்தத் தொடங்கியுள்ளதாகவும் விளக்கம் அளித்துள்ளார். ஆனால் தாயகத்தில் உள்ள தமிழர்களுடன் பேசுவது தொடர்பான எதையும் கூறாதது அவரின் உள்நோக்கு ஏமாற்றுதல் என்பதை உறுதி செய்துள்ளது. பின்னர் டேவிட் மஸ்னெக்யன்கார் யாழ்ப்பாணத்திற்குச் சென்று அங்குள்ள பொருளாதார அபிவிருத்தி நிலைகள் மற்றும் மனித உரிமைகள் தொடர்பான கள ஆய்வொன்றை யாழ்ப்பாணத்தின் ஆளுநருடனும் அரசியல் தலைவர்கள் சமுகத்தலைவர்களுடனும்

பேச்சுக்கள் நடாத்தியதன் மூலம் நிறைவு செய்துள்ளார். பொருளாதார அமைதிக்கும் வளர்ச்சிக்கும் மனித உரிமைகள் பேணப்படுவது முன்நிபந்தனையாக உள்ள நிலையில் ஈழத்தமிழர்களின் மனித உரிமைகள் குறித்த தெளிவான விளக்கங்களைப் பெற்று புறந்தள்ளப்பட்டு பாதிப்புறுபவர்களுக்கு ஐக்கிய நாடுகள் சபை எவ்வகையில் உதவலாம் எனத் திட்டமிடுதலும் இவரின் நோக்காக உள்ளது. ஆனால் யாழ்ப்பாணத் தமிழ் அரசியல் தலைமைகள் பல குழுவாக உள்ளதால் தெளிவான மனித உரிமைகள் குறித்த காட்சியையோ பொருளாதாரத் தேவைகளையோ மனதிருத்துவது எந்தவொரு அனைத்துலக ஆய்வாளர்களுக்கும் மிகக்கடினமான ஒன்றாகவே தொடர்கிறது. டேவிட் மஸ்னெக்யன்காரும் இதற்கு விதிவிலக்கல்ல.

இதற்கிடையில் ரணில் விக்கிரமசிங்காவின் பயனுள்ள 22வது திருத்தம் என்பது ஜனாதிபதியின் அதிகாரங்களை மட்டுப்படுத்த சிவில் அதிகாரிகள் மூவரை நியமித்தல் என வெளித்தோற்றமளித்தாலும் இந்த சிவில் அதிகாரிகள் மூவரும் பாராளமன்றத்தின் பெரும்பான்மையால் ஏற்கப்பட வேண்டும் என்னும் விதியால் ஆட்சியில் உள்ளவர்க்கே அதிகாரத்தை மேலும் உறுதிப்படுத்தும் சட்டமாகிறது. 22.05.1972இல் சிறிமாவோ பண்டாரநாயக்கா ஆட்சியுள்ளவர்கள் மக்கள் இறைமையைக் கட்டுப்படுத்தும் அதிகாரத்தை, சோல்பரி அரசியல் அமைப்பு 29(2) இன் சிறுபான்மை மதங்களுக்கு இனங்களுக்கு எதிரான சட்டங்களை இலங்கைப் பாராளுமன்றம் நிறைவேற்றினால் பிரித்தானிய பிரிவிக் கவுன்சிலுக்கு மேன்முறையீடு செய்யலாம் என்னும் வலுவேறாக்கத்தை இல்லாமல் செய்து இலங்கைத் தமிழர்களை நாடற்ற தேச இனமாக்கியதன் மூலம் தொடக்கி வைத்தார் 1978இல் ஜே. ஆர். ஜயவர்த்தனா நிறைவேற்று அதிகாரமுள்ள ஜனாதிபதி ஆட்சி முறையை அறிமுகப்படுத்தி ஒரு தனிமனிதரிடத்தில் அதிகாரக் குவிப்பு ஏற்பட வழி செய்தார். தற்பொழுது அவரின் உறவினரான ரணில் விக்கிரமசிங்கா மிக நுட்பமான முறையில் 22வது திருத்தத்தால் ஆட்சியாளர்களுக்கே உச்ச அதிகாரம் என்பதை உறுதி செய்கிறார். இந்நிலையில் இந்த அதிகார ஆட்சியில் இருந்து தமிழர் விடுபட தமிழர்கள் பாழ்செய்யும் பல்குழுவாக இயங்கும் நிலைக்கு முற்றுபுள்ளி வைத்து ஒரு குழுவாக தங்களின் மனித உரிமைகள் பிரச்சினையை ஐக்கிய நாடுகள் சபையின் மனித உரிமைகள் ஆணையகத்துக்கு தெரிவிக்கப் பழகவேண்டும் என்பதே இலக்கின் எண்ணமாக உள்ளது.

11

ஆசிரியர் தலையங்கம் – இலக்கு இதழ்: 195

தமிழர் தரப்பினர் தமக்கான தேசியத்தளத்தை விரைவாக உருவாக்க வேண்டிய நேரமிது

தைவானுக்கு கால் நூற்றாண்டின் பின்னர் நேரடியாக வருகை புரிந்த அமெரிக்காவின் மூன்றாம் நிலைத் தலைவரான 82வயதான மூத்த அமெரிக்க சபாநாயகர் நான்சி பெலசியின் வருகை தைவானின் சனநாயகத்தையும் மனித உரிமைகளையும் பாதுகாக்கும் அமெரிக்காவின் 1949ம் ஆண்டின் உறுதிப்பாட்டின் மீள் புதுப்பித்தலாக உள்ளது என அமெரிக்கா கூறியுள்ளது. ஆயினும் இரஸ்யாவின் பொருளாதாரத்தைப் பலவீனப்படுத்த உக்கிரேனை முன்னிலைப்படுத்தும் அமெரிக்கா தைவானைச் சீனாவின் பொருளாதாரத்தைப் பலவீனப்படுத்த மீளவும் முன்னிலைப்படுத்தப் போகிறது என்பது ஆய்வாளர்களின் கருத்து. ஆயினும் சீனா ஒன்றுபட்ட சீனாவுக்குள் தைவானும் அடங்கும் என்ற தனது அரசியல் கொள்கையில் தான் உறுதியாக இருப்பதை உலகுக்கு உணர்த்த, அமெரிக்க கடற்படையினரின் முன்னிலையிலேயே கடலில் போர் ஓத்திகைப் பயிற்சியினை போர்த் தாக்குதல் போலவே தைவானை அச்சப்படுத்தக் கூடிய முறையில் வெற்றிகரமாக நடாத்தி "நெருப்பில் கையை வைத்தால் நெருப்புச் சுடவே செய்யும்" என்ற எச்சரிக்கையையும் வெளிப்படையாக அமெரிக்காவுக்கு விடுத்துள்ளது. இந்த சீன அமெரிக்க மோதலின் நீட்சியாகவே சீனாவின் யுவான் வாங் புலனாய்வுக் கப்பல் இலங்கையின் அம்பாந்தோட்டையில் ஆகஸ்ட் 16ம் திகதி நங்கூரமிடப்போகிறது. சிறிலங்காவையும் அமெரிக்கா சீன எதிர்ப்புக்கு நேரடியாகவோ மறைமுகமாகவோ தைவானைப் போலவே பயன்படுத்த முடிவு எடுத்து விட்டதை எதிர் கொள்ளும் சீன முயற்சியாகவும் இது கருதப்படுகிறது.

சிறிலங்காவுக்கான அமெரிக்க தூதுவர் யூலிசங் ஸ்ரீலங்காவின் பொது பாதுகாப்பு அமைச்சர் டிரான் அலசுடனான சந்திப்பில் "இலங்கையின் பொருளாதார நெருக்கடிக்கு உதவுதல், இலங்கையில் எல்லா மக்களதும் சிவில் மற்றும் மனித உரிமைகளைப் பேணுதல், பேச்சுச் சுதந்திரம் மற்றும் எதிர்ப்பை வெளியிடும் போராட்ட உரிமைகளை உறுதிப்படுத்தல்" என்பன அமெரிக்காவின் சிறிலங்கா குறித்த செயற்பாடுகளாக அமையும் எனத் தெளிவுபடுத்தியுள்ளார். இவ்வுரையாடல் எவற்றுக்கு ஊடாக எப்படி அமெரிக்கா சிறிலங்காவில் செயற்படப்போகிறது என்ற சட்டகமாகவும் அமைந்துள்ளது. ஆனால் அமெரிக்காவின் இந்த சட்டகத்தை உடைக்கும் வகையிலேயே ரணிலின் அரசு ஆட்சிக்கு வந்தது முதல் செயற்பட்டு வருகிறது. மே 9ம் திகதிக் காலகட்டத்தில் 853 குற்றச்செயல்களில் ஈடுபட்டார்களென 3310 அரகலய போராட்டக்காரர்கள் கைதாக்கப்பட்டு 1182 பேர் தொடர்ந்தும் விளக்கமறியலில் வைக்கப்பட்டுள்ளனர். இது சிறிலங்கா தமிழர்களது மனித உரிமைகளை மட்டுமல்ல சிங்கள மக்களது மனித உரிமைகளையும் வன்முறைப்படுத்தும் சர்வாதிகார ஆட்சி என்பதை மீள்உறுதி செய்துள்ளது. அதே வேளை 12.08. 2022 உடன் 2000ம் நாட்களாக, 168 பேர் உயிரிழந்த போராட்டமாகத் தொடரும் வலிந்து காணாமலாக்கப்பட்ட தங்களின் கிட்டிய குடும்ப உறுப்பினர்களுக்கு என்ன நடந்தது மரணசான்றிதழ் பெறுங்கள் என்றால் யார் கொலை செய்தார்கள் எனக் கூறுங்களேனென நீதிக்காகப் போராடும் தமிழன்னையர் தந்தையர் அறவழிப்போராட்டத்தை ஏறெடுத்துப்பாராத அரசாகவே ரணிலின் அரசும் தொடர்கிறது.

இந்நிலையில் அமெரிக்கா தனது செல்வாக்கை இலங்கையில் நிலைப்படுத்த ஐக்கியநாடுகள் சபையின் மனித உரிமைகள் ஆணையகத்தின் தீர்மானங்களை நடைமுறைப்படுத்தும் முயற்சிகளுக்கு ஊக்கமளிப்பதையே தனது முதல் ஆயுதமாகப் பயன்படுத்தும் என்பது வெளிப்படை. இதனை உறுதிப்படுத்தும் வகையில் ஐரோப்பிய ஒன்றிய நாடுகளின் தூதுவர்கள் ஜனாதிபதியைச் சந்தித்து அனைத்துலக நாணய நிதியத்தினது கடன்களையும் ஐரோப்பிய ஒன்றியத்தின் ஜி. பி. எஸ் வரிச்சலுகைகளையும் பெறத் தகுதிபெறும் வகையில் ஐக்கிய நாடுகள் சபையின் தீர்மானங்களை அனுசரித்து நடக்குமாறு வற்புறுத்தியுள்ளரர்கள். ஐக்கிய நாடுகள் சபையின் மனித உரிமைகள் ஆணையாளரும் 58 சிறிலங்காப்படை அதிகாரிகள் மனித உரிமைகள் வன்முறைகளுக்காக உடன் கைதுசெய்யப்பட வேண்டியவர்களாக உள்ளனர் எனப் பகிரங்கமாக மீளவும் அறிவித்துள்ளார். இது செப்டெம்பரில் தொடங்கவுள்ள மனித உரிமைகள் ஆணையக கூட்டத்தொடர் நிச்சயமாக சிறிலங்காவை மேற்கை நோக்கித் திருப்பும் முயற்சியாகவே அமையும் என்பதை வெளிப்படுத்தியுள்ளது.

இந்நிலையில் மேற்குலகை தங்கள் பக்கம் இழுக்கும் சிறிலங்காவின் முயற்சியாக நீதி சிறைச்சாலைகள் விவகாரங்கள் மற்றும் அரசியலமைப்பு அமைச்சர் விஜயதாசா நல்லிணக்கம் மனித உரிமைகள் மறுசீரமைப்பு இவற்றில் சிறிலங்கா முன்னேறியுள்ளதெனக் காட்டும் அறிக்கையைத் தயாரிக்கத் தொடங்கிவிட்டார். ஆயினும் தமிழர்கள் இச்சூழலை தமக்குச் சாதகமாக எதிர்கொள்ள ஒன்றுபட்ட அணியில் ஒரு குரலில் பேச 13வது ஆண்டிலும் இயலாதவர்களாகவே உள்ளனர். பொருத்தமான நேரத்தில் யாழ்ப்பாண சமூக விஞ்ஞான ஆய்வு மன்றத்தின் தலைவர் மூத்த அரசியல் ஆய்வாளர் ஜோதிலிங்கம் அவர்கள் விடுத்துள்ள எமது தேசியத்தின் தேவைகளை முன்னிறுத்தக் கூடிய தமிழர் தரப்பினரின் ஒன்றுபட்ட தளமொன்று உடன் கட்டப்பட வேண்டும் என்ற அழைப்பு மிக முக்கியமாகிறது. இவ்வமைப்பு எந்த அரசியல்வாதிகளையும் உள்ளடக்காத மக்கள்மன்றமாக அமைதலின் அவசியத்தையும் அவர் தெளிவாக வலியுறுத்தியுள்ளார்

இதற்கிடையே தமிழர்களை மீளவும் பயங்கரவாதிகளாக உலகநாடுகள் முன் சித்திரிக்கும் நோக்கிலும், இனவெறிக்கலவரங்களைத் தூண்டும் போக்கிலும் அமைச்சர் பிரசன்ன ரணதுங்க சிறிலங்கா பாராளமன்றத்தில் தமிழ் மக்களின் தேசிய விடுதலைப் போராட்டமே நாட்டின் பொருளாதார நெருக்கடிக்குக் காரணம் எனப்பேசியுள்ளார். தமிழர் தேசிய விடுதலைப் போராட்டம் உச்சக்கட்டத்தை அடைவதற்கு முன்னதான 1983ம் ஆண்டு ஆடி இனஅழிப்பில் அழிக்கப்பட்ட தமிழர்களின் வீடுகள் கடைகள் தொழிற்சாலைகளின் பல மில்லியன் டொலர் இழப்பை விட பல மடங்கு அதிகமான இழப்பை 1979 இல் பயங்கரவாதத் தடைச்சட்டம் நடைமுறைப்படுத்தப்பட்டது முதல் 1983க்கு இடைப்பட்ட நான்கு ஆண்டுகளில் வடக்குகிழக்கில் தமிழர்களின் வீடுகளை கடைகளை தொழிலகங்களை அழித்ததின் மூலம் சிறிலங்காப்படையினர் செய்துள்ளனர் என்பதையும், சிறிலங்கா தான் தன் குடிகளான தமிழர் மேல் போர்நடாத்தப் பெற்ற கடன்களாலும், அதற்கான வட்டிகளைக் கட்டப்பெற்ற கடன்களும், இன்றும் படைகளுக்கென ஒதுக்கும் நிதிகளாலுமே இலங்கைப் பொருளாதார நெருக்கடி தோற்றம் பெற்றதென்பதை பிரசன்ன ரணதுங்கா போன்றவர்களுக்கு வெளிப்படுத்தி இனியும் அவர்களால் உலகை ஏமாற்ற முடியாதென்பதை உள்நாட்டு அரசியலிலும் உறுதிப்படுத்தத் தமிழர்தரப்பின் தேசிய பொதுத்தளம் அவசியம் என்பதையும் இலக்கு வலியுறுத்திக் கூற விரும்புகிறது.

12

ஆசிரியர் தலையங்கம் – இலக்கு இதழ்: 194

இடைக்கால ஜனாதிபதியின் குறுகியகாலச் சாதனைகள்

சிறிலங்காவின் இன்றைய இடைக்கால ஜனாதிபதி ரணில் விக்கிரமசிங்க உலக அரசியல் வர லாற்றில் எதிராக எழும் மக்கள் பேரெழுச்சியை அந்த எழுச்சிக்கு இலக்காக உள்ள ஒரு அரசியல் வாதியும், மக்கள் பேரெழுச்சிக்கு இலக்காக்கப்படும் ஒரு அரசாங்கமும், அதனைத் தம் எழுச்சியாகவே மாற்றலாம் என்பதில் ஓரே நேரத்தில் இரட்டைக் கின்னஸ் சாதனைகள் புரிந்த பெருமைக்குரியவராக குறுகிய காலத்துள் பெரும்புகழ் ஈட்டிக் கொண்டிருக்கிறார்.

ஒருநாள் கிரிக்கெட் விளையாட்டில் எத்தகைய முறையில் பந்துவீச்சு அமைந்தாலும் மட்டையடி அடித்து நூறு ஓட்டங்கள் சேகரித்துத் தனது வெற்றியை நோக்கி முன்னேறும் கிரிக்கெட் துடுப்பாட்டக்காரர் போல குறுகிய காலத்தில் படைபலம் என்னும் மட்டை கொண்டு மகிந்த கோட்டபாயராசபக்ச குடும்பங்களுக்கு எவர் எவர் எல்லாம் அச்சத்தைக் கொடுத்தார்களோ – கொடுப்பவர்களாக உள்ளார்களோ, அவர்கள் தனக்கும் அச்சத்தைத் தருவார்கள் என்ற எண்ணத்தில், அவர்களை எல்லாம் ஓட ஓட அடித்து விரட்டும் பெரும் அரசியல் ஒருநாள் கிரிக்கெட் விளையாட்டை அவர் அபாரமாக விளையாடிக் கொண்டிருக்கிறார்.

இந்த இவரின் இனக்காணக்கூடிய அச்சத்தை படைபலத்தால் உருவாக்கி மக்களின் அரசியல் பணிவைப் பெறும் பெரும் விளையாட்டின் வெற்றிக்கு அச்சாரமாகக் காலிமுகத்திடல் கடற்கரையில் இதுவரை நான்கு இளையவர்களுடைய உடலங்கள் மிதந்து இவரது ஆட்சியில் இலங்கை எப்படி இருக்கப்போகிறது என்பதற்கு இலங்கை மக்களுக்கு முற்காட்சி வழங்கியிருக்கின்றன. ஒரு மாதத்துள்

இருபத்தொரு துப்பாக்கிச் சூட்டு நிகழ்வுகள் இடம்பெற்றுள்ளன என்ற இலங்கைப் பொலிசாரின் புள்ளிவிபரம் இவரின் அரசியல் கிரிக்கெட் விளையாட்டின் "ஸ்கோர் போட்" எவ்வளவு வேகமாக ஏறிக்கொண்டு போகப் போகிறது என்பதற்கு எதிர்வு கூறியுள்ளது.

1977இல் ஜே ஆரால் அரசியலுக்கு அறிமுகப்படுத்திய காலம் முதல் இன்று வரை ஈழத்தமிழரை படைபலம் கொண்டு இன அழிப்பு கிரிக்கெட் விளையாட்டால் நாட்டைவிட்டே ஓட ஓட விரட்டும் சிறிலங்கா அரச கிரிக்கெட் அணிக்கு தலைசிறந்த கப்டனாக ஆறு முறை இருந்து, சீருடை அணிந்த, முப்படைகளுடன் நிர்வாக நீதித்துறைக் கட்டமைப்புக்களுடன் ஈழமக்களின் நடைமுறை அரசாக 1978 முதல் 2009 வரை இருந்த அரசையே உண்மை அரசாக உலகம் ஏற்கவிடாது, அனைத்துலக நாடுகளின் உதவியால் பின்வாங்கச் செய்த ரணிலுக்கு இந்த சில மாத காலிமுகத்திடல் மக்கள் போராட்டத்தை ஊதித்தள்ளுவது ஒரு வேலையா? என்ற மமதையிலேயே அவர் செயற்படுகிறார். சிறிலங்காவின் படையினருக்கு அதிகாரங்களைப் பெருக்குவதிலும், சர்வகட்சி அரசாங்கம், தேசிய சபை, மக்கள் சபை என்கிற அரசியல் சுலோகங்கள் வழி ஏதோ நடக்கும் என்கிற மயக்கத்தை மக்களுக்கு அளித்து மக்களின் போராட்ட மனநிலையைத் தளர்த்துவதிலும் குறுகிய காலத்திலேயே ரணில் வெற்றிகரமாகச் செயற்பட்டுக் கொண்டிருக்கிறார். ஈழத்தமிழர்கள் ஏமாறாமல் இருந்தால் சரி.

இந்த அரசியல் கிரிக்கெட் விளையாட்டில் ஜனாதிபதி என்னும் கப்டனாக ரணில் வந்ததும், முதல் ரசிகராக சீனா அவரைப் பாராட்ட, ரஸ்யா தொடர, விளையாடுவதற்கே பயிற்சி கொடுத்த நாங்கள் பிந்திவிட்டோமே என மேற்குலக நாடுகள் பலவும் நேரடியாகப் பாராட்டின. அமெரிக்கா தனது தூதுவரை இரு முறை ரணிலைச் சந்திக்கச் செய்து ஊக்கமும் ஆக்கமும் அளித்துள்ளது. இதற்கிடை யில் தான் நேரடியாகப் பாராட்டக் கூடியநிலை இல்லாமல் மறைமுகமாகத் தனது இலங்கையில் உள்ள இருப்பைக் குலைக்கும் வேலைகளையே ரணில் தொடங்கியுள்ளார் என்பது தெரிந்தும் விட்டுக் கொடுக்காமல் விழுந்தும் மீசையில் மண்ணொட்டவிடக் கூடாதென்று கடிதம் மூலமாக இந்தியாவும் பாராட்டியுள்ளது. இந்தப் பொருளாதார நெருக்கடிக் காலத்திலும் மக்கள் நலனைப் பேணாமல் உலகநாடுகள் தம் தம் நலனைமையப்படுத்தும் அரசியலையே தொடரப் போகின்றன என்பதை மீள் உறுதி செய்துள்ளது.

இந்தக் கிரிக்கெட் விளையாட்டு ஈழத்தமிழருக்கு எதுவும் தரும் என்பதில் நம்பிக்கையில்லாத கஜேந்திரக்குமார் பொன்னம்பலம், கஜேந்திரன் தவிர்ந்த ஈழத்தமிழ் அரசியல்வாதிகள் பலநிலைகளில்

பங்கெடுக்க முயற்சிக்கின்றனர். நடுவராக நின்று விளையாட்டு ஒழுங்கமைப்பைச் செய்யமுயன்று இயலாது எனக் கண்ட சுமந்திரன் நீதிமன்ற முறையீடுகளாலும் விளையாட்டைத் தடுக்க இயலாது என்ற நிலையில், காலிமுகத்திடல் போராட்டக்காரர்களை கைதாக்குவதும், தடுத்து வைப்பதும் அதிகரித்தால் மக்கள் போராட்டம் வெடிக்கும் என்று எச்சரித்துக் கொண்டிருக்கிறார். தாத்தா சம்பந்தருக்கோ சில டெமோன்சியக்காரருக்கு இன்றைய நிகழ்வுகள் நினைவுக்கு வராது பழைய நினைவுகள் நினைவுக்கு வருவது போல முன்னர் 1965இல் திருச்செல்வம் டட்லி பேச்சுவார்த்தை என்ற யூ. என்.பி தமிழரசுத் தேனிலவுக் கால நினைவு மீண்டு சர்வகட்சி மாநாட்டுக்குப் பச்சைக்கொடி காட்டினால், டட்லியை அன்று யாழ்ப்பாணத்தில் தேரில் வைத்து இழுத்தது போல இன்று திருகோணமலையில் ரணில் தன்னைத் தேரில் வைத்து இழுத்துச் சிங்கக் கொடியைப் பொன்னாடையாகப் போர்த்துப் பாராட்டுவார்; இதனால் சிங்கக் கொடியை தான் தலைக்குமேல் நேற்று போல் இன்று தூக்கிப் பிடிக்க இயலாது என்ற தன் தள்ளாமை வெளியே தெரியாது என அமைதி அடைந்து கொண்டிருக்கிறார். அவரை நிம்மதியாக நித்திரை கொள்ளவிடாது செல்வம் அடைக்கலநாதன் தமிழ்த்தேசியக் கூட்டணியின் தலைமைத்துவ மாற்றம் இந்தக் கிரிக்கெட் விளையாட்டுக்குள் இந்தியா சரியான ஒரு பந்து வீச்சாளரை அனுப்பி ரணிலை அவுட்டாக்க உதவும் என நம்பி தலைமைத்துவ மாற்றத்தைக் கோருகின்றார். விக்னேஸ்வரன் தமிழ் மக்களுக்கு உதவுவதற்கு வேண்டுமா? வேண்டாமா? என்று சர்வகட்சி அரசின் அமைச்சர் பதவி குறித்து பூவாதலையா விளையாடிக் கொண்டிருக்கிறார்.

இவ்வாறாக இந்தக் கிரிக்கெட் விளையாட்டில் ஈடுபட்டுத் தப்பிப் பிழைக்கும் பொறிமுறைகளால் ஈழத்தமிழ் அரசியல் வாதிகள் ஈழமக்களைக் காப்பாற்ற முயற்சிப்பது நடைமுறைத் தேவையாக இருந்தாலும் ஈழத்தமிழ் அரசியல்வாதிகள் தங்களுடைய மக்களின் தாயகம் தேசியம் தன்னாட்சி என்ற விட்டுக் கொடுப்பில்லா கோட்பாட்டில் எந்த நெகிழ்ச்சிக்கும் இடமளிக்கக் கூடாதென்பதும், உலகத் தமிழர்கள் இந்தச் சூழல்களில் மயங்காது தொடர்ந்தும் ஈழமக்களின் நாளாந்தத் தேவைகளைக் கண்டறிந்து உதவும் திட்டங்களை வேகப்படுத்தி, ஈழமக்களைப் பலப்படுத்தி இந்த இக்கட்டான காலத்தை வெற்றிகரமாக அவர்கள் கடக்க உதவ வேண்டுமென்பதும் இலக்கின் இவ்வார எண்ணம்.

13

ஆசிரியர் தலையங்கம் – இலக்கு இதழ்: 193
காலிமுகத்திடல் போராட்டப் பின்னடைவும் ஈழத்தமிழ் அரசியல்வாதிகளின் தடுமாறல்களும்

இன்றைய சிறிலங்கா அரசத்தலைவர் ரணில் விக்கிரமசிங்கா தன்னை அரசியலுக்குப் பழக்கப்படுத்திய தனது உறவினரான சிறிலங்காவின் முன்னாள் அரசத்தலைவர் ஜே. ஆர். ஜயவர்த்தனா 1978..79களில் அரச பயங்கரவாதத்திற்கு அரசியலமைப்புச் சட்டத் தகுதி அளித்து கண்ட இடத்தில் சுடவும், சுட்ட இடத்தில் எரிக்கவும், பயங்கரவாதத் தடைச்சட்டத்தை உருவாக்கி, அவசரகாலநிலைப் பிரகடனத்தின் மூலம் படைகளுக்கு மட்டற்ற அதிகாரம் அளித்து, படைப்பலத்தைக் கையாண்டு, ஈழத்தமிழர்களின் பாதுகாப்பான அமைதி வாழ்வுக்கான நடைமுறை அரசின் வளர்ச்சியை ஒடுக்கினாரோ, அதே படைப்பல வழியில் இனங்காணக் கூடிய அச்சத்தை நாளாந்த வாழ்வாக்கி, அரசியல் பணிவைப் பெறும் முயற்சியால் இன்று சிங்கள மக்களின் காலிமுகத் திடல் மக்கள் போராட்டத்தைப் பின்னடையச் செய்துள்ளார்.

சிறிலங்கா என்னும் 22.05.1972ஆம் திகதியச் சிங்கள பௌத்த குடியரசுப் பிரகடனத்தால் தங்களின் இறைமை மறுக்கப்பட்டு அதற்காகப் போராடுவதற்காக, இனஅழிப்பால் 50 ஆண்டுகளாக தினம் தினம் பாதிப்புற்றுவரும் இலங்கையின் மற்றொரு தேச இனமாகிய ஈழத்தமிழர்களின் உள்ளகத் தன்னாட்சி உரிமைகளை மீளவும் சீர் செய்வது குறித்தோ, அல்லது இலங்கையின் குடிமக்களாகவுள்ள முஸ்லீம், மலையக மக்கள் பிரச்சினைகள் குறித்தோ, காலிமுகத்திடல் போராட்டக்காரர்களும் கூட இதுவரை வெளிப்படையாகப் பேசவில்லை. மாற்றுச் செயற்றிட்டங்களை முன்வைக்கவுமில்லை. வெறுமனே பொருளாதாரப் பின்னடைவுக்கு ராசபக்ச குடும்பம் காரணம் என்ற

அடிப்படையில் ஆட்சி மாற்றத்தையே முன்வைத்தனர். ஆனால் சிங்கள பௌத்த மொழிவெறி இனவெறி மதவெறி ஆட்சிமுறைமை இலங்கையின் தேச மக்களான சிங்கள தமிழ் மக்களும் குடிமக்களான முஸ்லீம், மலையக மக்களும், சமத்துவம் சகோதரத்துவம் சுதந்திரத்துடன், எங்கள் நாடென்ற ஒருமைப்பாட்டுடன் இலங்கையின் பொருளாதார நடவடிக்கைகளில் பங்களிப்புச் செய்வதற்கான அரசியல் முறைமையைச் சிங்கள அரசாங்கங்கள் தொடர்ச்சியாக மறுப்பதே இலங்கையின் பொருளாதார வீழ்ச்சிக்கான முதல் காரணம் என்பதைக் காலிமுகத்திடல் போராட்டக்காரர்கள் இதுவரை பகிரங்கமாக வெளிப்படுத்தவில்லை. அனுதாபங்கள் தெரிவிப்பதல்ல உண்மையான மாற்றம். காரணங்களைக் கண்டறிந்து தீர்வுக்கு வழிசெய்வதே உண்மையான மாற்றம். இதனைக் காலிமுகத்திடல் போராட்டக்காரர்கள் செய்யாததே, காலிமுகத்திடல் போராட்டம் இலங்கை மக்கள் முழுப்பேருக்குமான மக்கள் போராட்டமாக இதுவரை வளர்ச்சி அடையாமைக்குக் காரணியாகி, இன்று முன்னிருந்த பலம் இன்றி பின்னடையக் காரணமாகிறது. இது இலங்கை மக்களுக்கான மாற்றுத் தலைமைத்துவம் ஏற்படும் என்ற நம்பிக்கையையும் தளர்த்தியுள்ளது.

இந்நிலையில் இனியாவது ஈழத்தமிழ் மக்கள் குறித்த உண்மைகளை காலிமுகத்திடல் போரட்டக்காரர்கள் அறிந்து, ஈழத்தமிழர் தேவைகளையும் உள்ளடக்கிய நிலையில் தமது போராட்டத்தை முன்னெடுத்தாலே ரணிலின் ஆட்சியால் ஏற்படும் ஆபத்துக்களைத் தடுக்கலாம். இதற்குக் காலிமுகத்திடல் போராட்டக்காரருடன் பேசி ஏற்பன செய்ய வேண்டிய பொறுப்புள்ளவர்களாக இன்றைய பாராளுமன்றத் தமிழ் அரசியல்வாதிகள் உள்ளனர். சட்டம் எவ்வளவு தெரிந்தாலும் திட்டங்கள் ஆயிரம் போட்டாலும் 'இந்த மண் எங்களின் சொந்த மண்' என்கிற சாதாரண ஈழத்தமிழனின் உரிமைப்பிரகடனமே உண்மையென, உண்மையைப் பேசாத வரை ஈழத்தமிழ் அரசியல்வாதிகளால் என்றுமே ஈழத்தமிழ் மக்களின் தேசியப் பிரச்சினைக்கு தீர்வு காண்பதில் சிங்கள மக்கள், முஸ்லீம் மக்கள், மலையக மக்களிடை தெளிவுகளை ஏற்படுத்த இயலாது என்பதே உண்மை. இது இன்றைய சிறிலங்கா நரித்தந்திர அரசத்தலைவர் ரணிலுக்கும் அவரின் பள்ளிப்பருவம் முதலான நண்பர் இன்றைய சிறிலங்காவின் பிரதமர் தினேஸ் குணவர்த்தனாவுக்கும் நன்கு தெரியும். இதனால் இந்த இடைக்கால அரசாங்கத்தை அனைத்துக்கட்சி அரசாங்கமென உலகை மயக்கி நிதியுதவிகளையும் கடன்களையும் பெற எடுக்கும் முயற்சிகளுக்குத் துணைபோகும் தமிழ் அரசியல்வாதிகளை இந்த அனைத்துக்கட்சி அரசாங்கத்தின் அங்கங்களாக்கி, தாங்கள் ஈழத்தமிழர் பிரச்சினையைச் சிறுபான்மையினர் பிரச்சினை என்ற அடிப்படையில் சிறுசலுகைகள் மூலம் தீர்க்க எடுக்கும் முயற்சிகளை

ஈழத்தமிழர் தேசியப்பிரச்சினைக்கான தீர்வாக மேடையேற்றுவது இந்த இருவரதும் உடனடித் திட்டமாக உள்ளது. இதனைத் தடுக்க ஈழத்தமிழர் தேசியப்பிரச்சினையின் இன்றைய தேவைகளை இலங்கை மக்கள் அனைவரும் அறிந்து, அரசுக்கு எதிராக சனநாயகவழிகளில் ஒருங்கிணைதலே மிகச்சிறந்த வழியாக அமையும். ஈழத்தமிழர் தேசியப் பிரச்சினை என்பது சிங்களவர்களுக்கோ முஸ்லீம்களுக்கோ மலையகத்தினருக்கோ எதிரான ஒன்றல்ல. மறுக்கப்பட்ட இறைமையினை ஈழத்தமிழ் மக்கள் மீளப் பெறல் பிரிவினையல்ல. இது கருத்தளவில் ஏற்கப்பட்டாலே மற்றவர்களுடன் எந்த முறைமையில் சேர்ந்து செயற்படலாம் என்பதை ஈழமக்களால் தீர்மானிக்க முடியும். ஈழ மக்கள் தாம் சிறுபான்மையினமல்ல தேச இனம் என்பதை மற்றைய இலங்கையருக்குத் தெளிவாக்கும் அளவிலேயே சலுகைகளுக்கல்ல உரிமைகளுக்கே ஈழத்தமிழர்கள் போராடுகின்றார்கள் என்ற உண்மை அவர்களுக்குத் தெளிவாகும். இந்த ஈழத்தமிழரின் போராடும் உரிமை அனைவராலும் ஏற்கப்பட்டாலே நாட்டினர் என்ற வகையில் நாட்டைக் காக்க மனமுவந்த பங்களிப்புக்கள், முதலீடுகள் ஈழத்தமிழர்களால் நடைமுறைச் சாத்தியமாகும் என்பதைத் தெளிவாக்க வேண்டிய நேரமிது. மேலும் சிறிலங்காஅரசாங்கம் தனது இனஅழிப்பை சிறிலங்காவின் தேசியப்பாதுகாப்புக்கான நடவடிக்கையென்று நியாயப்படுத்தி ஈழத்தமிழ் மக்களின் அரசியல் முன்னெடுப்புக்களைப் பயங்கரவாதம் என திரிபுவாதம் செய்கிறது என்பதை இலங்கை மக்களுக்குத் தெளிவாக்கிப் பயங்கரவாதத் தடைச்சட்டத்தை நீக்குவித்தல் என்பது அனைவருக்கும் அரசபயங்கரவாதத்தில் இருந்து பாதுகாப்பளிக்கும் முயற்சியாகுமென்பதைத் தெளிவாக்கல் அவசியம்.

ஈழத்தமிழரை இனஅழிப்பு செய்தவர்களுக்கான தண்டனை நீதியும், பாதிக்கப்பட்ட ஈழத்தமிழருக்கான பரிகார நீதியும் அனைத்துலகச் சட்டங்களின் அடிப்படையிலான அனைத்துலக விசாரணைகள் வழி வழங்கப்பட்டுச் சட்டத்தின் முன் அனைவரும் சமம் என்ற சட்டத்தின் ஆட்சி நடைமுறைப்படுத்தப்படுதலுக்கு இலங்கை மக்கள் அனைவரும் உழைத்தல், அவர்களது எதிர்காலச் சட்டப் பாதுகாப்புக்குமான உறுதியை ஏற்படுத்தும் என்பதையும் தெளிவாக்கல் வேண்டும். இந்த உண்மைகளை ஈழத்தமிழ் அரசியல்வாதிகள் நேர்மையுடன் சிந்திக்கப் பேச எழுதப் பழகவேண்டும். இல்லையேல் தடுமாறி தடையாக நில்லாது பதவி விலகி இதனைச் செய்யக் கூடியவர்களுக்கு வழிவிட வேண்டும். இவை நடைமுறைச்சாத்தியமாகும் வரை ஈழத்தமிழர் பிரச்சினைக்கு எந்தத் தீர்வும் நடைமுறைச் சாத்தியமாகாது, இலங்கையின் பொருளாதாரப் பிரச்சினையும் தீராது என்பதே இலக்கின் எண்ணமாக உள்ளது.

14

ஆசிரியர் தலையங்கம் – இலக்கு இதழ்: 192

ஈழத்தமிழினப் பகைமை மீளவும் நிறைவேற்று அதிகார பலம் பெற்றுள்ளது

இலங்கைத் தீவின் வரலாற்றில் ஈழத்தமிழர்களைப் பொறுத்த வரை 1977ஆம் ஆண்டு வரலாற்று முக்கியத்துவம் வாய்ந்த ஆண்டு. 1976ஆம் ஆண்டின் ஈழத்தமிழர்களின் தன்னாட்சிப் பிரகடனமான வட்டுக்கோட்டைத் தீர்மானத்திற்கான குடியொப்பத் தேர்தலாக 1977 பொதுத் தேர்தலை ஈழத்தமிழர்கள் முன்னெடுத்து அறுதிப் பெரும்பான்மை வாக்குகளால் அதில் வெற்றியும் பெற்றனர். இந்த 1977ஆம் ஆண்டில் தான், ஜே. ஆர். ஜயவர்த்தனா தனது கிட்டிய உறவினரான 28வயது ரணில் விக்கிரமசிங்காவை இலங்கைப் பாராளுமன்றத்திற்கு உறுப்பினராக நியமித்து, இளைஞர் விவகாரம், மற்றும் தொழில்துறை அமைச்சராகவும், பிரதி வெளிநாட்டு அமைச்சராகவும் அமைச்சரவைத் தகுதியும் அளித்தார். இதன் வழி ஈழத்தமிழ்மக்களைத் தனது குடிகளாகக் கருதாது எவ்வாறு ஜே ஆர் ஒரு அந்நிய நாட்டுப் பகைமை போல் அவர்களின் வரலாற்றுத் தாயகத்தின் மேல் போர் என்றால் போர் சமாதானம் என்றால் சமாதானம் என முழுஅளவிலான யுத்தப் பிரகடனம் செய்தாரோ, அதே வழியில் ஈழத்தமிழினத்தைப் பகைமையாகக் கருதி தனது அரசியலை இன்று வரை முன்னெடுத்து வருபவர் ரணில் விக்கிரமசிங்கா. இவர் இன்று இலங்கையின் எட்டாவது நிறைவேற்று அதிகாரமுள்ள ஜனாதிபதியாகப் பதவியேற்று நிதி அமைச்சையும் பாதுகாப்பு அமைச்சையும் தன்னிடம் வைத்து, தினேஸ் குணவர்த்தனாவைப் பிரதமராகக் கொண்ட 18 அமைச்சர்களை நியமித்துள்ளமை, ஈழத்தமிழினப்பகைமை மீளவும் நிறைவேற்று அதிகார பலம் பெற்றுள்ளது என்றே வரலாற்று உணர்வின் அடிப்படையில் கருதத் தோன்றுகிறது.

ரணில் விக்கிரமசிங்கா 1970இல் களனித் தொகுதியின் ஐக்கிய தேசியக்கட்சி அமைப்பாளராக 21வயதிலேயே நியமிக்கப்பட்டது முதல் இன்று வரை உரிமைப் போராட்டங்களையும், அரசியல் போராட்டங்களையும் ஒடுக்கும் கலையையே தனது அரசியலின் செயல்நெறியாக கொண்டு பயணித்து வருகின்றார். இவர் ஆறு தடவைகள் பிரதமராக இருந்து படைப்பலம், ராஜதந்திரம், அனைத்துலகச் செல்வாக்கு என்னும் முத்தரப்பட்ட பின்புலங்கள் வழியாக ஈழத்தமிழ் மக்களின் போராடும் உரிமைகளை மறுத்த, மனித உரிமைகள் வன்முறையாளராகவே வரலாற்றில் தன்னைப் பதிவு செய்துள்ளார்.

இவர் பதவியேற்பு தொடர்பாக நியூயோர்க் டைம்ஸ் வெளியிட்ட கட்டுரையில் இவரை கோட்டாவின் நண்பனெனவும், அரசியலில் நரியெனவும் மிகத்தெளிவாக உலகுக்கு இனங்காட்டியுள்ளது. உலகுக்கு தெரிந்த இந்த உண்மை தெரியாதவர்களாக இவருக்கு வாக்களித்த தமிழ்த்தேசியக் கூட்டமைப்பின் தலைமையையும், தமிழ்ப்பாராளுமன்ற உறுப்பினர்களையும், வீட்டுக்குப் போங்கள் என அரகலிய போராட்டக்குழு பாணியில் தமிழர் தாயகத்திலும் போராட வேண்டிய பொறுப்புள்ளவர்களாக உலகிலும் தமிழர்கள் உள்ளனர்.

மேலும், ஈழத்தமிழர்களைப் பொறுத்த மட்டில் சிங்கள பௌத்த பேரினவாத சிங்கள அரசாங்கங்களின் ஈழத்தமிழின அழிப்பு அரசியல் ஒவ்வொன்றிலும் அதனை நிறைவேற்றுவதற்கான பலமாக ரணில் விக்கிரமசிங்கா இருந்து வந்துள்ளமை வரலாறு. இவரது மேற்குலக அரசியல் சார்பு நிலைகளும், பெரு முதலாளித்துவ பின்முதலாளித்துவ ஆதரவு பொருளாதாரக் கொள்கைகளும், சிறிலங்கா அரசாங்கத்தின் ஈழத்தமிழின அழிப்பு அரசியல் செயற்றிட்டங்கள் குறித்த அனைத்துலக சட்ட விசாரணைகளிலிருந்து சிங்களத் தலைமைகளைக் காக்கும் பாதுகாப்புக் கவசமாக எக்காலத்திலும் விளங்கி வருகிறது. இக்காலத்திலும் கோட்டா உட்பட்ட ராசபக்ச குடும்பத்தினர் மேலான மனித உரிமைகள் ஆணையக விசாரணைகள் மற்றும் அனைத்துலக குற்றவியல் நீதிமன்ற விசாரணைகள் அவர்களை நெருங்காமல் காக்கும் பாதுகாப்புக் கவசமாக இவரே செயற்படுவார் என்ற நம்பிக்கையே கோட்டா இவரிடம் நாட்டின் அதிகாரத்தைக் கையளிக்க வைத்தது. சுருக்கமாகச் சொன்னால் சிறிலங்காவின் 2009ஆம் ஆண்டின் முள்ளிவாய்க்கால் ஈழத்தமிழின அழிப்புக் குற்றவாளிகளுக்கு தண்டனை நீதி கிடைக்காமலும் பாதிப்புற்ற மக்களுக்கு பரிகார நீதி கிடைக்காமலும் தடுத்து வரும் மிகப்பலம் பொருந்திய அரசியல் மனிதன் ரணில் விக்கிரமசிங்கா, இன்று நாட்டின் நிறைவேற்று ஜனாதிபதி என்னும் அதியுயர் உச்ச அதிகார சக்தியாக தன்னை சிங்கள மக்களின் விருப்பத்

தெரிவு இல்லாமல் நரித்தந்திரத்தால் நிலைநிறுத்தியுள்ளார். சிங்கள மக்களையே இனங்காணக் கூடிய அச்சத்துக்கு உள்ளாக்கி, அறவழியில் போராடிய 15 பேரைக் காயப்படுத்தி, 15 பேரைக் கைதாக்கி, பிபிசி ஊடகவியலாளர்கள் உட்பட ஊடகவியலாளர்களைத்தாக்கி கருத்துச் சுதந்திரத்தையும் மறுத்து, போராட்டக்காரர் தங்கியிருந்த கூடாரங்களை நொறுக்கி, ஆட்சியை ஆரம்பித்துள்ளார். இவை ஈழத்தமிழினத்திற்கு மிகப்பாதகமான நிலைகள் உருவாகப்போகிறது என்ற அச்சத்தைப் பலமாக ஏற்படுத்துகிறது. அதிலும் ஜே ஆரின் இரத்த உறவான ரணில் அவருடைய 'விளையாட்டை உன்சார்பாக விளையாடு ஆனால் சட்டங்களைப் பின்பற்றி விளையாடு' என்ற தத்துவத்தைக் கரைத்துக் குடித்தவர். இதனால் தான் காலிமுகத்திடல் போராட்டக்காரர்களை நிறைவேற்று அதிகாரமுள்ள ஜனாதிபதியாகப் பதவியேற்றவுடனேயே அரசவர்த்தமானி அறிவிப்பு மூலம் சட்டப்படி இராணுவத்தை அழைத்து அடித்து நொறுக்கி கைதுகள் செய்து அவர்களுக்கு இனங்காணக்கூடிய அச்சத்தை ஏற்படுத்தி தனது அரசியல் பழிவாங்கலை சட்டத்தின் நடைமுறைப்படுத்தலாக நியாயப்படுத்தியுள்ளார். இதுதான் ரணில். இதுதான் ஜே. ஆரின் மறுபிறப்பு.

ஈழத்தமிழினப்படுகொலையை எவ்வாறு நாட்டின் தேசியப் பாதுகாப்புக்கான, நாட்டின் ஒருமைப்பாட்டுக்கான சட்ட நடைமுறைப்படுத்தல் என்று உலகுக்குச் சட்டத்தின் படி விளையாடி நியாயப்படுத்துவதில் சட்ட வல்லுநராக ஜே. ஆர் விளங்கினாரோ, அவர் பாணியில் இன்று ரணிலும், தனது அரசியல் பழிவாங்கல் அதிகாரப் பிரயோகத்தைத் தொடங்கியுள்ளார். இலங்கையின் எட்டாவது நிறைவேற்று அதிகாரமுள்ள ஜனாதிபதி ரணிலின் மக்கள் போராட்ட ஒடுக்குதல்களும், ஈழத்தமிழின அழிப்பு அரசியல் செயற்பாடுகளும், இலங்கை மக்களையும், ஈழத்தமிழர்களையும் தாக்காது தடுப்பதற்கு, கூட்டு இயங்கு இணைவு குடிமக்கள் அமைப்புக்கள், இலங்கையில் உள்ள குடிகளின் உரிமைகளைப் பாதுகாக்கும் வகையில், சிங்கள, ஈழத்தமிழின தேசஇனத்தன்மைகளும் தனித்துவமான இறைமைகளும் சமமாக மதிக்கப்பட்ட நிலையில், இலங்கை முஸ்லீம் மற்றும் மலையக மக்களின் அரசியல் உரிமைகள் உத்தரவாதப்படுத்தப்பட்ட முறையில், உடன் உருவாக்கப்பட வேண்டும். அதற்கு புலம் பதிந்து வாழ் தமிழர்கள் தங்களில் தாங்கள் கூட்டு இயங்கு மனநிலை உள்ளவர்களாக இணைதல் மிக முக்கியம் என்பது இலக்கின் எண்ணம்.

இலக்கின் இலக்கு 53

15

ஆசிரியர் தலையங்கம் – இலக்கு இதழ்: 191

அனைத்துலக நீதியின் கையில் 'கோட்டா' விரைந்து செயற்படுங்கள் உலகத் தமிழர்களே

சிறிலங்கா அரசத் தலைவர் என்பதற்கான சிறப்பு உரிமைகளைப் பயன்படுத்தி தானும் தனது கட்டளைகளின் அடிப்படையில் சரத்பொன்சேகா தலைமையிலான சிறிலங்காப் படைகளும் ஈழத்தமிழின அழிப்பு நோக்கில் 2009 மே 18 வரையும் செய்த போர்க்குற்றங்கள், மனிதாயத்துக்கு எதிரான குற்றங்கள், மனித உரிமை வன்முறைகள் தொடர்பாக அனைத்துலகச் சட்டங்களும் அனைத்துலக குற்றவியல் நீதிமன்ற விசாரணைகளும் இடம்பெறாமல் தடுத்து வந்த சிறிலங்காவின் முன்னாள் அரசத்தலைவர் கோட்டபாயா ராசபக்சா 15.07.2022 இல் பதவியில் இருந்து விலகியது முதல் அந்தச் சிறப்பு உரிமைகள் பாதுகாப்பை இழந்துள்ளார். இதனால் அனைத்துலக நீதியின் கையில் கோட்டபாய ராசபக்சா இனஅழிப்பு, இனத்துடைப்பு, பண்பாட்டு இனஅழிப்பு குற்றங்களுக்காக விசாரிக்கப்பட வேண்டிய குற்றவாளியாக உள்ளார். இதனை உலகின் முக்கிய நாடுகளில் எல்லாம் அந்நாடுகளின் குடிகளாகப் புலம் பதிந்து வாழும் ஈழத்தமிழர்களும் மற்றும் தமிழகத்தில் இருந்தும் தமிழகத்தில் இருந்து வேறுநாடுகளுக்குச் சென்று அந்நாட்டின் குடிகளாகி இன்று உலகநாடுகளில் வாழும் தமிழர்களும் இணைந்து தங்கள் தங்கள் நாட்டு அரசாங்கங்களுக்கும் மக்களுக்கும் மனித உரிமை ஆர்வலர்கள் மற்றும் அமைதிக்காக உழைப்பவர்களுக்கும் உடன் அறிவித்து கோட்டாபாய ராசபக்சா மேல் அனைத்துலக பிடியாணை பிறப்பிக்கப்பட்டு, அவர் விசாரிக்கப்பட வேண்டும் என்கிற அனைத்துலக நீதியின் அழைப்பை தெளிவாக்க வேண்டும். இது தமிழன்னைக்குத் தமிழர்கள் செய்யும்

கடமையாக மட்டுமல்ல அனைத்துலக நீதிக்கு ஒவ்வொரு மனிதரும் செய்யும் கடமையாகவும் உள்ளது.

இந்த அவசர வேண்டுகோளை முக்கியமாக ஐக்கிய நாடுகள் சபையின் அனைத்துலக மனித உரிமைகள் ஆணையகத்தின் சிறிலங்காவுக்கான மூலக்குழுவாசகச் செயற்பட்டு வரும் ஐக்கிய அமெரிக்கா, பிரிட்டன், கனடா, யேர்மனி, மொண்டேனேக்ரோ, வடக்கு மசிடோனியா, மலாவி ஆகிய நாடுகளுக்கு விடுத்து அவை சரியான முடிவுகளை மேற்கொள்ள அழுத்தங்கள் கொடுக்க வேண்டியவர்களாக இன்று உலகத் தமிழர்கள் உள்ளனர். 'கோட்டா கோ கம' (கோட்டா ஊருக்குப்போ) வை காலிமுகத்திடலில் அரகலிய (போராட்டக்) குழுவினர் மக்கள் சக்தியை பலப்படுத்துவதன் மூலம் முன்னெடுத்தது போல 'அரஸ்ட் கோட்டா' (கோட்டாவை கைது செய்) என்னும் மக்கள் போராட்டமாக முன்னெடுப்பதற்கு உலகத்தமிழர்கள் தங்களிடை உள்ள எல்லா வேறுபாடுகளையும் ஒருபுறம் வைத்து விட்டு ஒன்றுபட்ட பொது அமைப்பாகத் தன்னெழுச்சி கொண்டெழ வேண்டும்.

மேலும் இன்று சிறிலங்காவில் சிங்கள ஆட்சி அதிகாரமையத்தில் ஏற்பட்டு வரும் ஆட்சி மாற்றங்களை வெறுமனே சிங்களவர்களுக்குரிய மாற்றங்களாகவே மாற்றுகின்ற தந்திரோபாயத்தை தந்திர அரசியலில் மிகவும் நிபுணரான சிறிலங்காவின் இன்றைய அரசதலைவர் ரணில் விக்கிரமசிங்காவும், மகாதந்திரசாலியான சட்டமேதை ஜி எல் பீரிசும், மௌனமாகவே இருந்து கொண்டு தேவையான நேரத்தில் தேவையான முறையில் சிங்கள பௌத்த பேரினவாதத்தின் குரலாகத் தன்னையும் வெளிப்படுத்தும் சஜித் பிரேமதாசாவும் ஒன்றிணைந்து செயற்படுத்துவார்கள். இதனால் காலிமுகத் திடல் போராட்டம் புதிய திராட்சை இரசமாக இருந்தாலும் அது பழைய சிங்கள பௌத்த பேரினவாதமென்னும் சித்தைகளிலேயே வார்க்கப்பட்டது. அது அந்த ஓட்டைச் சித்தைகள் வழி வெளியே ஓடி வீணாகும்.

எனவே குடிமக்களின் உரிமைகள் என்ற அடிப்படையில் எழுச்சி கொண்டுள்ள சிங்கள இளையவர்களும் விழிப்புணர்வுற்ற சிங்களவர்களும் இலங்கையின் மற்றொரு தேச மக்களான ஈழத்தமிழர்களின் தேசியப் பிரச்சினை சிங்களதேச மக்களுக்கு எதிரானதோ அவர்களை ஆக்கிரமிக்கும் நோக்குக் கொண்டதோ அல்ல என்பதை உணர வேண்டும். அதற்கு ஈழத்தமிழர் தேசியப்பிரச்சினை *(Tamil National Question)* என்றால் என்ன என்பதைச் சரியாகத் தெளிவாகப் புரிந்து கொள்ள வேண்டும். மிகச்சுருக்கமாகச் சொல்வதனால் 'இந்த மண் எங்களின் சொந்த மண்" என்னும் தாங்கள்

வாழும் மண்மீதான மண்ணுரிமையே ஈழத்தமிழர் தேசியப் பிரச்சினை. இதனை விரிவாகச் சொல்வதானால், ஈழத்தமிழர்களின் தேசிய பிரச்சினை என்பது இலங்கைத் தீவின் தேச மக்களான ஈழத்தமிழர்கள் தங்களின் தொன்மையானதும் தொடர்ச்சியானதுமான வரலாற்றுத் தாயகத்தில் தங்களுக்கான இறைமையுடன் தாயக தேசிய தன்னாட்சி உரிமைகளுடன் வாழ்ந்து கொண்டு, இலங்கைத் தீவின் மற்றைய தேச மக்களான சிங்கள தேச மக்களுடனும், இலங்கையின் குடிகளாக உள்ள முஸ்லீம் மக்கள், மலையகத் தமிழ் மக்களுடனும், நாளாந்த வாழ்வில் பாதுகாப்பான அமைதியுடனும் சமத்துவமான வளர்ச்சிகளுடனும் சகோதரத்துவ உறவிலும் சுதந்திரமாக வாழ்தல் என்பதாக உள்ளது. தாமும் சுதந்திரமாக வாழ்ந்து மற்றவர்களும் சுதந்திரமாக வாழ உதவுதல் என்பதே ஈழத்தமிழர் தேசியப் பிரச்சினை.

காலிமுகத் திடல் போராட்டத்திற்கு அணிசேர்த்த முன்னிலை சோசலிஸ்ட் கட்சியின் பிரதான செயலாளர் குமார் குணரெட்ணம் "மக்களின் இறையாண்மை பலத்தை நடைமுறைப்படுத்தும் புதிய தூண் உருவாகியுள்ளது" எனவும் "இந்தப் பலம் நிறைவேற்று அதிகாரம், நாடாளுமன்றம், நீதி மன்றம் என்னும் மூன்று அதிகாரத்தூண்களுக்கு மேலதிக புதிய மக்கள் போராட்டம் என்னும் 4வது அதிகாரத்தூண்" என மிக அழகாக மக்கள் இறைமையின் வலிமையை விளக்கியுள்ளார். இந்த அதிகாரத்தூண் வெறுமனே சிங்கள மக்களை மட்டும் உள்ளடக்காது ஈழத்தமிழர்கள் என்னும் சிங்கள மக்களுக்கு எல்லா வகையிலும் அதே உரிமையும் கடமையும் கொண்டுள்ள இன்னொரு தேச மக்களான ஈழத்தமிழர்களது தனித்துவமான மக்கள் இறைமையையும், முஸ்லீம் மக்கள், மலையகத் தமிழர்கள் என்கிற இலங்கைக் குடிமக்களின் சிங்களவர்களுக்கும் ஈழத்தமிழர்களுக்கும் எல்லா வகையிலும் சமத்துவமாக வாழும் குடியுரிமைகளையும் உள்ளடக்கிய கூட்டு உரிமை என்பதை இலக்கு தெளிவாக எடுத்துரைக்க விரும்புகிறது. இந்த அரசியல் எதார்த்தத்தை வெளிப்படுத்தி அனைவருக்குமான பாதுகாப்பான அமைதியான அனைவரது வளர்ச்சிகளும் சமத்துவ சகோதரத்துவ சுதந்திர முறைமையில் முன்னெடுக்கப்படும் அரசியலமைப்பு ஒன்றின் உருவாக்கத்தின் மூலமே இலங்கை மக்கள் அனைவரதும் பொருளாதார நெருக்கடிகள் மாற்றம் பெற முடியும் என்பதைத் திரு குமார் குணரெட்ணம் போன்ற முன்னிலை சோசலிஸ்டுகள் துணிவுடன் அறிவிக்க வேண்டுமென்பது இலக்கின் இவ்வார எண்ணமாக உள்ளது.

16

ஆசிரியர் தலையங்கம் – இலக்கு இதழ்: 190

இலங்கைக்கு உதவும் நாடுகள் ஈழத்தமிழருக்கு உதவ மறுப்பதேன்?

சிறிலங்காவில் தலைநகரான கொழும்பில் ஜனாதிபதி மாளிகையை முற்றுகையிட்டு ஜனாதிபதி கோட்டாபய ராசபக்சா பதவி விலக வேண்டுமென மக்கள் 09.07. 22 இல் சனநாயகப் போராட்டம் ஒன்றைச் செய்ய முயல்கையில், கோட்டாபய ராசபக்ச சிறிலங்காவின் அரசியலமைப்பில் இல்லாத பொலிஸ் ஊரடங்கு உத்தரவை மேல்மாகாணத்துக்கு பொலிஸ் சுப்பிரிண்டனைக் கொண்டு பிறப்பித்து அரசியலமைப்பு வன்முறை செய்து தனது பதவியைத் தற்காலிகமாகத் தக்க வைக்க முயற்சித்து வருகின்றார். இச்செயற்பாடு சிறிலங்கா ஈழத்தமிழர்களின் அரசியல் பணிவை படைபலம் கொண்டு பெற்றுப் பழகிய பழக்கதோசத்தின் தொடர்ச்சி என்றே கூறவேண்டும். ஈழத்தமிழர்கள் 22.05.1972 முதல் சிறிலங்காவின் படைபல ஆக்கிரமிப்புக்கு உள்ளாகி சோல்பரி அரசியலமைப்பு வன்முறைப்படுத்தப்பட்ட நிலையில் நாடற்ற தேசஇனமாக இன்று வரை அனுபவிக்கும் துன்பங்களுக்கு உரிய முறையில் உலக நாடுகளும் உலக அமைப்புக்களும் நீதி வழங்காது விட்டதன் விளைவாகவே சிறிலங்கா ஆட்சியாளர்கள் போர்க்கருவிகளுக்கும் படைகளைப் பராமரிக்கவும் பெருமளவு பணத்தைச் செலவு செய்து இன்றைய பொருளாதார நெருக்கடி தோன்றியது என்பது வெளிப்படையான உண்மை.

இன்று சிறிலங்கா அரசாங்கத்தை இன்றைய பொருளாதார நெருக்கடியில் நின்று மீட்கும் முயற்சிகளில் இந்தியா அமெரிக்கா ஆகிய இருநாடுகளும் மிகவும் அக்கறையாகவும் ஆர்வமாகவும் ஈடுபட்டுள்ளமை உலகறிந்த உண்மை.

இதுவரை சிறிலங்கா உணவுத் தட்டுபாட்டுள்ளும் எரிபொருள் முடக்கநிலையிலும் இதுவரை முழுஅளவில் சிக்காது இந்திய கடன் உதவியே காப்பாற்றி வருகிறது. அமெரிக்காவும் இந்தியாவும் அனைத்துலக நாணய நிதியத்திடம் சிறிலங்காவுக்கான உதவிகளை வழங்குமாறு அழுத்தங்களை மேற்கொண்டு வருவதையும் அனைவரும் அறிவர். சிங்கள பௌத்த பேரினவாதிகளின் எதிர்ப்புக்களுக்கு மத்தியிலும், இந்தியா வழங்கி வரும் உதவிகள் இந்தியப் பிரதமர் நரேந்திர மோடி அவர்களின் அயல்நாடுகளுக்கு முன்னுரிமை என்கிற வெளிநாட்டுக் கொள்கையின் அடிப்படையில் வழங்கப்படுகிறது எனக் கூறப்பட்டாலும் இலங்கையில் 99 ஆண்டு குத்தகை அடிப்படையில் அமைத்துள்ள உறுதியான வர்த்தகப் பொருளாதார கட்டமைப்புக்கள் வழி இலங்கையின் நிலத்திலும் கடலிலும் சீனா இறைமையாளராகவும் உள்ள நிலையில், இந்தியாவின் தேசிய பாதுகாப்புக்கு இலங்கையில் பொருளாதார உறவுகள் வழி தானும் தன்னை நிறுத்துவது இந்தியாவுக்கு கேந்திர முக்கியத்துவம் வாய்ந்த தேவையாக உள்ளது. அதுவும் அதன் இருப்பு ஈழத்தமிழர்களின் வடக்கு கிழக்கில் பலப்படும் பொழுதே இந்தியாவின் இராணுவ முக்கியத்துவம் வாய்ந்த இந்துமாக்கடலின் தென்னிந்தியக் கரைகளையும் துறைமுகங்களையும் பாதுகாக்க முடியும். இது வடக்கு கிழக்கு வாழ் தமிழர்களின் ஆதரவை இந்தியா பெற வேண்டிய தேவையையும் இந்தியாவுக்கு ஏற்படுத்தியுள்ளது என்பதை புலம்பதிந்த தமிழர்கள் இந்தியாவுக்கு எடுத்து விளக்க வேண்டும்.

அமெரிக்கா, சீனா இந்துமாக்கடலில் மேலாண்மை பெறுவதைக் குறைப்பதற்கான கட்டமைப்பாக உள்ள தனது குவாட் அமைப்புக்குள் அவுஸ்திரேலியா, இந்தியா, யப்பான், பங்களாதேசு, மாலைதீவுடன் சிறிலங்காவையும் கொண்டு வருவதற்கு தனக்குச் சாதகமான ஆட்சியாளர்களை இலங்கையில் அமர்த்த முயற்சிப்பது நியாயமானதே. இதனால் வெளிப்படையாகவே இலங்கைக்கான அமெரிக்கத் தூதர், போராடும் காலிமுகத்திடல் கோட்டாபாயா போராட்டக்காரர்களின் பாதுகாப்பை உறுதிப்படுத்தவும் திரள்நிலையாகப் பெருகி வரும் போராட்ட உணர்வுள்ள மக்களை சனநாயக முறையில் பாதுகாக்க வேண்டும் எனவும், படைகள் மக்கள் மேல் கண்டபடி தாக்குதல் நடத்தக் கூடாது எனவும், வெளிப்படையாகவே பேசி வருகின்றார். ஐக்கிய நாடுகள் சபையின் மனித உரிமைகள் ஆணையகத் தலைவியும் சிறிலங்கா அரசாங்கம் போராடும் மக்களை நிதானத்துடன் எதிர்கொள்ள வேண்டும் என வலியுறுத்தியும் உள்ளார். ஆனால் ஈழத்தமிழர்க்கு மட்டும் இந்த நாடுகள் இவ்வாறு மனித உரிமைப்பாதுகாப்பு வழங்க மறுப்பதேன் என்பதைப் புலம்பதிந்து வாழும் தமிழர்கள் இந்நாடுகளிடம்

கேட்க வேண்டும். அதுவும் எந்த இந்தியா ஈழத்தமிழர்கள் ஆயுத எதிர்ப்பை வெளிப்படுத்திட ஆரம்பத்தில் உதவியதோ அந்த இந்தியா காலப்போக்கில் ஈழத்தமிழர்களின் போராட்ட உரிமையினை பேண வேண்டுமென்னும் தன் பொறுப்பை இந்திராகாந்தி அவர்கள் பிரதமராக இருந்த காலத்தின் பின்னர் சரிவரச் செய்யவில்லை. இதுவே இந்திய ஈழத்தமிழர் உறவு சீர்குலையக் காரணமாகியது. 1987ம் ஆண்டு திம்புப் பேச்சுவார்த்தையின் அடிப்படையில் கைச்சாத்தான இலங்கை இந்திய உடன்படிக்கை இலங்கை தனக்குத் தேவையான இராணுவ நிதி உதவிகளை இந்தியாவிடம் கேட்டு அதற்குப் பதில் இல்லையென அமைந்தால் மட்டுமே வேறு நாடுகளிடம் செல்லலாம் என சிறிலங்காவின் இறைமையை கட்டுப்படுத்தும் நோக்கில் அமைந்தாலும் வடக்கும் கிழக்கும் இணைந்த மாகாணசபை மூலம் ஈழத்தமிழருக்கான நிதிப்பரவலாக்கலை சிறிலங்கா வழங்கி இந்த மாகாணசபை மூலம் ஈழத்தமிழ் மக்களுக்கான மட்டுப்படுத்தப்பட்ட நிர்வாக அதிகாரப்பரவலாக்கலை செய்யலாம் என இந்தியா கருதியது. ஆயினும் இன்று வரை இந்த இலங்கை இந்திய உடன்படிக்கையின் 13வது பிரிவு நடைமுறைப்படுத்தப்படவேயில்லை.

அன்றிலிருந்து இன்று வரை 35 ஆண்டுகளில் ஈழத்தமிழினம் அடைந்த அரசியல் பரிணாமங்களைக் கவனத்தில் கொள்ளாது இன்றும் 13வது சரத்து நடைமுறைப்படுத்தப்பட்டால் அது இலங்கையில் தமிழர்களின் மரியாதையான வாழ்வினை உறுதிப்படுத்தும் என இந்தியா அதனையே இன்றைய ஈழத்தமிழர் பிரச்சினைக்கும் தீர்வாக முன்வைக்கிறது. கூடவே ஐக்கிய நாடுகள் சபையில் கூட இந்த 13 வது சரத்து நடைமுறைப்படுத்தப்பட்டால் அதுவே தீர்வாகும் என உரைநிகழ்த்தவும் செய்தது. ஆயினும் ஈழத்தமிழர்களை அழைத்து அவர்களின் அரசியல் தீர்வாக எதனை இன்று எதிர்பார்க்கின்றார்கள் என சனநாயக ரீதியாக அறியவும் முயற்சிக்கவில்லை. இந்தச் சூழலில் இன்றைய நெருக்கடிநிலையில் பேருதவியாகச் சிறிலங்காவுக்கு உள்ள இந்தியா ஈழத்தமிழர்களின் மரியாதை வாழ்வு என எதனைக் கூறுகின்றது என்பதைத் தெளிவுபடுத்தி அதனை ஈழத்தமிழர்கள் எந்த அளவுக்கு ஏற்கின்றார்கள் எனப் புலம்பதிந்த ஈழத்தமிழர்களுடனும் தாயக ஈழத்தமிழர்களுடனும் உரையாடல்களை வளர்த்து அதன் அடிப்படையில் தனது அழுத்தங்களை சிறிலங்கா மேல் மேற்கொண்டு ஈழத்தமிழர்கள் அரசியல் உரிமைகளை உறுதி செய்ய வேண்டும். என்பது இலக்கின் எண்ணமாக உள்ளது. இதனைச் செய்யுமாறு புலம்பதிந்த தமிழர்கள் இந்தியாவை வலியுறுத்தும் வழிகளைக் கண்டறிய வேண்டும்.

17

ஆசிரியர் தலையங்கம் – இலக்கு இதழ்: 189

சமுக ஒன்று திரட்டல் வழி கூட்டுறவு முயற்சியூடாக இடர் முகாமைத்துவம்

யூன் மாதம் இலங்கையில் பணவீக்கம் 15.5 சதவீதத்தால் அதிகரித்துள்ளது. மே மாதத்தில் 39.1 சதவீதமாக இருந்த பணவீக்கம் யூனில் 54.1 ஆக உயர்ந்துள்ளது. மக்கள் தொகை கணக்கெடுப்பு மற்றும் புள்ளிவிபரங்கள் அலுவலகத்தின் இக்கணிப்பின்படி மே மாதத்தில் 57.4 சதவீதமாக காணப்பட்ட உணவுப்பணவீக்கம் யூன்மாதத்தில் 80.1 சதவீதமாகவும், மேமாதத்தில் 30.6 சதவீதமாகக் காணப்பட்ட உணவுப்பொருட்கள் அல்லாத பொருட்களின் பணவீக்கம் 42.4 சதவீதமாகவும் போக்குவரத்துப் பணவீக்கம் என்றுமில்லாத வகையில் 128 சதவீதமாகவும் உயர்ந்து காணப்பட்டுள்ளது. கூட்டு முழுதாக நுகர்வோர் விலைச் சுட்டி கொழும்பில் 220.1 ஆகியுள்ளது. இந்தப் புள்ளி விபரங்கள் இலங்கையில் உணவுப் பற்றாக்குறையும் போக்குவரத்துக்களும் முழுதாகக் தடைப்படும் அபாயகரமான நிலை மட்டுமல்ல நாட்டின் வாழ்வியலே முற்றாகத் தடைப்படும் நிலை வேகமாக வளர்ந்து வருவதை உறுதி செய்துள்ளன.

இதற்கிடை உணவின்றி உயிர்வாழ்தலுக்குக் குரல் கொடுக்கும் மக்கள் போராட்டங்கள் இயல்பாகவே இலங்கையில் அதிகரித்து வருகையில் தெற்கில் அதனைப் பொலிசாரைக் கொண்டு பொறுமையாகக் கையாளும் சிறிலங்கா அரசாங்கம், வடக்கு கிழக்கில் இராணுவத்தைக் கொண்டு சுட்டு அச்சப்படுத்தி தனது ஈழத்தமிழின அழிப்பு அரசியலை இந்த மிகக் கடுமையான பொருளாதார

நெருக்கடியிலும் முன்னெடுப்பதை முல்லைத்தீவு சிறிலங்கா இராணுவத் துப்பாக்கிச்சூட்டு நிகழ்வு உறுதிப்படுத்தியுள்ளது.

3,00,000 படையினருக்கு இலங்கையின் சம்பளங்களுக்காக ஒதுக்கப்பட்ட மொத்த செலவீட்டுத் தொகையில் 50 வீதத்தைச் செலவிட்டு இன்றைய இக்கட்டான நிலையிலும் ஈழத்தமிழினத்திற்கு இனங்காணக் கூடிய அச்சத்தை நாளாந்த வாழ்வாக்கி அவர்களின் அரசியல் பணிவைப்பெறும் அனைத்துலக சட்டங்களுக்கு எதிரானதும் சட்டத்தின் முன் அனைவரும் சமம் என்ற மக்களாட்சிக்கான சட்டத்தின் ஆட்சியை மறுப்பதுமான சிறிலங்கா அரசாங்கத்தின் இன்றைய மனநிலை முன்னர் இலங்கையில் பொருளாதார நெருக்கடிகள் ஏற்பட்ட காலங்களில் எல்லாம் இனப்போரைத் தூண்டி சிங்கள பௌத்த பேரினவாத இனவெறி மொழிவெறி மதவெறி ஆட்சியினை வேகப்படுத்திச் சிங்களவர்களிடை சிங்கள இனத்திற்கும் சிங்கள மொழிக்கும் சிங்கள பௌத்தத்திற்கும் ஆபத்து எனப்பரப்புரைகள் செய்து மக்கள் நல மறுப்பு ஆட்சியினை முன்னெடுத்தது போலவே தற்போதும் இன மொழி மத வெறிகளைத் தூண்டக் கூடிய அரசியற் செயற்பாடுகளைச் சிறிலங்கா நாள்தோறும் வேகப்படுத்தத் தொடங்கியுள்ளது. இதனால் தமிழர்களும் முஸ்லீம்களும் கிறிஸ்தவர்களும் இஸ்லாமியர்களும் இனங்காணக் கூடிய அச்ச வாழ்வினை நாளாந்தம் வாழும் நிலையும் வேகமாகி வருகிறது.

இத்தகைய பொருளாதார அரசியல் சூழலில் சமுக ஒன்று திரட்டல் வழி கூட்டுறவு முயற்சியூடாக இடர் முகாமைத்துவம் ஈழத்தமிழரிடை புலம்பதிந்து வாழும் ஈழத்தமிழர்களால் தொடங்கப்பட்டாலே ஈழத்தமிழர்களின் உயிர் வாழ்தலும் உடமைகளைப் பேணலும் நாளாந்த வாழ்வாதாரங்களும் பேணப்பட முடியும் என்பது தெளிவாகத் தெரிகிறது.

சமுக ஒன்று திரட்டல் என்பது வறுமைக்குள்ளாகியவர்கள் தம்மிடமுள்ள ஆற்றல்களை வெளிக் கொணர்ந்து சமூக பொருளாதார வாய்ப்புக்களை அறிந்து அதனைப்பயன்படுத்துவதன் மூலம் தங்களது நிலையை உயர்த்தி தங்கள் ஆற்றலகள் மீது நம்பிக்கை வைக்கின்ற ஒரு நடைமுறை. சமுக உரிமைகள், பொருளாதார உரிமைகள் என்பனவற்றைப் பற்றிய விழிப்புணர்வை ஏற்படுத்திக் கொள்வதன் வழியாக வறியவர்கள் தாமாக முன்வந்து உருவாக்குகின்ற ஒரு அமைப்பின் மூலம் தீர்மானம் எடுத்தல். தங்கள் அலுவல்களைத் தாமே முகாமை செய்தல், கூட்டுறவு நடவடிக்கைகள் மூலம் சமுக

உறுப்பினர்கள் ஒவ்வொருவரது நன்மைகளையும் பாதுகாத்தல் செயற்பாடுகளை உருவாக்கிச் செயற்படுத்தல் என்பன சமுக ஒன்று திரட்டலை நாளாந்த வாழ்வில் இயல்பாக்கும். மக்களால் உருவாக்கப்படும் இவ்வமைப்பானது மக்களைக் கூட்டாக வலுவுடையவராகச் செய்யும் ஊடகமாகவும் விளங்கும். மக்களால் உருவாக்கப்படும் இவ்வமைப்புக்கள் சிறிய குழுக்களாக இருப்பினும் வளர்ச்சிப் போக்கில் பெரிய அமைப்புக்களாகப் பரிணாமம் அடையும்.

இஸ்பானிய யுத்தங்களின் பின்னரும் பங்களாதேசு விடுதலைப்போராட்டத்தின் பின்னரும் இத்தகைய மக்களமைப்புக்களாலேயே சமுக பொருளாதார புனர்வாழ்வு புனர் நிர்மாணங்கள் நடைபெற்று தேச உருவாக்கம் நடைபெற்றமை சமகால உலக வரலாறாக உள்ளது. இத்தகைய மக்கள் நேரடிப்பங்குபற்று முறைமை மேம்பாட்டுச் செயற்பாட்டை அடிமட்டத்தில் இருந்து உருவாக்க வழிவகுக்கும். தமிழீழ தேசிய விடுதலைப் போராட்ட வரலாற்றிலும் தமிழீழ பொருண்மிய மேம்பாட்டு நிறுவனத்தின் தோற்றமும் வளர்ச்சியும் இந்த சமுக ஒன்று திரட்டலின் வெற்றிகரமான செயற்பாடாக அமைந்ததும் உலக வரலாற்றில் சமுக ஒன்று திரட்டல் முறைமைக்கு சான்றாக அமைந்தது.

யாழ்ப்பாணப் பல்கலைக்கழகத்தின் மானுடம் 2000ம் ஆண்டு சமுகவியல் ஏட்டில் பா.விக்னராணி அவர்கள் எழுதிய சமுக ஒன்று திரட்டல் என்ற ஆய்வுக்கட்டுரை 12 படிமுறைகளைச் சமுக ஒன்று திரட்டலுக்கான அணுகுமுறைகளாக முன்வைத்தது.

01. சமுகத்தை மையமாகக் கொண்ட அமைப்பினை உருவாக்கல்
02. மக்களுடன் ஒருங்கிணைதல்
03. சமுகத்தைப் படித்தல்
04. பிரச்சினைகளைப் பகுப்பாய்தல்
05. தற்காலிகத் திட்டமிடல்
06. மையக்குழு உருவாக்கல்
07. அடித்தளப்பணி
08. சமுதாயக் கூட்டம்
09. நடிபங்குப் பயிற்சி
10. ஒன்று திரட்டல் செயற்பாடு
11. மதிப்பீடு
12. மீளமைத்தல்

என்னும் இந்த பன்னிரு படிமுறைகள் வழி சமுக ஒன்று திரட்டல் மக்கள் அமைப்பாகச் செயற்பட்டு மக்களுக்கு மக்களே வலுவாக்கம் செய்ய உதவும். மண்ணின் மீது மக்களுக்கு இயல்பாகவே உள்ள உரிமைகள் தாயக உரிமைகள் எனவும் மக்கள் ஒவ்வொருவரும் சமுக பொருளாதார அரசியல் ஆன்மிக விடுதலை பெறுவதற்கான எண்ணங்கள் கருத்துக்களின் பகிர்வு தேசிய உரிமைகள் எனவும் மக்களை விட்டு என்றுமே யாராலும் பிரிக்க இயலாத அவர்களின் தன்னாட்சி உரிமை குறித்த தெளிவும் விளக்கமும் உள்ளக – வெளியக தன்னாட்சி உரிமைகள் குறித்த செயற்பாட்டு அறிவும் மக்களின் தன்னாட்சி உரிமை எனவும் இந்த சமுக ஒன்று திரட்டலில் மக்களுக்குத் தெளிவாகவும் உறுதியாகவும் இறுதியாகவும் மனதில் பதியக் கூடிய வகையில் அறிவார்ந்த அணுகுமுறைகள் வரலாற்றுச் சான்றாதாரங்கள் வழி எடுத்து விளக்கப்பட்டு மக்களின் பங்குபற்றல் மக்களாட்சியின் தேவையும் உரிமையும் சனநாயக வழிப் போராட்டங்கள் பேச்சுவார்த்தைகள் போன்ற சமுக பிரச்சினை தீர்வு வழிகளது செயற்பாட்டு நிலையின் முக்கியத்துவங்களும் விளக்கப்படும்.

இவற்றை கூட்டுறவு முறையிலான பொருளாதாரப் பங்கெடுப்பின் வழி முன்னெடுப்பதற்கான முயற்சிகள் இனங்காணப்பட்டு, உள்ளூரில் உள்ளார்ந்த ஆற்றலுள்ள தலைவர்கள் வெளிக்கொணரப்பட்டு, தேசங்கடந்து வாழும் மக்களாக உலக நாடுகளில் வாழும் புலம்பதிந்த ஈழத்தமிழினத்தைச் சாரந்தவர்களதும், தமிழகம் உட்பட்ட உலகத் தமிழின ஆர்வலர்களுடனும் செயற்திட்டங்களுக்கான அறிவியில், தொழில்நுட்ப, பொருளியல் வளங்களைப் பெற இணைக்கப்பட்டு, இந்தச் சமுக ஒன்று திரட்டல் மக்களுக்கான மக்களின் தலைமைத்துவ முகாமைத்துவ ஆளுமை வளர்ச்சிக் கட்டமைப்பாக தேச உருவாக்கம் செய்யப்பட்டாலே இன்றைய கால கட்டத்தில் ஈழத்தமிழர்களும், மலையகத் தமிழர்களும் முஸ்லீம் தமிழ்பேசும் மக்களும் ஒருங்கிணைந்து சிறிலங்காவின் ஒரு நாடு ஒரு சட்டம் என்னும் அபாயகரமான அரசியலமைப்பு முறைமையையும் இன்றைய பொருளாதார நெருக்கடிகளையும் எதிர் கொண்டு தங்களுக்கான பாதுகாப்பான அமைதியான வாழ்வைத் தங்கள் இலங்கைத்தீவில் அதன் குடிமக்கள் என்ற முறையில் உறுதிப்படுத்தி பெரும்பான்மைச் சிங்கள மக்களுக்கும் தேவையான சமுக பொருளாதார அரசியல் ஆன்மிகப் பாதுகாப்பை வழங்குவதில் சகோதரத்துவத்துடன் வாழ முடியும் என்பது இலக்கின் எண்ணமாக உள்ளது.

18

ஆசிரியர் தலையங்கம் – இலக்கு இதழ்: 188

ஈழத்தமிழருக்கான இடர்முகாமைத்துவம் உடன் உருவாக்கப்பட வேண்டும்

இலங்கைத் தீவில் வரலாற்றுக்கு முற்பட்ட காலம் முதல் தொன்மையும் தொடர்ச்சியும் கொண்ட உலகின் மக்கள் இனமாக வாழ்ந்து கொண்டிருக்கும் ஈழத்தமிழர்களின் இறைமை சிறிலங்காவால் 2009 முள்ளிவாய்க்கால் ஈழத்தமிழின அழிப்பின் மூலம் ஆக்கிரமிக்கப்பட்ட நிலையில் இன்றைய சிறிலங்காவின் பொருளாதார நெருக்கடி ஈழத்தமிழர்களின் நாளாந்த வாழ்வியலையும் பாதிக்கும் தன்மையுடையதாக உள்ளது.

எரிபொருள் வழங்கல் வீழ்ச்சியுற்றதால் வடக்கு கிழக்கில் நிலம்படு நீர்படு பொருளாதார முயற்சிகள் செயலிழக்கத் தொடங்கியுள்ளன. கூடவே மின்சார வெட்டுக்களால் வர்த்தகத்திற்கான உற்பத்திகளையும் மேற்கொள்ள இயலாத நிலை வேகப்பட்டு வருகிறது. சாதாரண மக்கள் பொதுப்போக்குவரத்தைப் பயன்படுத்தி வேலை கல்வி சந்தை என்பவற்றுக்கு பயணிக்க இயலாத அளவுக்கு பயணச் சீட்டுக்களின் விலை அதிகரித்து வருகிறது.

எல்லாவற்றுக்கும் மேலாக மருந்துகள் தட்டுப்பாடும் மருத்துவ நிலையங்கள் அறுவைச் சிகிச்சைகளையோ அல்லது உடல் இரத்தப் பரிசோதனைகளையே செய்ய இயலாத நிலையும் வேகமாகி வருவதால் சிறு நோய்களும் விபத்துக்களும் கூட மரணத்தை விளைவிக்கும் தன்மை அதிகரித்து வருகிறது. இன்றைய இந்த நிலை அதிகரித்து வரும் உணவு நெருக்கடியாலும் பரவி வரும் தொற்றுக்களுக்கு முகங் கொடுக்க இயலாமை அதிகரிப்பினாலும் ஆகஸ்ட்டு செப்டெம்பர் ஒக்டோபர் மாதங்களில் இலங்கையின் வடக்கு கிழக்கும் மிக மோசமான

பட்டினிச்சாவுகளாலும் உள உடல் நோய்களாலும் கடும் பாதிப்புக்கு உள்ளாகும் என எதிர்பார்க்கப்படுகிறது. இதனைத் தடுக்க வேண்டிய பெரும் பொறுப்பு உள்ளவர்களாக உலகத்தமிழர்கள் உள்ளனர். அத்துடன் சிறிலங்கா இனவெறியை மொழிவெறியை மதவெறியைத் தூண்டி இன்றைய சூழலை திசை திருப்பும் பேரபாயத்தில் இருந்தும் தமிழர்களைப் பாதுகாக்க வேண்டிய நிலையும் உலகத் தமிழர்களுக்கு உள்ளது.

இதனை உலகத் தமிழர்களில் புலம்பதிந்து வாழும் ஈழத்தமிழர்கள் தங்கள் தாயகக் கடமையாகவும், தமிழகத்திலும் உலகெங்கும் வாழும் தமிழகத் தமிழர்கள் உடன்பிறப்பாளர் கடமையாகவும் முன்னெடுக்க வேண்டியது காலத்தின் கட்டாயமாக இருக்கிறது. எனவே ஈழத்தமிழர்களுக்கான இடர் முகாமைத்துவம் ஒன்று புலம்பதிந்து வாழும் ஈழத்தமிழர்களும் தமிழகத்தமிழர்களும் உலகத் தமிழர்களும் தாயக ஈழத்தமிழர்களும் கூட்டிணைந்த கட்டமைப்பின் வழி உருவாக்கப்படல் உடன் வேலைத்திட்டமாக முன்னெடுக்கப்பட வேண்டும்.

இலங்கையின் வடக்கு கிழக்கில் வாழும் தமிழர்களிடை அவர்களின் இன்றைய தேவைகள் குறித்த தேடல்கள் மேற்கொள்ளப்பட்டு அந்தத் தரவுகளின் அடிப்படையில் அந்த தேவைகளுக்கான நிதி முகாமைத்துவம், கட்டியெழுப்பப்பட வேண்டும். உலகில் தமிழர் வாழும் ஒவ்வொரு நாட்டிலும் இந்த ஈழத்தமிழர் இடர் முகாமைத்துவக் கட்டமைப்புக்கள் கட்டியெழுப்பப்பட்டு அவற்றை இணைத்து ஒரு அணியில் ஈழ மக்களின் துயர் தீர்க்கும் செயற்றிட்டங்களாக மாற்ற வேண்டும்.

இவ்விடத்தில் இடர் முகாமைத்துவக் கட்டமைப்புக்கள் ஈழத்தமிழரின் உயிர்வாழ்தலுக்கான அடிப்படை வழங்கல்களை வழங்கத் தமிழர்களுக்கு ஒரு தளமாக அமைவது மட்டுல்லாமல் இலங்கைக்கு உதவும் நாடுகளுக்கும் ஈழத்தமிழர்களுக்கும் இந்த உதவிகள் கிடைப்பதை உறுதி செய்யுமாறு வற்புறுத்தவும் உதவும். இன்று இந்தியா தான் சிறிலங்காவை பொருளாதார நெருக்கடியில் நின்று மீட்டு விடும் நிதிக்கடனாக 3.5 பில்லியன் டொலர்களை அளிக்கும் ‘சுவப்’ கடன்; முறையினை இந்த ஆண்டு சனவரி மாதத்திலேயே தொடங்கி இன்று வரை உதவிவருகிறது.

யூன் 15இல் இந்த சுவப் கடன் வசதி முடிவடையும் நேரத்தில் கடந்த வாரம் சிறிலங்காவுக்கு மேலும் 500 மில்லியன் டொலர் கடனுதவி வேண்டுமென்ற சிறிலங்காவின் அழைப்பை ஏற்று அது குறித்து சிறிலங்காவின் ஜனாதிபதியுடன் பேசுவதற்கு இந்தியாவின் உயர்மட்ட அதிகாரிகள் குழு கொழும்புக்கு குறுகிய கால இடைவெளியில் வந்து பேசி சிறிலங்காவுக்குத் தொடர்ந்தும் இந்தியா உதவும் என்ற நம்பிக்கையை அளித்துள்ளது. கூடவே அனைத்துலக

நாணயநிதியத்தினையும் சிறிலங்காவுக்கு உதவும்படி இந்தியா அழுத்தங் கொடுத்து வருகிறது.

டில்லியில் ஐரோப்பிய நாடுகளின் 14 தூதுவர்களுடன் டில்லியில் உள்ள சிறிலங்காவின் தூதர் சந்தித்துப் பேசும் மாநாடு ஒன்றை நடாத்தி உதவியுள்ளது. அயலக நாடுகளில் அனைவர்க்கும் வளர்ச்சியையும் பாதுகாப்பையும் உறுதிப்படுத்தல் என்னும் இந்திய வெளிவிவகார கொள்கையின் அடிப்படையில் தான் இதனைச் செய்கின்றது என்பது இந்தியாவின் விளக்கமாக உள்ளது.

அப்படியானால் அனைவருக்கும் என்ற சொல்லாட்சியுள் ஈழத்தமிழரை இந்தியா ஏன் அனுமதிக்காது அவர்களுக்கான வளர்ச்சியுடன் கூடிய பாதுகாப்பை உறுதிப்படுத்த மறக்கிறது அல்லது மறுக்கிறது என்ற கேள்வியை ஈழத்தமிழர் இடர்முகாமைத்தவக் குழு எழுப்ப வேண்டும். அதுவும் வெளிவிவகார அமைச்சராகச் சுப்பிரமணியம் ஜெயசங்கர், நிதி அமைச்சராக நிர்மலா சீதாராமன் இந்தியாவின் பொருளாதாரத் திட்டமிடல் ஆலோசகராக பொருளாதார அறிஞர் முனைவர் ஆனந்த நாகேஸ்வரன் என்னும் மூன்று தமிழகத் தமிழர்களின் முன்னிலைப்படுத்தலிலும் சிறிலங்காவின் முன்னாள் மத்திய வங்கியாளுநர் இந்திரஜித் குமாரசுவாமி முன்னாள் உலக வங்கியின் பொருளாதார ஆலோசகர் தேவராஜன் என்னும் இலங்கைத் தமிழர்கள் மூவர் குழுப்பங்களிப்பில் இருவராக உள்ள நிலையிலும் தமிழர் தொடர்புள்ள கேரளத்தைப் பூர்வீகமாகக் கொண்ட அமெரிக்கரான கீதா கோபித் அனைத்துலக நாணயநிதியத்தின் பதில் இயக்குநராக உள்ள நிலையிலும் இந்தியாவின் இலங்கைக்கான பொருளாதார உதவிகள் வழங்கப்படும் இன்றைய சூழலில் தமிழர்களே ஈழத்தமிழர்களின் உண்மைநிலையை முன்னிலைப்படுத்தி அவர்களுக்கான உரிய தீர்வுகளைக் பெற்றுக் கொடுக்க முடியுமென உலகத்தமிழர்கள் இவர்களை ஊக்குவிக்க வேண்டும்.

அவ்வாறே இன்று இலங்கைக்கு உதவும் நாடுகளாக உள்ள அமெரிக்கா அவுஸ்திரேலியா நியூசிலாந்து ஐக்கிய இராச்சியம் போன்ற நாடுகளிடமும் ஐரோப்பிய ஒன்றிய நாடுகளிடமும் ஈழத்தமிழர் தேசியப்பிரச்சினை தீர்க்கப்படாத வரை சிறிலங்காவில் நிதிநிலை வளர்ச்சி ஏற்படாது என்பதைத் தெளிவாக எடுத்துரைத்து சிறிலங்காவை ஈழத்தமிழர்களுக்கான தாயக தேசிய தன்னாட்சி உரிமைகளை ஏற்கச் செய்வதன் வழியாகவே அது நிதி நெருக்கடியில் இருந்து விடுபட முடியும் என்பதைச் சான்றாதாரங்களுடன் எடுத்துரைக்க இத்தகைய இடர் முகாமைத்துவக் கட்டமைப்புக்கள் இன்றைய காலத்தின் தேவை என்பது இலக்கின் எண்ணமாக உள்ளது.

19

ஆசிரியர் தலையங்கம் – இலக்கு இதழ்: 187

நெருக்கடிநிலையிலும் இந்தியப் பொருளாதார உதவியில் சீனபாணியில் ஒரே நாடாக்கல் முயற்சியில் சிறிலங்கா.

சிறிலங்கா இந்திய பொருளாதார உதவியில் பொருளாதார நெருக்கடியினை எதிர்கொள்ளவதைத் தவிர வேறு வழியில்லாத நிலையில் இந்தியாவிடம் இருந்து கடனுதவி எரிபொருள் உதவி, அரிசி உதவியென தொடர்ச்சியாகப் பொருளாதார உதவிகளைப் பெற்று தான் வாழும் நிலை வேகமாக அதிகரித்து வருகிறது. இதன் விளைவாக செப்டெம்பர் மாதமளவில் இலங்கை ரூபாவின் வீழ்ச்சியால் இந்திய ரூபாவை இலங்கை பயன்படுத்த வேண்டி வருமென இலங்கையின் முன்னாள் கணக்காளர் நாயகம் காமினி விஜேயசிங்க மே 27இல் செய்த எச்சரிப்பும், அத்துடன் இந்தியா வழங்கும் கடன்களை திருப்பிச் செலுத்த இயலாத நிலையில் நாட்டில் உள்ள துறைமுகங்கள் உள்ளிட்டவற்றை இந்தியாவுக்கு வழங்க வேண்டிய பாரதூரமான நிலை ஏற்படும் என்னும் அவருடைய எதிர்வு கூறலும், உண்மையாக்கக் கூடிய முறையிலேயே, மேலும் 500 மில்லியன் டொலர் கடனுதவியை இந்தியாவிடம் இருந்து பெற சிறிலங்காவின் பிரதமர் ரணில் விக்கிரமசிங்க இந்தியப் பிரதமர் நரேந்திர மோடியை அணுகிவருகிறார். அத்துடன் இந்தியக் கடனுதவித் திட்டத்தின் கீழ் 50,000 மெற்றிக் தொன் அரிசியியை சிறிலங்கா இறக்குமதி செய்ய இருப்பதும் காமினி விஜேசிங்க மே மாதத்தில் கூறியமையை வேகப்படுத்துகிறது.

நாட்டின் பொருளாதார நெருக்கடி தோற்றுவித்து வரும் இத்தகைய அபாயங்களை உணர்ந்து அவற்றைத் தீர்ப்பதற்கான வகையில், நாட்டின் உற்பத்தியைப் பெருக்கக் கூடியதாக, இலங்கையின்

ஒவ்வொரு குடியினையும் சமத்துவமாக மதித்து, ஒவ்வொரு குடிக்கும் வலுவளிக்க வேண்டிய முறையில் சட்டவாக்கங்களையும் நிர்வாகத்தையும் சட்டத்தின் முன் அனைவரும் சமம் என்ற வகையில் சட்ட அமுலாக்கத்தையும் செய்யாது, நிறைவேற்று அதிகாரம் உள்ள ஜனாதிபதியின் ஆட்சி அதிகாரத்தைக் குறைத்து பிரதமருடன் பகிர்வதிலேயே சிறிலங்காவின் பிரதமர் ரணில் விக்கிரமசிங்கா செயற்பட்டுக் கொண்டிருக்கிறார். இதற்காக அவர் கொண்டுவரவிருக்கும் 21வது அரசியல் திருத்தத்தில் ஜனாதிபதிக்கே தொடர்ந்து தாம் விரும்பியவாறு அமைச்சுக்களைத் தனதாக வைத்திருக்கும் அதிகாரத்தை வழங்கிய நிலையிலேயே மாற்றம் செய்யப்பட இருப்பதால் இந்த 21வது அரசியல் திருத்தம் என்பதும் நடைமுறையில் ஜனாதிபதியின் நிறைவேற்று அதிகாரத்தில் பெரிய மாற்றம் எதையும் செய்யாது, மக்களின் போராட்ட உணர்வினைத் திசைமாற்றும் முயற்சியே என அரசியல் எதிர்வு கூறுபவர்கள் கூறியுள்ளனர்.

அதே நேரத்தில் சீனபாணியில் ஒரேநாடு என்னும் கொள்கையையே தமது நாடு தொடர்ந்தும் கடைப்பிடிக்கும் என ஐக்கிய நாடுகள் சபையின் ஜெனிவாவில் உள்ள மனித உரிமைகள் பேரவையின் 50வது கூட்டத் தொடரின் பொது அமர்வில் உரையாற்றிய இலங்கைப் பிரதிநிதி உலகுக்குத் தெளிவுபடுத்தியுள்ளார். மேலும் ஐக்கிய நாடுகள் சபையின் சாசனத்தின் பிரிவு 2இல் குறிப்பிடப்பட்டுள்ள நாட்டின் இறையாண்மையை மதித்து தலையிடாமையை கைக்கொள்ளல் என்பதை ஐக்கியநாடுகள் சபை கடைப்பிடிக்க வேண்டுமெனவும் சிறிலங்காவின் பிரதிநிதி சுட்டிக்காட்டியுள்ளார். சம்பந்தப்பட்ட நாட்டின் சம்மதம் மற்றும் ஒத்துழைப்போடு ஐக்கிய நாடுகள் சபை எடுக்கும் முயற்சிகளே உண்மையான முன்னேற்றத்துக்குப் பயன் அளிக்கும் எனவும் கூறியுள்ளனர். கூடவே எமது தேசிய முன்னுரிமைகளுக்கு இணங்க பரஸ்பர ஒத்துழைப்பு மற்றும் மரியாதை ஆகியவற்றின் அடிப்படையில் மனித உரிமைகள் பேரவை மற்றும் அதன் பொறிமுறைகளுடன் தொடர்ந்து இணைந்து செயற்படத் தயாராக சிறிலங்கா இருப்பதாக சிறிலங்காவின் பிரதிநிதி கூறியுள்ளமை, பொருளாதார நெருக்கடி நேரத்திலும் சிறிலங்கா மனித உரிமைகளை வன்முறைப்படுத்தி ஈழத்தமிழின அழிப்பினை அதன் தலைமை அரசியற் கோட்பாடாகவே தொடரும் என்பதை உறுதிப்படுத்தியுள்ளது.

பௌத்தத்தை சிறிலங்காவின் ஆட்சியாளர்கள் தங்களின் நலனுக்காகப் பயன்படுத்தும் சிங்கள பௌத்த அரசியலை

வன்மையாகக் கண்டிக்கும், பௌத்த கற்கைகளுக்கான வல்பொல ராகுல நிறுவனத்தின் நிறுவனர் கல்கண்டே தம்மானந்த தேரர், 30 வருட இனமோதலுக்கு யாரும் மன்னிப்புக் கேட்காத நிலையில் நீதியில்லாது முன்னேற முடியாது எனவும் எடுத்துரைத்துள்ளார்.

ஆனால் பிரதமர் ரணில் விக்கிரமசிங்காவும் ராசபக்ச குடும்பத்தைப் போன்றே மன்னிப்பு கேட்காத நிலையிலேயே "பொருளாதார நெருக்கடியில் ஒன்றுபட்டுச் செயற்பட்டால் அரசியல் நெருக்கடிக்குத் தீர்வு காணலாம்" எனச் செவ்வி அளித்தமை பொருளாதார நெருக்கடிக்கு மூலகாரணமே சட்டத்தின் முன் அனைவரும் சமம் என்பதில்லாத நிலையும், எல்லாவித அரச வலுவூட்டல்களையும் சிங்கள பௌத்தர்களுக்கே அளித்துத், தமிழர்களைச் அரசியல் பங்களிப்பு விலக்குச் செய்த சிங்கள அரசாங்கங்களே என்பதை மறைக்கும் நரித்தந்திர அழைப்பாகவே உள்ளது.

சுருக்கமாகச் சொன்னால் இந்தியப் பொருளாதார உதவிகளுடன் சீனபாணியிலான ஒரே நாடு என்னும் அரசியல் கோட்பாட்டை நடைமுறைப்படுத்துவதே பிரதமர் ரணில் உட்பட்ட ராசபக்ச குடும்ப ஆட்சியின் நோக்காகவும் போக்காகவும் தொடரும் என்பது உறுதியாகிறது. இந்நிலையில் பிரதமர் ரணில் விக்கிரமசிங்க அவர்கள் தானும் சிறிலங்கா ஜனாதிபதியும் இணைந்து முன்னெடுக்க முனையும் தேசிய முன்னுரிமைகள் எவை என்பதனைத் தெளிவுபடுத்தல் இன்றைய உடனடித் தேவையாக உள்ளது.

அவ்வாறே தமிழ்த் தேசியக் கூட்டணியின் தலைவர் சம்பந்தர் அவர்கள் இதுதான் ஈழத்தமிழர்கள் தங்களின் பிரிக்க இயலாத தன்னாட்சி உரிமையின் அடிப்படையில் தங்கள் மண்ணின் இறைமையைப் பேணும் மக்களின் பாதுகாப்பான அமைதி வளர்ச்சிகளுக்குரிய தீர்வாக எதிர்பார்க்கின்றார்கள் என்பதை ஈழத்தமிழர்களின் உயிர்த்தியாகங்களின் நோக்குகளுக்கு மாறில்லாதவகையில் தெளிவுபடுத்த வேண்டும்.

இந்த தேசியக் கொள்கைகளை இருவரும் தங்களின் இனத் தனித்துவங்களின் அடிப்படையில் எந்த அளவுக்குத் தெளிவாக்குகின்றார்களோ அதன் அடிப்படையில் தான் இந்தியாவும் உலக நாடுகளும் உலக அமைப்புக்களும் ஈழத்தமிழர்களின் தேசியப் பிரச்சினைக்கானதும் முஸ்லீம் மலையகக் குடிமக்களது அரசியல் உரிமைகளுக்கானதுமான அரசியல் தீர்வொன்றை உதவிகளுக்கான முன்நிபந்தனையாக வைத்து இலங்கையின் பொருளாதார நெருக்கடியைத் தீர்க்க முடியும் என்பதே இலக்கின் எண்ணம்.

20

ஆசிரியர் தலையங்கம் – இலக்கு மின்னிதழ்: 186

சிங்கள பௌத்த பேரினவாதத்தின் தோல்வி

இலங்கைத் தீவில் எல்லா மக்களும் நாளாந்த வாழ்வை வாழ இயலாத நிலையில் பெரும் துன்பங்களை எதிர்நோக்கிக் கொண்டிருக்கும் இந்நேரத்தில், உடன் தேவையான பொருளாதார உறுதிப்பாட்டையும், தொடர் தேவையான பொருளாதார மீட்டெடுப்பு என்பதையும் முன்னெடுக்க பாரம்பரிய வழிகளில் இருந்து புதிய வழிகளைக் கண்டுபிடிக்க வேண்டும் என்று சிறிலங்காவின் பிரதமர் ரணில் விக்கிரமசிங்காவின் வரவு செலவுத்திட்ட அழைப்பு, காலத்தின் தேவையை வெளிப்படுத்துகிறது.

ஆனால் உடன்தேவை பொருளாதார உறுதிப்படுத்தல் என்ற நிலையில், அதற்கான அர்ப்பணிப்புக்களையும் உழைப்பையும் வழங்க வேண்டிய இலங்கையின் அனைத்து மக்களதும் தேசிய ஒருமைப்பாடு எதனால் சீர்குலைக்கப்பட்டதோ அதனை மாற்றியமைக்க வேண்டும் என்கிற எண்ணம் கூட அவரால் வெளிப்படுத்தப்படாது, விலையுயர்வுகள், வரிகள் வழி வருமானத்தைப் பெற்று கடன் தருபவர்களுக்கு நம்பிக்கையளித்தலும், முதலீட்டாளர்கள் இலங்கையைச் சுரண்டுவதற்கான அனைத்து வசதிகளையும் ஏற்படுத்துவதும் இவ்வரவுசெலவுத் திட்டத்தின் செயல் நோக்காக உள்ளது. மக்களுக்கான வரவுசெலவுத் திட்டத்தை அமைத்து, தேசிய உற்பத்தியை ஏற்றுமதி வர்த்தகத்தை பெருக்காது தூதரங்களின் இலங்கை மீதான ஆட்சி அதிகாரத்தை மேலோங்கச் செய்வதன் மூலம் கடன் மற்றும் நிதி உதவிகள் வழியாக இன்றைய அரச தலைவர் கோட்டாபயவின் ஆட்சிக்கான நாட்டு மக்களின் எதிர்ப்பை எதிர்கொள்வதே அவரின் உரையின் உள்நோக்காக உள்ளது.

தொடர் தேவையான பொருளாதார மீட்டெடுப்பு என்பது இலங்கை மக்கள் அனைவரதும் சமூக பொருளாதார அரசியல் ஆன்மிக விடுதலையை உறுதிப்படுத்தி, அனைவருக்குமான தேசிய பாதுகாப்புடன் கூடிய தேச உருவாக்கத்தை கட்டியெழுப்புவதன் வழியாகவே நடைமுறைச் சாத்தியமாகும் என்பதை அவரின் உரை தொட்டுக்கூடக் காட்டவில்லை. இதனால் அவரின் அரசாங்கம் தேசிய அரசாங்கமல்ல, கோட்டாபயவின் ஆட்சியைக் காக்க அமைக்கப்பட்ட கோட்டாபயவின் இடைக்கால அரசாங்கம் என்பதை அவர் உறதிப்படுத்தியுள்ளார். தன்னைப் பிரதமராக நியமித்த கோட்டாபயவின் அனைத்துலக சட்டங்களுக்கோ முறைமைகளுக்கோ கட்டுப்படாத 'ஒருநாடு ஒருசட்டம்' என்ற சிங்கள பௌத்த பேரினவாதத்தின் உச்சத்தை உறுதிப்படுத்தும் வகையிலேயே ரணில் தனது உரையைக் கட்டமைத்தார். கோட்டாபயவுக்கும் அனைத்துலக நாடுகளுக்கும் இடையில் மீளவும் இழக்கப்பட்டுள்ள நல்லுறவுகளை வளர்ப்பதை நோக்காகக் கொண்ட அவரின் உரை ராசபக்ச குடும்ப ஆட்சியின் தொடர்ச்சிக்கான அத்தனை நுணுக்கங்களையும் வெளிப்படுத்தியது.

பொருளாதார உறுதிப்பாட்டை சீர்குலைத்த ஈழத்தமிழர்களின் தேசிய பிரச்சினையான ஈழத்தமிழர்களின் இறைமையின் பாதுகாப்பு குறித்த பிரச்சினைக்கோ அல்லது முஸ்லீம் மற்றும் மலையக மக்களின் அரசியல் உரிமைப் பிரச்சினைகளுக்கோ தீர்வு தரக்கூடிய ஒரு இணக்கப்பாட்டு உரையைக் கூட வெளிப்படுத்தாது, “பாரம்பரிய அரசியல் சித்தாந்தங்களை குறுகிய காலத்துக்கு ஒதுக்கி வைத்து விட்டு நாட்டைக் கட்டியெழுப்புவதற்கான கூட்டு முயற்சிகளை மேற்கொள்ள வேண்டும்” என நாட்டின் மக்களுக்கு அழைப்பு விடுப்பதாக உள்ளது. இங்கு குறுகிய காலம் எனப் பிரதமர் ரணிலால் அழுத்தம் கொடுக்கப்பட்டமை, நாட்டின் பொருளாதார நிலைமை சீரானதும் சிங்கள பௌத்த பேரினவாதமே சிறிலங்காவின் தொடர்ச்சியான அரசியல் கோட்பாடாகத் தொடரும் என்பதைத் தெளிவாக்கியுள்ளது.

அடுத்த ஆறு மாதங்களில் இலங்கையின் வாழ்க்கையைச் சாதாரணமாக வைத்திருக்க 5 பில்லியன் டொலர்கள், மக்களின் அன்றாட வாழ்க்கைக்கு இணையாக ரூபாவை வலுப்படுத்த மற்றொரு 5 பில்லியன் டொலர்கள், நாட்டை மிதக்க வைக்க மற்றொரு 6 பில்லியன் டொலர்கள் என ஆறு மாதத்திற்கு 16 பில்லியன் டொலர்கள் தேவையில் சிறிலங்கா அரசாங்கம் உள்ளது. இதனை விட படுகடன் கட்டுவதற்கான பில்லியன் டொலர்களின் தேவை வேறு. இது சிங்கள பௌத்த பேரினவாதம், இனஅழிப்பு அரசியலை அரசியற் கோட்பாடாக்கி, 22.05.1972 இல் சிங்கள பௌத்த சிறிலங்கா ஆட்சியைப் பிரகடனப்படுத்திய 50 வது ஆண்டான இவ்வாண்டில் அதன் பொருளாதார நிலையாக உள்ளது.

சிறிலங்காவால் 22.05.1972 முதல் அரசற்ற தேசஇனமாக்கப்பட்ட ஈழத்தமிழர்கள் தங்களின் அரசியல் எதிர் காலத்திற்காக 146000க்கு மேற்பட்ட தமிழர்களை சிறிலங்கா அரசாங்கத்தின் இனஅழிப்பால் 2009ம் ஆண்டு முள்ளிவாய்க்கால் இனஅழிப்பு வரை இழந்த நிலையில், துப்பாக்கிகளை மௌனிக்க வைத்து இன்று வரை சனநாயக ரீதியில் தங்களின் உயிர் வாழ்தலுக்கு உள்ள இனங்காணக் கூடிய அச்சத்தில் இருந்து விடுபடப் போரடிக்கொண்டிருக்கிறது. ஈழத்தமிழர்களை அடக்கி ஒடுக்கி இனங்காணக்கூடிய அச்சத்தை ஏற்படுத்தும் இந்த இராணுவப் பொறிமுறைக்குத் தொடர்ந்து கொட்டப்படும் பில்லியன் டொலர்களைக் கட்டுப்படுத்தினாலே பொருளாதாரம் உறுதிப்படும் என்கிற உண்மையைச் சிறிலங்கா கடன் கேட்டுள்ள உலக நாடுகளும் அமைப்புக்களும் சிறிலங்காவுக்கு எடுத்துச் சொல்லப் புலம்பெயர் தமிழர்கள் செயலாற்ற வேண்டும்.

அதே நேரத்தில் ஈழத்தமிழர்களின் தேசிய விடுதலைப் போராட்டம் ஈழத்தமிழர்களின் இறைமைப் பாதுகாப்பாக மட்டுமல்லாது, இலங்கைத் தீவை பிறநாடுகளோ அமைப்புக்களோ சீரழிக்க அனுமதிக்காத இலங்கைத் தீவுக்கான பொருளாதாரப் பாதுகாப்புக் கவசமாகவும் திகழ்ந்தது. இதனாலே உலக வங்கியும், அனைத்துலக நாணய நிதியமும் ஈழத்தமிழினத்தின் தேசிய விடுதலைப் போராட்டத்தை ஒடுக்கும்படி தங்களது சார்பு நாடுகளை வழிப்படுத்தின. இந்நிலையில் ஈழத் தமிழினத்தின் போராட்ட வலுவைச் சிறிலங்கா பின்தள்ளிய பின்னரே இலங்கைத் தீவுக்கு இந்த பொருளாதார அவலநிலை தோன்றியது என்பதைச் சிங்களவர்களுக்குப் புலம்பெயர் தமிழர்கள் விளக்க வேண்டிய நேரமிது.

இந்நிலையில் தூதரகங்களின் ஆட்சி மையமாக இலங்கையை மாற்றி நிதியினைக் கடனாகவும் உதவியாகவும் பெறுவதற்கான முயற்சியாக இந்த வரவுசெலவுத் திட்டத்தைச் சிறிலங்காவின் பிரதமர் ரணில் அமைத்துள்ளமை, மக்களின் இறைமை இழப்பின் வழியாகத்தான் சிறிலங்கா வாழ வேண்டும் என்கிற களஎதார்த்தத்தை வெளிப்படுத்தியுள்ளது. இது சிங்கள பௌத்த பேரினவாதத்தின் 50 ஆண்டுகால ஆட்சியின் பெருந்தோல்வி. இனியாவது ஈழத்தமிழர்களின் இறைமையுடன் கூடிய தேசஇனத் தன்மையையும் முஸ்லீம்கள், மலையக மக்களின் அரசியல் உரிமைகளையும் ஏற்று, அவர்களின் பொருளாதாரப் பங்களிப்புக்களைப் பெற்று, இலங்கையின் உடன் தேவையான பொருளாதார உறுதிப்பாட்டிலும், தொடர் தேவையான பொருளாதார மீட்டெடுப்பிலும் பலம்பெற சிங்களத் தலைமைகள் தகுந்தவாறு சிந்திக்க வேண்டும் என்பது இலக்கின் எண்ணமாக உள்ளது.

21

ஆசிரியர் தலையங்கம் – இலக்கு மின்னிதழ்: 185

பொருளாதார நெருக்கடியின் போர்வையில் மறக்கப்படும் ஈழத்தமிழர் தேசியப் பிரச்சினை

இலங்கையின் பொருளாதார நெருக்கடி இன்று உலகளாவிய நிலையில் பேசப்படும் ஒன்றாக உள்ளது. ஆனால் இந்தப் பொருளாதார நெருக்கடிக்கு மூலகாரணம் சிங்கள அரசாங்கங்கள் பிரித்தானிய காலனித்துவம் திணித்த பெரும்பான்மை ஒற்றையாட்சிப் பாராளுமன்ற ஆட்சியில் மதவெறி, இனவெறி, மொழிவெறி, கொடுங்கோன்மைப் பாராளுமன்ற ஆட்சிமுறையைத் தொடர்வதே என்ற முக்கிய காரணி குறித்து யாருமே பெரிதாகப் பேசுவதாகத் தெரியவில்லை.

அபே ரட்ட (எங்களின் நாடு), அபே ஜாதிய (எங்களின் சிங்கள ஜாதி), அபே ஆகமய (எங்களின் பௌத்த மதம்) இதுதான் சிங்கள பௌத்த பேரினவாத அரசாங்கங்களின் மாற்றமுடியாத தாரக மந்திரமாக, யூன் 5ம் திகதி 1956இல் சிங்கள மட்டும் சட்டத்தை சிங்கள அரசாங்கம் தோற்றுவித்தது முதல் இன்று வரையான 66 ஆண்டுகளும் தொடர்ந்து கொண்டிருக்கிறது. இதுவே இலங்கையின் குடிகள் இலங்கையின் பொருளாதாரத்தை ஒன்றிணைந்த முறையில் வளர்ப்பதற்கான 66 ஆண்டுகாலத் தடையாகி இன்றைய நெருக்கடி தோன்றக் காரணமாகியது.

இன்றைய காலகட்டத்தில் பொருளாதார நெருக்கடிகளின் பின்னணியில் பெரு வளர்ச்சி பெற்று வரும் இன்றைய ஆட்சியாளர்களின் ஒரு நாடு ஒரு இனம் என்னும் சிங்கள பௌத்த பேரினவாதக் கோரிக்கை ஈழத்தமிழர்களின் தேசியப்பிரச்சினை என்பதையே மறந்துவிட்ட ஒன்றாக்குகிறது. சீனாவின் ஒருகட்சி ஆட்சிமுறை போன்ற ஆட்சியினை தோற்றுவிக்கும் புதிய அரசியலமைப்பு பொருளாதார நெருக்கடிகளின்

பின்னணியில் வேகமாக வளர்க்கப்பட்டுக் கொண்டு வருகிறது. அதேவேளை ஈழத்தமிழர்கள் தேசிய விடுதலைப் போராட்டத்தின் பொழுது அமைதிப் பேச்சுக்களுக்கு வழிப்படுத்துபவராகத் திகழ்ந்த நோர்வேயின் அரசியல் தலைவர்களில் ஒருவரான எரிக் சொல்கைம் அவர்கள், திருகோணமலையில் உள்ள மூலோபாய கற்கை நிலையத்திற்கு அளித்த பேட்டியில், இக் காலகட்டத்தில் தமிழ்த் தேசியவாத அரசியலுக்கான பின்வரும் நான்கு ஆலோசனைகளை வழங்கியுள்ளார்.

01. அமைதியான வழிமுறைகளைத் தொடர்ந்தும் பின்பற்றுங்கள்.

02. அர்த்தபூர்வமான மாற்றங்களுக்காகப் பொதுவான தமிழ் முன்னணியை உருவாக்குங்கள்.

03. பொருளாதார இனப் பிரச்சினைகளுக்கு கூட்டுத் தீர்வு

04. இதனைக் காண்பதற்கு முற்போக்கான சிங்களவர்கள் முஸ்லீம்களுக்கு நேசக்கரம்.

ஈழத்தமிழர்களின் தேசியப் பிரச்சினையை நன்கறிந்த திரு. எரிக் கொல்கைம் அவர்களின் இந்த ஆலோசனைகள் அனைத்துலக மட்டத்தில் ஈழத்தமிழர்களின் தேசியப் பிரச்சினைக்கான தீர்வாக வலியுறுத்தப்பட்டு வரும் வழிகாட்டல்களின் தொகுப்பாகவே உள்ளது. இது ஈழத்தமிழர்களின் தேசியப்பிரச்சினை இலங்கையின் பொருளாதார நெருக்கடியின் பின்னணியில் மறக்கப்பட்டவொன்றாக உள்ளதன் சமகால வெளிப்பாடாகவும் உள்ளது. ஈழத்தமிழர் பிரச்சினை அவர்களின் மண் சார்ந்தது, அவர்களின் இறைமை சார்ந்தது என்பதைத் தெளிவாகத் தெரிந்த திரு. எரிக் சொல்கைம் அவர்களே அதனை மறந்து இலங்கை அரசில் வாழும் ஒரு சிறுபான்மை தமிழர்களின் பிரச்சினையாக அந்தப்பாணியில் தீர்வுக்கு ஆலோசனை கூறுவது வேதனையானது.

மேலும் எரிக் சொல்கைம் அவர்கள், பல தசாப்த கால நெருக்கடிக்குப் பின்னரும் சிங்கள பௌத்தர்கள் ஆதிக்கம் செலுத்தும் கொள்கையில் சிறுபான்மைத் தமிழர்கள் முஸ்லீம்களுக்கான தன்னாட்சி என்ற விடயத்திற்கு இன்னமும் தீர்வு காணப்படவில்லை எனப் பகிரங்கமாகக் கூறியுள்ளார். அனைத்து மக்களுக்கும் ஏற்ற விதத்தில் இந்த விடயத்திற்கு தீர்வைக் காண வேண்டுமென இலங்கை பிடிவாதம் பிடிப்பது தீர்வு காலதாமதமாவதற்கான காரணம் என்பதையும் தனது செவ்வியில் தெளிவாக்கியுள்ளார். சிறிலங்காவின் இந்தப் பிடிவாதத்திற்குக் காரணம் ஈழத்தமிழர்களின் இறைமையையும், தேசஇனத்தன்மையையும் சிறிலங்கா கவனத்தில் எடுப்பதற்கு மறுப்பதேயாகும். இதனை உலகெங்கும் புலம்பதிந்து வாழும் ஈழத்தமிழர்கள் எரிக் சொல்கைம் அவர்களுக்கும், உலகத் தலைவர்களுக்கும் தெளிவாக எடுத்துச் சொல்ல வேண்டிய பொறுப்புள்ளவர்களாக உள்ளனர்.

சிங்கப்பூரின் லீகுவான்யூ அல்லது இந்தியாவின் நரேந்திரமோடி போன்றவர்கள் வழங்கிய தொலை நோக்குடன் கூடிய தலைமைத்துவத்தை வழங்கக் கூடிய தலைவர்கள் இலங்கைக்குக் கிடைக்கவில்லை என்னும் எரிக் சொல்கைம் அவர்களின் கூற்று, இந்தியாவுக்கு மேற்குலக நாடுகள் அளிக்கும் இன்றைய முக்கியத்துவத்தின் வெளிப்பாடு எனலாம். ஈழத்தமிழர்களைப் பொறுத்த அனைத்துலகக் கருத்துருவாக்கத்தில் இந்தியா வகிக்கும் இடம் தெளிவாக உணரப்படக் கூடியதாக உள்ளது. ஈழத்தமிழர்கள் இந்தியாவுடனான உரையாடல் ஒன்றைத் தொடங்கிட வேண்டியதன் அனைத்துலக முக்கியத்துவத்தை இது உணர்த்துகிறது.

இலங்கையின் உறுதியான பொருளாதார வளர்ச்சி அனைவருக்கும் நன்மையளிக்கும் என்னும் கூற்று அரசியல் தீர்வுக்கு முக்கியத்துவம் அளிக்காது, பொருளாதார வளர்ச்சியை முன்னெடுத்து இலங்கை பொருளாதார நெருக்கடியையும் இனப்பிரச்சினை தீர்வுகளையும் செய்யலாம் என்னும் தவறான வழிகாட்டலாக உள்ளது. பொருளாதார வளர்ச்சியை தமிழர்கள் அனுபவிப்பதற்குரிய அரசியல் கலாச்சாரம் இலங்கையில் இல்லை என்பதால்தான் எரிக் சொல்கைம் அவர்களின் பேச்சுவார்த்தை முயற்சியின் போது தமிழர் தேசியத்தினர், இடைக்கால நிர்வாகம் ஒன்றை அனுமதிக்குமாறும் அந்த அடிப்படையிலேயே அரசியல் கலாச்சாரத்தைக் கட்டியெழுப்பலாம் எனக் கேட்டனர். இன்றும் வடக்கு கிழக்குக்கான இடைக்கால நிர்வாகம் அனுமதிக்கப்படுவதே இன்றைய பிரச்சினைகளுக்கான உண்மைத் தீர்வுக்கான முதற்படியாக அமையும்.

தற்போதைய பொருளாதாரத்தை புரிந்து கொள்ளக் கூடிய – பேச்சுவார்த்தைகளில் சிறப்பாக ஈடுபடக்கூடிய ரணில் விக்கிரமசிங்கவை விட வேறு ஒரு இலங்கைத் தலைவரை நினைத்துப்பார்ப்பது கடினம். ரணில் சிறந்த பண்பார்ந்த மனிதர். ஆனால் அவர் ராஜபக்சாக்களை வீழ்த்தியவர்களின் நம்பிக்கையைப் பெறுவதற்கு இன்னமும் நீண்ட தூரம் செல்ல வேண்டும் எனவும் எரிக் சொல்கைம் ரணிலைப் பாராட்டுவது, மேற்குலகின் மேலாண்மை இன்றைய சூழலில் மாற்றங்களை ஏற்படுத்துவதில் வகிக்கும் முக்கிய வகிபாகத்தைத் தெளிவாக்குகிறது. இவற்றை எல்லாம் கவனத்தில் எடுத்து ஈழத்தமிழர்கள் செயற்பட எரிக் சொல்கைம் சொல்கிற மாற்றங்களுக்கான பொது முன்னணியைத் தமிழர்கள் உருவாக்குவதும், அமைதி வழியில் போராட்டங்களைத் தொடர்வதும், முற்போக்கு சிங்கள முஸ்லீம் மக்களுடன் நேசக்கரம் நீட்டுவதும் கூட்டுத் தீர்வுகள் வழி இன்றைய சூழ்நிலையை எதிர் கொள்ள உதவும் என்பது இலக்கின் எண்ணமாகவும் உள்ளது.

22

ஆசிரியர் தலையங்கம் – இலக்கு மின்னிதழ்: 184

இலங்கையில் படித்தோர் குழாத்து சனநாயக அரசியல் தோல்வி! மக்கள் பங்களிப்பு சனநாயக அரசியல் தலைமை தேவை

இலங்கையில் படித்தோர் குழாத்து சனநாயகம் என்பது பிரித்தானியக் காலனித்துவத்தால் 1910இல் படித்த சொத்துடைமையுள்ளவர்களுக்கு வாக்குரிமை என்ற மாற்றத்தின் வழி தோற்றுவிக்கப்பட்டது. இதன் வழி சாதாரண இலங்கை மக்களின் சனநாயகப் பங்குபற்றல் எல்லைப்படுத்தப்பட்டு மட்டுப்படுத்தப்பட்டது. இதன்வழி ஆங்கிலம் படித்து ஐரோப்பியவாக்க வாழ்வால் சொத்துடைமை உள்ளவர்களாகத் தங்களை மாற்றிக் கொண்ட தமிழ் சிங்கள அரசியல் தலைமைகள், ஆங்கிலேய ஆட்சியில் தங்கள் தன்னலங்களைப் பெருக்கி நாட்டின் மூலவளத்தையும், மனித வளத்தையும் பிரித்தானிய சந்தை பெறத் தாரளமாக உதவினர். சுதந்திரத்தின் பின்னரும் இந்தப் படித்தோர் குழாத்து சனநாயக அரசியல்வாதிகள் சாதாரண மக்களில் நின்று அந்நியப்பட்டு, தம் விருப்புக்கேற்ப அரசியல் தீர்மானம் எடுப்பவர்களாகவே கொழும்பை மையப்படுத்தி அரசியல் நடத்துகின்றனர். கடந்த 112 ஆண்டு இலங்கை மக்களின் பிரச்சினைகளுக்கு இந்த படித்தோர் குழாத்து சனநாயக அரசியல்வாதிகளே மூலகாரணமாக உள்ளனர். இவர்கள் எல்லோருமே மக்களால் வெளியேற்றப்பட்டு மக்கள் பங்களிப்பு சனநாயக அரசியல் தலைமை தோற்றுவிக்கப்பட்டாலே இன்றைய இலங்கை மக்களின் பொருளாதார நெருக்கடி உரிய முறையில் தீரும்.

மக்கள் பங்களிப்பு சனநாயகம், இந்த படித்தோர் குழாத்து சனநாயகத்தால் மறுக்கப்பட்டு வருவதாலேயே 43 ஆண்டு காலமாக பயங்கரவாதத் தடைச்சட்டத்தின் கீழ் இலங்கை மக்களை சிங்கள பௌத்த பேரினவாத ஆட்சியாளரால் ஆள முடிகிறது. ஈழத்தமிழரின் அரை நூற்றாண்டு அரசற்ற தேச இன நிலையை இந்த படித்தோர் குழாத்து சனநாயக ஈழத்தமிழ்த் தலைமைகளால் உலகின் கண் முன் வெளிப்படுத்தி, ஈழத்தமிழர்களின் பிரிக்கப்பட முடியாத தன்னாட்சி உரிமையின் அடிப்படையில் அவர்களின் வெளியகத் தன்னாட்சி உரிமையை உலக நாடுகளாலும், உலக அமைப்புக்களாலும் ஏற்க வைக்க முடியாமை ஈழத்தமிழ் படித்தோர் குழாத்து சனநாயக அரசியலின் தோல்வியாகிறது.

சிறிலங்காவின் ஈழத்தமிழின அழிப்பு அரசியலை 1956 முதல் இன்று வரை 66 ஆண்டுகள் ஈழத்து படித்தோர் குழாத்து சனநாயக அரசியல் தலைமைகளால் உலகுக்கு உணர்த்த முடியாததினால் தான் இலங்கையின் அரசியலமைப்பை மட்டுமல்ல அனைத்துலக சட்டங்களையும் தங்கள் தேவைக்கு ஏற்ப வளைத்துப் போடலாம் என்று ஊக்கம் பெற்ற சிறிலங்கா அரசாங்கங்கள், நாட்டையே கொள்ளையடித்து, நிதியும் வளமும் இழந்த, கடன் கட்ட இயலாத நாடாக இலங்கைத் தீவை இன்று உலகின் முன் நிறுத்தியுள்ளன.

இதனால் உள்நாட்டு உற்பத்தியும் ஏற்றுமதியும் அனைத்துலக வர்த்தகமும் இறக்குமதிகளும் நடைபெற இயலாத நிலையில் டொலர் நெருக்கடி காரணமாக இலங்கை மக்களுக்கு உயிர் வாழ்தலுக்குத் தேவையான உணவு, மருந்து, எரிபொருட்கள், மின்சாரம், எல்லாமே கிடைக்காத நிலை வாழ்வாகியுள்ளது.

2009க்குப் பின் நாட்டை ஆண்ட சிங்களத் தலைமைகள் தங்களுக்குள் பேரம்பேசி உடன்படிக்கைகளை உருவாக்கி தங்கள் பௌத்த சிங்கள பேரினவாத ஆட்சியைப் பேணிக்கொண்டன. இன்று பொருளாதார நெருக்கடியிலும் கோட்டாபய மற்றைய சிங்களத் தலைமைகளுடன் பேரம்பேசி உலகநாடுகள் உலக அமைப்புக்களிடம் கடன் பெற்று தரவல்ல பிரதமரையும் அமைச்சரவையையும் உருவாக்கியுள்ளது. அயல்நாட்டு நட்பு நாட்டு, கடன் உதவிகள், அமெரிக்க கடன் உதவிகள், அனைத்துலக நாணய மாற்று நிதியத்திடம் நீண்டகாலக் கடன், உலக வங்கியின் அத்தியாவசிய பொருள் கொள்வரவுக்கான இரண்டு வருட நிதிக்கடனுதவி, என ரணில் இந்திய அமெரிக்க ஆதரவுடன் நாட்டைப் படுகடன் கடலுக்குள் தள்ளி, மக்கள் எழுச்சி தங்களின் ஆட்சிகளையும் பதவிகளையும் கவிழ்த்து விடாது நிலைத்திட படாதபாடுபடுகின்றார்.

இலக்கின் இலக்கு 77

ஆயினும் கடன் மறுசீராக்கத்திற்கு இலங்கை தீவின் மக்களின் ஒருமைப்பாடு மூலம் உள்நாட்டு உற்பத்தியை, வர்த்தகத்தை பெருக்குதல் முக்கியமானதாக உள்ளது. இனஅழிப்பு இனத்துடைப்பு பண்பாட்டு இனஅழிப்பு வழி ஈழத்தமிழ் தேச இனத்தின் ஒருமைப்பாட்டைச் சிதைத்து வரும் இந்தச் சிங்களத் தலைமைகள், எதுவுமே ஈழத்தமிழரின் தாயக தேசிய தன்னாட்சி உரிமைகளையோ அல்லது முஸ்லீம் மற்றும் மலையக மக்களின் அரசியல் உரிமைகளையோ வழங்கி, மீளவும் ஒருமைப்பாட்டை உருவாக்க இதுவரை எந்த முயற்சியும் எடுக்கவில்லை. ஈழத்தமிழரிடையிலும் முஸ்லீம் மலையகத் தமிழரிடையிலும் உள்ள படித்தோர் குழாத்து சனநாயகத் தலைமைகளும் தங்களின் மக்களின் பிரச்சினைகளின் உண்மை நிலைகளை வெளிப்படுத்தி, அதற்கான தீர்வு இன்றைய நெருக்கடித் தீர்வுக்கு அவசியம் என இதுவரை வலியுறுத்தவில்லை. ஈழத்தமிழர் தேசியப் பிரச்சினையை இறைமையை நிலைநிறுத்தும் பிரச்சினையாக அல்லாமல் சிறுபான்மையினப் பிரச்சினையாகவே இந்த படித்தோர் குழாத்து சனநாயகத் தலைமைகள் சிறிலங்காவுடன் பேசுகின்றன. இவை எல்லாமே இலங்கையில் படித்தோர் குழாத்து சனநாயகத்தின் தோல்வியையே உலகுக்கு உணர்த்துகின்றன.

இந்நிலையில் சிங்கள இளையவர்கள் காலிமுகத்திடலில் இந்த அரசியல் தலைமைகள் முற்றாகத் தூக்கி வீசப்பட்டு குடிமுறை உரிமைகளை முன்னெடுக்கும் குடிசார் அரசியல் தலைமையை நாடி மக்கள் போராட்டங்களை நடத்தி வருவது இலங்கைத் தீவின் சமீபகால அரசியல் எதார்த்தம். இலங்கையின் தமிழ்பேசும் மக்களும் தங்களுடைய இன்றைய அரசியல் தலைமைகளின் இயலாமை ஈழத்தமிழர் தேசியப் பிரச்சினையை இறைமைப் பிரச்சினை என முன்னெடுக்காது, சிறுபான்மையினப் பிரச்சினையாக குறுக்குவதாக உள்ளது என்பதை உணர்ந்து, தங்களின் படித்தோர் குழாத்தின் சனநாயக அரசியல் தோல்வி இது என்பதை ஏற்று பதவி விலகி, மக்கள் பங்களிப்பு சனநாயகம் தோன்ற, புதிய குடிசார் அரசியல் தலைமைகள் உருவாகிட பாதை விடல் காலத்தின் தேவை. இதனைச் செய்விக்க சிங்கள இளையோர் போல ஈழத்தமிழ் இளையோரும் உறுதி பூண்டாலே, ஈழத்தமிழ் மக்களின் உயிராலும் இரத்தத்தாலும் வாழ்விழப்பாலும் உலகுக்கு வெளிப்படுத்தப்பட்ட தங்களின் இறைமையை தங்களின் வெளியக தன்னாட்சி உரிமையின் அடிப்படையில் உலகு பாதுகாக்க வேண்டுமென்ற கோரிக்கை நடைமுறைச் சாத்தியமாகும் என்பது இலக்கின் எண்ணம்.

23

ஆசிரியர் தலையங்கம் – இலக்கு மின்னிதழ்: 183

இன்றைய இலங்கைப் பொருளாதார நெருக்கடியில் ஈழத்தமிழரின் இருப்பு காப்பாற்றப்பட வேண்டும்

இன்றைய இலங்கையின் பொருளாதார நெருக்கடியில் உணவுப் பற்றாக்குறை ஆகஸ்ட்டில் பட்டினி மரணங்களைத் தொடக்கும் என்று மக்கள் கலங்குகின்றனர். கோவிட் தாக்கத்திற்குப் பயந்து வாழும் மக்கள் மருந்தின்மை நிலையும் தங்களுக்கு மரணத்தை விளைவிக்கும் பேராபத்து எனத் தவிக்கின்றனர். எரிபொருளின்மையினால் போக்குவரத்துச் சிக்கல்கள் மின்சார வெட்டுக்கள் இதன் வழி தோன்றப் போகும் வர்த்தக வீழ்ச்சிகள் அதன் விளைவான வேலை தொழில் இழப்புக்கள் தொடர்கதையாக வளரப்போகின்றன.

இன்னும் இந்தியா உட்பட்ட உலகநாடுகளின் உதவிகளால் சந்தைக்குப் பொருட்கள் வந்தாலும் கையில் காசின்றி, கிடுகிடுவென உயர்ந்து செல்லும் விலைகளைக் கொடுத்து, ஏழை மக்களால் எப்படி பொருட்களை வாங்க இயலப்போகிறது என்பது பெருங்கேள்வி.

இவற்றில் இருந்து தப்புவதற்கு யப்பானும் ஜி 7 நாடுகளும் உதவும் என்பது மக்களாணையின்றி ராசபக்சாக்கள் ஆணையில் பிரதமராகப் பணிப்பொறுப்பு ஏற்றுள்ள ரணில் விக்கிரமசிங்கவின் இன்றைய எதிர்பார்ப்பு. இதில் ஏதாயினும் காலதாமதங்கள் ஏற்பட்டால் தங்களின் பெருந்தொகையான வாக்குகளால் ஆட்சிக்கு வந்த ராசபக்ச குடும்பத்தையே சாத்து சாத்தென்று சாத்திய மக்கள் பிரதமரை விட்டு வைக்க மாட்டார்கள் என்பது அவர் கவலையாக உள்ளது.

அயலக நாடுகளுக்கு முன்னுரிமையென இலங்கைக்குத் துள்ளித்துள்ளி உதவி அள்ளி அள்ளிக் கொடுக்கும் இந்தியா, தனது

ரூபாக்களில் இலங்கையின் கொடுக்கல் வாங்கல்களைச் செய்ய அனுமதித்து ஆசிய வங்கிக்கான இம்மாதம் நிறைவுபெறும் கடன் தவணைக்குள் கடன் கட்ட இயலாததால் மேலும் மதிப்பிழந்துள்ள இலங்கை ரூபாக்களால் அத்தியாவசிய உணவுப் பொருட்களை வாங்குவதில் உள்ள சிரமங்களைக் குறைக்கும் என்பது அவருக்கு ஓரளவு மூச்சு விட உதவுகிறது.

அமெரிக்காவும், ஐரோப்பிய நாடுகளும், அவுஸ்திரேலியாவும், நியூசிலாந்தும், ஐக்கிய இராச்சியமும் நிதிஉதவிகளை அளித்தே இலங்கையை பிணைவிடுப்பு செய்யும் என்று புதிய பிரதமராக அமர்ந்துள்ள முன்னர் ஐந்து முறை பிரதமராக இருந்து மேற்குடன் சேர்ந்து நாட்டைக் குழப்பிய ரணில் நம்புகிறார்.

அனைத்துலக நாணயநிதியமும், உலக வங்கியும் என்ன நிபந்தனைகளில் எவ்வளவைக் கொடுத்தால் தங்களுக்கும் பாதிப்பின்றி இலங்கைக்கு உதவலாம் என தொழில்நுட்ப நிலை உரையாடல்களை வேகப்படுத்தித் தலையைக் குழப்பிக் கொண்டிருக்கின்றன. ஆயினும் இவை வரி உயர்வுகளையும், மக்கள் நலச் செலவுக் குறைப்புக்களையும் செய்யக் கட்டாயப்படுத்தும் பொழுது, மக்களின் பசிவயிற்று எழுச்சி இன்று காணும் எழுச்சியை விடப் படுமோசமாக இருக்கும் என்பது உண்மையே. இன்று பாராளுமன்றத்துக்கு வருவதற்கே அஞ்சி நடுங்கும் பாராளுமன்ற உறுப்பினர்கள் இந்த எழுச்சியும் ஏற்பட்டால் வீட்டுப் படுக்கை அறைக்குள்ளும் நிம்மதியின்றி அலையும் நிலை தோன்றும்.

இடைக்கால அரசு சகல கட்சி அரசு என்பதெல்லாம் பழையபடி வேதாளம் முருங்கை மரத்தில் என்பது போல ராசபக்ச குடும்ப ஆட்சியை மீளவும் நிலைப்படுத்துவதற்கான தொடர் முயற்சிகளாகவே தொடர்கின்றன. இதனால் பெரிய அளவில் பொருளாதார நெருக்கடியோ அரசியல் நெருக்கடியோ விரைவில் தோன்றாது என்பது உறுதி.

இந்நேரத்தில் மோசமடையும் பொருளாதார நெருக்கடிகளில் இருந்து ஈழத்தமிழரின் இருப்பைக் காப்பாற்றல் புலம்பதிந்து வாழும் தமிழர்களின் தலையாய கடமையாகிறது. இதனை எப்படிச் செய்யலாம் என்பதை இப்பொழுதே திட்டமிட்டு வைத்தாலே மின்னாமல் முழங்காமல் வரக்கூடிய திடீர் ஆபத்துக்களுக்கு ஈழமக்களுக்கு உடன் உதவ முடியும்.

இல்லையேல் ஏற்கனவே இனவெறியும் மதவெறியும் இருகண்களாகக் கொண்டு ஈழத்தமிழர்களையும், முஸ்லீம் மக்களையும், மலையகத் தமிழர்களையும் பார்க்கும் சிங்கள பௌத்த பெரும்பான்மைச் சிங்கள அரசியல்வாதிகள் அத்தியாவசியப்

பொருட்களின் சமபகிர்வுக்கு இடம்கொடுக்க மாட்டார்கள் என்பது தெளிவான உண்மை. எனவே ஈழத்தமிழரிடை உணவு வங்கிகள் இப்பொழுதே நிறுவப்பட்டாலே பட்டினிச் சாவுகளையும் ஊட்டச் சத்துக் குறைவு மரணங்களையும் குறைக்கலாம்.

பணவீக்கம் 30 வீதம் 40 வீதமென உயர்கின்ற சூழலிலும் புதிய பிரதமர் பழைய உத்தியான மத்திய வங்கியின் இருப்புக்கு மேலாக பணத்தாள்களை அச்சிட்டு நிலைமையைச் சமாளிக்க முயலுதல் ஏழைகளை மேலும் ஏழையாக்கி அடிமைக் கூலிகளாக மாற்றும் செயலாக மாறும். இது தமிழரிடை சாதிய ஒடுக்கு முறைகளையும் வேகப்படுத்தி சமூக சமத்துவமின்மைகள் வளரச் செய்யும். எனவே புலம்பதிந்து வாழும் ஈழத்தமிழர்கள் இந்த ஏழை மக்களின் அவசர பணத் தேவைகளுக்கு மக்களிடை சிறிய கூட்டுறவு நிதியங்களை நாணயமாகக் கொண்டு செல்லக் கூடியவர்களைக் கொண்டு திறப்பித்து தம்மாலான நிதியளிப்புக்களைச் செய்தல் அவசியம். இங்கும் தற்போது பத்தாயிரம் டொலருக்கு மேல் இலங்கையர் ஒருவர் கையிருப்பில் வைத்திருக்கக் கூடாதெனத் தொடங்கும் வெளிநாட்டுப் பணங்களுக்கான கட்டுப்பாடுகள், இலங்கைக்குள் வெளிநாடுகளில் இருந்து காசு அனுப்புவதையும் பெறுபவர்கள் சிறிலங்காப் படைகளுக்குப் பதில் சொல்வதிலும் சிரமங்களை ஏற்படுத்தும். எனவே எத்தகைய முறையில் ஈழத்தமிழர்களுக்கு குடும்ப உறவுகளோ நண்பர்களோ அவசர தேவைக்கான பணங்களை அனுப்புவது என்ற திட்டமிடலும் முக்கியத்துவம் பெறுகிறது.

புலம்பதிந்து வாழும் ஈழத்தமிழ் வைத்தியர்கள் மருந்துகள் மருத்துவ வழிகாட்டல்களை எப்படிச் செய்யலாம் என்பது குறித்து திட்டமிடல் இன்றைய காலத்தின் அவசர தேவையாகிறது. மக்கள் தங்களுக்கான மருத்துவ ஆலோசனைகளோ அல்லது உளவளத்துணைகளோ அலைபேசிகள் சமுகவலைத் தளங்கள் வழி பெறுவதற்கான ஏற்பாடுகளும் முன்னெடுக்கப்படல் அவசியமாகிறது.

இவற்றையெல்லாம் ஒருங்கிணைப்பதற்கு தமிழர் தாயகப் பகுதிகளில் சிவில்ரைட்ஸ் புரட்டக்சன் சொசைட்டி என ஆங்கிலத்தில் குறிக்கப்படும் குடிமுறைஉரிமைப் பாதுகாப்புச் சபைகளை அமைத்தல் என்பதும் இன்றைய தலையாய தேவையாக உள்ளது. இதில் அரசியல்வாதிகள் அனைவரும் தவிர்க்கப்பட்டு, ஆசிரியர்கள் சமயக் குருக்கள் மாணவர்கள் வைத்தியர்கள் தொழிலாளர்கள் அதிக அளவில் சேர்க்கப்பட்டாலே பல சிக்கல்களைத் தாண்டி ஈழத்தமிழரின் இருப்பை காப்பாற்ற முடியும் என்பது இலக்கின் எண்ணம்.

24

ஆசிரியர் தலையங்கம் – இலக்கு மின்னிதழ்: 182

அழுது தொழுது பெறுவதல்ல நீதி தேசமாக எழுந்து பெற அழைக்கிறது முள்ளிவாய்க்கால் நாள்

உலகத் தமிழர் வரலாற்றில் மே18ம் நாள், இலங்கையில் சிறிலங்கா அரசாங்கம் 2009ம் ஆண்டு மே மாதம் 18இல் செய்து முடித்த ஈழத்தமிழின அழிப்பை நினைவுகூரும் நாளாக வரலாற்றுப் பதிவு பெற்றுள்ளது.

இந்நாளை ஈழத்திலும் உலகெங்கும் உள்ள ஈழத்தமிழர்கள் வலிசுமந்த நினைவுகளுடன் நினைவேந்தல் செய்யும் அதே வேளையில், துப்பாக்கிகள் மௌனித்த பின்னாக சனநாயக வழிகளில் தங்கள் தேசிய விடுதலைப்போராட்டத்தை முன்னெடுப்பதற்கான உறுதியை மேலும் பலப்படுத்தும் நாளாகவும் கடைப்பிடிக்கின்றனர். உலகில் பாரிய இனஅழிப்பைச் சந்தித்தவர்களான ஆர்மேனிய மக்களும் யூதமக்களும் தங்களின் இனஅழிப்பின் நினைவாக முறையே கரிஸ்ஸா உணவையும் மற்சூ உணவையும் தங்கள் பரம்பரையினர்க்கும் உலகுக்கும் வெளிப்படுத்தி, தங்கள் வரலாற்று நினைவுகளை உலகுக்கும் இளையவர்களுக்கும் பாரப்படுத்தி வருகின்றனர்.

இந்த முன்னுதாரணத்தில் ஈழமக்களும் முள்ளிவாய்க்கால் காலத்தில் விடுதலைப் போராளிகள் தங்களுடைய உணவுக்கென வைத்திருந்த நெல்லரிசியை, மக்களுடன் பகிர்ந்த போது, அதனைக் கஞ்சியாகக் காய்ச்சி உப்பு மட்டும் போட்டு, 'உப்புக் கஞ்சி' யாக மக்கள் குடித்து உயிர்வாழ்ந்த வரலாற்று நினைவை உலகுக்கும் இளையவர்களுக்கும் பாரப்படுத்த முள்ளிவாய்க்கால் கஞ்சி

வார்ப்பு நிகழ்வுடன் முள்ளிவாய்க்கால் நினைவேந்தல் வாரத்தைத் தொடங்குகின்றனர். அத்துடன் முள்ளிவாய்க்காலின் நந்திக்கடலில் ஈழத்தமிழினத்தவர்களின் உயிர்கள் சங்கமமாகிய வரலாற்று நிகழ்வின் அடிப்படையில் நந்திக் கடற்கரையில் விளக்கேற்றித் தொழும் வழக்கமும், முள்ளிவாய்க்கால் அறிக்கை படிக்கும் செயற்பாடும் ஈழமக்கள் பழக்கமாகச் சிறிலங்காவின் படைபல அழுத்தங்களுக்கு மத்தியிலும் முள்ளிவாய்க்கால் நினைவேந்தல் நாளில் தொடர்கின்றன.

இவ்வாறாக ஈழத்தமிழ் மக்கள் தாயகத்திலும் தாங்கள் வாழும் உலகநாடெங்கும் முள்ளிவாய்க்கால் ஈழத்தமிழின அழிப்பு நாளை உருக்கத்துடனும் உரிமையுடனும் நினைவு கூர்ந்தாலும், இவ்வாண்டுடன் 13 ஆண்டுகள் கழிந்த நிலையிலும் உலகநாடுகளோ உலக அமைப்புக்களோ முள்ளிவாய்க்கால் ஈழத்தமிழின அழிப்பை இனஅழிப்பென ஏற்பதற்கான முயற்சிகளில் வெற்றி பெற ஈழத்தமிழர்களால் முடியவில்லை.

இதனால் ஈழத்தமிழர்கள் இனஅழிப்புச் செய்யப்பட்டதற்கான எத்தனையோ சாட்சியங்கள் வாய்மொழிச் சான்றுகள் பதியப்பட்டும் இன்னும் ஈழத் தமிழர்களுக்கான நிலைமாற்று நீதியோ அல்லது இந்த இனப்படுகொலைகளை நடத்தியவர்களுக்கான தண்டனை நீதியோ அல்லது இந்த இனஅழிப்பால் பாதிக்கப்பட்டவர்களது கிட்டிய குடும்ப உறுப்பினர்களுக்கான பரிகார நீதியோ எதுவும் கிடைக்காத நிலையில், 14வது ஆண்டை நோக்கிக் காலம் பயணிக்கத் தொடங்குகிறது.

இதற்கான காரணங்களை எடுத்து நோக்கின், முள்ளிவாய்க்கால் ஈழத்தமிழின அழிப்புக்கான நீதியை அழுது பெறலாம், தொழுது பெறலாம் என்ற நோக்கிலும் போக்கிலும் முள்ளிவாய்க்காலுக்கு நீதி கேட்பதற்கான முயற்சிகள் ஈழத்தமிழர்களால் முன்னெடுக்கப்பட்டு வருவது தெளிவாகிறது. நிலைமாற்று நீதியாக இருந்தாலும் சரி, இனஅழிப்புச் செய்தவர்களுக்கான தண்டனை நீதியாக இருந்தாலும் சரி பாதிக்கப்பட்டவர்களுக்கான பரிகார நீதியாக இருந்தாலும் சரி அவற்றை நாம் நமது வரலாற்று எதார்த்தத்தை உறுதிப்படுத்துவதன் வழிதான் பெற வேண்டும். அதாவது ஈழமக்களாகிய நாம் ஒரு தனியான தேசஇனம். ஈழ மண் எங்களின் சொந்த மண். அதில் உயிர் வாழவும் உடைமைகளைப் பேணவும் நாளாந்த வாழ்வைச் சுதந்திரமாக வாழ்ந்து வளர்ச்சி பெறவும் எமக்கு எந்நாளும் இறைமையுடன் கூடிய உரிமையுண்டு. இந்த வரலாற்று உண்மையினை உரக்கப்பேசி தேசமாக ஓரணியில் ஒரு குரலில் எழுந்து எமக்கான நீதியை நிலைநாட்ட வேண்டுமென்ற எண்ணம் பெரிதாக வளர்ச்சியடையாமை தெளிவாகிறது.

நீதி ஈழமக்களைப் பொறுத்தவரையில், நிலைநாட்டப்பட வேண்டிய ஒன்றே தவிர, கெஞ்சிப் பெறும் ஒன்றல்ல. எந்த நாட்டையும் உண்மையை ஏற்கும்படி கேட்க வேண்டுமே தவிர, நீதியை ஈழமக்களுக்குப் பெற்றுக் கொடுக்கும்படி கேட்கத் தேவையில்லை. பெற்றுத் தரும்படி கேட்டால், சிறிலங்காவின் உள்நாட்டுப் பிரச்சினையில் சிறிலங்காவின் இறைமையை மீறி தலையிட முடியாது. நீங்கள் அவர்களுடன் பேசுங்கள் நாங்கள் உதவுகின்றோம் என்கிற பதில்தான் தாங்கள் தங்கள் கடமையிலிருந்து தப்பிக்க உலக நாடுகளும் உலக அமைப்புக்களும் சொல்கின்றன.

இதனை மறுத்து, சிறிலங்கா அனைத்துலக சட்டங்களை மீறுவதற்கு நீங்கள் தான் காரணமாயிருக்கின்றீர்கள் என உலக நாடுகளுக்கும் உலக அமைப்புக்களுக்கும் எடுத்துச் சொல்லி அவை அதற்கு தக்க பதில் தராவிட்டால், அந்நாடுகளின் மக்களிடம் எமக்கான நீதிக்கான குரலை எழுப்பும்படி கோர வேண்டும். வியட்நாம் பிரச்சினையாக இருந்தாலும் சரி, தென்னாபிரிக்காவின் பிரச்சினையாக இருந்தாலும் சரி மேற்குலகின் சாதாரண மக்கள் திரண்டெழுந்து தங்கள் நாடுகளின் தவறுகளைத் திருத்திய போதுதான் உரிய தீர்வைப் பெற்றன.

இவற்றை முன்னெடுப்பதற்கான ஈழத்தமிழர்களின் குடைநிழல் அமைப்பு ஒன்று, இன்று காலிமுகத்திடலில் சிங்கள இளையோர் தாங்களே தங்களின் உரிமைகளை முன்னெடுக்க எந்தப் பழைய அரசியல்வாதிகளின் தொடர்பும் இல்லாது, குடிமுறை உரிமைக்காகப் போராடத் திரண்டெழுந்து அமைதி வழியில் போராடும் பாணியில் கட்டியெழுப்பப்பட வேண்டும். இதன் வழியாகவே ரணில் பிரதமராகி, அனைத்துலக ஒத்துழைப்புச் சபை ஒன்றை உருவாக்கி, அதன் பின்னணியில் அனைத்துலக நாணய நிதியத்தினதும் இந்தியா, சீனா, யப்பான், அமெரிக்கா உட்பட்ட உலகநாடுகளதும் கடன்களைப் பெறுவதன் மூலம், உணவு எரிபொருள் மருந்து உட்பட்ட நாளாந்த வாழ்க்கைக்கு உள்ள தட்டுப்பாடுகளைத் தற்காலிகமாக குறைத்து சிங்கள இளையோரின் போராட்டத்தை முடக்கி பறந்து போன மைனாவான மகிந்தவையும், நிதியமைச்சை இழந்த காகத்தையும் மீளவும் அழைத்து வந்து, சிங்கள பௌத்த பேரினவாதத்தின் தாய்க்கோழியாகத் தன்னை முன்னிலைப்படுத்திக் கோட்டாவையும் வீட்டுக்குப் போகாது காக்க முயலும் இன்றைய அரசியலின் பிடியிலிருந்து நாட்டை விடுவிக்க இயலும் என்பது இலக்கின் எண்ணம்.

25

ஆசிரியர் தலையங்கம் – இலக்கு மின்னிதழ்: 181

முள்ளிவாய்க்கால் இனஅழிப்பின் 13வது ஆண்டில் குடிமுறை உரிமைகள் பாதுகாப்பு உணரப்படுகிறது

2009ம் ஆண்டு ஈழத்தமிழ் மக்கள் துப்பாக்கிகள் மௌனிக்கின்றன. சனநாயக வழிகளூடாக எங்களின் உரிமைகளுக்காகப் போராடுவோம் எனத் தெளிவாகப் பிரகடனப்படுத்தியமையை உலகறியும். இந்நிலையில் பாதுகாப்பு வலயங்களுக்குச் செல்லுமாறு பணித்து சிறிலங்காவே முள்ளிவாய்க்காலில் அந்த பாதுகாப்பு வலயங்கள் மேல் தொடர்ச்சியாக எறிகணைகளையும், விமானக் குண்டுகளையும், இரசாயன ஆயுதங்களையும், தடைசெய்யப்பட்ட குண்டுகளையும் பயன்படுத்தி ஈழத்தமிழ் மக்களை இலட்சக்கணக்கில் இனஅழிப்பு செய்தனர் என்பது 21ம் நூற்றாண்டின் உலக வரலாறாக உள்ளது.

இந்நூற்றாண்டின் மிகக் கொரூரமான இந்த மனித இனப்படுகொலைகள் ஈழத்தில் நடைபெற்ற காலத்தில் நவீன தொலைத் தொடர்புக் கருவிகள் வழி உலகநாடுகளும், உலகநாடுகளின் அமைப்பான ஐக்கிய நாடுகள் சபையும் இதனை உடனுக்குடனேயே அறிந்தன என்பதும் உலக வரலாறு. ஆயினும் நியாயமான காரணங்கள் ஏதுமற்ற மௌனமொன்றின் வழி 20ம் நூற்றாண்டின் கிட்லரின் யூத இனஅழிப்பை விட பலவழிகளில் மிக கொடூரமான சிறிலங்காவின் 21ம் நூற்றாண்டின் மிகக்கொடிய இனஅழிப்பு உத்திகளை உலகநாடுகளும் உலக அமைப்புக்களும் அனுமதித்தன என்பதும் வரலாற்று உண்மை.

உண்மையில் ஈழத்தமிழ் மக்கள் இலங்கைத்தீவில் வரலாற்றுக்கு முற்பட்ட காலம் முதலாகத் தொன்மையும் தொடர்ச்சியுமுள்ள இறைமையுள்ள இலங்கையின் தேசமக்கள். இந்த வகையில் இந்த மண்

எங்களின் சொந்த மண் என்ற இயற்கை உண்மையின் அடிப்படையில் தங்கள் தாயகத்தில் தங்கள் தேசியத் தன்மையுடனும் தங்களின் பிரிக்கப்பட இயலாத தன்னாட்சி உரிமையுடனும் தங்களின் அரசியல் எதிர்காலத்தைத் தாங்களே நிர்ணயித்தல் அனுமதிக்கப்பட வேண்டும் என்பதே ஈழத்தமிழரின் தேசிய பிரச்சினையாக உள்ளது.

பிரித்தானிய காலனித்துவ அரசால் ஈழத்தமிழ் மக்களின் விருப்புப் பெறப்படாது உருவாக்கப்பட்ட பெரும்பான்மையினச் சிங்கள பௌத்த பேரினவாத ஒற்றையாட்சிப் பாராளுமன்ற ஆட்சிமுறையில் 1948 முதல் 1972 வரை கால்நூற்றாண்டு காலம் பாராளுமன்றக் கொடுங்கோன்மையினை ஈழத்தமிழ் மக்கள் அனுபவித்தனர். இதன் உச்சமாக 22.05.1972 இல் சிறிமாவோ பண்டாரநாயக்கா தலைமையிலான சிங்கள அரசாங்கம் ஈழத்தமிழர்களின் விருப்புப் பெறப்படாத சிங்கள பௌத்த குடியரசுப் பிரகடனத்தின் மூலம் காலனித்துவ பிரித்தானிய அரசாங்கம் ஈழத்தமிழர்களின் இறைமையைச் சிங்களவர்களின் இறைமையுடன் ஒற்றையாட்சிப் பாராளுமன்ற ஆட்சியில் இணைப்பதற்கு வழங்கிய சோல்பரி அரசியலமைப்புப் பாதுகாப்பையும் வன்முறைப்படுத்தியது. இதனால் 22.05.1972 முதல் இன்று வரை அரை நூற்றாண்டாக தங்களை ஆள்வதற்கான அரசியலமைப்பு உரிமையை இழந்த சட்டவிரோத சிறிலங்கா அரசின் இனஅழிப்பு நோக்கிலான அரசாட்சியின் படைபல ஆக்கிரமிப்பில் நாடற்ற தேசஇனமாக ஈழத்தமிழ் மக்கள் வாழ்ந்து வருவது இன்றைய சமகால உலக வரலாறாக உள்ளது.

'சிவில் ரைட்ஸ்' என ஆங்கிலத்திலும் 'குடிமுறை உரிமை' எனத் தமிழிலும் வழங்கப்படும் சொல்லாட்சி ஒருநாட்டைத் தாயகமாகக் கொண்டு வாழும் மனிதர் எவரையும் இன மத மொழி பிரதேச சாதிய வேறுபாடுகளின் வழி அடையாளப்படுத்தாது அந்நாட்டில் வாழும் குடி என்ற அடிப்படையில் மனித உரிமைகளுடனும், சமத்துவத்துடனும், சகோதரத்துவத்துடனும் சுதந்திரமாக வாழ அனுமதித்தல் வேண்டும் என்பதைக் குறிக்கும் சொல். கடந்த அரை நூற்றாண்டாக ஈழத்தமிழ் மக்களின் இந்தக் குடிமுறை உரிமைகள் பாதுகாப்பு முயற்சியைத்தான் முன்னெடுத்து வருகின்றனர்.

அதனைப் பிரிவினை எனவும் பாதுகாப்பான அமைதி வாழ்வை நிலை நாட்டுவதற்கான செயல்முறைகளைப் பயங்கரவாதம் எனவும் சிறிலங்கா அரசியல் திரிபுவாதம் செய்து ஈழத்தமிழின அழிப்பையும் படைபல ஆக்கிரமிப்பு மூலம் இனங்காணக் கூடிய அச்சத்தை ஈழத்தமிழ் மக்களின் நாளாந்த வாழ்வாக்கி அவர்களின் அரசியல் பணிவை ஆயுதமுனையில் பெறுவதும் தொடர்கிறது. அனைத்துலக

சட்டங்கள் முறைமைகள் ஒழுங்குகளை மீறிச் சிறிலங்காவுடன் சேர்ந்து உலகநாடுகளும் அமைப்புக்களும் ஈழத்தமிழின அழிப்பை அனுமதித்து வருவதன் விளைவாக, இலங்கையில் குடிமுறை உரிமைகளை தாங்கள் நினைத்தவாறெல்லாம் வன்முறைப்படுத்தலாம் என்னும் சனநாயக மறுப்புடனான அனைத்துலகச் சட்ட ஒழுங்கு மறுப்பு அரசியல் கொள்கைகளைச் சிங்கள அரசாங்கங்கள் சிங்கள அரசாங்கங்களின் கோட்பாடாகவே அமைத்து வருகின்றன.

இதனால் உள்நாட்டு சட்டங்களுக்கோ அனைத்துலகச் சட்டங்களுக்கோ அச்சப்படாத மனோநிலையைச் சிறிலங்கா அரசாங்கங்கள் வளர்த்துக் கொண்டதன் விளைவே இலங்கையின் தேச இனங்களான சிங்கள தமிழ் தேசஇனங்களுடைய குடிமுறை உரிமைகளின் பாதுகாப்பை மட்டுமல்ல, இலங்கையின் இனத்துவச் சிறுபான்மையினங்களான முஸ்லீம் மற்றும் மலையகத் தமிழ் இனங்களின் குடிமுறை உரிமைகளது பாதுகாப்பையும் படிப்படியாக ஒடுக்கி, இன்றைய சிறிலங்காச் சிங்கள தேச இனத்தின் காலிமுகத்திடல் குடிமுறை உரிமைக்கான தொடர் போராட்டங்கள் தோற்றம் பெறச் செய்துள்ளன என்பதை இலக்கு இவ்விடத்தில் தெளிவாக உலகுக்கு எடுத்துரைக்க விரும்புகிறது.

இதனைப் பொருளாதார நெருக்கடி என்னும் வெளிப்பாட்டு நிலையிலோ அல்லது சிங்கள ஆட்சி மாற்றம் ஒன்றின் வழி தீர்க்கக் கூடிய ஒன்று என எழுந்தமானதாகவோ எடுத்து நோக்காது, குடிமுறை உரிமைகளைப் பாதுகாக்கும் ஆற்றலை இலங்கைக் குடிகள் அனைவரும் மொழி மத பிரதேச சமூக வேறுபாடுகளின்றி இழந்துள்ளமையே இன்றைய பிரச்சினையின் உண்மை வடிவம் என்பதன் அடிப்படையில், சிறிலங்காவுக்கு நிதிஉதவி அல்லது நிதிகடன் அளிக்க முயலும் அனைத்துலக நாணய நிதியமும், உலகவங்கியும், ஆசிய வங்கியும், உலக நாடுகளும், உலக அமைப்புக்களும் உணர வைப்பது புலம்பதிந்து வாழும் தமிழர்களின் கடமையாக உள்ளது. அத்துடன் இலங்கைத்தீவின் எல்லா மக்களும் ஒருங்கிணைக்கப்பட்டு குடிமுறை உரிமைகளைப் பாதுகாக்கும் பொது அமைப்பு ஒன்று உருவாக்கப்பட்டு, குடிமுறை உரிமைகளைப் பாதுகாக்கும் அரசியலமைப்புச் சட்ட மாற்றத்தைக் கொண்டுவரச் செய்தால் மட்டுமே இலங்கைத் தீவில் எல்லாக் குடிகளும் தங்களது உயிர் உடைமைகள் நாளாந்த வாழ்வு என்பனவற்றைப் பாதுகாக்க இயலும். இதற்காக உழைக்க வேண்டும் என்பதையும் இலக்கு இவ்விடத்தில் வற்புறுத்திக் கூற விரும்புகிறது.

26

ஆசிரியர் தலையங்கம் – இலக்கு மின்னிதழ்: 180

ஈழத்தமிழர் தேசிய பிரச்சினை... எந்தச் சூழ்நிலையிலும் ஒத்திவைக்கப்பட முடியாத பிரச்சினை

சிறிலங்காவின் பொருளாதாரப் பிரச்சினையைத் தீர்ப்பதில் தேசிய அரசாங்கம் ஒன்றின் தேவை குறித்துப் பலமாகப் பேசப்பட்டு வருகிறது. இந்நிலையில், தேசிய அரசாங்கம் என்றால் என்ன என்பது குறித்தும், அத்தகைய ஆட்சிமுறைமை இலங்கையின் அரசியல் பண்பாட்டுக்கு நடைமுறை சாத்தியமாகுமா? என்பது குறித்தும் சிந்திக்க வேண்டிய தேவையுள்ளது.

1931இல், 2ம் உலகப்பெரும்போர்க் காலத்தில் உலகளாவிய நிலையில் பொருளாதார மந்தநிலை வளர்ச்சியடைந்த வேளையில், பிரித்தானியாவின் ஆளுங்கட்சியாக அந்நேரத்தில் இருந்த தொழிற்கட்சியினர், வேலையில் இல்லாதவர்களுக்கான சமூகப் பாதுகாப்பு நிதி உதவிகளில் வெட்டினை ஏற்படுத்திப் பொருளாதார நெருக்கடியைச் சீர்செய்ய முயன்றனர். இதற்குத் தொழிற்கட்சியின் ஒன்பது பாராளுமன்ற உறுப்பினர்கள் எதிர்ப்புத் தெரிவித்துத் தங்கள் பாராளுமன்ற உறுப்பினர் பதவியை விட்டு விலகிய பொழுது, பழமைவாதக்கட்சி மற்றும் தாராண்மைவாதக் கட்சியினர்களின் பாராளுமன்ற உறுப்பினர்களை ஆட்சிக்கு ஆதரவு தருமாறு அழைப்பு விடுத்து 'தேசிய மீட்புக்கான அரசாங்கம்' ஒன்றை நிறுவுமாறு, அந்நாளையப் பிரித்தானியப் பிரதமர் ராம்சே மக்னலோட்டை தாராண்மைவாதக் கட்சியின் தலைவர் கேர்பட் சாமுவேல் கோரியதன் பேரில் 24.08.1931இல் தேசிய அரசாங்கம் அமைக்கப்பட்டது.

இந்தத் தேசிய அரசாங்கம் வரிகளை உயர்த்தி ஊதியங்கள் மற்றும் மக்கள் நல நிதி உதவிகளைக் குறைத்து, சுதந்திர வர்த்தகத்தையும்,

அதுவரை வழக்கில் இருந்த திறைசேரியில் இருப்பில் உள்ள தங்கத்தின் பெறுமதியளவுக்கு பணத்தாள்களை அச்சிடும் முறைமையையும் கைவிட்டு, நாட்டின் பொருளாதாரத்தைப் பாதுகாப்பதற்கான கொள்கைகளை நடைமுறைப்படுத்தியது. அதாவது மக்களின் வரிகளை உயர்த்தல், ஊதியங்கள் மக்கள் நலன்களைக் குறைத்தல் போன்ற செயற்பாடுகள் வழியாக அரசாங்கத்தின் பொருளாதாரத்தைப் பேணுதல் என்பது ஒரு தேசிய அரசாங்கத்தின் தலையாய நோக்காக அமையும். இந்தப் பொறிமுறையின் வெற்றிக்கு சட்டத்தின் ஆட்சி அனைவரதும் மக்களாட்சிக்கான சுதந்திரமான பங்களிப்புக்கள் என்பன முன்நிபந்தனைகளாக அமையும். கூடவே புதிய அரசியல் முறைமை ஒன்றின் உலகளாவிய பரவலுக்கும் ஏற்புடைமைக்கும் இந்த முறைமை வழிவகுக்கும் என்பதும் இந்தப் பொறிமுறையின் செயற்படுத்தலின் பக்கவிளைவாக அமையும்.

இலங்கையில் சட்டத்தின் ஆட்சி என்பதே முதன்மைப் பிரச்சினை. அனைத்து மக்களின் சுதந்திரமான மக்களாட்சிக்கான பங்களிப்பு என்பது இலங்கையில் மக்களாட்சி முறைமையின் ஆரம்ப காலம் முதல் இன்று வரை மறுக்கப்பட்டு, சிங்கள பௌத்த நாடாகவே இலங்கையின் அனைத்து சமூக பொருளாதார அரசியல் ஆன்மிகச் செயற்பாடுகளையும் முன்னெடுப்பதே பிரித்தானியக் காலனித்துவத்தின் அரசியல் தவறினால் ஈழத்தமிழ் மக்களின் விருப்புப்பெறப்படாத முறையில் தமிழர்களின் இறைமையைத் தன்னுள் உள்ளடக்கிக் கொண்ட சிங்களப் பெரும்பான்மை அரசாங்கங்களின் தொடர் அரசியலாக உள்ளது. அதிலும் 1948இல் இலங்கைத் தீவுக்குப் பிரித்தானியக் காலனித்துவம் சுதந்திரம் வழங்கியகாலம் முதலாக 74 ஆண்டு காலமாக இனஅழிப்பு, இனத்துடைப்பு, பண்பாட்டு இனஅழிப்பு என்னும் முத்திறப்பட்ட இனஅழிப்புக்களையே சிங்களப் பெரும்பான்மை அரசாங்கங்கள் சிங்கள பௌத்த பெரும்பான்மை மக்களின் விருப்பைப் பாராளுமன்ற முறைமைக்கு ஊடாக நிலைப்படுத்தல் என்கிற அரசியல் கொள்கையாகவும் கோட்பாடாகவும் தனது படைபல மேலாண்மையுடன் கூடிய நிர்வாகத்தின் வழியாக இலங்கைத் தீவின் மக்களாட்சியாக எல்லாச் சிங்கள அரசாங்கங்களும் முன்னெடுத்து வந்துள்ளன என்பது இலங்கையின் அரசியல் வரலாறு.

அதிலும் 22.05.1972இல் பிரித்தானிய காலனித்துவ அரசு எந்த சோல்பரி அரசியலமைப்பின் வழி இலங்கை அரசாங்கத்தின் இறைமையை பிரித்தானிய அரசுடன் பகிர்வு செய்து இலங்கையின் மத சிறுபான்மை இனங்களின் பிரச்சினைகளில் இலங்கை அரசாங்கம் சோல்பரி அரசியலமைப்பை வன்முறைப்படுத்தினால் பிரித்தானிய பிரிவிக்கவுன்சிலின் தீர்ப்பே அதிஉயர் உச்ச இறைமை கொண்டதாக அமைத்ததோ அந்த சோல்பரி அரசியலமைப்பை சிறிமாவோ

பண்டாரநாயக்கா தலைமையிலான கூட்டரசாங்கம் வன்முறைப்படுத்தி ஈழத்தமிழர்களை நாடற்ற தேசஇனமாக்கியதை அடுத்து, இன்றுவரை ஈழத்தமிழ் மக்கள் தங்களுக்கான அரசியல் எதிர்காலத்தைத் தாங்களே தங்களது பிரிக்கப்பட இயலாத தன்னாட்சி உரிமையின் அடிப்படையில் உருவாக்கிக்கொள்ள வேண்டிய சூழ்நிலையில் வாழ்ந்து வருகின்றனர்.

1978 முதல் 2009 வரை ஈழத்தமிழ் மக்களின் நடைமுறை அரசாகச் சீருடை அணிந்த முப்படைகளுடனும், நிதி நீதி நிர்வாக கட்டமைப்புக்களுடனும் செயற்பட்ட தமிழீழ ஆட்சியினை, சிறிலங்கா இனஅழிப்பின் மூலம் 1,76,000க்கு மேற்பட்ட ஈழத்தமிழ் மக்களை இனப்படுகொலை செய்த வரலாற்றின் வழி மீண்டும் ஆக்கிரமித்தமை சமகால வரலாறு. இந்த அனைத்துலக சட்டங்களையும், ஒழுங்குகளையும், முறைமைகளையும் வெளிப்படையாக எந்தவித அச்சமுமின்றி மீறிய சிங்களத் தலைமைகளே 2009 முதல் இன்றுவரை பதின்மூன்று ஆண்டுகள் தொடர்ந்தும் அதே முத்தரப்பட்ட இனஅழிப்பு செயற்பாடுகள் மூலம் ஈழத்தமிழர்களுக்கு இனங்காணக்கூடிய அச்சத்தை நடைமுறை வாழ்வாக்கி, அவர்களின் அரசியல் பணிவை படைபல மேலாண்மை மூலம் பெற்று வருகின்றது.

இந்நிலையில் சிறிலங்காவின் இன்றைய பொருளாதார நெருக்கடியே இந்த சிறிலங்காவின் இனஅழிப்பு நோக்கிலான அரசியல் தலைமையான மகிந்தா முதல் கோட்டா வரையான ராசபக்ச குடும்ப ஆட்சியாளர்களின் இராணுவ மனோநிலையும் மக்களுக்கு இனவெறி மதவெறி உணர்வுகளை ஊட்டி மயக்கி இலங்கை அரசாங்கத்தின் நிதி வளங்கள் அத்தனையையும் தமது குடும்பங்களுக்கான நிதி வளங்களாக மாற்றிக்கொண்டதன் விளைவு என்பது உலகறிந்த உண்மை. இந்தப் பொருளாதார நெருக்கடி சீராக வேண்டுமானால், இலங்கைத் தீவின் இறைமையுள்ள தேசஇனங்களான இலங்கைத் தமிழர்களும், சிங்களர்களும் தங்கள் தாயக தேசிய தன்னாட்சி உரிமைகளை உறுதி செய்யும் அரசியலமைப்பு ஒன்றினை உருவாக்கி, அந்த அரசியலமைப்பின் வழி இலங்கைத்தீவின் குடிகளாக உள்ள இலங்கை முஸ்லீம்கள், மலையகத் தமிழர்கள் உடைய அரசியல் உரிமைகளை சமத்துவத்துடனும் சகோதரத்துவத்துடனும் சுதந்திரமாகவும் அவர்கள் வாழும் வகையில் முழுமை செய்தல் வேண்டும். இதுவே ஈழத்தமிழர் தேசிய பிரச்சினைக்கான ஒரே தீர்வாக உள்ளது. இதனை மனதிருத்தி தமிழ்த் தலைமைகளும், இந்தியாவின் தலைமைகளும், அனைத்துல நாடுகளும் அமைப்புக்களும் இன்றைய இலங்கைத்தீவின் பொருளாதார நெருக்கடியை அணுக வைக்க வேண்டிய பெரும் பொறுப்பில் உலகெங்கும் புலம்பதிந்து வாழும் தமிழர்கள் உள்ளனர் என்பதை இலக்கு இடித்துரைக்கக் கடமைப்பட்டுள்ளது.

27

ஆசிரியர் தலையங்கம் – இலக்கு மின்னிதழ்: 179

மக்கள் இறைமையை இழந்துள்ள அரசாங்கம் அனைத்துலக உதவிகளால் நிலைபெற முயற்சி

இலங்கைத் தீவில் இன்றைய ஆட்சியாளர்கள் மக்கள் இறைமையை இழந்துள்ளமையை வெளிப்படுத்தும் வகையில் 'கோட்டா ஊருக்குப் போ' போராட்டங்கள் கடந்த சில வாரங்களாகத் தொடர்கின்றன. எந்தச் சிங்கள பௌத்த பெரும்பான்மை இனத்தின் வாக்குகளால் இலங்கைத் தீவின் இறைமையாளர்களாக கோட்டா, மகிந்தா ராசபக்ச குடும்பத்தினர் வந்தார்களோ, அதே மக்கள் தொகுதியால் இன்று பதவி விலகும்படி பலமாக வற்புறுத்தப்பட்டு வருகின்றனர்.

இந்நேரத்தில் வரலாற்றுக்கு முற்பட்ட காலம் முதல் இலங்கைத்தீவில் உள்ள ஈழத்தமிழர்களின் இறைமையை இல்லாதொழிப்பதற்கும், வரலாற்றின் பரிணாமத்தில் இலங்கைக் குடிகளாக வாழும் உரிமையுள்ள மக்களான இலங்கை முஸ்லீம்கள், மலையகத் தமிழர்களின் அரசியல் உரிமைகளைப் பறிப்பதற்கும், முப்படைகளுக்குப் பெருந்திரளான தேசிய வருமானத்தைச் சிங்கள அரசுகள் செலவிட்டமையே இன்றைய பொருளாதார நெருக்கடிக்கான மூல முதல் காரணம். அவ்வாறே மக்கள் நலனுக்கும் நாட்டின் வளர்ச்சிக்குமென வழங்கப்பட்ட அனைத்துலக நாடுகள் அமைப்புக்களின் நிதி உதவிகள் நிதிக்கடன்கள் கூட படையினர் சுகவாழ்வுக்கும், படைக்கலக் கொள்வனவுக்குமே செலவிடப்பட்டமையே இந்தப் பொருளாதார நெருக்கடிக்கான துணைக்காரணம்.

இந்த முதல் துணைக்காரணங்களில் இன்று வரை எந்த மாற்றமும் இல்லை. இந்நிலையில், சந்தை நல, இராணுவ நல நோக்குகளுடன், இந்தியா அதீத அக்கறையுடனும், அமெரிக்கா துரித ஈடுபாட்டுடனும், சீனா தனது இந்துமா கடல் மேலாண்மை நோக்கிலும் வழங்கும் நிதி

உதவிகள், நிதிக்கடன்கள் அனைத்தையும் இன்றைய காலகட்டத்தில் மக்கள் இறைமையை இழந்துள்ள அரசாங்கம், தனது இறைமையை மக்கள் மேல் நிலைநிறுத்துவதற்கான வலுக்களாக மாற்றி ஆட்சியைத் தொடர்கிறது. இந்த அனைத்துலக உதவிகளின் பின்னணியில் அக்டோபர் மாதத்திற்குள் படைபல அழுத்தங்கள் மூலம் தமக்கான முழு அளவிலான மேலாண்மையை நிறுவிக் கொள்வதற்கான அனைத்து முயற்சிகளிலும் இன்றைய ஆட்சியாளர்கள் முழுஅளவில் ஈடுபட்டு வருகின்றனர்.

இவ்விடத்தில் பௌத்த மகாசங்கங்கள் நான்கு இணைந்து, நாட்டின் அரசியல் அமுக்கக் குழுக்களாகத் தாங்கள் உள்ளமையை உறுதி செய்யும் வகையில் அரச தலைவர், முதலமைச்சர், எதிர்க்கட்சித் தலைவர்கள் இணைந்து இந்தப் பொருளாதார நெருக்கடிக்கான உடன் செயற்திட்டமொன்றை உருவாக்காவிட்டால், பௌத்த சங்கப் பிரகடனம் ஒன்றை வெளியிடுவோம் என அச்சுறுத்தல் வகையான கூட்டு அறிக்கை ஒன்றை வெளியிட்டுள்ளனர். இது தற்போது நடைபெறும் சிங்கள மக்களின் அரசுக்கு எதிரான போராட்டம் பௌத்த சிங்கள நாடு என்ற அரசியல் தன்மையில் மாற்றத்தை ஏற்படுத்தக் கூடாதென்பதற்கான நேரடி அமுக்கச் செயலாகிறது. எனவே இந்தச் சிங்கள மக்களின் போராட்டமும் நாட்டின் பொருளாதாரச் சீரழிவுக்கான மூலகாரணமாகிய, இலங்கையின் தேச இனமாகிய ஈழத்தமிழர்கள், குடிமக்களாகிய முஸ்லீம், மலையக மக்கள் ஆகியோரது சுதந்திர சமத்துவ சகோதரத்துவ வாழ்வை உறுதிப்படுத்தலுக்கான எந்த அரசியலமைப்பு மாற்றத்தையும் ஏற்படுத்த பௌத்த பீடங்கள் அனுமதிக்காது என்பதைத் தெளிவுபடுத்தியுள்ளது. அதேவேளை பிரதமர் மகிந்தா, கோட்டாவே பொருளாதார நெருக்கடிக்கு முதல் காரணம் எனவும், பசில் உடைய அணுகுமுறைகள் துணைக்காரணம் எனவும் கருத்துப்பட சிறிலங்காப் பாராளுமன்றத்தின் தமிழ்ப்பாராளுமன்ற உறுப்பினர் சுமந்திரன் வாயிலாக உலகுக்கு செய்தி வெளியிட்டுள்ளார். இது அனைத்துலக நாணய நிதியம் இலங்கையின் மூன்று வருடத்திற்கான பட்டயக் கணக்காளரால் பரிசோதிக்கப்பட்ட கணக்கறிக்கையை, உதவிகள் கடன்கள் குறித்து ஆராய்வதற்கான முன்நிபந்தனையாக அறிவித்துள்ள நிலையில், தனியொருவரின் நிர்வாகத் தவறு என்று, கணக்கில் காணப்படக் கூடிய ஒழுங்கீனங்களை நியாயப்படுத்துவதற்கான முதல் அடியாக அமைகிறது.

தொடர்ந்து தேசிய பாதுகாப்புக்கு அதிக அளவில் முப்படைகளுக்கும் ஒதுக்கப்படும் நிதியத்திலும், முப்படைகளின் ஆட்தொகையிலும் குறைப்புக்கள் செய்யப்பட வேண்டுமென்ற கோரிக்கை அனைத்துலக நாணய நிதியத்தால் வற்புறுத்தப் படுவதைத் தடுக்கும் முன் உத்தியாகவே றம்புக்கனை போராட்டக் காரர்களை நகர காவலர்கள் படுகொலை செய்த நிகழ்வு கட்டமைக்கப்பட்டுள்ளது. எரிபொருள் நிரப்பப்பட்ட

நிலையில் இருந்த வாகனத்தை வெடிக்க வைத்து ஊரையே எரிக்க முயன்றமை இந்தப் படுகொலைகளை நியாயப்படுத்துவதற்கான காரணமாகக் கட்டமைக்கப்பட்டுள்ளது. கூடவே பொதுமக்களின் ஆடையில் நகர காவலர்கள் இராணுவத்தினர்க்கான சீருடைகள் இன்றி நடத்தப்பட்ட இந்தப் படுகொலைகளை போராட்டக்கார்களிடையில் உள்ள முரண் அணிகளின் செயற்பாடு என்கிற கதையும் கட்டவிழ்த்து விடப்பட்டுள்ளது.

கூடவே திரிகோணமலையில் வீதித்தடைகள், வீதியில் எரியூட்டல்கள் நடத்தப்பட்ட சம்பவமானது, திரிகோணமலையை மையமாக வைத்து படைபலத்தின் தேவை நாட்டின் தேசிய பாதுகாப்பையும் ஒருமைப்பாட்டையும் நிலைப்படுத்தத் தேவை என்னும் அனைத்துலகத்திற்கான நியாயப்படுத்தலுக்கான இன்றைய ஆட்சியாளர் களின் தொடக்க முயற்சிகளாக உள்ளன. ஈழத்தமிழ் மக்களின் விடுதலைப் போராட்டக் காலத்தில் அதனை ஒடுக்கச் சிங்கள அரசுகள் கையாண்ட அத்தனை உத்திகளும் படிப்படியாகப் புத்துயிர் பெறுகின்றன. அதே வேளை எதிர்க்கட்சிகள் எரிகிற நெருப்பில் கொள்ளி பிடுங்கி வாழும் பாணியில் தாங்கள் ஆட்சி மாற்றத்தைத் தங்களுக்கான ஆட்சியேற்புக்கான ஒன்றாக மாற்றக் கூடிய வகையிலேயே சமகால நிகழ்வுகள் குறித்த தங்களின் அனைத்துச் செயற்பாடுகளையும் முன்னெடுத்து வருகின்றனர். முஸ்லீம் தலைமைகளும் இதற்கு விதிவிலக்கல்ல.

இந்நிலையில், சிறிலங்கா அரசியலில் ஈழத்தமிழர்கள், மலையக மக்கள், முஸ்லீம் மக்கள் அவரவர்களின் சமூக பொருளாதார அரசியல் ஆன்மிகத் தனித்துவங்களை இழக்காத நிலையில், தங்களுடைய உயிர் வாழ்தலுக்கும், உடைமைகளைப் பேணுதலுக்கும், நாளாந்த வாழ்வின் தொழில் முயற்சிகளை உறுதிப்படுத்து வதற்குமான ஒரு சனநாயக குடைநிழல் அமைப்பில் இணைய வேண்டும். அதில் இதுவரை அரசியலில் தங்களைக் கறைப்படுத்திக் கொள்ளாத தங்களிடையுள்ள புத்திஜீவிகள், சமூக மூலதன முதலீட்டில் அக்கறையுள்ளவர்கள், சமயத்தில் சமூகத்தில் தங்கள் தன்னலமில்லாத சேவைகளால் மதிக்கப்படுபவர்கள், ஆற்றல்கள் கொண்ட இளையவர்கள், விழிப்புணர்வுள்ள மாணவர்கள், உரிமைகளுக்காகப் போராடும் தொழிலாளர்கள் ஆகியோர்க்கு முடிவெடுக்கும் உறுப்புரிமை அளிக்கப்பட்டாலே, எல்லா வழிகளிலும் படைபல சர்வாதிகாரத் தன்மையுடைய இன்றைய ஆட்சியில் இருந்து விடுபட இயலும் என்பதே இலக்கின் எண்ணம்.

28

ஆசிரியர் தலையங்கம் – இலக்கு மின்னிதழ்: *178*
பழைய அரசியல்வாதிகள் அனைவரும் பதவி விலக்கப்பட்டாலே தீர்வு வரும்

காலிமுகத்திடல் இலங்கையர் போராட்டம் அன்றாட வாழ்வுக்கான உணவு, மருந்து, எரிபொருட்கள் போன்றன இன்மையின் காரணமாக எழுந்துள்ள மனிதாயப் போராட்டம். இதனால் இந்த இன்மைகளுக்கு மூலகாரணமாக நாட்டின் பொருள் வளத்தைக் கொள்ளையடித்து டொலர் பில்லியன்களாக இலங்கைக்கு வெளியே முதலீடுகள் செய்து வாழும் ராசபக்ச குடும்பத்தினரின் பாதுகாவலர்களாக விளங்கும் இன்றைய சிறிலங்காவின் அரச அதிபர் கோட்டா வீட்டை போ என்னும் மக்கள் குரல் இலங்கை முதல் உலகின் நாடுகள் எங்கும் ஒலிக்கத் தொடங்கியுள்ளது.

அவ்வாறே இன்றைய சிறிலங்காவின் பிரதமர் மகிந்தா உட்பட அனைத்து ராசபக்சாக்களும் அவர்களின் உறவினர்கள் நண்பர்களும் மக்கள் நிர்வாகிகளாக மாற்றப்பட்டுள்ள அவர்களின் கட்டளைகளைத் தலைமேற்கொண்டு செயற்படும் படைத்தலைமைகளும் பதவி விலக வேண்டும் என்பது தொடர் கோரிக்கையாகியுள்ளது என்பதும் உலகிற்குத் தெளிவாக உணர்த்தப்பட்டு வருகிறது.

பெரும்பாலும் சிங்கள இளையவர்களின் எழுச்சிப் போராட்டமாக மாறியுள்ள இந்த போராட்டத்தில் அனைத்து நடுத்தர வர்க்க மக்களும், உழைக்கும் மக்களும் வயது வேறுபாடின்றி பங்கேற்று காலிமுகத்திடலே, இன்று கோட்டாவை போகவைக்கும் கிராமம் என்னும் பொருளுடைய 'கோட்டாகோகம' என்னும் கிராமமாகப் போராட்ட உணர்வுள்ள மக்களால் மாற்றப்பட்டுள்ளது. அங்கு அமைக்கப்பட்டுள்ள குப்பைத் தொட்டிகள் அனைத்தும் மகிந்த குடும்பத்தினரின் புகைப்படங்கள் ஒட்டப்பட்டு

மக்கள் அரசத் தலைவரையும், பிரதமரையும், அமைச்சர்களையும் குப்பைத் தொட்டிகளாகக் கருதுகின்றார்கள். அவர்களுக்கான அரசியல் பணிவைக் கொடுக்க மறுத்து வருகிறார்கள் என்கிற செய்தியை உலகிற்கு அளித்துள்ளது.

2022ம் ஆண்டுத் தமிழ் சிங்கள சித்திரைப் புதுவருடப்பிறப்பு இந்தக் கோட்டாகோகம கிராமத்திலேயே பால் பொங்கி ஆண்டுப்பிறப்பு கொண்டாடப்பட்டமை, கோட்டாவும் அவரது ராசபக்ச குடும்ப ஆட்சியும் நீங்கும் வரை காலிமுகத்திடலில் மக்கள் வாழ்ந்து போராடும் கிராமமாக அது விளங்கும் என்பதையும், இந்த மக்கள் போராட்டத்தை சிறிலங்கா அரசு படைபலம் கொண்டு நசுக்கினாலும் கூட, குறுகிய காலத்தில் முடித்து வைக்க முடியாது என்கிற உண்மையையும் உலகுக்கு வெளிப்படுத்தியுள்ளது. இதன் அடிப்படையில் தாங்கள் சிறிலங்காப் பிரதமர் மகிந்தாவின் பேச்சுவார்த்தை அழைப்பை மறுத்து, தங்களுடன் பேசுவதானால் இறங்கி கோட்டாகோகம கிராமத்திற்கு வந்து பேசுமாறு, அங்கு ஒரு நாற்காலியைப் போட்டு சிறு கூடாரத்தையும் போராடுபவர்கள் அமைத்துள்ளனர்.

"எங்களுக்கு நஞ்சு குடிப்பதைத் தவிர வேறு வழியில்லை. என்னுடைய பிள்ளைக்கு வாழ்வதற்கு நாடு இல்லாமல், பொருளாதாரத்தில் உடைந்து கொண்டு அதன் விளிம்பு நிலைக்குப் போய்விட்டது. எங்கள் வாழ்வே முடிந்து விட்டது. கோட்டாவிற்கு வாக்களித்த பொழுது அவரை எங்கள் சிங்கமாகக் கருதினேன். அவர் சிங்கமல்ல நாய்" என்ற சந்த உப்புல் என்னும் ரிக்சா தொழிலாளியின் கருத்து பிரித்தானியக் கார்டியன் 09.04.22 நாளிதழில் வெளியாகி, சிங்களவர்கள் 2020இல் தங்களின் சிங்கமாக ஆட்சியில் அமர்த்திய கோட்டாவை நாயாக அடித்து விரட்டத் துடிக்கின்றார்கள் என்பதை வெளிப்படுத்தியது. 14.04.22 இல் பிரித்தானிய கார்டியன் நாளிதழில் வெளிவந்த கட்டுரை கோட்டாவை 'டேர்மினேட்டர்' எனப் போற்றிய சிங்களவர்கள் இன்று 'கிரிமினல்', 'துரோகி', 'திருடன்', 'பைத்தியக்காரன்', என அடைமொழி கொடுத்தே பேசுகின்றனர் எனக் குறிப்பிட்டுள்ளது. 'வெள்ளை வாகன' அரசியலின் தலைவன் கோட்டா' என்பதையும் கார்டியன் சுட்டிக்காட்டியுள்ளது.

அத்துடன் இன்றும் கோட்டாவின் ஆணையில் தமிழ்ப் பகுதிகளில் ஈழத்தமிழர்கள் சிறிலங்காப் படைகளால் சித்திரவதைக்குள்ளாகி வருவதையும் விஜே எனப் பெயர் மாற்றம் செய்யப்பட்ட, பாதிக்கப்பட்ட ஈழத்தமிழர் ஒருவர் குறித்த வேறு ஒரு கட்டுரையை வெளியிட்டு கார்டியன் பத்திரிகை கோட்டாவின் கொலைவெறி அரசியலை உலகுக்கு உறுதிப்படுத்தியுள்ளது. ராசபக்சாவின் குடும்பத்தவர்கள் தற்போது மக்களுக்கு அஞ்சி தாங்கள் கொள்ளையடித்த டாலர்களைக் காப்பாற்ற

கட்டுநாயக்கா அனைத்துலக விமான நிலையத்தின் கண்காணிப்புக் கருவிகளை நிறுத்தி வைக்குமாறு மேலிடம் விடுத்த கட்டளையின் பின்னணியில் நாட்டை விட்டுத் தப்பியோடிக் கொண்டிருப்பதாக இந்தியாவின் 'த இந்து தமிழ்' நாளிதழ் கட்டுரை வெளியிட்டுள்ளது. நாமல் ராசபக்சா கத்தார் நாட்டில் உள்ள *ALBC* நிறுவனத்தின் இயக்குநராக உள்ளார் எனவும் இப்பொழுது இலங்கையின் டாலர்கள் எங்கே போயிருக்கும் என்பது தெளிவாகிறது எனவும் அக்கட்டுரை எடுத்து விளக்கியுள்ளது.

அதேவேளை நிருபமா ராசபக்சாவும் அவரது கணவர் திருக்குமார் நடேசனும் பிரித்தானியா, அமெரிக்கா, நியூசிலாந்து ஆகிய நாடுகளில் எட்டு நிறுவனங்களை நடத்தி 160 மில்லியன் அமெரிக்க டாலர்களை வங்கிக் கணக்காக வைத்திருப்பதை பண்டோரா பேப்பர்ஸ் ஆவணங்கள் வெளிப்படுத்தியதால், குற்றவாளியாகச் சுட்டப்பட்டு தீர்ப்பளிக்கப்பட வேண்டிய நீதிமன்ற வழக்கு இருக்கும் நிலையிலும், அவர்களும் தப்பிச் சென்றுள்ளனர். மிதக்கும் ஆயுதக் களஞ்சியசாலைக்கு 355 இலட்சம் ரூபா இலஞ்சம் பெற்ற வழக்கில் உள்ள அரச தலைவரின் நெருங்கிய நண்பர் நிசங்க சேனாதிபதியும் தப்பிச் சென்றுள்ளார். இவற்றை எல்லாம். 'த இந்து தமிழ்' கட்டுரை வெளிப்படுத்தியுள்ளது. தற்பொழுது நாமல் ராசபக்சாவை பிரதமராக்கி தன் தம்பியைக் காத்ததுபோல தன் மகனையும் காக்க மகிந்தா முனைவதாகவும் செய்திகள் வருகின்றன. இவையெல்லாம் சிறிலங்கா அரச தலைவரும் பிரதமரும் உடனடியாகப் பதவி விலக்கப்படாவிட்டால், சட்டத்தின் ஆட்சி என்பது முற்று முழுதாகச் சிதைக்கப்பட்டு இராணுவ சர்வாதிகார ஆட்சி தோன்றும் என்கிற உண்மையை உலகுக்கு வெளிப்படுத்தியுள்ளது.

இந்தச் சூழ்நிலையைத் தடுப்பதற்குரிய புதிய ஆட்சியில் சிங்களவர்களதும், தமிழர்களதும், முஸ்லீம், மலையக மக்களதும் பழைய அரசியல்வாதிகள் அனைவரும் வெளியே குப்பைத் தொட்டிகளில் தள்ளப்பட்டு, இலங்கையின் பல்லின பன்மொழி பலபண்பாண்டுத் தன்மைகளை மனதிருத்தும் இளையவர்களின் அரசியல் வரவாகவும், அந்த இளையவர்கள் தமிழ் சிங்கள தேச இனங்களின் தாயக தேசிய தன்னாட்சி உரிமைகளை ஏற்ற நிலையில், முஸ்லீம் மலையக மக்களின் அரசியல் உரிமைகளைச் சமத்துவத்துடன் வழங்கும் முறையிலான அரசியல் அமைப்புத் திட்டமொன்றை உருவாக்க உறுதியுள்ளவர்களாகவும் அமைந்தால்தான், இந்தப் போரட்டத்தின் எதிர்பார்ப்பான இலங்கை மக்கள் அனைவரது பொருளாதார வாழ்வியல் சீர்பெறும் என்பதே இலக்கின் எண்ணமாக உள்ளது. பாராளுமன்றம் கலைக்கப்படுவதை இலங்கைக்கு உதவும் நாடுகள் நிபந்தனையாக முன்வைத்தாலே இது நடைமுறைச் சாத்தியமாகும்.

29

ஆசிரியர் தலையங்கம் – இலக்கு மின்னிதழ்: 177
ஈழத்தமிழரிடை பட்டினிநிலை தோன்றவிடாது புலம்பெயர் தமிழர்கள் உடன்செயற்பட வேண்டும்.

உண்ண உணவின்மை, உயிர் காக்க மருந்தின்மை, நாளாந்த வாழ்வுக்கான தகவல் தரவுகள், போக்குவரத்தின்மை, கல்வியின்மை, வேலைவாய்ப்புக்களின்மை, சக்தி வளங்களான மின்சாரம், எரிபொருட்கள், எண்ணெய்கள் இன்மையென இலங்கையில் மக்களின் நாளாந்த வாழ்வு ஈடுசெய்ய இயலாத வகையில் மரணத்துடன் போராடும் வாழ்வாகி வருகிறது.

இவ்விடத்தில் இந்த மரணத்திலிருந்து விடுபடும் போராட்டத்தில் இலங்கைத் தீவைத் தாயகமாகக் கொண்ட அத்தனை பேரும் மொழி மத பிரதேச வேறுபாடுகளைக் கடந்து மனிதாய உணர்வுடன் பசிப்பிணி தீர்த்தலில் ஒன்றிணைவது, இலங்கைத் தீவின் மக்கள் தங்களுக்கான பாதுகாப்பைத் தாங்களே உறுதிப்படுத்தும் புதிய அரசியல் மாற்றத்தினை உருவாக்கும் உறவுப்பாலமாக மாறும்.

இந்நேரத்தில் சிறிலங்காவின் அரச தலைவர் கோட்டாபய ராசபக்ச இந்தியாவிடம் உடனடி உதவிகளையும், நீண்டகாலத்துக்கு அனைத்துலக நாணயமாற்று நிதியக் கடனுதவிகளையும் பெறுவதன்மூலம், மக்களின் விருப்புக்கு மாறாகத் தனது ஆட்சியை உறுதிப்படுத்தப் பகிரங்கப் பிரயத்தனம் செய்து வருகின்றார். ஆனால் சிறிலங்கா அரச தலைவர் கோட்டாபயவும் அவரது ராசபக்ச குடும்ப ஆட்சியும் பதவி விலகலும் பொறுப்புத் துறப்புமே தங்களது நல்வாழ்வுக்கான முதல் தேவை என இலங்கை முழுவதிலும் மக்கள் ஒன்றிணைந்த போராட்டங்களின் மூலம் வெளிப்படுத்தி வருகின்றனர்.

இந்நிலையில், கோட்டாபயவின் அரசின் பாராளுமன்றப் பெரும்பான்மையும், அமைச்சரவை உறுதிப்பாடும் மிகவும் எல்லைப்பட்டுள்ளது. இதனால் இன்றைய அரசாங்கத்தின் உறுதித்தன்மை இழக்கப்பட்டுள்ளதால், இனி கடுமையான நிபந்தனைகளின்றி எந்த நாடும் எந்த அமைப்பும் சிறிலங்காவுக்குக் கடனோ வேறு நிதியுதவிகளோ அளிப்பது கடினமாகவிருக்கும். கடனைப் பெற்றால், அந்த நிபந்தனைகளை நிறைவேற்றுவது சிறிலங்காவுக்கு இயலாததாக அமைந்து, இறைமையிழப்பு ஏற்படும். இலங்கையைத் தாயகமாகக் கொண்ட மக்களனைவரதும் ஒருங்கிணைந்த பங்களிப்புக்கான முறையில் நாளாந்த அரசியல் மாற்றப்பட்டால் மட்டும்தான் பொருளாதார மீட்சி சாத்தியம்.

ஆயினும் சிங்களவர்களின் இந்தப் போராட்ட முயற்சிகள் தங்களது அரசின் ஆட்சி மாற்றத்தை நோக்காகக் கொண்டதே தவிர, ஈழத்தமிழர்களின் தேசியப் பிரச்சினையான அவர்களின் இறைமையின் அடிப்படையிலான தாயக தேசிய தன்னாட்சி உரிமைகளுக்கோ அல்லது மலையக மற்றும் முஸ்லீம் மக்களின் அரசியல் உரிமைகளுக்கோ உறுதிப்படுத்தல் அளித்து, பாதுகாப்பான அமைதியை இலங்கைத் தீவில் நிலைப்படுத்தும் நோக்கம் கொண்டவையல்ல. இதனால் ஈழ – முஸ்லீம் – மலையக முத்தரப்பு குடைநிழல் அமைப்பொன்றின் தோற்றுவாய் மூலமே முத்தரப்பினரும் தங்கள் அரசியல் உரிமைகளைப் பாதுகாக்க வேண்டிய நேரமிது.

மேலும் இந்தப் போராட்டங்கள் குறித்த அனைத்துலக அக்கறை என்பது சிறிலங்கா என்னும் அரசின் உறுதிப்படுத்தலை மையமாகக் கொண்டதாகவே உள்ளது. இதனை ஐக்கிய நாடுகள் மனித உரிமை ஆணையகத்தின் சமகாலப் பிரச்சினை குறித்த அறிக்கை உறுதிப்படுத்துகிறது. “அதிகரித்து வரும் இராணுவ மயமாக்கல் மற்றும் வீழ்ச்சி கண்டிருக்கும் கட்டமைப்பு ரீதியான நியாயத்துவம் என்பன சிறிலங்காவின் இன்றைய நெருக்கடியின் காரணமாகப் பார்க்கிறதே தவிர, ஈழத்தமிழின அழிப்புக்கான அரசியற் செயற்திட்டங்களுக்காக அன்றும் இன்றும் பில்லியன் டிரில்லியன் கணக்கான இலங்கை ரூபாய்கள் செலவிடப்பட்டு வருவதும், மலையக முஸ்லீம் மக்களது சுதந்திரமான சமூக பொருளாதார அரசியல் வாழ்வினை மறுப்பதனால் இவ்வினங்களின் சுதந்திரமான பொருளாதாரப் பங்களிப்புக்கள் இழக்கப்பட்டு வருவதும் இன்றைய பொருளாதார நெருக்கடிக்கான மூலகாரணம் என்பதை வெளிப்படுத்தத் தவறியுள்ளது.

1. சிறிலங்கா அரசின் கட்டமைப்புப் பிரச்சினைகள் தான், அது பொருளாதார நெருக்கடியைக் கையாள முடியாத இயலாமைக்குள் கொண்டு சென்றுள்ளது.

2. அனைத்துக் குடிகளுக்குமான பொருளாதார சமூக கலாச்சார உரிமைகளை உறுதிப்பாட்டை வலுவிழக்கச் செய்துள்ளது.

3. இது தொடர்பான திறனாய்வுச் செயற்பாடுகளை சிறிலங்கா கையாளும் முறைமை மாற்றப்பட வேண்டும்.

இப்படி, ஐக்கிய நாடுகள் மனித உரிமைகள் ஆணையகம் கருத்து வெளியிட்டுள்ளதே தவிர, ஈழத்தமிழர்களின் இனஅழிப்பின் பின்னணியில், மலையக முஸ்லீம் மக்களின் உரிமைகள் மறுப்பின் வழி தாங்கள் சிங்கள பௌத்த பாதுகாவலர்கள் என்னும் உணர்வைச் சிங்கள மக்களிடை வளர்த்த, இன்றைய சிறிலங்காத் தலைமைகள் நாட்டின் திறைசேரிப் பணத்தைக் கொள்ளையடித்ததின் விளைவு இந்த பொருளாதார நெருக்கடி என்ற உண்மையைத் திட்டமிட்ட கவனமான வார்த்தைப் பிரயோகங்கள் மூலம் மூடிமறைத்துள்ளது. இந்நிலைக்குத் தீர்வாக பொருளாதார மற்றும் அரசியல் தீர்வுகள் குறித்து அரசாங்கம், அரசியல் கட்சிகள், சிவில் சமூகம் என்னும் முத்தரப்பு உரையாடல்கள் தோன்ற வேண்டும் என்று மனித உரிமைகள் ஆணையகம் கூறியுள்ளதன் வழி சிறிலங்காவின் உள்ளக பொறிமுறைக்குள் தீர்வு என்னும் தனது பௌத்த சிங்கள மேலாண்மையை உறுதிப்படுத்தும் கண்துடைப்பு தீர்வுகளை முன்னெடுக்கப் பச்சைக் கொடி காட்டியுள்ளது.

இது தற்போது வலுவடைந்து வரும் புதிய உலக அரசியல் முறையிலும், ரஸ்ய உக்ரேன் யுத்த களத்திலும் சிறிலங்காவைச் சீனாவின் பக்கமிருந்து இழுக்கும் அரசியல் உத்தியாக இருந்தாலும், இதன் விளைவாக ஈழத்தமிழர்களின் சமூகப் பாதுகாப்பு, சமூக நீதி என்பன மேலும் இழக்கப்பட்டு, அவர்கள் பட்டினிச் சாவுக்கு உட்படும் அபாயகரமான நிலை உருவாகும் என்பதைப் புலம்பெயர்ந்து புலம்பதிந்து வாழும் தமிழர்களும், தமிழகத் தமிழர்களும் இனத்துவத் துடிப்புடன் உணர்ந்து ஈழத் தமிழரிடை பட்டினி நிலை தோன்றிடாது தடுத்து நிறுத்த வேண்டிய பொறுப்புள்ளவர் களாக உள்ளனர் என்பதை இலக்கு நினைவிருத்த விரும்புகிறது.

தமிழக முதலமைச்சர் மாண்பமை ஸ்டாலின் அவர்கள் இந்தியப் பிரதமரிடம் ஈழத்தமிழர்களுக்கு உதவுவதற்கான அனுமதியை நேரடியாகக் கேட்டமை, தமிழகமும் உலகத் தமிழர்களும் புலம்பதிந்து வாழும் ஈழத்தமிழர்களுடன் ஈழத்தமிழர்களைப் பாதுகாப்பதில் இணைந்து செயற்படுவர் என்கிற நம்பிக்கையை வலுப்படுத்தி யுள்ளது. இப்போது கேள்வி இதனை நடைமுறைப்படுத்தும் குடைநிழல் அமைப்பை எப்படி புலம்பெயர் தமிழர்கள் முன்னெடுக்கப் போகிறார்கள் என்பதே!

30

ஆசிரியர் தலையங்கம் – இலக்கு மின்னிதழ்: 176

இலங்கைத்தீவின் இன்றைய சூழலில் ஈழத்தமிழர் இறைமையிழப்பு தடுக்கப்பட வேண்டும்

பால் உட்பட அன்றாட உணவுப் பொருட்கள் அத்தனைக்கும் தட்டுப்பாடு மட்டுமல்ல, அரசாங்கமே உயிர் வாழ்தலுக்கான உணவு வகைகளின் வழங்கலை மிகவும் மட்டுப்படுத்தும் நிலை இன்றைய சிறிலங்கா ஆட்சியாளர்களின் சாதனையாக உள்ளது. மருத்துவ சேவைகள், கல்விச் சேவைகள், போக்குவரத்துச் சேவைகள் என அனைத்து அன்றாட மக்கள்நலச் சேவைகளும் நின்றுபோன அல்லது தற்காலிகமாக இடை நிறுத்தப்பட்ட நிலை. வாழ்வுக்கான அன்றாட சக்தி வளங்களான மின்சாரம், எரிவாயு, பெற்றோல், டீசல் அத்தனையும் அருந்தல் நிலையில் உள்ள நாடாகச் சிறிலங்கா உள்ளதால், அனைத்து வகையான உள்நாட்டு உற்பத்திகளும் நின்று வருகிறது. நாடு வேகமாக இயங்க இயலாத நிலைக்குச் சென்று கொண்டிருக்கிறது.

இந்நிலையில் இந்தியாவே இன்று இலங்கையர் தங்கள் நாளாந்த வாழ்வைக் கொண்டு செல்வதற்கான அன்றாட நாணய மாற்றையும், கடன் உதவிகளையும் வழங்க வேண்டும் என்கிற நடைமுறை எதார்த்தம் சிறிலங்காவின் பொருளாதார எதார்த்தமாக மாறியுள்ளது. ஆண்டுத் தொடக்கத்தில் எரிபொருள் கொள்வனவுக்கு 400 மில்லியன் அமெரிக்க டொலர்கள், தொடர்ந்து டொலர் கடனுதவியாக 500 மில்லியன் டொலர்கள் இவற்றை அடுத்து இன்று 2.1 பில்லியன் டொலர், அன்றாட பொருட் தேவைகளுக்கான கடனுதவிகள் என இந்தியாவிடம் கடன் பெறும் தொகை நீண்டு கொண்டே செல்கிறது.

அத்துடன் இந்த அளவுக்கு ஒரு வெளிநாடாக இலங்கைக்கு இந்தியா நிதிவழங்கல் செய்ய இயலாது. இதனால் இந்தியாவின் ஒன்றிய

எல்லை மாநிலங்களுள் ஒன்று போல சிறிலங்கா தனது இறைமையை விட்டுக் கொடுத்து வாழும் நிலையிலேயே இதனை இந்தியாவால் செய்ய இயலும் என்பது வெளிப்படையான உண்மை. இதனைச் சிறிலங்கா இந்தியாவுடன் இறைமைப் பகிர்வை அனுமதிக்கும் நான்கு ஒப்பந்தங்கள் மூலம் உறுதி செய்து விட்டது. இந்நிலையில், கொழும்புக்கு வங்காள விரிகுடா விளிம்புநிலை நாடுகளின் பாதுகாப்பு மாநாட்டிற்கு வருகை தந்த இந்திய வெளிவிவகார அமைச்சர் ஜெய்சங்கர் அவர்கள்; "முன்னர் சிறிலங்காவுக்கு நிதியுதவி வழங்கும் விடயத்தில் பலவாரங்களில் செய்யப்பட்ட நடவடிக்கைகளை தற்போது இந்தியா சில நாட்களுக்குள் செய்கின்றது" என்கிற உண்மையை ஊடகவியலாளர் களுக்கு எடுத்துரைத்ததின் மூலம், இந்திய இறைமையின் மேலாதிக்கத்துள் இலங்கையின் இறைமை உள்ளடக்கப்பட்டுள்ள சமகால அரசியல் நிலையை நாகரிகமான முறையில் வெளியிட்டுள்ளார்.

இந்நிலையில் இந்தியாவால் ஈழத்தமிழர்களின் தேசியப் பிரச்சினையும், மலையகத் தமிழர்களின் மற்றும் முஸ்லீம் மக்களின் அரசியல் உரிமைகளை உறுதிப்படுத்தும் பிரச்சினைகளும் நியாயமான தீர்வு பெற வேண்டுமென முத்தரப்பினரும் எதிர்பார்ப்பது இயல்பானதே. இந்தியா ஈழத்தமிழர்களுக்கான பாதுகாப்பான அமைதி என்பது அவர்களின் இறைமையின் இயல்பு நிலையை உறுதிப்படுத்தலே என்கிற உண்மையின் அடிப்படையில் ஈழத்தமிழர்களுக்கு உதவ வேண்டும். அவ்வாறே மலையகத் தமிழர்களதும், இலங்கை முஸ்லீம்களினதும் அரசியல் உரிமைகளைப் பாதுகாக்கக் கூடிய முறையில் செயற்பட வேண்டும். இதற்கான அரசியலமைப்பு முறைமை ஒன்று இலங்கையில் நடைமுறைக்கு வருவதற்கு நேரடியாகவே உதவக்கூடிய சூழ்நிலை இன்றைய சமகால இலங்கைத் தீவின் அரசியலில் இந்தியாவுக்கு இயல்பாகியுள்ளது.

இதனை இந்தியா உணர்ந்து செயற்படக்கூடிய முறையில் அரசியல் அமுக்கக் குழுவாகச் செயற்படக்கூடிய ஈழத்தமிழர்களதும், மலையகத் தமிழர்களதும், இலங்கை முஸ்லீம் மக்களதும் தெளிவானதும் உறுதியானதுமான கூட்டிணைவு ஒன்று உடனடித் தேவையாக உள்ளது. இந்தக் கூட்டிணைவு சிங்கள மக்களின் இறைமைக்கோ, ஒருமைப்பாட்டுக்கோ அச்சுறுத்தலாக அமையாது. இதனை உறுதிப்படுத்துவதற்கு இலங்கையில் வாழும் மற்றைய மக்கள் இனங்களின் முயற்சி என்பதைச் சிங்களப் பாட்டாளி மக்களின் மனதில் விதைக்கப்பட்டுள்ள சந்தேகங்களையும், அச்சங்களையும் நீக்கும் வகையில் சிங்களவர்களுடனான உரையாடல்களையும்

வளர்த்தல் வேண்டும். இந்தத் தளம் உறுதி பெறுகின்ற போதே உலகெங்கும் வாழும் ஈழத்தமிழர்களும், தமிழகத் தமிழர்களும், அனைத்துலகத் தமிழர்களும் இந்தியாவுக்கு ஈழத்தமிழர்களதும் மலையகத் தமிழர்களதும், முஸ்லீம் மக்களதும் பாதுகாப்பான அமைதி வாழ்வை உறுதிப்படுத்துமாறு பலமாகக் கோர முடியும்.

இந்நேரத்தில் சிறிலங்கா ஜனாதிபதி கூட்டிய அனைத்துக்கட்சி மாநாட்டில் கலந்து கொண்ட சம்பந்தர், ஈழத்தமிழர்களின் தேசியப் பிரச்சினை என்பது அவர்களின் இறைமை குறித்த பிரச்சினை எனத் தனது உரையைத் தொடங்கினார். ஆயினும் அடுத்து, அதனைச் சிறிலங்கா ஏற்க வேண்டும் என்னும் கோரிக்கையை முன்வைத்து, ஈழத்தமிழர்களின் வெளியக தன்னாட்சி உரிமையை உலக அரசியல் முறைமைகள் கவனத்தில் எடுக்க உதவாது, சிறிலங்காவின் இன்றைய ஆட்சியாளர்கள் தங்களுடைய ஆட்சியை நிலைப்படுத்துவதற்கான பொருளாதார ஆலோசகராகத் தம்மை மாற்றிக் கொண்டார் சம்பந்தர்.

அமைதியான நாட்டைக் கட்டியெழுப்புவதற்கான மறுசீரமைப்புக்கள் வழியாகத் தமிழர்களின் இறைமையை உறுதிப்படுத்தக் கூடிய அதிகாரப் பரவலாக்கலைச் செய்து, தமிழர்களுக்கு நீதியும் சமத்துவமும் கிடைக்க இந்த ஆட்சியாளர்கள் உதவ வேண்டும் என ஈழத்தமிழர்களின் உள்ளக தன்னாட்சி உரிமையின் அடிப்படையில் பிரச்சினைகளுக்குத் தீர்வு காணப்படலாம் என உலகுக்கு உறுதிப்படுத்தும் வகையில் மயக்கமான பேச்சாகத் தம்பேச்சை அமைத்துக்கொண்டார். இந்த மயக்கப் பேச்சின் வழி ஈழத்தமிழர்களின் உள்ளக தன்னாட்சி உரிமை மறுக்கப்படவில்லை என்கிற சாட்சியாகச் சம்பந்தர் தன்னை முன்னிறுத்தி, ஈழத்தமிழர்களின் வெளியக தன்னாட்சி உரிமையின் அடிப்படையில் அனைத்துலகத் தலையீடுகள் சிறிலங்காவின் இன்றைய ஆட்சியாளர்களுக்கு ஏற்படாதவாறு பாதுகாப்புப் பெற்றுக் கொடுத்துள்ளார்.

முடக்க நிலையில் சிறிலங்கா, மயக்க நிலையில் சம்பந்தரின் பேச்சு, விழிப்புடன் செயற்பட வேண்டியவர்களாக உலகத் தமிழர் உள்ளனர். அதாவது ஈழத்தமிழ் மக்களின் இறைமை இழக்கப்படாதவாறு, அவர்களுக்கான அரசியல் எதிர்காலத்தை அவர்கள் உருவாக்கும் அவர்களின் தன்னாட்சி உரிமையை உறுதிப்படுத்த, உலகத்தமிழர்கள் உழைப்பதன் வழியாகவே இன்றைய சூழலில் ஈழத்தமிழர்களை இறைமையிழப்பிலிருந்து பாதுகாக்க முடியும் என்பதே இலக்கின் எண்ணம்.

31

ஆசிரியர் தலையங்கம் – இலக்கு மின்னிதழ்: 175

வலுவடையும் இந்திய மேலாண்மையும் தளர்வடையும் ஈழத்தமிழர் அரசியல் உரிமைகளும்

சிறிலங்காவின் பொருளாதார நெருக்கடியிலிருந்து அதனைப் பிணை எடுக்கும் நட்பு நாடாக இந்தியா இன்று உள்ளது. இந்தப் பிணை எடுப்புக்கு பதிலீடாக இந்தியாவின் பாதுகாப்புக்கு மாலைதீவையும் சிறிலங்காவையும் இணைத்து கடந்த ஆண்டில் இந்தியா உருவாக்கிய உயரதிகாரக் குழுவின் தலைமையகமாகச் சிறிலங்கா கொழும்பை அனுமதித்துள்ளது. இதனால் இந்த உயரதிகாரக்குழுவின் பெயர் 'பாதுகாப்புக்கான கொழும்பு உயரதிகாரக் குழு'வென்று மொரிசியசின் இணைப்புடனும் சீசெல்சு, பங்காளாதேசின் பார்வைநிலை அனுமதிப்புடனும் பரிணாமம் பெற்றுள்ளது. கடல்சார் பாதுகாப்பு, பயங்கரவாதம் மற்றும் தீவிரவாதத்தை எதிர்த்தல், கடத்தல் மற்றும் நாடுகடந்த ஒழுங்கமைக்கப்பட்ட குற்றங்களை எதிர்த்துப் போராடல், இணையப் பாதுகாப்பு உட்பட்ட முக்கியமான உட்கட்டமைப்புக்கள், தொழில் நுட்பப் பாதுகாப்பு, மனிதாபிமான உதவிகள் மற்றும் பேரிடர் நிவாரணங்கள் என்னும் ஐந்து விடயங்களில் இந்நாடுகள் ஒருமித்துச் செயற்படுதல் என்பது இந்த நாடுகளின் அரசாங்கங்களின் உறுதித்தன்மைக்கு ஒவ்வொரு நாடும் உதவும் பாதுகாப்பு முறைமையாக அமைகிறது. இது இன்றைய நிலையில் சிறிலங்காவுக்குத் தனது அரசாங்கத்தைப் பலப்படுத்தும் பெருந் துணையாகவும் அமைகிறது.

மேலும் சிறிலங்கா தொடர்பான விடயங்களைத் தனது உள்நாட்டு விவகாரமாகவே இந்தியா மாற்றிவிட்டதற்கு உதாரணமாக புதுடெல்லியில் வெளிவிவகாரங் களுக்கான பிரதமரின் அலுவலகம், பாதுகாப்பு அமைச்சு, வெளிவிவகார அமைச்சு என்பன உள்ள பகுதி எனச் சொல்லப்படும் நோர்த் புளொக்கில் அல்லாது உள்விவகாரங்

களுக்கான பகுதியான சவுத் புளொக்கிலேயே சிறிலங்காவின் நிதியமைச்சர் பசில் ராசபக்சவுடன் கடன் ஒப்பந்த விடயங்களைக் கையாண்டுள்ளமை, இனி சிறிலங்காவும் மறைமுகமான இந்திய மாநிலமாகவே பெயரளவில் இறைமையுடன் செயற்படும் என்பதை உறுதியாக்கியுள்ளது. இந்த இறுக்கமான சமூகப் பொருளாதார அரசியல் ஆன்மீக நிலையெடுப்புக்கு உதவியாகவே பலாலி விமான நிலையமும், காங்கேசன் துறைமுகமும் மனிதவள மூலவளப் போக்குவரத்துக்களை இலகுபடுத்த மீண்டும் இந்தியாவால் திறப்பிக்கப்படும் நிலையும் தோன்றியுள்ளது.

இந்நிலையில், இந்தியா தனது இந்த மேலாண்மைகளுக்கு அனுசரணையாகப் பௌத்த சிங்கள பேரினவாதத்தைக் கண்டுகொள்ளாத அரசியலில் ஈடுபடும் என்பதும், இது ஈழத்தமிழர்களின் அரசியல் உரிமைகளைத் தளர்வடைய வைக்கும் என்பதும் எதிர்பார்க்கப்படுவனவாக உள்ளன. சிறிலங்காவும் இந்திய இலங்கை ஒப்பந்தத்தின் மூலம் இந்தியா தோற்றுவித்த எந்த 13வது திருத்தத்தையும், வடக்கு கிழக்கு மாகாணசபைகளையும் செயலிழக்க வைக்க வேண்டுமென விரும்பியதோ அதனை இந்திய ஆதரவுடனேயே நிறைவேற்றிவிட்ட மகிழ்ச்சியுடன், இந்தியாவுடன் இணைந்து செயற்படத் தொடங்கியுள்ளது.

ரஸ்ய–உக்ரேன் போரில் இந்தியா அமெரிக்க மற்றும் மேற்குலக நாடுகளுக்கு ஆதரவான நிலையை எடுக்க மறுத்து, ரஸ்யாவுக்கு எதிராக, ஐக்கிய நாடுகள் பாதுகாப்புச் சபையில் வாக்களிக்காது விட்டதும், ரஸ்யாவிடம் இருந்து மலிவு எண்ணெய் கொள்வனவை அதிகரித்துள்ளதும் இதுவரை இந்தியாவின் உலகச் சந்தை நிலைக்காக இணைந்து பயணித்த அமெரிக்காவுக்கு பலத்த ஏமாற்றத்தை அளித்துள்ளது. இதன் விளைவாக இந்தோ பசுபிக் கடல் பாதுகாப்பில் அமெரிக்கா, தானே நேரடியாக இறங்கிச் சிறிலங்காவுக்கு அமெரிக்காவின் இராஜாங்கத் திணைக்களத்தின் அரசியல் விவகாரங்களுக்கான வெளியுறவுத்துறைச் செயலர் விக்ரோறியா நூலண்ட் தலைமையில் உயர்மட்ட இராஜதந்திரக் குழுவைச் சிறிலங்காவுடன் பேச்சுகளுக்காக அனுப்பியுள்ளது. இந்த மாற்றத்திற்குக் கட்டியம் கூறுவது போல பாத்பைண்டர் கருத்தரங்கில் சிறிலங்காவுக்கான அமெரிக்கத் தூதுவர் யூலிசங் “எமது கிரகத்தின் எதிர்காலத்தின் பெரும்பகுதி இந்தோ பசுபிக் பகுதியில் எழுதப்படும் என்பதை அமெரிக்கா ஏற்றுக்கொள்கிறது. இந்தோ பசுபிக் பகுதியின் மையத்தில் உள்ள இலங்கை முன்னணிப் பாத்திரத்தை வகிக்க வேண்டும்” என உரை நிகழ்த்தியிருந்தார்.

இந்நிலையில் அனைத்துலக நாணய நிதியத்தின் வழிகாட்டலை ஏற்க இணக்கம் தெரிவித்துள்ள சிறிலங்கா, 22ஆம் திகதி அதாவது ஜனாதிபதி கோட்டாபயவுடனான அமெரிக்கச் சந்திப்புக்கு முதல்நாள் சிறிலங்காவின் வெளியுறவு அமைச்சர் என இருந்த பேராசிரியர் ஜி எல் பீரிசின் அமைச்சினை மீளவும் சிறிலங்காவின் 'வெளிவிவகார அமைச்சு' எனப் பெயர் மாற்றம் செய்து, அமெரிக்காவுடன் உறவு கொண்டாடுதல் என்கிற தனது சமநிலைப் பெருமை பாராட்டும் நிலையில் நின்று இறங்கி, விவகாரங்களைத் தீர்த்து வைக்கும் பாணியில் அமெரிக்காவை ஏற்கும் விருப்பினை வெளியிட்டுக் கொண்டது.

அமெரிக்காவும் சிறிலங்காவை மனித உரிமைகளின் நிலை என்னும் அடிப்படையில் அணுகாது என்பதை உறுதி செய்யும் வகையில், அமெரிக்க உதவிச் செயலர் விக்ரோறியா நூலண்டும் சிறிலங்காவின் உண்மையைக் கண்டறியும் பொறி முறைக்கும், பயங்கரவாதத் தடைச்சட்டத்தைத் திருத்தியமைத் தமைக்கும் பாராட்டுத் தெரிவித்துள்ளார். சிறிலங்கா ஜனாதிபதி வெளிநாடுகளில் வாழும் தமிழர்களுடன் பேச வேண்டும் என விக்ரோறியா நூலண்ட் அழைப்பு விடுத்தமை, கோட்டாபயவுக்கு தனது வெளிநாட்டுத் தமிழரை வடக்கு கிழக்கில் முதலிட வைக்க வேண்டும் என்னும் நரித்தந்திர நோக்கை நிறைவேற்ற இது உதவுமென்ற நம்பிக்கையையும் அளித்துள்ளது. அமெரிக்கா எம் சி. சி பொருளாதார உதவிகளையும், அனைத்துலக நாணய நிதிய உதவிகளையும் வழங்கி, சிறிலங்காவைப் பலப்படுத்தப்போகிறது என்பது ஊகிக்கப்படக் கூடியதாக உள்ளது.

இந்நிலையில் இந்தியாவாக இருந்தாலும் சரி, அமெரிக்காவாக இருந்தாலும் சரி, அல்லது வேறெந்த நாடாக அமைப்பாக இருந்தாலும் சரி ஈழத்தமிழர்களுக்குச் சிறிலங்கா செய்த இனஅழிப்புக் குறித்து தங்கள் தேவைகளின் அடிப்படையில் தண்டனை நீதியோ, பரிகார நீதியோ, அல்லது நிலைமாற்று நீதியோ பெற்றுக் கொடுத்தலை முன்னிலைப்படுத்த மாட்டா. புலம்பதிந்து வாழும் ஈழத் தமிழர்களும், தமிழகத் தமிழர்களும் எந்த அளவுக்கு இந்த விடயத்தில் ஒருங்கிணைந்து நீதி வழங்க வேண்டுமென வலியுறுத்துவார்களோ, அந்த அளவுக்குத்தான் ஈழத்தமிழர்களுக்கான சமூக நீதி என்பதை மனித உரிமைகளிலும், அமைதியிலும் அக்கறை காட்டும் உலக மக்களையும், அவர்களது அமைப்புக்களையும் கொண்டு நடைமுறைச் சாத்தியமாக்க இயலும் என்பதே இலக்கின் எண்ணம்.

32

ஆசிரியர் தலையங்கம் – இலக்கு மின்னிதழ்: 174
நெருக்கடிப் பொருளாதார நிலையிலும் தமிழர்களை அந்நியப்படுத்தும் சிறிலங்கா

வருமானமும், தமிழர்களின் பொருளாதாரப் பலத்தை படைபலம் மற்றும் படைபல ஆதரவு கொண்ட சிங்கள பௌத்த அரச பயங்கரவாதக் குழுக்கள் என்பவற்றின் வழி சிறிலங்கா அரசாங்கம் 22.05.1972 முதல் கடந்த அரை நூற்றாண்டாகத் திட்டமிட்ட முறையில் தொடர்ச்சியாக அழித்து வருவதும், நாட்டின் பொருளாதாரத்தின் முதுகெலும்பைத் தாங்கிநின்ற ஈழத் தமிழர்களின் மனித வளமும், மூலவளங்களும் நாட்டை விட்டு வெளியேற்றப்படக் காரணமாகி, இன்றைய பொருளாதார நெருக்கடிக்கான மூலகாரணமாக விளங்குகின்றன.

பெருந்தோட்டப் பொருளாதாரத்தின் மூலம் எந்த மலையகத் தமிழர்கள் பிரித்தானிய இலங்கையின் உலகப் பொருளாதாரச் சந்தையின் கடும் உழைப்பாளர்களாகப் பிரித்தானியாவின் திறைசேரிக்கு நிதிவளமளித்தார்களோ, அந்த மலையகத் தமிழர்கள் இன்று அவர்களின் ஆற்றல்களில் இருந்து அந்நியப்படுத்தப்பட்ட பெரும்பாலும் வறுமைக்கோட்டுக்கு கீழ் வாழ்கின்ற மக்களாக்கப்பட்டுள்ளமை, இப்பொருளாதார நெருக்கடிக்கான மற்றொரு காரணம். முஸ்லீம்களது பங்களிப்புக்களும் மறுக்கப்பட்டமை இன்னொரு காரணம்.

தமிழர்களதும் தமிழ்பேசும் மக்களதும் சுதந்திரமான பொருளாதாரப் பங்களிப்பு 1921ம் ஆண்டு முதல் நூறாண்டுகளுக்கு மேலாகத் திட்டமிட்ட முறையில் சிங்கள படைபல அரசியலால் தடுக்கப்பட்டு வந்ததின் உச்சமாக இன்று நான்கு சக்கரங்களில் மூன்று சக்கரங்கள் பழுதடைந்த வண்டியாக விழுந்து கிடக்கிறது. வண்டியை திருத்தவென

வரும் ஒவ்வொரு வெளிநாட்டு சக்திகளும் நாட்டின் மூலவளத்தையும், மனிதவளத்தையும் தமதாக்குவதற்கான திட்டங்களையே சூழ்நிலையின் பலவீனங்களைப் பயன்படுத்தி முன்னெடுத்து வருகின்றனர்.

இதனால் சந்தைப் பொருளாதாரத்தில் இறக்குமதிக்கு இன்னொரு நாட்டிடம் கையேந்திப் பிச்சை வாழ்வு வாழும் நிலையால் தேசிய வருமான இழப்பும் இறைமை இழப்பும், சுதந்திரமாக முடிவெடுக்கும் ஆற்றலுமற்ற அரசாக இலங்கையின் இன்றைய அரசு உலக அரங்கில் காட்சியளிக்கிறது.

இந்த இக்கட்டான நிலையில் இறைமை இழப்பில் இருந்து சீனா தங்களைப் பாதுகாக்குமென்ற நம்பிக்கையில் சீனாவின் உலகப் பொருளாதார வல்லாண்மை யாக்கத்திற்கு இலங்கைத் தீவை தளமாக்கிய மகிந்த, கோட்டாபய சகோதர ஆட்சியாளர்கள் இன்று சிவப்புத்துண்டை தங்கள் தம்பி பசில் ராசபக்ச மூலம் கழுவித் துவைத்து சிவப்புக் கழுகுப்படமாக தோளில் போடப் படாதபாடுபடுகின்றனர். ஆனால் இந்திய சந்தைப்பலத்தைத் தாண்டி எந்த உலக நாடும் தான் விரும்பியவாறு இலங்கை மக்களுக்கு உதவுவதற்கு ஆயத்தமாகவில்லை. இதனால் நாட்டின் பொருளாதார வங்குரோத்து நிலையில் இருந்து தன்னை விடுவிப்பதற்கு இந்தியாவிடமே சரணடைய வேண்டிய ஒரே நிலையில் இன்று இலங்கையுள்ளது.

இதனை தனது சந்தைப் பெருக்கத்திற்கான பலமான அடித்தளமாக இந்தியா தனது இன்றைய கடன் உதவிகளாலும் பொருள் உதவிகளாலும் விரைவாக மாற்றிக் கொண்டிருக்கிறது. சீனா இதனை அமைதியாக அனுமதித்து, தனது ஆசிய ஒருமைப்பாட்டின் வழியாக இன்றைய உலகின் புதிய அரசியல் ஒழுங்குமுறையில் தன்னை முன்னிலைப்படுத்துவதற்கான ஆசியக் கோட்டையை ஆழப்படுத்திக் கொண்டிருக்கிறது. ரஸ்சிய உக்ரேன் நேரடி மோதல் ரஸ்யா – சீனா – இந்தியா என்னும் ஆசியாவின் மூன்று முக்கிய நாடுகளையும் ஆசியக் கோட்டையைப் பலப்படுத்துதல் என்ற காலத்தின் தேவையுள் நெருக்கமாக்குவது இயல்பான வொன்றாகவே உள்ளது.

இதனைத் தனக்குச் சாதகமாகப் பயன்படுத்தும் சிறிலங்கா, இந்த மூன்று நாடுகளும் தமக்குள் முரண்பட முடியாத இக்காலகட்டத்தில் இந்தியாவைத் தன்னை பொருளாதார நெருக்கடியில் இருந்து விடுவிக்கும் சக்தியாகப் பயன்படுத்திக் கொள்கிறது. இந்தியாவும் தெற்காசியாவின் பொருளாதாரத்தின் நுழைவாயிலாகவும் இந்துமா

கடலின் மேலாண்மைச் சக்தியாகவும் தன்னை நிலைப்படுத்திக் கொள்வதற்கு இலங்கையைத் தனது கைகளுக்குள் இலங்கையுடனான இறைமைப் பகிர்வினைப் பொருளாதாரத்தில் ஆழப்படுத்துவதன் வழி செயல்படுகிறது.

இந்தப் புதிய சூழலில் சிறிலங்காவின் அரச அதிபர் கோட்டபாய ராசபக்ச தன்னையும் பிரதமராக உள்ள தனது அண்ணா மகிந்தாவையும், அமைச்சர்களான பசில் ராசபக்ச. பந்துல குணவர்த்தன, ஜோன்சன் பெர்ணான்டோ, மகிந்தானந்த அளுத்கமகே, ரமேஸ் பத்திரன, மத்திய வங்கியின் ஆளுநர் அஜித் நிவாட் கப்ரால், அரசஅதிபரின் செயலாளர் காமினி செனரத், திறைசேரிச் செயலாளர் எஸ் ஆர் அட்டிக்கல, பிரதி ஆளுநர் தம்மிக்க நாணயக்கார ஆகியோரை உள்ளடக்கிய 11 பேர் கொண்ட பொருளாதார ஆலோசனைக் குழுவை நியமித்துள்ளார். இந்தக் குழுவில் ஒரு தமிழரோ அல்லது மலையகத் தமிழரோ அல்லது முஸ்லீம்களோ இடம்பெறாதவாறு தனிச்சிங்களக் குழுவாக கோட்டபாயா நியமித்து, இலங்கைத் தமிழர்களை மட்டுமல்ல தமிழ்பேசும் இனங்களையே அந்நியப்படுத்தியுள்ளார்.

ஒரு நாடு ஒரு சட்டம் என்னும் தனது புதிய அரசியலமைப்பின் நாட்டு நிர்வாகம் எப்படி இருக்கும் என்பதற்கு மாதிரி அமைப்பாக நெருக்கடி நிலையிலும் சிங்கள பௌத்தத்திற்கே நாடு சொந்தம் என்னும் வகையில் இந்த நியமனங்களைச் செய்து, சிங்கள பௌத்த நாடு சிறிலங்காவெனக் கோட்டபாய உறுதி செய்துள்ளார். தமிழரின் கண்ணியமான வாழ்வை உறுதி செய்ய அடிக்கடி வேண்டுகோள் விடுக்கும் இந்தியப் பிரதமர் மோடி தலைமையிலான இந்திய அரசும் இதனையேற்று டொலர்மழை பொழிவதை இலக்கால் விளங்கிக்கொள்ள முடியவில்லை.

இந்நிலையில் புலம்பதிந்து வாழும் ஈழத்தமிழர்கள் தங்களது சமூக மூலதனங் களையும் புத்திஜீவிப் பலத்தையும் ஒருங்கிணைத்து தங்களை உலகச் சந்தையில் ஆற்றலுள்ள பொருளாதார சமூகமாக நிலைநிறுத்துவதன் வழி தங்களைத் தாயக மக்களுக்கான பேரம்பேசும் சக்தியாக உயர்த்திக் கொண்டாலே புதிய பொருளாதார சூழலில் ஈழத்தமிழர்களின் உரிமைகளைப் பாதுகாக்க இயலுமென்பதே இலக்கின் உறுதியான எண்ணம்.

33

ஆசிரியர் தலையங்கம் – இலக்கு மின்னிதழ்: *173*

இராணுவ ஆட்சிக்கான புதிய அரசியலமைப்பும், அனைத்துலக நாடுகள் அமைப்புகளின் மௌனமும்

சிறிலங்கா ஒரு நாடு, ஒரு சட்டம் எனும் ஆட்சிக் கொள்கையினைக் கொண்ட புதிய அரசியலமைப்பை, சட்டவாக்கம் செய்வதற்கான அனைத்து வேலைகளையும் நிறைவு செய்து வருகிறது. இந்தப் புதிய அரசியலமைப்பு, நாட்டின் சட்டத்தையும், ஒழுங்கையும் நிறைவேற்றும் சட்ட அமுலாக்க வலுவாண்மையை தனது படையினருக்கு வழங்குகிறது. இதனால் 1979இல் சிறிலங்கா பயங்கரவாத தடைச்சட்டத்தின் மூலம் சந்தேகத்துக்கு உரியவர்களைக் கண்ட இடத்தில் சுடவும், சுட்ட இடத்தில் விசாரணையின்றி அவர்களின் உடலங்களை எரிக்கவும் தனது ஆயுதப் படைகளுக்கு வழங்கிய கட்டற்ற அதிகாரம், தற்பொழுது ஒருவரைக் கைதாக்கிப் பதினெட்டு மாதத்துள் அல்ல பன்னிரெண்டு மாதத்துள் செய்யக் கூடிய அரசியலமைப்புச் சட்டச் செயலாகத் தரம் உயர்த்தப்படவுள்ளது.

தேசிய பாதுகாப்புக்கும், ஒருமைப்பாட்டுக்கும் அச்சுறுத்தல்கள் வருகின்ற நேரத்திலும், மற்றும் பேரிடர் மீட்புப் பணிகளிலும் தவிர மற்றைய நாளாந்த வாழ்வில் மக்களின் சுதந்திரத்தில் இராணுவத் தலையீடு மக்களாட்சி நாடுகளில் அனுமதிக்கப்படுவதில்லை. ஆனால் தன்னை மக்களாட்சி முறைமை கொண்ட நாடாக உலகிற்கு வெளிப்படுத்தி வரும் சிறிலங்கா, தனது இராணுவத்திற்கு மக்களின் நாளாந்த வாழ்வில் விருப்பப்படி தலையிடும் அதிகாரத்தை கடந்த 50 ஆண்டுகளாக படிப்படியாக அதிகரித்து வந்து, தற்பொழுது முழுஅளவில் இராணுவ ஆட்சியொன்றை ஒரு நாடு ஒரு சட்டம் என்கிற அரசியல்

கொள்கை உருவாக்கமாக அரசியலமைப்புச் சட்டத்தால் உறுதிப்படுத்தும் முயற்சியில் தனது இலக்கை நெருங்கி வருகிறது.

தன்னுடைய ஆட்சியை தனக்கிருக்கும் பலமான அரசு என்னும் பாராளுமன்ற பலம் கொண்டு கோட்டபாய ராசபக்சாவால் வேண்டிய காலத்துக்குத் தொடர முடியும். அந்த அளவுக்கு அவரது அரசாங்கம் பலமான அரசாங்கம். அப்படியாயின் இந்தப்புதிய அரசியலமைப்பின் நோக்கு என்ன எனச் சிந்திக்கையில்தான் ஈழத்தமிழர்களுடைய வெளியக தன்னாட்சி உரிமையினை அனைத்துலக சட்டவலுவில்லாது செய்தல் என்பதே இதன் நோக்கு என்பது தெளிவாகும். இதற்கு ஈழத்தமிழர் வரலாற்றைப் பின்னோக்கிப் பார்த்தால் அவசியம்.

22.05.1972இல் சிங்கள பௌத்த சிறிலங்காக் குடியரசை சிறிமாவோ ஈழத் தமிழர்களின் குடியொப்பம் பெறப்படாது தன்னிச்சையாகப் பிரகடனப்படுத்தினார். இதனால் அதுவரை சோல்பரி அரசியலமைப்பின் வழி மாட்சிமை தங்கிய மகாராணி 2வது எலிசபேத் அவர்களின் முடிக்குரிய பிரித்தானிய அரசிடம் தொடர்ந்து இருந்த வந்த இலங்கைத் தமிழர்களின் இறைமை, அந்தச் சோல்பரி அரசியல் அமைப்பை சிறிமாவோ வன்முறைப்படுத்தியதால், இலங்கைத் தமிழர்கள் இடம் இயல்பாகவே மீண்டது. இதனால் நாடற்ற தேச இனம் என்கிற அரசியல் வரைவிலக்கணத்துள் தங்களின் தாயக தேசிய தன்னாட்சி உரிமைகளை அடைவதற்கான விடுதலைப் போராட்ட மக்கள் இனமாக, ஈழத்தமிழர்கள், ஈழத்தமிழர்களின் தாயகம் இலங்கையின் வடக்கு கிழக்கு எனவும் வரலாற்றுப் பரிணாமத்தை ஈழத்தமிழர்கள் பெற்றனர்.

பின்னர் 1978ம் ஆண்டின் நிறைவேற்று அதிகாரமுள்ள அரச அதிபர் ஆட்சி முறையை அரசியலமைப்புத் திருத்தத்தின் வழி நீலன் திருச்செல்வம், ஜெயரெட்ணம் வில்சன் போன்ற இலங்கைத் தமிழர்களாகப் பிறந்த சட்ட வல்லுனர்களின் மூளைப்பலம் கொண்டே ஜே.ஆர். ஜயவர்த்தனா உருவாக்கினார். அதனைச் சிங்கள சட்ட வல்லுநரான எல்.ஜே. எம் குரேயின் தலைமையில் வெளிப்படுத்தினார். இதனை உலக நாடுகளுக்கு விகிதாசாரப் பிரதிநிதித்துவ முறை மூலம் எல்லா மக்களுக்குமான பாராளுமன்றப் பிரதிநிதித்துவத்தை உருவாக்கி மக்களாட்சியை தான் சிறப்பிப்பதாகவே அவர் அறிவித்தார்.

அத்துடன் பொருளாதார முடிவுகளை எடுப்பதற்கு நிறைவேற்று அதிகாரமுள்ள அரச அதிபர் முறை வேகமளிக்கும் என உலக முதலாளித்துவ நாடுகளை மகிழச் செய்து, அவர்களின் ஆதரவுடன் நடைமுறையில் சிங்கள பௌத்த மேலாண்மையை அகலப்படுத்தி,

ஈழத்தமிழின அழிப்பு அரசியலை ஆழப்படுத்தினார். இதுவே 1978ம் ஆண்டின் அரசியலமைப்பின் நடைமுறைப் பயன்பாடாகியது. ஆயினும் அதே 1978 முதல் 2009 வரை ஈழத்தமிழ் மக்கள், தமிழீழ மக்களாகத் தமிழீழத் தேசியத்தலைவர் வேலுப்பிள்ளை பிரபாகரன் அவர்கள் தலைமையில் தம்மை வெளிப்படுத்தி தங்களுக்கான அரசு நோக்கிய அரசை முப்பது ஆண்டுகளுக்கும் மேலாக தமது வரலாற்றுத் தாயகத்தில் நடைமுறைப்படுத்தியமை உலக வரலாறாக உள்ளது.

இது ஈழத்தமிழர்களின் வெளியக தன்னாட்சி வெளிப்பட்டு விட்டமைக்கான வரலாற்றுச் சான்றாகியது. இந்தத் தமிழர்களின் நடைமுறை அரசை இனஅழிப்பின் மூலம் சீர்குலைத்து, மகிந்த கோட்டபாய சகோதரர்கள், ஈழத்தமிழர்களின் வெளியக தன்னாட்சி உரிமை ஏற்பின் காலத்தைப் பின்னடைய வைத்துள்ளனர். ஆயினும் அவர்களாலோ வேறு யாராலோ ஈழத்தமிழர்களின் வெளியகத் தன்னாட்சி உரிமைக் கோரிக்கையை இனி அழிக்க முடியாத அளவுக்கு ஈழத்தமிழினம் இன்று உலகத் தமிழினமாகி, ஈழமக்களின் உண்மைகளின் குரலாக ஒலித்துக்கொண்டு இருக்கிறது.

இந்நிலையில் ஈழத்தமிழர் தாயகத்தில் இராணுவ ஆட்சியைக் கொண்டு வந்து, அதனை பெரும்பான்மை மக்களின் அரசின் உறுதிப்பாட்டுக்கான செயற்பாடு எனக்காட்டி, ஈழத்தமிழர்களின் வெளியக தன்னாட்சி உரிமைக்கு அடிப்படையாக உள்ள நாடற்ற தேசஇனம் அவர்கள் என்னும் நிலையை மாற்றும் அரசியல் சதிச் செயலில் கோட்டபாய இறங்கியுள்ளார். ஈழத்தமிழர்களின் இறைமையை நிலை நிறுத்தும் அவர்களின் பிறப்புரிமையின் அடிப்படையிலான அரசியல் முயற்சிகளை வெறுமனே குடிவரவு பெற்ற மக்கள் கூட்டமொன்றின் வாழ்வியல் தேவைகளின் வெளிப்பாடு எனக் காட்டி, அதனைத் தனது ஆட்சியிலும், அரசியல் அதிகார பகிர்வுகள் இல்லாத ஈழத்தமிழின அழிப்புக்கான தண்டனை நீதியோ பரிகார நீதியோ இல்லாத உள்ளகப் பொறிமுறைகளால் தீர்க்க முடியும் என உலகுக்குக் காட்டுவதே இந்தப் புதிய அரசியலமைப்பின் தலையாய நோக்கு.

இதனை உலகநாடுகளுக்கும் அமைப்புக்களுக்குத் சான்றாதரங்களுடன் தெளிவு படுத்தி சிறிலங்கா இராணுவ ஆட்சிக்கான புதிய அரசியலமைப்பை உருவாக்குவதைப் பார்த்து மௌனமாக இருந்து மீளவும் மற்றொரு ஈழத்தமிழின இனஅழிப்பை சிறிலங்கா செய்ய அனுமதிக்கும் உலக நிலையை முற்கூட்டியே தடுத்து நிறுத்தல், உலகத்தமிழினமாக உள்ள புலம்பதிந்து வாழும் ஈழத்தமிழர்களின் தலையாய கடமை, என்பது இலக்கின் எண்ணம்.

34

ஆசிரியர் தலையங்கம் – இலக்கு மின்னிதழ்: 172

ஈழத்தமிழின அழிப்புக்கான தண்டனை நீதியும் பரிகார நீதியுமே அமைதி தரும்

சிறிலங்காவின் மனித உரிமைகள் மற்றும் சிறிலங்காவின் பொறுப்புக்கூறல் நல்லிணக்க முயற்சிகள் குறித்த எழுத்து மூல அறிக்கை 04.03.2022இல் ஐக்கிய நாடுகள் மனித உரிமைகள் பேரவையில், மனித உரிமைகள் ஆணையாளர் மிச்சேல் பச்லெட்டினால் தாக்கல் செய்யப்பட்டுள்ளது.

2020 இல் சிறிலங்காவில் யுத்தக் குற்றச் செயல்கள், மனிதாயத்துக்கு எதிரான குற்றங்கள், மனித உரிமைகள் வன்முறைப்படுத்தல்கள் என்பனவற்றில் ஈடுபட்டதாகச் சந்தேகிக்கப்படுகின்ற தனியாட்களை, அனைத்துலக நீதி விசாரணை ஆணையின் வழி விசாரிப்பதற்கான, முதல்நிலைக் குற்றப்பத்திரிகையை தயார் செய்வதற்கான, சான்றாதாரங்களை ஆவணப்படுத்த தனி அலுவலகம் ஐக்கிய நாடுகள் மனித உரிமைகள் ஆணையகத்தால் கட்டமைக்கப்பட அனுமதி அளிக்கப்பட்டது. இவற்றின் முன்னேற்றம் குறித்த வாய்மொழி அறிக்கையை 2021இலும், எழுத்து மூல அறிக்கையை 2022இலும் அனைத்துலக மனித உரிமைகள் பேரவைக்குச் சமர்ப்பிக்க வேண்டுமெனவும், ஐக்கிய நாடுகள் மனித உரிமைகள் பேரவையால் ஐக்கிய நாடுகள் மனிதஉரிமை ஆணையாளருக்கு அறிவுறுத்தல் வழங்கப்பட்டது. இதனால் இந்த ஆண்டு மனித உரிமைகள் ஆணையாளரின், சிறிலங்கா குறித்த அறிக்கை ஈழத்தமிழர்கள் எதிர்பார்க்கும் தண்டனை நீதி, பரிகாரநீதி நோக்கிய முயற்சிகளுக்கான முக்கியமான அறிக்கையாக அமையுமென எதிர்பார்க்கப்பட்டது.

ஆயினும் எதிர்பார்த்தவாறு சிறிலங்காவில் நடைபெற்ற அனைத்துலகக் குற்றச் செயல்களுக்குத் தண்டனை நீதி வழங்குவதற்கான முதல்நிலைக் குற்றப்பத்திரிகையைத் தாக்கல் செய்வதற்கான வளர்ச்சியாக இது அமையவில்லை. அனைத்துலக நீதி விசாரணை ஆணை வழி அனைத்துலக விசாரணை ஒரு சிலருக்கு என்ற பேச்சும் கூட இல்லாது, சிறிலங்காவுக்கு ஆதரவான நாடுகளின் அழுத்தங்களால் முன்னையது போலல்லாது சிறிலங்காவையே அனைத்தையும் உள்ளக பொறி முறைக்குள் செய்வதற்கு அனுமதிக்கும் மென்மைப்படுத்தப்பட்ட உரையாடலாக இந்த அறிக்கை தாக்கலாகியுள்ளது. யுத்தக்குற்றத்தை அல்லது மனிதாயத்துக்கு எதிரான குற்றத்தை படையினரில் சிலர் செய்தனர் என்கிற பார்வை அகலமாக்கப்படுவதை அறிக்கை உணர்த்துகிறது.

அவர்கள் சிறிலங்காவின் உள்ளகப் பொறிமுறையுள் விசாரிக்கப்பட வேண்டும் என்னும் கருத்து மெதுவாக வளர்ச்சி பெறுகிறது. இதனால்தான் சிறிலங்காவில் பாதிப்புற்றவர்களுக்கு நீதி மறுக்கப்படுகிறது என்பதற்கு மட்டும் முக்கியத்துவம் அளித்து, சிறிலங்கா அரசாங்கத்தினை ஒழுங்கான சட்ட ஆட்சியில் நீதியை வழங்குமாறு வழிகாட்டும் அறிக்கையாகவே இவ்வறிக்கை வெளிவந்துள்ளது. இதனால் இதனை சிறிலங்காவின் மனித உரிமை நலன்பேணும் அறிக்கையாகவே கருத வேண்டியுள்ளதே தவிர, இது பாதிப்புற்ற ஈழத் தமிழர்களின் மனித உரிமை பேணலுக்கான வழியாக அமையவில்லை. எனவே தனிப்பட்ட முறையில் அல்லாது ஈழத்தமிழ் அரசியல்வாதிகள் பொதுவான கூட்டு முயற்சி ஒன்றின் மூலமே ஈழத்தமிழர்க்கான மனித உரிமைகளை அடையும் ஒன்றாக இதனை முன்னெடுக்க முடியும்.

மேலும் ஈழத்தமிழர்களை சிறிலங்காவின் உள்ளகப் பொறிமுறைக்குள் தீர்வுகாண வைக்கும் நோக்காக ஐக்கிய நாடுகள் மனித உரிமைகள் ஆணையகத்தின் போக்கு மாறிவிட்டது என்பதற்குச் சான்றாக 43 ஆண்டு காலமாக உலகச் சட்டத்துறைக்கே அவமானகரமான சிறிலங்காவின் பயங்கரவாதச் சட்டத்தில் சிறுசிறு மாற்றங்களை தனக்கு மேலும் சாதகமான நிலையை, உருவாக்கச் செய்ய முற்பட்ட சிறிலங்காவின் செயலை பயங்கரவாதச் சட்டத்தில் முன்னேற்றகரமான திருத்தங்களைச் செய்வது போல் மனித உரிமைகள் ஆணையாளர் நம்பிக்கை தெரிவித்து வரவேற்றுப் பாராட்டியமை அமைகிறது. இவையெல்லாம் ஒருவகையில் சிறிலங்கா விரும்பியவாறு உள்ளகப் பொறிமுறை மூலம் இந்தப் பிரச்சினையை, சிறிலங்கா முடிவுக்குக் கொண்டு வருவதற்கான உத்தியாகவும் பார்க்கலாம்.

பொறுப்புக் கூறலையும் நல்லிணக்கப்படுத்தலையும் முன்னெடுப்பதற்கான ஆர்வமோ அக்கறையோ சிறிலங்காவுக்கு இருக்கவில்லை என்பதை இவ்வறிக்கை வெளிப்படுத்துகிறது. அவ்வாறே காணாமலாக்கப்பட்டவர்களையும், அவர்களின் குடும்பங்களையும் ஏற்று அங்கீகரித்து, அவர்களின் நிலையினை அல்லது இருப்பிடத்தை அவசரமாக நிர்ணயம் செய்து குற்றவாளிகளை நீதியின் முன் நிறுத்த வேண்டும் எனவும் பாதிப்புற்றவர்களுக்கோ, குடும்பங்களுக்கோ இழப்பீடுகளை வழங்க வேண்டுமெனவும் இவ்வறிக்கை வலியுறுத்தி யுள்ளது. சிறிலங்காவிடம் இருந்து உரிய இழப்பீடுகளை பாதிப்புற்றோர் பெறலாம் என்பதற்கு தெளிவற்ற நிலையை உருவாக்குகிறது.

அரசின் சிவில் நிர்வாகத்தினைப் படை அதிகாரிகள் வழி நடத்துவதற்கு கண்டனம் தெரிவித்த ஆணையாளர். சில படையதிகாரிகள் அனைத்துலகக் குற்றச்செயல்களைச் செய்தவர்களாக உள்ளனர் என்பதையும் சுட்டிக்காட்டியுள்ளார். இவர்களை சிறிலங்கா ஜனாதிபதி தண்டிக்க விருப்பற்றவராக, மேலும் உற்சாகப்படுத்தி ஊக்கப்படுத்துவராக உள்ளதையும் ஆணையாளர் எடுத்து விளக்கியுள்ளார். தண்டனை விலக்களிப்பு மூலம் சிறிலங்காப் படையினராக இருந்து நீதிமன்றங்களில் யுத்தக்குற்றச் செயல்களுக்காக தண்டனை பெற்றவர்களையும் சிறிலங்கா ஜனாதிபதி பொதுமன்னிப்பு அளித்தமையை கண்டிக்கும் ஆணையாளர், இந்த உலக அமைதிக்கும் பாதுகாப்புக்கும் ஆபத்தை விளைவிக்கும் ஜனாதிபதியின் செயலுக்கு எதிர்வினையாக எதனைச் செய்யவேண்டும் என்பதை விளக்கவில்லை.

இவற்றை எடுத்து நோக்குகையில், ஈழத்தமிழர்களின் அரசியல்வாதிகள் இனஅழிப்பு நடைபெற்றது என்பதைத் தாங்களே ஆரம்பம் முதல் வலியுறுத்தத் தவறியதன் விளைவே இந்தக் குழப்ப நிலைகளுக்கு எல்லாம் காரணம் எனலாம். ஆணையாளர் பல தடவைகளில் ஈழத்தமிழர்கள் தங்களின் வெளியகத் தன்னாட்சி உரிமையின் அடிப்படையில் செயற்படுவதை உலகு ஏற்கக் கூடிய வகையில் பல விடயங்களைக் கோடிட்டுக் காட்டினாலும், அவற்றை முன்னெடுத்து ஈழத் தமிழர்களுக்குச் சாதகமான அரசியற் செயற்திட்டத்தை ஏற்படுத்துவதில் ஈழத் தமிழர்களின் ஒற்றுமையீனங்கள் தடைகளை ஏற்படுத்துகின்றன. ஈழத்தமிழின அழிப்பு மீளநிகழாமை வேண்டுமென்றால், ஈழத்தமிழர்கள் ஒற்றுமையுடன் தங்களுக்கு நடைபெற்ற இனஅழிப்புக்குத் தண்டனை நீதியும், பரிகார நீதியும் தான் வேண்டுமென வலியுறுத்துவதே ஒரேவழி என்பதே இலக்கின் எண்ணம்.

35

ஆசிரியர் தலையங்கம் – இலக்கு மின்னிதழ்: 171

உக்ரேன் மக்களுக்கு ஒரு நீதி... ஈழத்தமிழ் மக்களுக்கு வேறு ஒரு நீதியா?

உக்ரேனில் ரசியா செய்த யுத்தக் குற்றங்கள், மனிதாயத்துக்கு எதிரான குற்றங்கள் குறித்த அனைத்துலக யுத்தக்குற்ற நீதிமன்ற விசாரணைகள் உடன் தொடங்கப்பட வேண்டும் என்னும் அறிவுறுத்தல்கள் தாக்குதல் நடத்தப்பெற்று 36 மணித்தியாலங்களுக்கு இடையிலேயே வலுவாக முன்வைக்கப்பட்டு வருகிறது. உலகின் குடிமக்கள் என்ற தகுதியுள்ள உக்ரேன் மக்களுக்கான நீதி வழங்கலுக்கான உலக நாடுகளின் இம்முயற்சியை ஈழத்தமிழர்களும் உலகெங்கும் வரவேற்கின்றார்கள். ஆனால் உலகின் தொன்மைக் குடிகளான ஈழத்தமிழ் மக்களாகிய தங்களுக்கு அதே யுத்தக்குற்றச் செயல்களையும், மனிதாயத்திற்கு எதிரான குற்றச் செயல்களையும் செய்தவர்களுக்கு நீதி வழங்குவதற்கான விசாரணையை அறிவிக்கக்கூட 13 ஆண்டுகளா?

அப்படியானால், 'உக்ரேன் மக்களுக்கு ஒரு நீதி... ஈழத்தமிழர்களுக்கு வேறுபட்ட நீதியா?' என உலகும் சட்டத்தின் ஆட்சியில் சமத்துவமின்மையைக் காட்டுவதற்கு உலக நாடுகள் மேலும் உலக அமைப்புகள் இயல்பாகவே கேள்வி எழுப்புகின்றனர். அதுவும் சிறிலங்காவில் நடைபெற்ற அனைத்துலகச் சட்டங்களுக்கு எதிரான முதன்மைக் குற்றப்பத்திரிகையைத் தயாரிப்பதற்கான ஆவணச் சேகரிப்பை தொடங்குமாறு தனி அலுவலகத்தையே உருவாக்கிச் செயற்பட, ஐக்கிய நாடுகள் மனித உரிமைகள் பேரவை ஐக்கிய நாடுகள் மனித உரிமைகள் ஆணையகத்தினை நெறிப்படுத்திய நிலையில், கடந்த இரண்டு ஆண்டுகளாக நீதியை முன்னெடுப்

பதற்கான பெரிதான எந்த நடைமுறைகளையும் காணவியலாத நிலை உலக அரசியல் முறைமைகளால் தொடர்கிறது.

இந்நிலையில், சிறிலங்காவின் வெளிவிவகார அமைச்சர் ஜி. எல். பீரிஸ், சிறிலங்காவுக்கு சாதகமான முறையில் ஐக்கிய நாடுகள் மனிதப் பேரவையின் முடிவுகளை அமுலாக்கப்படுத்துவதற்காக, ஐக்கிய நாடுகள் மனித உரிமைகள் பேரவையின் 49ஆவது ஆண்டுத் தொடர் கூட்டத்தில் கலந்து கொள்ள ஜெனிவாவுக்கு வந்துள்ளார். இவரது இந்த அமுலாக்கப்படுத்தலை வெற்றிபெற வைப்பதற்கான மனித உரிமைகள் பேரவையில் உறுப்பு நாடுகளின் ஆதரவைப் பெற இந்தியா உட்பட்ட சிறிலங்காவின் நட்பு நாடுகள் பலமான ஏற்பாடுகளைச் செய்துள்ள நிலையிலேயே, பீரிஸ் ஜெனிவா வந்துள்ளார்.

இந்தியா இலங்கை – இந்திய ஒப்பந்தத்தின் 13ஆவது பிரிவு நடைமுறைப்படுத்தப்பட்டால் அது இலங்கையில் தமிழர்கள் மரியாதையான வாழ்வு *(Dignity of life)* வாழ்வார்கள் எனக் கடந்த ஆண்டு ஐக்கிய நாடுகள் மனித உரிமைகள் பேரவையில் பேசி, உறுப்பு நாடுகள் ஈழத்தமிழர்களின் வெளியக தன்னாட்சி உரிமையை கவனத்தில் எடுக்காதவாறு தடுத்து, சிறிலங்காவின் இறைமைக்கும் ஒருமைப் பாட்டிற்கும் பாதுகாப்பை உறுதிப்படுத்தியது. இந்த சிறிலங்காவுடனான நட்புறவாடலை இந்துமா கடலில் தனது பாதுகாப்பை சிறிலங்காவின் கடற்பரப்பாக ஆங்கிலேய ஆட்சியின் பின் இருக்கும் ஈழத்தமிழரின் இந்துமா கடல் பரப்பிலும் தான் உறுதிப்படுத்தப் பயன்படுத்த வேண்டுமென்ற இந்தியாவின் முயற்சி பெருவெற்றி பெற்றுள்ளது.

இதன் அடையாளமாக சிறிலங்காவின் நிதியமைச்சர் பசில் ராசபக்ச இந்தியாவுக்குச் சென்று, சிறிலங்காவின் கடற்படையினரின் திறன் அதிகரிப்பதற்கான இந்திய ஒத்துழைப்பை மேலும் வளர்த்து இந்தியாவின் கடல்சார் பாதுகாப்பை உறுதிப்படுத்தும் மூன்று பாதுகாப்பு உடன்படிக்கைகளில் கையெழுத்திடவுள்ளார். இதனால் சிறிலங்காவுக்கு இரண்டு டோர்னியர் விமானங்கள் நாலாயிரம் தொன் மிதக்கும் கப்பல்துறை என்பன இந்தியாவால் வழங்கப்படுவது மட்டுமல்லாமல், குருகிராமில் உள்ள இந்தியக் கடற்படையின் இந்தியப் பெருங்கடலிற்கான தகவல் இணைப்பு மையத்தில் உள்ள இந்துமா கடலின் பத்து நாடுகளின் அதிகாரிகளுடன் இணைந்து செயற்பட சிறிலங்காவைச் சேர்ந்த கடற்படை அதிகாரி ஒருவரையும் இந்தியா இணைத்துக்கொள்கிறது. இதன்வழி இனி இந்துமா கடல் மீதான சிறிலங்காவின் பாதுகாப்புக்கு சிறிலங்காவின் கடற்படைக்கு இந்திய கடற்படை வளங்கள் அத்தனையும் உறுதுணையாக இருக்கும் என்கிற புதிய இந்துமா கடல் ஒழுங்குமுறை உருவாக்கப்படுகிறது.

இதனால் இந்தியா 13ஆவது திருத்தத்தை இனி முன்னெடுக்க வேண்டிய தேவைகூட அதற்கு முக்கியமானதாக அமையுமா என்பது கேள்வியாகவே உள்ளது. ஏனென்றால் சிறிலங்காவை அது தனது பொருளாதாரத்தில் வங்குரோத்து நாடாக தற்போது மாறிக் கொண்டிருப்பதில் இருந்து உணவு மற்றும் அத்தியாவசிய தேவைகளுக்கென்ற பெயரில் ஒரு பில்லியன் அமெரிக்க டொலரைக் கொடுத்து இந்தியா மீட்டுவிடுகிறது. இதன்வழி சிறிலங்காவின் இறைமையையும், தன்னாதிக்கத்தையும், ஒருமைப் பாட்டையும் பாதுகாக்கின்ற பாதுகாவலனாகவும் இந்தியா தன்னை முன்னிலைப் படுத்துகிறது. அவ்வாறாயின் தன்னுடைய கடல்சார் நலன்களுக்காக ஈழத் தமிழர்களின் இறைமையின் தொன்மையையும், தொடர்ச்சியினதும் அனைத்துலக நாடுகளின் ஏற்புடைமைக்கு, அதாவது ஈழத்தமிழர்களின் வெளியக தன்னாட்சி உரிமைக்கு, இந்தியாவே முதற்தடைக்கல்லாக மீளவும் செயற்படுகிறது என்பது தெளிவாகிறது.

இந்நிலையில் ஐக்கிய நாடுகள் சபையின் மனித உரிமைகள் பேரவையின் 49ஆவது அமர்விலும் சிறிலங்காவுடைய இறைமையை மீறி மனித உரிமைகள் ஆணையகம் செயற்படாதவாறான எல்லாப் பாதுகாப்புகளையும் இந்தியாவே செய்யும் என்பதும் எதிர்பார்க்கக் கூடிய ஒன்றாகவே உள்ளது. இதற்கிடை உக்ரேன் பிரச்சினை, ஆசிய நாடுகள் ஓரணியில் செயற்படும் நிலை ஒன்றையும் தோற்றுவிக்கலாம். இதனையும் சிறிலங்காவும் இந்தியாவும் இணைந்து பயன்படுத்தி ஈழத்தில் சிறிலங்கா செய்த அனைத்துலகக் குற்றங்களுக்கான விசாரணைகளுக்கான அனைத்துலக பொறிமுறைகளைத் தவிர்த்து, உள்ளக பொறிமுறைகள் மூலம் தீர்வுகளும், நீதிகளும் அடையப்பட வேண்டுமென்னும் போக்கையும் உருவாக்கலாம்..

இந்தப் போக்கை முறியடிப்பதற்கு ஈழத்தமிழர்கள் சிறிலங்காவால் அனுபவிக்கும் இனஅழிப்பு, இனத்துடைப்பு, பண்பாட்டு இனஅழிப்பு குறித்த உண்மை நிலைகளைக் காலம் தாழ்த்தாது சான்றாதரங்களுடன் வெளிப்படுத்தும் கடமையும், ஈழத்தமிழர்கள் சார்பாக முடிவெடுக்கும் உரிமை ஈழத்தமிழர்களுக்கே இருக்கக் கூடிய வகையில் உலகம் செயற்பட வேண்டுமென வலியுறுத்தும் பொறுப்பும், புலம் பதிந்து வாழும் ஈழத்தமிழர்களுடையதாகவே உள்ளது. இதனால் புலம்பதிந்த ஈழத்தமிழர்களுடைய தலைமையாக உலகம் ஏற்றுச் செயற்படக் கூடிய ஒரு பொதுக்கட்டமைப்பை, விரைவாகவும் தன்னலத்தன்மைகளைக் கடந்ததாகவும், புலம்பதிந்த ஈழத்தமிழர்கள் உண்டாக்குவதிலேயே ஈழத்தமிழினத்தின் உரிமைகளின் எதிர்காலம் உள்ளதென்பதே இலக்கின் எண்ணம்.

36

ஆசிரியர் தலையங்கம் – இலக்கு மின்னிதழ்: 170

சிறிலங்காவின் வேகமான முயற்சிகளும், ஈழத்தமிழர்களின் மந்தமான போக்குகளும்

ஐக்கிய நாடுகள் சபையின் மனித உரிமைகள் பேரவையின் 49வது அமர்வு பெப்ருவரி 28ம் நாள் தொடங்குகின்றது. இம்முறை வாய்மொழி மூலம் சிறிலங்காவில் மனித உரிமைகள் குறித்த அறிக்கையை ஐக்கிய நாடுகள் மனித உரிமைகள் பேரவையின் ஆணையார் சமர்ப்பிக்கவுள்ளார். அதேநேரத்தில் இந்த வாய்மொழி அறிக்கை தொடர்பான மனித உரிமைகள் பேரவையின் இவ்வாண்டுக்கான உறுப்பு நாடுகள் 47 உடையதும் பிரதிநிதிகளின் விவாதங்களும் இடம்பெறவுள்ளன. இதில் சிறிலங்கா, உறுப்பு நாடுகளைத் தனக்குச் சார்பாக வாக்களிக்க வைப்பதற்கு பல ராஜதந்திர வழிகளில் பெருமுயற்சி செய்து வருகிறது. இதற்காக நாடுகளின் தூதுவர்களுடனும், பல அமைச்சர்களுடனும் சிறிலங்காவின் வெளிவிவகார அமைச்சர் ஜி.எல்.பீரிஸ் பல மாதங்களாகப் பல தொடர் சந்திப்புகளை நடத்தி, வேகமாக முயற்சித்து வருகின்றார்.

இந்நிலையில், கடந்த வாரத்தில் சிறிலங்காவின் நீதி அமைச்சரும் சிறிலங்கா அரச அதிபரின் சட்டத்தரணியுமான அலி சப்ரி அவர்கள், 'காணாமல் போனவர்களின் உயிரைக் கேட்டால், எப்படிக் கொடுக்க முடியும்?' என வீரசேகரி தமிழ் நாளிதழுக்கு அளித்த செவ்வியில் கேள்வி எழுப்பியுள்ளார். மக்களாட்சியின் அடித்தளமாக உள்ள சட்டத்தின் ஆட்சி என்பதையும், நீதியான நிர்வாகம் என்பதையும், இவற்றுக்கான தடைகளை முறியடிப்பதற்கான சட்ட அமுலாக்கத்தை நெறிப்படுத்தும் நீதிமன்ற முறைமை என்பதையும் செயற்படுத்த

வேண்டிய பெரும் பொறுப்பான நீதி அமைச்சராக உள்ள அவர், எந்த அளவு தூரம் தனது செவ்வியில் பதவிப்பொறுப்புத் துறப்பு செய்துள்ளார் என்பது அதனைப் படிப்பவர்களுக்கு அதிர்ச்சியை அளித்து வருகிறது. அதுமட்டுமல்ல, ஐக்கிய நாடுகள் மனித உரிமைகள் பேரவையில் என்ன அறிக்கைகள் வெளிவந்தாலும், அது தங்களை எந்த விதத்திலும் பாதிக்காது என தனது தலைவர் கோட்டாபய ராசபக்சவின் பாணியிலேயே செவ்வியளித்தும் உள்ளார்.

ஈழத்தமிழர்கள் சிறிலங்கா அரசிடம், யுத்தத்தின் விளைவுகளால் தற்செயலாக உயிரிழந்தவர்கள் உயிர்களைக் கேட்கவில்லை. சிறிலங்கா அரச படைகளிடம், அவை சரணடைந்து பாதுகாப்புப் பெறும்படி விடுத்த அறிவிப்பின் பேரில், வெளிப்படையாகச் சரண் அடைந்த தமிழீழ விடுதலைப்புலிகள் இயக்கப் போராளிகளையும், வன்னிப்பகுதியில் வாழ்ந்து, படைகளிடம் சரணடைந்த ஈழத்தமிழ் மக்களையும், வலிந்து காணாமலாக்கிய செயல்களுக்குப் பொறுப்பாக இருந்தவர்களுக்கான தண்டனை நீதியை வழங்குமாறே கேட்கின்றனர்.

இன்றைய சிறிலங்காவின் அரச அதிபர், அன்று பாதுகாப்பு அமைச்சராக இருந்த பொழுது, அவருடைய உத்தரவின் பெயரில் செயற்பட்ட படையினரால், இவர்கள் வலிந்து காணாமலாக்கப்பட்டார்கள் என்பதே வரலாறு. அந்த வகையில், தன் மீதான அனைத்துலக விசாரணைகளைத் திசை திருப்புவதற்குச் சிறிலங்காவின் இறைமையுள் ஐக்கிய நாடுகள் மனித உரிமைகள் ஆணையக நெறிப்படுத்தல் தலையீடு செய்கின்றது என கோட்டபாயா அன்றும் இன்றும் வெளிப்படையாகவே பேசிவருகிறார்.

அதேநேரத்தில், உள்ளகப் பொறிமுறைகள் மூலம் தாங்களே தீர்வுகளை ஏற்படுத்த, நாடுகளின் ஆதரவுகளைப் பெற்று, மனித உரிமைகள் ஆணையகத்தின் வெளியகப் பொறிமுறைகள் மூலமான தீர்வு முயற்சிகளை முறியடித்தல் என்பதாக கோட்டபாயா அரசியல் உள்ளது. முறியடித்தல் என்ற சொல்லை இங்கு கையாள்வதற்கு காரணம், சிறிலங்கா, ஐ.நா. மனித உரிமைகள் பேரவையின் அமர்வை ஒரு மனித உரிமைகளைப் பேணுவதற்கான நெறிப்படுத்தல் அமைப்பாகக் கருதாது, தனக்கான யுத்த களமாக இராணுவச் சிந்தனையுடனேயே நோக்குகின்றது. சிறிலங்கா ஒரு அரசாக உலக நாடுகளால் ஏற்கப்பட்ட நிலையிருப்பதால், நாட்டின் வளத்தை பிறநாடுகளின் நலன்களுக்குப் பயன்படுத்த வாய்ப்பு அளித்தலின் வழி, இதனைச் செய்வதற்கு சிறிலங்காவுக்கு இலகுவாகவும் உள்ளது.

கூடவே ஐக்கிய நாடுகளின் நேரடித் தலையீட்டைத் தங்களின் நாடுகளுள் அனுமதிக்க மறுக்கும் இந்தியா, சீனா, ரஸ்யா, போன்ற ஆசிய நாடுகளைக் கொண்டும், சிறிலங்காவில் ஐக்கிய நாடுகள் மனித உரிமை ஆணையகத்தின் நெறிப்படுத்தல்களைத் தடுப்பதிலும் சிறிலங்கா ஈடுபட்டு வருகிறது. இதனால் சிறிலங்கா ஒவ்வொரு ஐக்கிய நாடுகள் மனித உரிமைகள் பேரவையின் அமர்வையும் இறுதியில் தனக்குச் சாதகமாக மாற்றிக்கொள்கிறது. நீதியின் இந்த திசை திருப்பல், ஈழத்தமிழர்களுக்கு நீதியைக் கிடைக்காது தடுப்பது மட்டுமல்லாது, சிறிலங்காவுக்கு இன்று வரை ஈழத்தமிழின அழிப்பை தனது அரசியல் கொள்கையாகவே முன்னெடுப்பதற்கான ஊக்கியாகவும் உள்ளது.

இந்த நிலையை உணர்ந்து, கூட்டாக பலம் பொருந்திய நிலையில், எதிர்வினை செய்ய வேண்டிய ஈழத்தமிழர்களைப் பொறுத்த மட்டில், அவர்களுக்கான பொது வேலைத்திட்டமொன்றின் அடிப்படையில் பல கொள்கையாளர்களையும் இணைத்து தனியான தலைமைத்துவம் ஒன்றை உருவாக்குவதில் அவர்களுக்கு உள்ள இயலாமை தொடர்கிறது. தங்களை ஒவ்வொருவரும் தனித்தனியாக முன்னிலைப்படுத்தும் தனிப்போக்குகளை வளர்ப்பது, பொதுப்போக்கு ஒன்று உருவாகப் பெரும் தடையாக உள்ளது. இதுவே கடந்த 12 ஆண்டுகளாக ஈழத்தமிழ் மக்களின் மேலான சிறிலங்காவின் இனஅழிப்புக்கான நீதியைப் பெற இயலாது தடுக்கும் உள்காரணியாக அமைகிறது.

எனவே இனியாவது ஈழத்தமிழர்கள் தாயகத்திலும், புலம்பெயர்ந்து, புலம்பதிந்து வாழும் நாடுகளிலும் தங்களது விதண்டாவாத மந்தப் போக்குகளை மாற்றி, தங்களது கொள்கைகளை பொது வேலைத்திட்டத்தில் இணைத்து, மக்களையும் மண்ணையும் பாதுகாக்கும் வேகமான செயற்பாட்டுப் போக்குகளைக், காலத்துக்கு ஏற்ற புதிய வடிவுகளில் வெளிப்படுத்தினாலேயே ஐக்கிய நாடுகள் மனித உரிமைகள் பேரவையின் அமர்வை ஈழத்தமிழர்களுக்குச் சாதகமான முடிவுகளை எடுப்பிக்க வைக்க முடியும் என்பதே இலக்கின் எண்ணம்.

37

ஆசிரியர் தலையங்கம் – இலக்கு மின்னிதழ்: 169

இனவழிப்புப் பயங்கரவாதத் தடைச்சட்டம் இருப்பு அழிப்பு சட்டமாதலைத் தடுக்க சம்பந்தர் பதவித்துறப்பே வழி

எந்தப் பயங்கரவாதத் தடைச்சட்டம் இலங்கைத் தீவில் தமிழின அழிப்புக்கான திட்டமாகச் சிறிலங்காவில் 1979ம் ஆண்டு ஜே.ஆர்.ஜயவர்த்தனாவால் ஆறு மாதங்களுக்கான திட்டம் என்ற காலவெல்லையுடன் 'சந்தேகப்படுபவர்களைக் கண்ட இடத்தில் சுடுதல் – சுட்ட இடத்தில் நீதி விசாரணையின்றி எரித்தல். காரணமின்றி கைது செய்தல். விசாரணையின்றி எவ்வளவு காலமும் தடுத்து வைத்தல்' என்ற படையினர்க்கான அனுமதியுடன் கொண்டு வரப்பட்டதோ, அந்தப் பயங்கரவாதத் தடைச்சட்டம் 42 ஆண்டுகாலம் தொடர்ச்சியாக ஈழத்தமிழின அழிப்பை வெற்றிகரமாக நிறைவேற்றி வருகிறது. இந்நிலையில், இன்று மீளவும் ஒரே நாடு ஒரே சட்டம் என்ற புதிய அரசியலமைப்பின் நோக்கான இருப்பு அழிப்பை படைபலம் கொண்டு உறுதிப்படுத்த மறுசீரமைக்கப்பட்ட சட்டம் என்ற 'லேபல்' உடன் பழைய பயங்கரவாதத் தடைச்சட்டம் சிறிலங்காப் பாராளுமன்றத்தில் புத்துயிர் பெற்றுள்ளது.

சிறிலங்காவின் இன்றைய அரசாங்கத்தின் ஆட்சிக் கொள்கையான தமிழர்களின் 'இருப்பு அழிப்பு' என்பதற்கு எதிராக, இலங்கைத் தீவில் மக்கள் எந்த சனநாயக வழிகளிலும் போராட முடியாத பொன் விலங்காக, முன்னைய இரும்பு விலங்கான பயங்கரவாதத் தடைச்சட்டம், மறுசீரமைக்கப்பட்ட பயங்கரவாதத் தடைச் சட்டமென்னும் பொன்பூச்சுப் பூசி மறைப்புருவாக்கம் செய்யப்பட்டுள்ளது. பாதுகாப்பு

அமைச்சர் ஒருவரின் கையெழுத்துடன் 18 மாதம் தடுத்து வைக்கலாம் என்பதை 12 மாதமாகக் குறைத்ததே அந்தப் பொன்பூச்சாக உள்ளது. பீரிசின் கல், ஒருபுறத்தில் பயங்கரவாதத் தடைச்சட்டம் உலகத் தரத்திற்கு ஏற்ப மறுசீரமைப்புச் செய்யப்பட்டாலே வரிச்சலுகை என்ற ஐரோப்பிய ஒன்றியத்தின் முன்நிபந்தனையில் உள்ள 'மறுசீரமைப்பு' என்ற வரிகளை மட்டும் பழைய பயங்கரவாதத் தடைச்சட்டத்தின் மேல் ஒட்டி, வரிச்சலுகை என்னும் முதல் மாங்காய்க்கு இலக்கு.

மறுபுறத்தில் 7வது பிரிவான விளக்கமறியலுக்கு அனுப்பப்பட்டு விட்டால், வழக்கு விசாரணைக்கு கொண்டு வரப்படும் வரை நீதிமன்றங்களில் ஆள்கொணர்வு மனுவின் பேரில் வழக்காடும் உரிமையையும் இல்லை என்று, பழைய பயங்கரவாதத் தடைச்சட்டத்துக்கு அசுர பலமளிக்கும் இரண்டவாது மாங்காயையும் பீரிசின் கல்லு வெற்றிகரமாக வீழ்த்தியுள்ளது. முதலாவது மாங்காயின் சுவை வெளிநாட்டு நிதிப்பெருக்கு. இரண்டாவது மாங்காயின் சுவை பயங்கரவாதத் தடைச்சட்டத்திற்கு அசூரப்பலம். இதுதான் சிங்கள பௌத்த பேரினவாத சட்டமாமேதை பீரிசின் ஒரு கல்லில் இரண்டு மாங்காய் வீழ்த்தும் தந்திரக்கலை.

இந்தத் தந்திரக்கலைக்கு எதிர்வினையைத் தமிழர் செய்வதற்கு, எந்தச் சிங்கக்கொடியை மேலே தூக்கி வீசி ஆர்ப்பரித்துச் சிங்களப் பேரினவாத சிறிலங்கா அரசு ஈழத்தமிழர்களை இனஅழிப்புச் செய்கிறதோ, அந்தக் கொடியைத் தானும் மேலே தூக்கிப்பிடித்து உலகிற்கு சிங்கள அரசை ஈழத்தமிழர்களின் அரசாக மக்களின் விருப்பின்றி வெளிப்படுத்தி, ஈழத்தமிழரின் மக்கள் இறைமையை அவமதித்த தனது இராஜதந்திரத்தின் தோல்விதான் இது என்று திருகோணமலைச் சிறிலங்காப் பராளுமன்ற உறுப்பினர் சம்பந்தர் தனது பதவியைத் துறக்க வேண்டிய நேரமிது. இதனை வலியுறுத்தித் தமிழர்கள் பேரணிகளை நடத்துவதும் காலத்தின் தேவையாகிறது.

பாராளுமன்ற ஆட்சி முறையில் ஈழத்தமிழர்கள் 1972இல் நாடற்ற தேச இனமாக்கப்பட்டதற்கு எதிர்ப்புத் தெரிவித்து, தனது பாராளுமன்றப் பதவித்துறப்பை அன்றைய ஈழத்தமிழர்களின் பாராளுமன்றத் தலைமையான தந்தை செல்வநாயகம் அவர்கள் செய்தார்கள். தனது 1975ம் ஆண்டுப் பாராளுமன்றக் கடைசி உரையை தந்தை செல்வநாயகம் அவர்கள் ஈழமக்களின் தன்னாட்சிப் பிரகடனமாக உலகுக்கு அறிவித்தார். இதுவே அன்றிருந்த ஈழத்தமிழர்களின் தலைமைத்துவ தேக்கநிலையை அசைத்து புதிய தலைமைத்துவம் வளர வித்திட்டது.

இன்றும் அதே நிலை; அதுவும் உலக அரசியல் முரண்நிலைகளை எல்லாம் தனக்குச் சாதகமாகப் பயன்படுத்தும் நரித்தந்திர ராசபக்ச குடும்ப ஆட்சியில் ஈழத் தமிழினத்தின் தேசத்தன்னாட்சி இருப்புநிலை மட்டுமல்ல; முஸ்லீம் மலையகத் தமிழர்களின் வதிவிடத் தகுதி வழியான தன்னாட்சி இருப்பு நிலையும் கூட்டாக அழிக்கப்படும் என்பதற்கான சங்கு ஊதலாகப் புதிய பயங்கரவாதத் தடைச்சட்டம் சட்டமாகியுள்ளது. இலங்கையின் 'தமிழ்பேசும் மக்கள்' என்ற பொதுக் கூட்டமைப்பு ஒன்று இதனை எதிர்ப்பதற்கான உடன் தேவையாகிறது. இதற்கான புதிய தலைமைத்துவம் அவசியம்.

அமெரிக்காவுடன் நட்புப் பாராட்டிக்கொள்ளும் அமெரிக்கக் குடியுரிமையாளரான நிதி அமைச்சர் பசில் ராசபக்சவே போராட்டக் காலத்தில் பொருளாதார அபிவிருத்தி அமைச்சராக இருந்த நேரத்தில் திரைமறைவில் அமெரிக்கா பொருளாதாரத் தடை விதித்து, தனது டொலர் புழக்கத்தைத் தடை செய்திருந்த வடகொரியாவிடம், கொழும்பு புறக்கோட்டைக் கறுப்புச்சந்தையில் டொலர் வாங்கி, ஈழத்தமிழின அழிப்புக்காக ஆயிரம் ஏவுகணைகளை வாங்கச் செலுத்தி, அமெரிக்காவுக்கு எதிராகச் செயற்பட்ட உண்மை இவ்வாரத்தில் வெளியாகியது.

சீனாவிடம் கடனுதவி, பாகிஸ்தானிடம் பண உதவி, இந்தியாவிடம் திட்ட உதவி, முஸ்லீம் நாடுகளிடம் பொருளாதார உதவி, இஸ்ரேலிடம் படைபல பயிற்சி உதவி என உலக முரண்களின் மூக்குக்குள்ளேயே கையை விட்டாட்டும் கோட்டாவின் மகாநடிப்பு ஆட்சியில் உண்மையுடனும் நேர்மையுடனும் இனி இவ்வாட்சி மட்டுமல்ல, எந்த சிங்களப் பெரும்பான்மை ஆட்சிமுறையும் ஈழத்தமிழர்களுக்கு அரசியல் உரிமைகளை வழங்காது என மூத்த சிறிலங்கா பாராளுமன்ற தமிழ் உறுப்பினர் சம்பந்தர், தனது பாராளுமன்றப் பதவியைத் துறக்க வேண்டும். பாராளுமன்ற உறுப்பினர் சுமந்திரன் அவர்கள் வெளிநாட்டுத் தீர்வுகளால் ஈழமக்களின் தீர்வு விருப்பை மடைமாற்றம் செய்ய முயற்சிக்காமல் பயணிக்க வேண்டும். நல்லூரின் கிட்டுப் பூங்காவில் இருந்து ஈழமக்களாகிய நாம் தன்னாட்சியை இழக்க அனுமதிக்க மாட்டோம் என்று எழுந்துள்ள ஈழமக்களின் எழுச்சிக்கு பலமளிக்கப்பட வேண்டும்.

இவையே தற்போது ஏற்பட்டுள்ள தலைமைத்துவ வெறுமையிலிருந்து புதிய தலைமைத்துவம் எழ வழிவகுக்கும் என்பதும், இவ்வாறு அமையக்கூடிய புதிய தலைமைத்துவத்தையே உலகு ஈழத்தமிழர்களின் தலைமையாகப் பேச்சுக்கு அழைக்க உலகெங்கும் உள்ள புலம்பதிந்த ஈழத்தமிழர்கள் உழைக்க வேண்டு மென்பதும் இலக்கின் விருப்பு.

38

ஆசிரியர் தலையங்கம் – இலக்கு மின்னிதழ்: 168

யாழ் மாநகர முதல்வரின் கோரிக்கையை உலகமயப்படுத்துக!

யாழ்ப்பாணத்துக்கு வருகை புரிந்த இலங்கைக்கான ஐக்கிய நாடுகள் சபையின் வதிவிடப் பிரதிநிதி மதிப்புக்குரிய ஹானா சிங்கரிடம் யாழ்ப்பாண மாநகர முதல்வர் மதிப்புக்குரிய வி.மணிவண்ணன் அவர்கள் இரண்டு கோரிக்கைகளை முன்வைத்துள்ளார்.

ஒன்று "எமது இனத்தின் மீது காலாகாலம் மேற்கொள்ளப்பட்ட இனஅழிப்புகளுக்குச் சர்வதேச குற்றவியல் நீதிமன்றத்தின் மூலம் நீதி வழங்க ஐக்கிய நாடுகள் சபை செயற்பட வேண்டும். இவ்வாறு செயற்படுவதுடன், ஐக்கிய நாடுகள் சபை, எமது தன்னாட்சி உரிமை ஏற்றுக்கொள்ளப்பட்ட எமக்கான அரசியல் தீர்வைப் பெற உதவவேண்டும்.

மற்றது, திட்டமிட்ட முறையில் அழிக்கப்பட்டு வருகின்ற எமது மக்களின் பொருளாதாரக் கட்டமைப்புக்களை எமது மக்கள் மேம்படுத்துவதற்கு எமது மக்களின் வாழ்வியலை மேம்படுத்த உதவ வேண்டும்.

முதலாவது கோரிக்கை உலகநாடுகள், அமைப்புகள் குறித்த ஈழத்தமிழ் மக்களின் எதிர்பார்ப்பைச் சுருக்கமாக எடுத்துரைக்கிறது. ஈழத்தமிழர் பிரச்சினை என்பது அவர்களுக்கு, இலங்கைத் தீவில் வரலாற்றுக்கு முற்பட்ட காலம் முதலாக இன்று வரையுள்ள தொன்மையும், தொடர்ச்சியுமான இறைமையின் அடிப்படையில், அவர்களுக்கு இயல்பாகவே உள்ள தன்னாட்சி உரிமையை உலகு ஏற்று, அவர்கள் தங்களுக்கான பாதுகாப்பான அமைதியான வாழ்வை

அனைத்துலகச் சட்டங்களுக்கு அமையத் தங்களுக்கு வழங்கக் கூடிய அரசியல் எதிர்காலத்தை ஈழத்தமிழர்களே தீர்மானிக்க உலகு அனுமதிக்க வேண்டிய பொறுப்பை உணர்த்துகிறது. எந்த யாழ்ப்பாண அரசின் இறைமையை 1621 இல் 116 ஆண்டுகால போராட்டத்தின் பின்னர் போர்த்துக்கேயர் தம்வசமாக்கினரோ, அந்த யாழ்ப்பாண அரசின் மண்ணிலிருந்து 400 ஆண்டு காலத்தின் பின்னர் மீளவும் தங்களின் தன்னாட்சியின் அடிப்படையில் தங்களுக்கான அரசியல் தீர்வு அமைய வேண்டும் என்னும் ஈழத்தமிழ் மக்களின் விருப்பு யாழ் முதல்வரின் குரல் வழி உலகுக்கான கோரிக்கையாகியுள்ளது.

இரண்டாவது கோரிக்கை சமகாலத்தில் ஈழத்தமிழ் மக்களின் பொருளாதாரக் கட்டமைப்புக்களை இனஅழிப்பு, பண்பாட்டு இனஅழிப்பு என்னும் இருதரப்பட்ட உத்திகளைப் பயன்படுத்தி அழித்தும், பலவீனப்படுத்தியும் ஈழத்தமிழர்களை தங்கிவாழும் மக்களாக்கி அடிமைப்படுத்தும் அபாயத்தில் இருந்து அவர்கள் விடுபடுவதற்கு ஐக்கிய நாடுகள் சபை உதவ வேண்டிய தார்மீகக் கடமையைச் சுட்டிக்காட்டுகிறது.

இந்த இரண்டு கோரிக்கைகளும் ஈழத்தமிழ் மக்களின் அடிப்படை மனித உரிமைக் கோரிக்கைகள். இது அரசியலுக்கு அப்பாற்பட்ட, இனஅழிப்புக்கு உள்ளாக்கப்பட்டு வரும் ஒரு மனித குலத்தின் கோரிக்கை. ஐக்கிய நாடுகள் சபையும், உலக நாடுகளும் சிறிலங்காவின் இறைமையை மீறி அதீத மனிதாய தேவைகளைக் கொண்ட ஈழத்தமிழ் மக்களுக்கு நேரடியாக உதவமுடியும் என்பதை வலியுறுத்தும் கோரிக்கை. இதனை உலகெங்கும் வாழும் ஈழத்தமிழர்கள் முன்னெடுத்து கோரிக்கைகள் வெற்றி பெற உழைக்க வேண்டும்.

இனஅழிப்பு உள்நாட்டுப் பிரச்சினையல்ல என்ற மாநகர முதல்வரின் முக்கியமான கருத்தை ஈழத்தின் இன்றைய தமிழ் அரசியல்வாதிகள் ஒவ்வொருவரும் மனதிருத்த வேண்டிய நேரமிது. அதன் அடிப்படையில் ஈழத்தமிழர் மேலான இனஅழிப்புக்கான தண்டனை நீதியும் வலிந்து காணாமலாக்கப்பட்டோருடைய கிட்டிய குடும்ப உறுப்பினர்களுக்கான பரிகார நீதியும் உள்ளடக்கப்படாத எந்தத் தீர்வும் ஈழத்தமிழ் மக்களுக்கான எள்ளளவான அரசியல் தீர்வைக் கூட வழங்காது என்பது வெளிப்படை.

அதீத மனிதாய தேவைகளில் உள்ள மக்களுக்கு அவர்கள் உட்பட்டுள்ள ஆட்சியின் இறைமையை மீறி உதவும் கடமைப்பாடு ஐக்கிய நாடுகள் சபையின் நோக்காக உள்ள உண்மையையும், அதனை ஈழத்தமிழ் மக்களைப் பொறுத்த வரை ஐக்கிய நாடுகள்

இலக்கின் இலக்கு 125

சபை நிறைவேற்றத் தாமதித்ததின் விளைவே 176000 க்கு மேற்பட்ட ஈழத்தமிழ் மக்களை சிறிலங்கா 2009 இல் இனவழிப்புச் செய்த வரலாறு என்பதையும் அவர் தெளிவாக எடுத்துரைத்துள்ளார்.

இனியும் ஐக்கிய நாடுகள் சபை தாமதிக்கும் ஒவ்வொரு நிமிடமும் உலக நாடுகளும், உலக அமைப்புக்களும் ஈழத்தமிழினத்தின் மேல் மேற்கொள்ளப்பட்டு வரும் இனஅழிப்பு மேலும் மேலும் வளர்வதற்குத் தாங்களும் ஊக்கிகளாக நிற்கும் அனைத்துலகச் சட்டங்களுக்கு எதிரான செயல்களைச் செய்கின்றார்கள் என்பதை யாழ். மாநர முதல்வரின் உரை தெளிவாக்குகிறது. இந்த உண்மையை உலகின் ஒவ்வாரு மக்களும் அறிந்திடச் செய்தல் இன்றைய காலத்தின் உடனடித் தேவை. உலகின் மனச்சாட்சியுள்ள மக்களை எந்த அளவுக்குப் புலம்பெயர் தமிழர்கள் ஈழமக்கள் அனுபவித்து வரும் இனஅழிப்பு வரலாற்றின் தன்மைகளை அறியச்செய்கின்றார்களோ, அந்த அளவுக்குத் தான் மிகத்திட்டமிட்ட முறையில் உலக நாடுகளையும் அமைப்புகளையும் தம்வசப்படுத்தும் சிறிலங்காவின் நுட்பமான ராஜதந்திர நகர்வுகளை தடுத்து நிறுத்த முடியும்.

சிறிலங்காவின் அரச அதிபர், தமிழர்கள் தங்கள் கொள்கைகளை விட்டு விட்டு நாட்டின் பொருளாதார வளர்ச்சிக்குப் பாடுபட வேண்டும் எனத் தனது 2022ஆம் ஆண்டுப் பாராளுமன்றக் கொள்கை விளக்கவுரையில் அறிவித்துள்ளார். இதன்வழி அவரது சிறிலங்காவில் இனப்பிரச்சினையே இல்லை என்ற கொள்கையையும் ஈழத்தமிழர்களைப் பேச்சுக்கு அழைப்பது என்ற எண்ணமே அவரது அரசுக்கு இல்லை என்பதையும் உறுதிப்படுத்தித் தனது ஒரு நாடு ஒரு சட்டம் என்ற பௌத்த சிங்களவாதக் கோரிக்கையை நிறைவேற்றுவதுதான், தனக்கு வாக்களித்து ஆட்சிக்குக் கொண்டு வந்த பெரும்பான்மை மக்களது விருப்பை நிறைவேற்றும் செயற்பாட்டையே செய்கிறார் என்பதை உறுதிப்படுத்தியுள்ள நேரத்தில், இந்தக் கோரிக்கைகள் புலம்பெயர் தமிழர்கள் எதன் அடிப்படையில் தங்களுக்கு இடையில் உள்ள வேறுபாடுகளைக் கடந்து, சிறிலங்காவின் ஒரு நாடு ஒரு சட்டம் எனும் புதிய அரசியலமைப்பு உருவாகாதவாறு செயற்படலாம் என்ற கேள்விக்கு யாழ்நகர முதல்வரின் ஐக்கிய நாடுகள் சபையின் வதிவிடப் பிரதிநிதியுடனான உரையாடலும் கோரிக்கைகளும் மிகச்சிறந்த பதிலையும் வழியையும் காட்டியுள்ளன என்பது இலக்கின் எண்ணம்.

39

ஆசிரியர் தலையங்கம் – இலக்கு மின்னிதழ்: 167
ஈழமக்களின் சார்பாக
ஈழமக்களின் பிரதிநிதிகளே பேச வேண்டும்

"எங்கள் சார்பில் இந்தியா அரசிடம் பேச வேண்டும். இது இந்தியாவின் உரித்து" என ஈழமக்கள் புரட்சிகர விடுதலை முன்னணியின் தலைவர் சுரேஸ் பிரேமச்சந்திரன் அவர்கள் ஒரு கருத்தினை முன்வைத்துள்ளார். இவ்விடத்தில் இறைமை என்பது எப்பொழுதும் மக்களிடத்திலேயே உண்டு. மக்களின் பிரதிநிதிகள் எனப்படுபவர்கள் தங்களை மக்கள் என்ன கொள்கையின் அடிப்படையில் தெரிந்தெடுத்தார்களோ அந்த மக்களின் விருப்பினை நிறைவு செய்யும் பெரும் பொறுப்பினை உடையவர்கள். ஆதலால் எப்பொழுதும் மக்களின் பிரதிநிதிகளே மக்களின் விருப்பை வெளிப்படுத்திப் பேச வேண்டும். அவர்களுக்குத்தான் அந்த உரிமையும் உண்டு. இவ்வாறு மக்களின் பிரதிநிதிகள் மக்களின் விருப்பை வெளிப்படுத்திப் பேசும் பொழுது, அதற்குப் பக்கதுணையாகப் பிராந்திய மேலாண்மைகளை, உலக வல்லாண்மைகளை இணைத்துக் கொள்ளும் ஆற்றலாளர்களாகத் தம்மைப் பழக்கப்படுத்திக் கொள்ளல் மிக முக்கியம்.

அதுவும் 2009ஆம் ஆண்டுக்குப் பிறகு சனநாயக வழிமுறைகள் ஊடாக ஈழத்தமிழர்கள், தங்களின் இறைமையை மீள்நிலைநிறுத்தும் நிலை தோன்றியுள்ளதால், இதுவரை ஈழத்தமிழ் மக்கள் தங்கள் இறைமையை நிலைநிறுத்த மேற்கொண்ட முயற்சிகளின் பலன்களை இழக்காத நிலையில் புதிய சூழலுக்கு ஏற்ப ஈழமக்களின் விருப்பினை நடைமுறைப் படுத்துவதற்குப் பலமான கூட்டுத்தலைமை மிக

அவசியம். இதற்கு ஈழத்தமிழர் பிரச்சினையின் இன்றைய நிலை என்ன என்ற தெளிவு ஈழமக்களின் பிரதிநிதிகளுக்கு அவசியம்.

ஈழத்தமிழர் பிரச்சினை மொழிப் பிரச்சினையாக, இனப் பிரச்சினையாக இருந்த காலமெல்லாம் மலையேறிப்போய், 22.05.1972 முதல் இன்று வரை ஐம்பது ஆண்டுகள் ஈழமக்கள் அரசற்ற தேசஇனமாகிய தாங்கள் பிரித்தானிய காலனித்துவத்திடம் இருந்த தங்களுடைய இறைமை தங்களிடமே திரும்பிவிட்ட சூழ்நிலையில், அதனைப் பயன்படுத்தி தங்களுக்கான அரசை நிறுவுவதற்கான தேசநிர்மாணப் பணியிலேயே பயணித்துக்கொண்டிருக்கின்றனர்.

1978 முதல் 2009 வரை, 31 ஆண்டுகள் ஒரு தீவுக்குள் இரு அரசுகள் என்ற நிலையில் தங்களின் அரசுக்கான அனைத்துலக ஏற்புடைமையை உருவாக்கத்தக்க முறையில் ஈழத்தமிழர்கள் தங்களின் சமகால வரலாற்றைக் கட்டமைத்தனர்.

இந்திரா காந்தி அம்மையாரின் மறைவிற்குப் பின்னர் இந்தியாவின் தலைமைத்துவத்தில் ஏற்பட்ட மாறுதல்களையும், அனைத்துலக வலுச்சமநிலையில் ஏற்பட்ட மாற்றங்களையும் தனக்குச் சாதகமாகப் பயன்படுத்திச் சிறிலங்கா ஈழத்தமிழர் தேசிய விடுதலைப் போராட்டத்தைப் பிரிவினைப் போராட்டம் எனவும், போராட்ட முறைமைகளைப் பயங்கரவாதம் எனவும் மடைமாற்றம் செய்து, தனது ஈழத்தமிழின அழிப்புக்கான ஊக்கசக்தியாக, எந்த இந்திரா காந்தி அம்மையார் ஈழத்தமிழர் பிரச்சினையை ஆர்ஜன்டினாவின் மூலம் ஐக்கிய நாடுகள் சபையின் பாதுகாப்புச் சபை வரை கொண்டு சென்று, ஈழத்தமிழ்ப் போராளிகளுக்கு இராணுவப் பயிற்சியும், ஆயுத வழங்கல்களும் செய்து, ஈழவிடுதலைப் போராட்டத்தை ஆயுத எதிர்ப்புப் போராட்டமாக வளர உதவினாரோ, அந்த இந்திரா காந்தி அம்மையாரின் இந்தியா உட்பட்ட உலகநாடுகளை மாற்றியமைத்துக் கொண்டது.

இந்தப் பின்னணியிலேயே 2009இல் முள்ளிவாய்க்கால் ஈழத்தமிழின அழிப்பின் மூலம் ஈழத்தமிழர்களின் 31 ஆண்டுகால அரசு நோக்கிய அரசைச் செயலிழக்கச் செய்து, தனது ஆக்கிரமிப்பை மீளவும் ஈழமக்களின் மேலும், ஈழமண்ணின் மேலும் இன்று வரை படைபலத்தின் மூலமான இனங்காணக் கூடிய அச்சத்தை ஏற்படுத்தி, ஈழத்தமிழர்களின் அரசியல் பணிவைப் பெறும் தனது ஆக்கிரமிப்பு ஆட்சியைத் தொடர்கிறது.

இந்நிலையில் இதனை மாற்றக் கூடிய அனைத்துலக முயற்சிகளுக்கு அடிப்படையாக உள்ள ஈழத்தமிழர்களின் வெளியக தன்னாட்சி உரிமைக் கோரிக்கையை இல்லாதொழிக்க ராசபக்ச குடும்பத்தினர் இலங்கை சிங்கள நாடு சிங்களவர்களுடைய இறைமையையும், ஒருமைப்பாட்டையும் பேணும் ஒரே சட்டமுறைமை கொண்டநாடு என அரச கொள்கைகளை வகுத்து, அவற்றை 2022இல் புதிய அரசியலமைப்பு மூலம் உறுதிப்படுத்த மிகவேகமாக முயன்று வருகின்றனர்.

இவ்விடத்தில் அனைத்துலக தலையீடுகளைத் தடுக்க உள்ளகப் பொறிமுறையில் நடமாடும் நீதி விசாரணை என்ற பெயரில் இனஅழிப்பால் பாதிக்கப்பட்ட குடும்பங்களுக்கு சிறிய பண உதவியை வழங்கி, கூடவே நிலைமாற்று நீதியோ பரிகார நீதியோ இன்றி நீதியை விலைக்கு வாங்கி இறப்புச் சான்றிதழையும் வழங்கிட தற்போது சிறிலங்கா முயன்று வருகிறது.

அவ்வாறே அனைத்துலக தராதரத்திற்கு ஏற்ப பயங்கரவாத தடைச்சட்டத்தைத் திருத்துவதாகக் கூறி, அதனை மேற்குலக நாடுகள் உள்ளக பொறிமுறையில் நீதி வழங்குவதற்கான தகுதியாக ஏற்க வைத்து, அனைத்துலக பொறிமுறைகளாலும், ஈழத்தமிழர்கள் பயங்கரவாதத் தடைச் சட்டத்தால் இனஅழிப்புக்கு உள்ளாவதைத் தடுக்க இயலாது செய்ய முற்பட்டு வருகிறது.

அதேவேளை சீனாவிடம் கட்ட இயலாத அளவிற்குக் கடனை வாங்கி, தனது இறைமையை சீனாவிடம் இழந்து வரும் சிறிலங்கா, சீன இந்திய இந்துமா கடல் சமநிலை வலுவாக்கப் போட்டியை ஈழத்தமிழர்களின் இந்துமா கடல் கரையோரப் பகுதிகளுக்கு நகர்த்தும் முயற்சியில் இவ்வாண்டு ஈடுபடும் என எதிர்பார்க்கப்படுகிறது.

இதில் தனது கையை உறுதிப்படுத்தும் வகையில், இலங்கை, இந்தியாவிடமே தேசிய நெருக்கடிகள் வருகையில் முதலில் உதவி கேட்க வேண்டும், அதற்கு இந்தியா மறுத்தாலே மற்றைய நாடுகளிடம் உதவி கேட்கலாம் என்னும் 1987ம் ஆண்டு இந்திய இலங்கை ஒப்பந்தத்தை மீள்வலுப்படுத்த முயல்கிறது. இதற்காக இந்தியா சிறிலங்கா மாகாணசபைகளை அமைக்கவென சிறிலங்காவின் அரசியலமைப்பில் இணைத்துக் கொண்ட இலங்கை இந்திய ஒப்பந்தத்தின் அடிப்படையிலான 13வது திருத்தத்தைப் புதிய அரசியலமைப்பிலும் உறுதிப்படுத்த தன்னாலான அழுத்தங்களை மேற்கொள்ளத் தொடங்கியுள்ளது.

இந்நேரத்தில் இந்த 13வது திருத்தம் இன்றைய காலகட்டத்தில் தமிழர் தாயகப் பகுதியின் இறைமையை உறுதி செய்யும் வகையிலான மாகாணசபையின் தோற்றத்திற்கு வழி வகுக்க வேண்டும் என்று ஈழத்தமிழ் அரசியல் தலைமைகள் பேச்சுக்களை முன்னெடுத்தாலே அது ஈழத் தமிழர்களின் பாதுகாப்பான அமைதிக்கும், வளர்ச்சிக்கும் உறுதியளிக்கும். நாட்டுக்குள் நாடு என்ற அடிப்படையில் இறைமையுடன், அதே வேளை ஒன்றிய அரசில் ஒரே நாடாக விளங்கும் பலநாடுகள் இன்று இதற்கு உதாரணங்களாக உலகில் உள்ளன. அத்தகைய ஒரு அரசாக சிறிலங்கா மாற்றப்பட்டாலே ஈழத்தமிழர்கள், தங்களுக்கான தனியரசே தங்களின் பாதுகாப்பான அமைதிக்கு ஒரேவழி என்று எடுத்த முடிவினை மாற்றாத ஒன்றிய அரசு ஒன்றின் தோற்றத்திற்கு வழிவகுக்கும். இதற்கு ஈழத்தமிழ் பிரதிநிதிகள் ஈழத்தமிழர் பிரச்சினை இறைமையை மீள்நிறுவும் பிரச்சினை என்று எடுத்துப்பேச வேண்டும். இதற்குத் துணையாக இந்தியாவை இணைக்க வேண்டும் என்பதே இலக்கின் எண்ணம்.

40

ஆசிரியர் தலையங்கம் – இலக்கு மின்னிதழ்: 166

ஈழத்தமிழரின் இறைமையை உறுதிப்படுத்துவதே பாதுகாப்பான அமைதிக்கான ஒரே வழி

ஒவ்வொரு ஆண்டும் சனவரி 27ம் நாள்... ஐக்கிய நாடுகள் சபையின் உலகப் படுகொலை நாள். இந்நாளை ஆங்கிலத்தில் ‘உலக ‘கொலகோஸ்ட்’ (Holocaust) நாள்’ என்பர். இந்த ‘கொலகோஸ்ட்’ என்ற ஆங்கிலச் சொல், ‘தீயினால் சுட்டெரித்துச் சாம்பலாக்குதல்’ என்ற பொருள் கொண்டது. ஹிட்லரின் காலத்து ஆறு மில்லியன் யூத இனப்படுகொலையானது, யூத இனத்தையே சாம்பலாக்கிய வரலாறு என்னும் பின்னணியில் கட்டமைக்கப்பட்டது. இந்த உலகப்படுகொலை நினைவேந்தல் நாள், 1933க்கும் 1945க்கும் இடையில் உலகில் யூத இனப்படுகொலைகள் நடந்ததுபோலவே, 1956க்கும் 2009க்கும் இடையில் இலங்கைத் தீவில் வரலாற்றுக்கு முற்பட்ட காலம் முதல் இறைமையுடனும், ஒருமைப்பாட்டுடனும், தாயக தேசிய தன்னாட்சி உரிமைகளுடன் வாழ்ந்து வரும் ஈழத்தமிழ் மக்களில் 1,76,000 பேருக்கு மேல் சிங்கள பௌத்த பேரினவாத அரசுகளால் தொடர்ச்சியான திட்டமிட்ட இனஅழிப்பு அரசியல் நடவடிக்கைகளின் வழி இனஅழிப்புக்கு உள்ளாக்கப்பட்டுள்ளனர்.

இந்த சமகால மனிதப் படுகொலையை உலகம் நினைவு கூரும் வகையில் முள்ளிவாய்க்காலில் ஈழத்தமிழர்கள் மிக அதிகளவில் இனப்படுகொலை செய்யப்பபட்ட, சிறிலங்காவின் இனஅழிப்பின் இறுதி நாளான 19.05.2009 திகதியை மையப்படுத்தி மே19 ஈழத் தமிழினப்படுகொலை நாளாக நினைவேந்தல் செய்யப்பட

வேண்டுமென உலகெங்கும் புலம்பதிந்து வாழும் ஈழத்தமிழர்கள் உலக நாடுகளிடம் வலியுறுத்த, இந்த உலகப்படுகொலை நாளில் உறுதி பூணல் வேண்டும். யூத இனஅழிப்பு படுகொலையாக அறிவிக்கப்பட்டதே உலகெங்கும் அலைவு உலைவு வாழ்வில் இருந்த யூதர்களுக்கு அவர்கள் இஸ்ரேலில் நிலையான வாழ்வு பெறச் செய்தமை வரலாறு.

அத்துடன் முதலாவது, இரண்டாவது உலகப் பெரும்போர்களின் அனுபவத்தில் மீளவும் கொடிய போர்கள் தோன்றி இனப்படுகொலைகள் நிகழ அனுமதிக்கக் கூடாதென்பதற்காக உருவாக்கப்பட்டது ஐக்கிய நாடுகள் சபை. ஆனால், 2009ம் ஆண்டு 21ம் நூற்றாண்டின் முதல் மனிதப்படுகொலை நாளாக சிறிலங்காவின் முள்ளிவாய்க்கால் ஈழத்தமிழினப் படுகொலை நாளான 19.05.2009 அமைந்தது என்பது சமகால வரலாறு. இனப்படுகொலைகள் இனி நடைபெற அனுமதிக்கக் கூடாதென்ற ஐக்கிய நாடுகள் சபையும் அதன் உறுப்புரிமை நாடுகளும் ஈழத்தமிழினம் தங்கள் கண்களுக்கு எதிராகவே இனப்படுகொலை செய்யப்பட்டதை நாள்தோறும் நவீன தகவல் பரிமாற்ற வளர்ச்சி வழியாகத் தெளிவாக அறிந்த நிலையிலேயே அனுமதித்தன என்பது இன்றைய சமகால வரலாறு. இதனை புலம்பதிந்து வாழும் ஈழத்தமிழர்கள் உலக மக்களுக்கு உணர்த்தி, இனிமேலாயினும் உலக நாடுகளும், அமைப்புக்களும் ஈழத்தமிழினத்திற்கான பாதுகாப்பை வழங்கச் செய்தல் அவசியம்.

இந்த ஆண்டு உலக இனப்படுகொலை நாளில் 'நினைவு, கண்ணியம், நீதி' என்ற எண்ணக்கருக்கள் முன்வைக்கப்பட்டுள்ளன. அதாவது இந்த உலகப் படுகொலை நாளில் 01. இனப்படுகொலைகளால் பாதிப்புற்ற ஒவ்வொருவரையும் நினைத்தல். இந்த நினைத்தலைப் பதிந்து வரலாறாக்குதல், 02. இனப்படுகொலையால் பாதிக்கப்பட்ட இனத்தவரின் கண்ணியத்தையும், நீதியையும் நிலைநாட்டும் பெரும் பொறுப்பில் உலக மக்கள் அனைவரும் உள்ளனர் என்பதை உறுதியுடன் எடுத்துரைத்தல், என்பனவற்றுக்கு முன்னுரிமை கொடுக்கப்பட்டுள்ளது. இந்தச் செயல்முறைகளின் வழி ஈழத்தமிழர்களும் இனப்படுகொலைகளால் பாதிக்கப்பட்ட குடும்ப உறுப்பினர்களுக்கு நிலைமாற்று நீதியை முன்னெடுக்க இவ்வாண்டில் முயலுதல் அவசியம். இதற்கு ஈழத்தமிழினப் படுகொலைகள் குறித்த கண்காட்சிகள், நூல்கள், வாய்மொழிப் பதிவுகள் ஊடக நிகழ்ச்சிகள் வழி சான்றாதாரப் பலமளிக்கப்பட வேண்டும்.

மேலும் 1944இல் போலந்தினரான யூதவழக்கறிஞரான இரெபெல் லெம்கின் என்பவராலேயே இனப்படுகொலை என்பதன் ஆங்கிலச் சொல்லான 'ஜெனோசைட்' (*Genocide*) உலக அரசியலில் கட்டமைக்கப்பட்டது. கிரேக்கத்தில் இனத்தைக் குறிக்கும் சொல்லான ஜெனோ (*Geno*) என்பதையும், கொல்லுதல் என்பதைக் குறிக்கும் இலத்தீன் சொல்லான 'சைட்' (*Cide*) என்பதையும் இணைத்தே 'ஜொனோசைட்' என்ற சொல்லினை உருவாக்கினார். அப்படியாயின் புலம்பதிந்து வாழும் ஈழத்தமிழர்களும் தங்களுடைய மக்களுக்கு நடாத்தப்பட்ட இனஅழிப்பு என்பது இறைமையழிப்பு (*Sover eignCide*) எனப் புதுச்சொல்லுருவாக்கத்தை உருவாக்க வேண்டும். அப்பொழுதுதான், ஈழத்தமிழர் பிரச்சினை என்பது 'ஈழத்தமிழ் மக்களின் இறைமை சார்ந்த பிரச்சினை' என்பது தெளிவாகும்.

அது வெறுமனே சிறுபான்மையினப் பிரச்சினை அல்ல. பிரிவினைக் கோரிக்கையும் அல்ல. ஈழத்தமிழ் மக்கள் தங்களின் சொந்த மண்ணில் வாழ்வதற்கான அடிப்படை உரிமையை நிலைநாட்டல். இதனை உலகம் தெளிவாக உணர்ந்து கொள்ள வைத்தல் வேண்டும். சிறுபான்மைப் பிரச்சினை உள்ளக பொறிமுறைகள் மூலம் தீர்க்கப்பட வேண்டிய பிரச்சினை. இறைமைப்பிரச்சினை அனைத்துலக நாடுகளது அமைப்பான ஐக்கிய நாடுகள் சபையின் தலைமையில் தீர்க்கப்பட வேண்டிய பிரச்சினை. இந்த அரசியல் எதார்த்தத்தை மாற்றக் கூடிய முறையில் ஈழத்தின் இன்றைய சிறிலங்காப் பாராளுமன்றத் தமிழ்தலைமைகள் சில 1949 முதல் 1975 வரை 26 ஆண்டுகள் முன்வைக்கப்பட்டு சிறிலங்காவால் வீசியெறியப்பட்ட சமஸ்டி தீர்வை மீளவும் முணுமுணுக்கத் தொடங்கியுள்ளன.

இவர்கள் சமஸ்டியைக் கோருவதன் மூலம் ஈழத்தமிழர் பிரச்சினை உள்ளக சுயநிர்ணய அடிப்படையில் தீர்வு பெறக் கூடிய சிறுபான்மையினத்துக்கான அரசியல் பரவலாக்கல் பிரச்சினையாக்கப்படும். ஆனால் அரசியல் அதிகாரப் பரவலாக்கல் என்ற பேச்சுக்கே இடமில்லை என்ற இன்றைய சிறிலங்கா அரசாங்கம் சமஸ்டியைக் கொடுக்காது என்பதும் இவர்களுக்கு நன்றாகத் தெரியும். ஆயினும் இந்த உள்ளகப் பொறிமுறை மூலம் தீர்வு பெறுகிறோம் என்ற இவர்களின் இந்த கேவல அரசியல், 'முள்ளிவாய்க்கால் ஈழத்தமிழின் அழிப்பு'க்குப் பொறுப்பான படைத்தலைமைகள் படையினர் மேலான யுத்தக்குற்றச் செயல்கள் மனிதாயத்துக்கு எதிரான குற்றங்கள், மனித உரிமைகள் வன்முறைப்படுத்தல், என்பன குறித்த

சான்றாதாரப்படுத்தல் முயற்சிகள் வழி, அனைத்துலக குற்றநீதிமன்ற விசாரணைக்கு அவர்களை நகர்த்த மனித உரிமைகள் ஆணையகம் எடுக்கும் முயற்சிகளையும் இந்த மார்ச் மாத மனித உரிமைகள் ஆணையக அமர்வில் வலுவிழக்க வைக்கச் சிறிலங்காவுக்குப் பெரிதும் உதவும். ஈழத்தமிழர் பிரச்சினைக்கான தீர்வு என்பது அவர்களின் இறைமையை உறுதிப்படுத்துவதாக அமைந்தாலே அவர்கள் பாதுகாப்பான அமைதியில் வாழ முடியும் என்பது இலக்கின் எண்ணம்.

41

ஆசிரியர் தலையங்கம் – இலக்கு மின்னிதழ்: 165

'ஒரு நாடு ஒரு சட்டம்' என்பதிலிருந்தும், சீன இந்திய பனிப்போரிலிருந்தும் ஈழமக்கள் காக்கப்பட வேண்டும்.

அனைவருக்கும் தைப்பொங்கல் வாழ்த்துகள். ஈழத்தமிழர்கள் 2009ஆம் ஆண்டில் துப்பாக்கிகள் மௌனிக்கின்றன என்ற அறிவிப்புடன் தாங்கள் மீளவும் சனநாயக வழியில் தங்களுடைய அரசியல் உரிமைகளுக்காகப் போராட வேண்டிய நிலையை அடைந்தனர். அந்தவகையில், சிறிலங்காவின் முள்ளிவாய்க்கால் இனப்படுகொலைக்குப் பின்னரான ஈழத்தமிழர்களின் சனநாயகப் போராட்டம் இந்தத் தைப்பிறப்புடன் 13வது ஆண்டுக்குள் பயணிக்கத் தொடங்குகிறது. இந்நேரத்தில் கடந்த 12 ஆண்டுகளிலும் ஈழத்தமிழ் மக்கள் எந்த அளவுக்கு தங்களின் சனநாயகப் போராட்டங்களில் வெற்றி பெற்றுள்ளனர் என்ற மீளாய்வை ஒவ்வொரு ஈழத்தமிழரும் சிந்திக்க வேண்டும். சிந்திக்கின்றபோது பெரிதாக எதையும் சாதிக்க முடியவில்லை என்பதுதான் தெளிவான பதிலாக உள்ளது. அப்படியானால், இதற்கான காரணம் என்ன?

முதலில் தாயகத்தை எடுத்தால், எந்தச் சிறிலங்கா அரசு ஈழத்தமிழின அழிப்பையே அரசியற் கொள்கையாகவும், ஈழத் தமிழினத்துடைப்பையே அரசியற் கோட்பாடாகவும், பண்பாட்டு இனஅழிப்பையே ஈழத்தமிழர்களின் அடையாளத்தையே இல்லாமல் செய்யும் உத்தியாகவும் கையாள்கிறதோ, அந்த அரசு உலக அரசியலில் தன்னை சனநாயக அரசாகத் தொடர்ந்து நிலைநிறுத்தி வருகிறது. ஆனால் அங்குள்ள ஈழத்தமிழ்த் தலைமைகளால் இன்று வரை இவற்றுக்கான சான்றாதாரங்களுடனான அறிக்கைகளையோ அல்லது

இவை குறித்த சான்றாரதார மனுக்களையோ உலக நாடுகளுக்கும், உலக அமைப்புக்களுக்கும் அனுப்ப முடியாமல், இன்றும் ஒரு பொதுவான கோரிக்கையைக் கூட உருவாக்க முடியாதிருப்பதன் காரணம் என்ன? ஆனால் ஈழத்தமிழ்த் தலைமைகள் சாதாரணமானவர்கள் அல்ல; சட்டத்திலும் கல்வியிலும் நிதியிலும் மதியிலும் பலம் பொருந்தியவர்களாகவே உள்ளனர்.

சட்டத்தின் ஆட்சி என்ற பேச்சுக்கே இடமில்லாமல், யார் யாரை எல்லாம் சிறிலங்காவின் உயர் நீதிமன்றங்கள் கிரிமினல் குற்றவாளிகளாகக் கண்டு தண்டனை விதித்ததோ அவர்களுக்கு எல்லாம் சிறப்பு விலக்களித்து, விடுதலை செய்து, உயர் பதவி கொடுக்கும் ஒரு ஜனாதிபதியாக இன்றைய சிறிலங்காவின் ஜனாதிபதி செயற்படுகிறார் என ஐக்கிய நாடுகளின் மனித உரிமைகள் ஆணையக ஆணையாளர் கடந்த ஆண்டிலும், மனித உரிமைகள் கண்காணிப்பகம் இந்த 2022ஆம் ஆண்டு அதன் சிறிலங்கா குறித்த ஆண்டறிக்கையிலும், இன்னும் அனைத்துலக மன்னிப்புச்சபை பல தடவைகளிலும் சுட்டிக்காட்டியும், அதனை புலம்பதிந்த தமிழர்களால் உலக நாடுகள், உலக அமைப்புக்கள், உலக மக்கள் முன் பரப்புரைப்படுத்த இயலாதிருப்பதேன்?

ஆனால் உலக அரசியலில் தாக்கத்தை ஏற்படுத்தக் கூடிய அளவுக்கு உலகின் முக்கிய நாடுகளில் எல்லாம் அரசியல் புகலிடம் கோரி, இன்று அந்த நாடுகளின் குடிகளாகவே வாழ்ந்து கொண்டிருக்கும் புலம்பதிந்த ஈழத்தமிழர்கள், உலகில் கல்வியிலும் பொருளாதாரத்திலும் பலம்படைத்த சமூகமாக உள்ளனர். இப்படிப் பலவிதத்திலும் ஆற்றலுள்ள இவர்களால், ஏன் தங்கள் கண் எதிரே நடந்த ஒரு இனஅழிப்பின் வரலாற்றை உலகின் முன் உண்மையாகவும், நேர்மையாகவும் கட்டமைக்க 12 ஆண்டுகளாக முடியவில்லை.

இன்றும் தொடர்ந்து கொண்டிருக்கும் சிறிலங்காவின் இனஅழிப்பு அரசியல் செயற்திட்டங்களால் பாதிக்கப்படும் ஈழமக்களுக்கான பலம் பொருந்திய ஆதரவுக் கட்டமைப்பை இவர்களால் ஏன் செயற்படுத்த முடியவில்லை? வலிந்து காணாமல் ஆக்கப்பட்டும், வெளிப்படையாகச் சரணடைந்த நிலையில் காணாமல் ஆக்கப்பட்டும் போன தங்களின் கிட்டிய குடும்ப உறுப்பினர்களுக்கான சமூக நீதிக்காகத் தொடர்ந்து போராடும் பாதிப்புற்ற குடும்பங்களுக்கு சமூகநீதியைக்கூட இவர்களால் ஏன் உலகிடம் பெற்றுக்கொடுக்க இயலவில்லை.

இதற்கான விடையாக தாயகத்திலும் சரி, புலத்திலும் சரி ஒரே ஒரு விடைதான் உண்டு. ஒருமைப்பாடுதான் சனநாயகத்தின் வழியான போராடலுக்கு முன் நிபந்தனை என்பதே அந்த விடை. அது ஈழத்தமிழரிடை இல்லாதிருப்பதே அனைத்துக்கும் அடிப்படைச் சிக்கல். இந்த ஒருமைப்பாடின்மை சாதியம், மத அடிப்படைவாதம், பிரதேச வேறுபாடு என்கிற முத்தளத்தில் ஈழத்தமிழர்களிடை உறுதி பெற்றுள்ளது. இது உள்மனம் சார்ந்த கட்டமைப்பு என்பதால், இதனை எந்தப் புறநிலை மாற்றத்தாலும் இல்லாதொழிக்க இயலாதுள்ளது.

இதனால் அறிவார்ந்த அணுகுமுறையில் தமிழருக்குச் சொந்தமான அத்தனையும் மீள் உற்பத்தி செய்யப்பட்டாலே ஒருமைப்பாடு என்பது மீளவும் ஈழத்தமிழரிடை அவர்களைப் பாதுகாக்கின்ற ஆற்றலாக கட்டியெழுப்பப்படலாம்.

இதற்கு சிந்தித்தல் சீரமைக்கப்பட வேண்டும். சிந்திக்கப் பழக்குவது மொழி; அது வெறுமனே தொடர்பாடல் கருவி அல்ல. எனவே தமிழில் சிந்திக்கப்பழக்க வேண்டும். சரியாகச் சிந்திப்பவனாலேயே மனதுக்கண் மாசில்லானாய் வாழ முடியும். உண்மை என்பதே அறம் என்பதையும், கருணை என்பதே ஒழுக்கம் என்பதையும் உயிரின் சுதந்திரத்தை உறுதிப்படுத்தி, தங்கிவாழாத வாழ்வினை உயிர் வாழ்வதற்காக அதன் அறியாமையும் வறுமையும் நீக்க உழைப்பதே தவம் என்பதையும் மக்களிடை உணர்த்திட வேண்டும். இவற்றினை நடைமுறைப்படுத்த உலகெங்கும் உள்ள தமிழ் புத்திஜீவிகளின் இணைப்பும், சமூக மூலதனங்களை வழங்க வல்லாரின் பிணைப்பும் ஒருங்கு சேர்க்கப்பட வேண்டும்.

தமிழருக்கான இலாப நோக்கற்ற ஊடகம், அதனை மையப்படுத்திய சமூகவலை. இவற்றை எல்லாம் செய்வதற்கான தமிழரின் பொது நிர்வாக அமைப்பு. திறனில் தனித்துவமாகவும் அதே வேளை கொள்கையில் கூட்டாகவும், சமுதாயத்தை இணைக்கும் ஆற்றலுள்ள அமைப்புகள் – சங்கங்கள் ஈழத்தமிழரின் இன்றைய தேவை. இவைகளைக் குறித்த சிந்தனைகள், கொள்கைகள், கோட்பாடுகள் வளர்க்கும் ஆண்டாக இவ்வாண்டை ஒவ்வொரு ஈழத்தமிழனும் தாயகத்திலும், புலத்திலும் செயற்பட்டால் நிச்சயம் ஈழமக்களை ஒருநாடு ஒருசட்டத்துள்ளும், எமது தாயக மண்ணில் தொடங்கியுள்ள சீன இந்திய பனிப்போரில் இருந்தும் காப்பாற்ற முடியும் என்பதே இலக்கின் எண்ணம்.

42

ஆசிரியர் தலையங்கம் – இலக்கு மின்னிதழ்: 164

ஈழ – மலையகத் தமிழர் மற்றும் முஸ்லீம் மக்கள் பாதுகாப்புக்கு 'சமூகநீதி' கோரலே ஒரேவழி

2020, டிசம்பரில் சீனாவின் சிறிலங்காவுக்கான தூதுவர் கீசென்ஹொங், தமிழர் தேசத்தின் கலாச்சார மையமான யாழ்ப்பாணத்திற்கு வந்து, தமிழரின் பண்பாட்டைப் போற்றி, நல்லூர் கந்தசுவாமி கோயிலுக்கு வேட்டி உடுத்திச் சென்றதும் அல்லாமல், தூதரக மட்டத்திலான சிறு உதவிகளையும் வழங்கினார். பருத்தித்துறைக்குப் போய் தனது குழுவினருடன் தானியங்கி சிறு விமானத்தைப் பறக்க விட்டு மகிழ்ந்தார். தொடர்ந்து சிறிலங்கா அரசாங்கத்திடம் அல்லாது எதிர்க்கட்சித் தலைவர் சஜீத் பிரேமதாசாவிடம் 20 மில்லியன் ரூபா பெறுமதியான எட்டு சீறுநீரக நோயாளிகளுக்கு உதவும் கருவிகளை வழங்கினார். அதேவேளை சிறிலங்காவுக்கு சீனா மேலும் 1.5 பில்லியன் டொலர்களை உதவி, அதன் டொலர் நெருக்கடியைக் குறைக்கக் கூடிய முறையில் டொலர் கையிருப்பை 1.6 பில்லியனில் இருந்து 3.1 பில்லியனுக்கு உயர்த்தி, சீனாவின் நிதிப் பிடியினையும் உறுதி செய்தார்.

சீனாவின் சமகால நடவடிக்கைகளின் பின்னணியில் சீனாவின் வெளிவிவகார அமைச்சர் வாங் யி, சிறிலங்காவுக்கு உத்தியோகபூர்வமான வருகை அமைந்துள்ளது. 2020இல் சீனப் பொதுவுடமைக் கட்சியின் மத்திய குழுவின் அரசியல் விவகாரக் குழு உறுப்பினர் யாங் யீச்சியும், 2021இல் சீனாவின் பாதுகாப்பு

அமைச்சர் வெய்பெங்கும் சிறிலங்காவுக்கு உத்தியோகபூர்வ வருகை தந்திருந்தனர். இந்த வருகைகள் எல்லாமே சீனாவின், சிறிலங்காவில் உள்ள முதலீடுகளிதும் சேவைகள் மற்றும் ஆட்கள், பொருட்கள், நகர்வுகளதும் சுதந்திரத்தின் உறுதிப்பாடுகளுக்கும், வளர்ச்சிகளுக்கு மெனச் சொல்லப்பட்டாலும், சிறிலங்கா பகிரப்பட்ட இறைமையுடன் உள்ளது என்பதை உலகுக்குத் தெளிவுபடுத்தும் செயலாகவும் உள்ளது.

இதுவே இந்தியா தனக்குப் பாதுகாப்புக்கான அச்சுறுத்தல் எனவும், அமெரிக்கா தனது இந்துமா கடல் மீதான முதலீடுகள், சேவைகள் மற்றும் ஆட்கள் பொருட்கள் நகர்வுகளுக்கான, சுதந்திரத்திற்கான முட்டுக்கட்டை எனவும் சிந்திப்பதற்கான அடிப்படையாக உள்ளது. எனவே சிறிலங்காவின் ஒவ்வொரு நகர்வுக்கும் இந்தியாவும், அமெரிக்காவும் கூட்டாகவும் தனித்தும் தம்மாலான எதிர்வினைகளைக் கட்டமைப்பது தொடர்ந்து கொண்டே இருக்கும். இந்தியா அயலக நாட்டுக்கு முக்கியத்துவம் என்ற தனது வெளிவிவகாரக் கொள்கையின் அடிப்படையிலும், அமெரிக்கா இந்துமா கடலில் பாதுகாப்பான அமைதியைப் பேணல் என்ற அடிப்படையிலும், அனைத்துலக சட்டங்கள் ஒழுங்குமுறைகளுக்கு ஏற்ப தனது நிதி மதி தொழில்நுட்ப உதவிகளையும், விமானங்கள் உட்பட்ட கருவிகள் வழங்கலையும், பாதுகாப்புக்கான படைகளுக்கான பயிற்சிகளையும், புலனாய்வுத் தகவல் பகிர்வுகளையும் செய்யும். இதனால் சிறிலங்கா இவ்வாண்டில் அனைத்துலக வல்லாண்மைகளின் நேரடி மறைமுக மோதல் களமாகவே காட்சியளிக்கும் என்பதில் எள்ளளவும் சந்தேகமில்லை.

இதற்கு முன்னாயத்தமாக இந்தியாவுடன் சிறிலங்காவின் தொடர்பை இதுவரை நட்பார்ந்த நிலையில் தொடர்ந்து கொண்டிருந்த சிறிலங்காவின் பிரதமர் மகிந்த ராஜபக்சவின் இடத்தில் நிதியமைச்சர் பசில் ராஜபக்சவைப் பதில் பிரதமராக நியமித்தால், அது அமெரிக்க – இந்திய கூட்டு நட்பை முன்னெடுக்க உதவியாகும் என்கிற எண்ணத்தில் சிறிலங்கா அரசாங்கம் காய்களை நகர்த்திக் கொண்டிருக்கிறது. முன்னர் உகண்டாவின் சிறிலங்காவுக்கான உயர் ஸ்தானிகராகவும் தற்பொழுது கென்யாவின் உயர் ஸ்தானிகராகவும் உள்ள வேலுப்பிள்ளை கனகநாதனால், கறுப்புப் பணத்தை வெள்ளைப் பணமாக்கும் சந்தை நாடாகக் கருதப்படும் சென்மரினோவில் பதிவு செய்யப்பட்ட மிகப்பெரிய செல்வந்தர்கள் பயணிக்கப் பயன்படுத்தப்படும் தனியார் விமானமொன்று வாடகைக்கு எடுக்கப்பட்டு சிறிலங்காவுக்கு அனுப்பப்பட்டதால், சிறிலங்காவின் பிரதமர் மகிந்த ராஜபக்ச,

குடும்ப சமேதராய் திருப்பதியில் சாமி கும்பிடுவதற்கு 32 மில்லியன் டொலர் செலவில் திருப்பதி வெங்கடேசுவரப் பெருமாளை பக்தி ததும்பக் கும்பிட்டு மீண்டுள்ளார். மகிந்தவுக்கு உடல்நல ஓய்வு சிலகாலம் தேவை. பதில் பிரதமராக பசில் ஆள்கவென திருப்பதி வெங்கடேசுவரப் பெருமாள் வரங்கொடுத்து அனுப்பி வைத்துள்ளார் என்ற பேச்சுக்களும் அடிபடுகின்றன.

இதற்கிடை 2009ஆம் ஆண்டு முள்ளிவாய்க்கால் ஈழத்தமிழின அழிப்புத் தலைமை இராணுவத் தளபதி பீல்ட் மார்ஷல் சரத்பொன்சேகா, சிறிலங்காப் பாராளுமன்றத்தில் இறுதிக்கட்டத்தில் பணியாற்றிய தனது படை அதிகாரிகள் 51 பேருக்கு, அமெரிக்கா பயணத்தடை விதித்துள்ளமையை வெளிப்படுத்தினார். அதேவேளை பூகோள குற்றவியல் நீதிப்பணியகத்தின் தலைவர் மைக்கல் கொசக், சிறிலங்காவின் அமெரிக்கத் தூதுவர் மகிந்த சமரவீரவுக்கு மெய்நிகர் சந்திப்பு வழியாகப் பொறுப்புக் கூறலையும், மனிதஉரிமைகளைப் பேணுவதையும் உறுதி செய்யுமாறு வலியுறுத்திக் கூறியுள்ளார். சிறிலங்காவின் பாராளுமன்ற உறுப்பினர் சுமந்திரன், தமிழர்களுக்கு உதவினால் தமிழர்கள் சீனாவை வெளியேற்ற எவ்வகையில் உதவுவர் எனத் தனது அமெரிக்க அழைப்பு விஜயத்தின் பொழுது கேட்டதாகக் கூறியுள்ளார். இவைகள் எல்லாம் அமெரிக்கா தமிழர்களின் பிரச்சினைகளை முன்வைத்தும் தனது நகர்வுகளைச் சிறிலங்காவில் செய்யத் திட்டமிடுகிறது என்பதைத் தெளிவாக்கியுள்ளன.

இந்நிலையில் ஈழ, மலையகத் தமிழர்கள், முஸ்லீம் மக்கள் ஒருங்கிணைந்து தங்கள் தங்களுக்கான சமுகநீதியை உறுதிப்படுத்துமாறு சீனா, அமெரிக்கா, இந்தியாவிடம் எந்த அளவுக்குப் பலமாகக் கேட்பார்களோ அந்த அளவுக்கே இந்த மூவின மக்களதும் பாதுகாப்பு எல்லா நிலையிலும் உறுதிபெறும் என்பதே இலக்கின் எண்ணம். இந்த மூவின மக்களுக்குமான பிரச்சினைகளும், அதன் தாக்கங்களும் பொதுவானதாகவும், வேறு வேறானதாகவும் உள்ளதால், அந்தத் தனித்துவங்களையும் அவற்றுக்கிடையான பொதுப்பண்புகளையும் மூன்று இனத்தவர்களும் கூடிப்பேசி, தொகுத்து ‘சமுக நீதிக்கான’ சான்றாதரங்கள் உடன் வெளியிட வேண்டிய நேரமிது.

43

ஆசிரியர் தலையங்கம் – இலக்கு மின்னிதழ்: 162

2022இல் சமத்துவமின்மைகளை மாற்றுவதன் மூலம் பாதுகாப்பான அமைதி வாழ்வை உருவாக்குவோம்

கோவிட் பெருந்தொற்றால் பாதிக்கப்பட்டு வரும் மனிதகுல வரலாற்றிலும், இலங்கைத் தீவில் பௌத்த சிங்கள பேரினவாத இனஅழிப்பால் பாதிக்கப்பட்டு வரும் ஈழத்தமிழர் வரலாற்றிலும், பாதுகாப்பான அமைதியில் வாழ்வதற்கான புதிய செல்நெறியினை உருவாக்க வேண்டிய ஆண்டாக 2022 தொடக்கம் பெறுகிறது. இதற்கான செல்நெறியாக ஐக்கிய நாடுகள் சபையின் இவ்வாண்டுக்கான அனைத்துலக மனித உரிமைகள் நாள் மையக்கருவான 'சமத்துவமின்மைகளை மாற்றுவதால், மனித உரிமைகளைப் பேணுதல்' என்பது அமைகிறது. அதாவது சமகால வரலாற்றில் உள்ள சமத்துவமின்மைகள் மாற்றப்பட்டாலே, மனிதஉரிமைகள் பாதுகாக்கப்படும் என்பது 2022ஆம் ஆண்டுக்கான தெளிவான செல்நெறியாக உள்ளது.

அனைத்துலகையும் பொறுத்த மட்டில், மக்களின் ஆற்றலான அவர்களின் அனுபவமும், அறிவும் கோவிட் பெருந்தொற்றுக்கு எதிரான அறிவியலாகவும், முற்தடுப்பு முறைகளாகவும் கட்டியெழுப்பப்பட்டு, எல்லா நாடுகளுக்குமான சமபகிர்வாக மக்களின் ஆற்றல் நெறிப்படுத்தப்பட்டு, இணைக்கப்பட்டாலே, உலக மக்கள் அனைவருக்கும் பாதுகாப்பான அமைதி வாழ்வு மீளும் என்பது கோவிட் பெருந்தொற்றுக் கால அனுபவ உண்மையாக உள்ளது. இதற்கு உலகின் ஒவ்வொரு நாட்டிலும் மக்களின் இறைமைக்கு

முன்னுரிமை கொடுக்கப்பட்டு அரசாங்கங்கள் 'மனித நலம்' என்னும் தலைமைச் சிந்தனையுடன் நாடுகளின் வளப்பகிர்வுகளை மற்றைய நாடுகளுடன் மேற்கொள்ள வேண்டும். இதில் நிதிவளப் பகிர்வு என்பது மிகச் சிக்கலான ஒன்றாக இருந்தாலும், அதனை விடச் சிக்கலானதாக வல்லாண்மைகளின் மேலாண்மை என்பது அமைகிறது.

இதே நிலைதான் இலங்கையிலும், ஈழத்தமிழர்களுக்கும் உள்ளது. இலங்கைத் தீவில் சிங்கள பௌத்த பேரினவாத ஈழத்தமிழின அழிப்பு அரசியல் என்னும் பெருந்தொற்றால் பாதிக்கப்பட்டு வரும் ஈழத்தமிழர்களின் ஆற்றலாக உள்ள அவர்களது அனுபவத்தையும், அறிவையும் சிங்கள பௌத்த பேரினவாத இனஅழிப்பு அரசியலுக்கு எதிரான தேச நிர்மாண செயற்பாட்டு ஆற்றலாக கட்டியெழுப்புவதற்கு ஈழத்தமிழர்கள் முயற்சித்தாலும், உலக வல்லாண்மைகளினதும், பிராந்திய மேலாண்மைகளதும் சந்தைநல, இராணுவநல அடிப்படையிலான சிறிலங்கா அரசாங்கத்துக்கான நிதி, மதி, ஆயுத உதவிகளே மிகப்பெரிய தடைகளாக உள்ளன.

தற்பொழுது சிறிலங்காவில் சீன – இந்திய நேரடி மோதல் நிலைகள் அதிகரிக்கின்றன. மார்கழியில் வடக்கிற்கான சீனத்தூதராலய அதிகாரிகள் வருகையை அடுத்து சீன வெளிவிவகார அமைச்சரே ஜனவரி 8 மற்றும் 9 திகதிகளில் சிறிலங்காவுக்கு வருகை தருவதுடன் புத்தாண்டு 2022 ஆரம்பமாகிறது. தனது ஆட்சிப்பிழைகளால் வங்குரோத்து நிலைக்குப் பொருளாதாரத்தில் முன்னேறிக்கொண்டிருக்கும் சிறிலங்காவை மீட்டு விடும் நாடுகளாக இந்தியாவும் சீனாவும் உலக வங்கி நாணயமாற்றுச் சபை வழி அமெரிக்காவும் செயற்பட்டு வருகின்றன. உலக நாடுகள் அமைப்புக்களிடம், கடன், உதவி, முதலீடு என்னும் மூவழிகளில் தன்னை வங்குரோந்து நிலையில் நின்று காத்துக் கொள்ளும் சிறிலங்கா, வடக்கிலும் கிழக்கிலும் பிரகடனப்படுத்தப்படாத இராணுவ ஆட்சியை முன்னெடுத்து வருகிறது.

இந்நிலையில் சனவரி 1ம் நாளில் கத்தோலிக்க திருச்சபை கொண்டாடும் உலக மக்களின் அமைதிக்கான நாள் செய்தியில் இன்றைய திருத்தந்தை பிரான்சிஸ் அவர்கள், "நினைவுகளை வைத்திருப்பவர்களுக்கும் அதாவது மூத்தோருக்கும் வரலாற்றை முன்னெடுப்பவர்களுக்கும் அதாவது இளையோருக்கும் இடையிலான உரையாடலை உருவாக்குவதே அமைதியை முன்னெடுக்கும் வழிகளுக்கான மிகப் பெரிய சமூகச்சவாலாக உள்ளது" எனக் கூறியுள்ளமை அனைவரதும் கவனத்திற்கு உரிய ஒன்றாக உள்ளது.

கோவிட் 19 பெருந்தொற்று தாக்கத்தின் வழியான மனித குல அழிவுகளின் பாதிப்புக்களை மிகநீண்ட காலத்திற்கு அனுபவிக்கப் போகிறவர்கள் இளையோர்களே. அவ்வாறே இலங்கைத் தீவில் சிறிலங்காவின் ஈழத்தமிழின அழிப்பு அரசியல் நடவடிக்கைகளின் பாதிப்புக்களை நீண்ட காலத்திற்கு அனுபவிக்கப் போகின்றவர்களும் ஈழத்தமிழ் இளையோர்களே.

உலகிலும் சரி, ஈழத்திலும் சரி நிகழ்காலத்தில் உறுதியாக நின்று கொண்டு கடந்த காலத்தை நோக்கி அந்த அனுபவத்தின் அடிப்படையில் எதிர்காலத்தை உருவாக்க வேண்டிய ஆண்டாக 2022 அமைகிறது. இதில் முதியவர்கள் வாழ்வே சமகால வரலாறாக இளையவர்கள் முன் எவ்வித விருப்பு வெறுப்புமின்றி காரண காரியத் தொடர்புகளுடன் கற்பிக்கப்பட்டாலே, இளையவர்கள் அந்த வரலாற்றை மாற்றுகின்ற வரலாற்றை முன்னெடுக்க முடியும். முதியவர்கள் வரலாற்றில் இழந்தவற்றை அடைய முடியும் என்ற நம்பிக்கையை இளையவர்களுக்கு ஏற்படுத்தாது, வரலாற்றையே இழப்பாகக் காண்பித்து, மிதித்தவர்கள் காலடிகளையே எதிர்காலத்திற்கான வழியாகப் பின் செல்லுமாறு உரையாடல்களை வளர்ப்பது எந்த வகையிலும் சமத்துவமின்மைகளை மாற்றிப் பாதுகாப்பான அமைதியான வாழ்வுக்கு வழிகாட்டாது.

அதிலும் சிறிலங்கா ஒரு நாடு ஒரு சட்டம் என்னும் அரசியலமைப்பு மாற்றத்தின் மூலம் 2022இல் அரசியலமைப்பு மூலமும் சிங்கள பௌத்த இனஅழிப்புக்குச் சட்டத்தகைமை அளிக்கப்போகிறது. இதனை தடுப்பதற்கு இளையவர்களின் வரலாற்றை முன்னெடுக்கும் ஆற்றல் முதியவர்களின் வரலாற்றை நினைவுபடுத்தும் அனுபவத்துடன் இணைக்கப்படல் மிக முக்கியமாகிறது. இதனைச் செய்ய இயலாத மூத்த ஈழ அரசியல் தலைமைகள் 2022இலாவது தங்களின் மூப்பையும் பிணியையும் கவனத்தில் எடுத்து இளைப்பாறி இளையவர்களை இணைக்கக் கூடிய தலைமைக்கு வழி விடுவார்களாக. இனி எவராயினும் எங்காயினும் ஈழத்தமிழர்களின் இறைமை என்கிற அடிப்படை உண்மைக்கு முக்கியத்துவம் கொடுத்து இலங்கையில் சிங்களவர்களுக்கு உள்ள அத்தனை உரிமைகளுக்கும் உரியவர்கள் ஈழத்தமிழ் மக்கள் என்பதையும் ஈழத்தமிழர்கள் உலகால் மறக்கப்படக் கூடிய மக்களாக அல்ல, மதிக்கப்பட வேண்டிய மக்களாக வாழ்கின்றனர் என்பதையும் உலகுக்கு எடுத்து உரைத்துச் சமத்துவமின்மையை மாற்றுவதன் மூலம் ஈழத்தமிழர்களுக்குப் பாதுகாப்பான அமைதி வாழ்வு மீள அனைத்துலகத் தமிழர்களும் உழைக்கும் ஆண்டாக 2022 அமைய வேண்டும் என்பதே இலக்கின் எண்ணம்.

44

ஆசிரியர் தலையங்கம் – இலக்கு மின்னிதழ்: 161

சீனத்தூதரகத்தினரின் யாழ். வருகை அனைத்துலக ஈழத்தமிழர்களின் பங்களிப்புக்கான அழைப்பு

ஈழத்தமிழர்களின் சமூக பொருளாதார அரசியல் ஆன்மிக வரலாற்றில் சீனத்தூதரகத்தினரின் யாழ். வருகை, புதிய இயல் ஒன்றைத் தொடக்கி வைத்துள்ளது. சீனா யார் எவ்வாறு கூறினாலும், 21ஆம் நூற்றாண்டின் சமூக பொருளாதார அரசியல் ஆன்மிக செல்நெறிகளைத் தீர்மானிக்கும் உலகின் சத்தியாக உள்ளது என்பது வெளிப்படையான உண்மை. அந்த வகையில், உலகின் மக்களில் ஒருவராக உள்ள ஈழத்தமிழர்களுடன் அவர்களது தொடர்பு விருப்பு என்பது இயல்பான ஒன்றாகவே உள்ளது.

சீனாவின் உலகப்பார்வை என்பது, தன்னை உலக மக்களின் தேவைகளுடன் இணைத்துக்கொள்வதன் மூலம், தனது பொருளாதாரத்திற்கான மூலவள வழங்கல்களைப் பெருக்க உதவும் வகையிலும், தனது நாட்டுடனான தரை கடல் நேரடிப் பாதைகளை அதிகரிப்பதன் வழி பொருட்களும் தேவையான மனித மூலவளமும் தங்கு தடையின்றி நகர்வதை உறுதிப்படுத்தும் வகையில், தனது நிதிப்பகிர்வை நீண்ட கால உடன்படிக்கைகளின் வழி உலக நாடுகளுக்கு வழங்குவதாகவும் அமைகிறது. அதே வேளை அந்த நிதிப்பகிர்வின் வழியான நிகரஇலாபத்தை ஒரு தனி மனிதனோ அல்லது தனி நிறுவனமோ உச்சப்படுத்தி அனுபவிக்க அனுமதிக்காது, ஒரு எல்லையின் மேல் மறுபகிர்வு வழியாகப் புதிய

தொழில் முயற்சிகளை உருவாக்கச் செய்து நாட்டின் நலிவுற்ற மக்கள் நல்வாழ்வுபெற வைக்கவும் சீனா முயற்சித்து வருகிறது.

இங்கு இரண்டு விடயங்கள் முதன்மை பெறுகின்றன. ஒன்று தான் தொடர்பு கொள்ளும் நாட்டின் அரசியலில் நேரடித் தாக்கமெதையும் மேற்கொள்ளாமல், அந்த நாடுகளைத் தனது அனைத்துலக நிதிப் பெருக்கத்திற்கான கருவியாக்கிக் கொள்வது. அடுத்தது ஒவ்வொரு நாட்டிலும் அந்த அந்த நாட்டின் அரசியலமைப்பையோ சட்ட ஒழுங்குகளையோ மீறாது எந்த வகையில் அந்த நாட்டுடனான தனது வர்த்தக மேலாண்மையைச் சட்டப்படி உறுதி செய்து கொள்ள முடியுமோ அந்த வகையில் தனது இருப்பை அந்த மண்ணில் உறுதியாக்கிக் கொள்வது.

இந்த உள்நாட்டு அரசியலில் பங்குபற்றாது மிகவும் நுணுக்கமான முறையில் நிதிக்கடனாலும் நிதி உதவிகளாலும் ‘பொது வளர்ச்சி’யை ஊக்குவித்து, அதன் வழி ‘பொது நன்மை’யை வலியுறுத்தல் என்பதே சீனாவின் வெளியுறவுக் கொள்கையாக உள்ளது. இந்த வெளியுறவுக் கொள்கை இதுவரை வெறுமனே ‘பொது நன்மை’ என்ற கருத்தியலை மட்டும் முன்வைத்து தமக்கான உலக மேலாண்மைகளை உறுதிப்படுத்தி வந்த மேற்குலக அரசியல் தத்துவத்தைப் பின்தள்ளி, அரசியலுக்கு மேலான வகையில் உலக மக்களுடனான பொருளாதார இணைப்பைச் சீனா மிக வெற்றிகரமான முறையில் அமைத்துக் கொள்ள உதவுகிறது. இதன்வழி எந்த மேற்கத்திய நாடுகள் தனக்கு அரசியலால் எதிர்வினையாற்ற முயற்சிக்கின்றனவோ அந்த நாடுகள் உட்பட அனைத்து நாடுகளிலும் சீனா முதலீட்டை ஏற்படுத்தியுள்ளமை 21ஆம் நூற்றாண்டின் உலக சமூக அரசியல் பொருளாதார ஆன்மிகக் கொள்கை உருவாக்கல்களில் சீனச் சிந்தனையை உலக மக்கள் தாமாகவே ஏற்க வைக்கும் பலத்தைச் சீனா பெற்றுள்ளது.

இந்தக் கருத்தியலைக் கடந்த எதார்த்த நிலை அரசியல் என்பது, சீனாவை எந்த அனைத்துலகச் சட்டத்தாலும் அதன் வளர்ச்சியைத் தடுத்து நிறுத்த இயலாத பேராற்றலாக அறிவியல் தொழில்நுட்பத் துறையிலும் முன்னிறுத்தி வருகிறது. இதனால் சீனாவுடன் சந்தைத் தொடர்பு கொள்ளாது முற்றுரிமையுடன் வர்த்தகத்தில் செயற்படும் நிலையில் இன்று உலகின் எந்த நாடுகளும் மட்டுமல்ல, மக்கள் இனங்களும் இல்லை. அதேவேளை சீனா ஆட்சியில் உள்ள அரசுகளுடன் தனது சட்டரீதியான உடன்படிக்கைகளை மேற்கொண்டு, தனது உற்பத்தி நிறுவனங்களை அமைத்தாலும், அதன் வழியான

வேலை வாய்ப்புக்களில் அந்த நிறுவனங்கள் இருக்கின்ற நாட்டு மக்களுக்கும் இடமளிக்கும் கூட்டு முயற்சிகளையும் முன்னெடுக்கத் தவறுவதில்லை. சீனா குறித்த இந்த எதார்த்தப் பார்வையை இன்றைய ஈழத்தமிழர்கள் நெஞ்சிருத்தினாலே சீனத்தூதரகத்தினரின் யாழ்ப்பாண வருகை என்பது எந்த அளவிற்கு முக்கியமானதாக அமைகிறது என்ற எண்ணத்தைப் பெற முடியும்.

அடுத்து இதற்கான சீனாவின் உலகப் பார்வை என்பது, இன்று அதன் மூன்று கோட்பாடுகளால் நிலைநிறுத்தப்படுகிறது. ஒன்று அது பலமான கட்டமைப்புகளுடனேயே அது அரசாக இருந்தாலும் சரி அல்லது தனியார் அமைப்புக்களாக இருந்தாலும் சரி தனது தொடர்பாடலை முன்னெடுக்கிறது. இந்த விடயத்தில் தான் சீனத்தூதரகத்தினரின் யாழ். வருகை என்பது அனைத்துலக ஈழத்தமிழர்களின் பொருளாதார வளர்ச்சி நிலையைத் தனது பொருளாதார முயற்சிகளுடன் இணைக்கின்ற முயற்சியாக அமைகிறது. குறிப்பாகச் சொன்னால், சீனாவின் ஈழத்தமிழர் தாயகப் பகுதிகளிலான பொருளாதார நோக்குகளும், ஈழத்தமிழர்களின் பொருளாதார நோக்குகளும் இணைப்புப் பெற்ற முறையிலான முதலீடுகள், மூலவளப் பகிர்வுகள், தொழில்நுட்ப வளர்ச்சிகள், தமிழர் தாயகப் பகுதிகளில் நடைபெறுவதற்கு அனைத்துலக ஈழத்தமிழர்களின் பங்களிப்புக்கான அழைப்பாகவே இதனைக் கருதி, அனைத்துலக ஈழத்தமிழர்கள் செயற்பட வேண்டும். சீனாவின் மூலதன எழுச்சியுடனும் அறிவியல் தொழில்நுட்ப வளர்ச்சியுடனும் ஈழத்தமிழர்களின் அறிவும் ஆற்றலும் நிதி வளங்களும் இணைக்கப்படல் காலத்தின் தேவையாக உள்ளது.

மக்களை மையமாகக் கொண்ட கோட்பாட்டை உருவாக்கிச் செயற்படுதல் சீனாவின் இரண்டாவது கோட்பாடு. இதில் சீனா அரசியலுக்கு அப்பால் தங்கிவாழாத பொருளாதார முறைமையை உருவாக்குதல் என்பதிலேயே அக்கறையுள்ளதாக உள்ளது. ஏனெனில் தங்கி வாழவைக்கும் பொருளாதார முறைமையே அரசியல் அடிமைத்தனம் உறுதிப்படுவதற்கான மூலகாரணமாக உள்ளது. எனவே ஈழத்தமிழர்கள் தங்கிவாழும் பொருளாதார நிலையில் நின்று தங்களை விடுவித்துக் கொள்வதற்கு ஏற்ற திட்டங்களைச் சீனாவுடன் விவாதிக்க வேண்டிய நேரமிதுவாக உள்ளது.

சீனா தனது தொடர்பாடலை மக்கள் நலன்களில் மேம்பட்ட கட்சியொன்றின் வழியாகவே செய்தல் என்பது சீனாவின் மூன்றாவது கோட்பாடு. எனவே ஈழத்தமிழர்கள் மக்கள் நலன்களில் மேம்பட்ட

கட்சி ஒன்றை குடைநிழல் அமைப்பாக, இன்று தமிழர் தாயகங்களில் உருவாக்கிக் கொள்ளாவிட்டால், சீனாவின் பொருளாதார முதலீடுகள் உதவிகள் குறித்த புதிய முயற்சி குறுகிய காலத்தில் செயலற்றதாகி விடும். தங்களுடைய அரசியல் சிந்தனைகளுக்கு அப்பால் பொருளாதாரத்தில் ஒரு உறுதியான பொருளாதாரக் கோட்பாட்டை இதுதான் ஈழத்தமிழர் தாயகப் பகுதிகளின் பொருளாதாரக் கோட்பாடு எனப் பகிரங்கமாக வெளிப்படுத்த ஈழத்தமிழர்களின் அனைத்துலக வளவாளர்களின் கூட்டிணைப்பு ஒன்று உடன் உருவாக்கப்பட வேண்டும். இதில் சமூக பொருளாதார அரசியல் சட்ட வர்த்தக புத்திஜீவிகளும் வர்த்தகர்களும் தொழிலாளர்களும் இணைந்த தொழில்கட்சியாக ஒரு கட்சி உருவாகுமானால், அதனுடன் சீனா செயற்படுவது சீனாவுக்கும் ஈழத்தமிழருக்கும் ஏற்புடைய வளர்ச்சியைத் தரும் என்பதே இலக்கின் எண்ணம்.

45

ஆசிரியர் தலையங்கம் இலக்கு மின்னிதழ்: 160
இனங்கள் என்ற தகுதியை 'கூட்டங்கள்' என மாற்றும் முயற்சி

இலங்கைத் தீவு சிங்கள இனத்தவரின் நாடு. பௌத்த ஆகமச் சட்டங்களின் வழியான ஆட்சிக்குட்படுத்தப்படும் நாடு. இதுவே சிறிலங்காவின் 'ஒரு நாடு ஒரு சட்டம்' என்கிற அடிப்படையில் படுவேகமாக உருவாகி வரும் சிறிலங்காவின் புதிய அரசியலமைப்பின் பிரகடனமாகக் கட்டமைக்கப்பட்டு வருகிறது. இலங்கையில் மூவகைப்பட்ட மக்களாக சிங்களரல்லாத மக்கள் வாழ்ந்து கொண்டிருக்கின்றனர்.

1. இலங்கையை வரலாற்றுக்கு முற்பட்ட காலம் முதல் தாயகமாகக் கொண்டுள்ள இலங்கையின் தேசிய இனத்தவரான ஈழத்தமிழ் மக்கள்,

2. வர்த்தகத்திற்கு வந்து மிக நீண்ட காலமாக இலங்கையைத் தாயகமாகக் கொண்டு வாழ்ந்து வரும் மதத்துவச் சிறுபான்மை இஸ்லாமிய மக்கள்,

3. பிரித்தானிய காலனித்துவ ஆட்சியாளர்கள் பெருந்தோட்டப் பொருளாதார வளர்ச்சிக்காக இந்தியாவில் இருந்து வேலை செய்வதற்கான அனுமதியுடன் கொண்டு வந்து இருநூறு ஆண்டுகளாக வாழ்ந்து வரும் இனத்துவச் சிறுபான்மை மலையகத் தமிழர்கள்

என்னும் மூன்று இன மக்களும் இலங்கையின் குடிகள் என்ற வகையில் இலங்கை அரசியல் அமைப்பின் சட்ட ரீதியான பாதுகாப்புக்கும், அமைதியான வாழ்வுக்கும், உரிய வளர்ச்சிகளுக்கும், அனைத்துலக சட்டங்களின் அடிப்படையில், தகுதியுடைய மக்கள்.

இந்நிலையில் இவர்கள் 'குடிகள்' என்ற அடிப்படையில் சட்டத்தின் முன் சமமான ஆட்சியைப் பெறுவதற்கு உரிமையுள்ள மக்கள் இனங்கள்.

அதிலும் இலங்கைத் தமிழர்கள் அல்லது ஈழத்தமிழர்கள் அல்லது தமிழீழத்தவர்கள் என்ற அடையாளத்தை உடையவர்கள், இலங்கையின் தேச இனமாகத் தொன்மையும் தொடர்ச்சியுமான இறைமையுள்ள மக்கள். தங்களுக்கான பாதுகாப்பான அமைதியையும், வளர்ச்சிகளையும் தம்மை ஆள்பவர்களாகக் கூறிக்கொள்பவர்கள் உறுதி செய்யாது விட்டால், தங்களுக்கான அரசியல் எதிர்காலத்தைத் தாங்களே முடிவுசெய்யும் உரிமையுள்ள மக்கள். இதனை உள்ளகத் தன்னாட்சி உரிமையின் அடிப்படையில் தங்களை ஆள்பவர்களாகக் கூறிக்கொள்ளும் சிறிலங்காவுக்கு எடுத்துச் சொல்லி, தங்களுக்கான பாதுகாப்பான அமைதியையும், வளர்ச்சியையும் உறுதி செய்யுமாறு கேட்கும் உரிமையுள்ளவர்கள்.

இதனைத் தங்களை ஆள்பவர்கள் செய்யாது விட்டால், அனைத்துலக நாடுகளையும், அனைத்துலக மக்களையும், அனைத்துலக அமைப்புக்களையும் தங்களுடைய அரசியல் எதிர்காலத்தைத் தாங்களே தீர்மானிக்கும் தங்களின் வெளியகத் தன்னாட்சி உரிமையினை ஏற்று, அதன் அடிப்படையில் தாங்களே தங்களுக்கான பாதுகாப்பான அமைதியையும், வளர்ச்சிகளையும் கொண்ட ஆட்சியை அமைப்பதை உறுதி செய்து, அதற்கு உதவுமாறு கேட்கும் அனைத்துலகச் சட்ட உரிமையுள்ளவர்கள்.

இந்த தாயக தேசிய தன்னாட்சி உரிமையின் அடிப்படையில் தீர்வு பெற அனைத்துலகச் சட்டத் தகுதியுள்ள ஈழத்தமிழர்களையும், தேசிய இனத்துவச் சிறுபான்மை இனங்கள் என்ற அடிப்படையில் தங்களுக்கான அரசியலுரிமைளைப் பெறத் தகுதியுள்ள முஸ்லீம் மற்றும் மலையகத் தமிழர்களையும், இலங்கையில் வாழ்ந்து வரும் 'கூட்டங்கள்' என சிங்கள பௌத்த பேரினவாதச் சிறிலங்கா அரசாங்கம் வரைவு செய்ய முற்படுகிறது. இதன் அடிப்படையில் சிறிலங்கா அரசாங்கத்தின் சலுகைகளில் அல்லது நல்லெண்ணத்தில் வாழவேண்டிய மக்கள் கூட்டங்களாக இந்த இலங்கைத் தீவின் மூவகைப்பட்ட மக்களையும் அரசியலமைப்பால் வரையறை செய்து, முழு இலங்கையையும் சிங்கள நாடாகச் சட்டப் பிரகடனம் செய்வதே புதிய அரசியலமைப்பின் மைய நோக்கு.

இதனால் இலங்கைத் தமிழர்களின் தேசியப் பிரச்சினை, அவர்களின் இறைமையின் அடிப்படையிலான தாயக தேசிய தன்னாட்சி உரிமைகளை உறுதிப்படுத்தும் தீர்வு வழியான பாதுகாப்பான அமைதியான ஆட்சியை உருவாக்குதல் மூலம் தீர்வு பெற வேண்டிய ஒன்றாக உள்ளது.

முஸ்லீம் மற்றும் மலையக மக்களின் பிரச்சினை அவர்களுக்கான அரசியல் உரிமைகள் அரசியலமைப்பு வழியாக உறுதி செய்யப்படுகிற தீர்வாக அமைய வேண்டியுள்ளது. இதுவே இலங்கைத் தமிழர்களும், முஸ்லீம்களும், மலையகத் தமிழர்களும் ஒன்றிணைந்து ஒரே அரசியல் அணியாக சிங்களப் பெரும்பான்மையினரின் பாராளுமன்றக் கொடுங்கோன்மை ஆட்சியை மாற்ற இயலாதுள்ளதற்கான முக்கிய காரணம்.

இந்நிலையில் இலங்கைத் தமிழர், முஸ்லீம்கள், மலையகத் தமிழர் பொதுப் பிரச்சினைகளில் இணைவும், சிறப்புப் பிரச்சினைகளில் தனித்துவமும் கொண்ட பொதுச் சமூகக்கொள்கை உருவாக்கல் வழியாக தங்களின் உயிர், உடைமைகள், நாளாந்த வாழ்வு என்பவற்றைப் பாதுகாத்து, உறுதிப்படுத்தக் கூடிய பொதுவான வேலைத்திட்டமொன்றில் இணைவதன் வழியாகவே சிங்கள பௌத்த பெரும்பான்மையே ஆட்சியாகக் கட்டமைவுற்றுள்ள இன்றைய சூழலில் சமூகநீதியை நிலைநிறுத்த முயல வேண்டும்.

இலங்கையின் அரசியலமைப்பு வழியாக நீதியான ஏற்புடைய தீர்வை உருவாக்க உதவ முற்படும் அனைத்துலக நாடுகளும் இலங்கைத் தமிழர்களின் தேசியப் பிரச்சினை அவர்களின் இறைமை, தன்னாட்சி உரிமைப் பிரச்சினை என்கிற உண்மைத் தன்மையையும், முஸ்லீம் மற்றும் மலையகத் தமிழர்களின் பிரச்சினை தேசிய இனத்துவ மதத்துவ சிறுபான்மையினர் பிரச்சினை என்ற அடிப்படையில் அரசியல் தீர்வு பெறப்பட வேண்டிய பிரச்சினை என்பதையும் கவனத்தில் எடுத்து, தீர்வினை ஏற்படுத்த உதவிடல் வேண்டும். அத்துடன் தொடர்ந்து இனஅழிப்புக்கு உள்ளாகி வரும் அதீத மனிதாய தேவைகளை உடைய நலிவுற்ற சமுதாயமாக இலங்கைத் தமிழர்கள் உள்ளனர். இதனால் சிறிலங்காவின் இறைமையை மீறி, இத்தகைய மக்களுக்கு அவர்களுக்கான மனிதாய உதவிகளை நேரடியாகக் காலந்தாழ்த்தாது செய்தல் அனைத்துலகச் சட்டங்களுக்கு ஏற்புடைய கடமை என்கிற அடிப்படையில் செயலாற்ற வேண்டும். இந்த உண்மைகளை உரக்கச் சொல்லி நாடுகளையும், அமைப்புக்களையும் நேர்மையும் உண்மையுமான முறையில் இலங்கையின் மக்கள் இனங்களின் பிரச்சினைகளுக்கான தீர்வுகளை ஏற்படுத்த புலம்பதிந்து வாழும் அனைத்து தமிழரும் ஒற்றுமையாகவும், உணர்ச்சி வயப்படாமலும் வலியுறுத்த வேண்டும் என்பதே இலக்கின் எண்ணம்.

46

ஆசிரியர் தலையங்கம் – இலக்கு மின்னிதழ்: 159

இலண்டன் அசெம்பிளி நிறைவேற்றியுள்ள தமிழர் மரபுரிமை மாதத்துக்கான தீர்மானம்

இலண்டன் அசெம்பிளி என்பது இலண்டன் மக்களால் வாக்களிக்கப்பட்ட முடிவுகளையும், செயல் திட்டங்கள் நிறைவேற்றப் படுவதையும் உறுதி செய்யும் தேர்தலால் தேர்ந்தெடுக்கப்பட்ட 25 உறுப்பினர்களைக் கொண்ட சபை. தற்போது இலண்டன் அசெம்பிளியில் 11 தொழிற்கட்சி உறுப்பினர்களும், 9 பழமைவாதக் கட்சி உறுப்பினர்களும், 3 பசுமைக் கட்சி உறுப்பினர்களும், 2 தாராண்மைவாதக் கட்சி உறுப்பினர்களும் உள்ளனர். இந்த இலண்டன் அசெம்பிளி தைப்பொங்கல் இடம்பெறும் ஜனவரி மாதத்தைத் தமிழர் மரபுரிமை மாதமாகக் கொண்டாட வேண்டுமென்னும் பிரேரணையை நிறைவேற்றியுள்ளது. இனி இதனை இலண்டன் மேயரும் 32 மாநகரசபைகளும் முன்னெடுப்பதற்கான அடுத்த கட்ட வேலைகளை இலண்டன் வாழ் தமிழர்கள் தங்கள் பரப்புரைகள் மூலம் முன்னெடுக்க வேண்டிய பொறுப்பில் உள்ளனர்.

ஹவுன்சிலோ, கிங்ஸ்டன் அப்போன் தேம்ஸ், ரிச்மண்ட் அப்போன் தேம்ஸ் ஆகியவற்றின் பழமைவாதக் கட்சியின் உறுப்பினர் மதிப்புக்குரிய நிக்கலஸ் ரோஜர்ஸ் அவர்களால் சமர்ப்பிக்கப்பட்ட தமிழர் மரபுரிமை மாதப் பிரேரணை பின்வருமாறு அமைந்துள்ளது: "இலண்டன் தமிழ்ச் சமுதாயம் சிறிலங்கா, இந்தியா, மலேசியா, சிங்கப்பூர், தென்னாப்பிரிக்கா உட்பட உலகின் பல நாடுகளிலும் இருந்து வந்து வாழும் தமிழர்களால் கட்டமைக்கப்பட்டுள்ளது. மதிப்பீட்டளவில்

15000 தமிழர்கள் மருத்துவர்களாகவும், தாதிமாராகவும், முன் வரிசை உடல்நல நிர்வாகிகளாவும், தேசிய உடல்நல சேவையில் பணியாற்றுகின்றனர். ஆயிரக்கணக்கான தமிழர்கள் எங்கள் பள்ளிகளில் ஆசிரியர்களாகவும், ஆசிரிய உதவியாளராகவும் பணியாற்றுகின்றனர். இலண்டனில் உள்ள நூற்றுக்கு மேற்பட்ட எங்கள் சமுதாயத்தில் மிகவும் நலிவுற்றவர்களைப் பராமரிக்கும் சமூகப் பராமரிப்பு நிலையங்கள் தமிழர்களால் செயற்படுத்தப்படுகின்றன. தமிழர்கள் தங்கள் சமூகப் பொருளாதார, பண்பாட்டு, அரசியல் பணிகளால் ஐக்கிய இராச்சியத்தினைக் கட்டியெழுப்பும் இழைகளாக உள்ளனர்.

இரண்டாவது உலகப்போரில் றோயல் விமானப்படையில் சேவையாற்றியது முதல் இன்று அஸ்ரா செனிக்கா தடுப்பூசி மருந்தைக் கண்டுபிடித்தல் வரை அவர்களின் பங்கு உண்டு. அவர்களுடைய தாய்நாட்டில் நடைபெறும் அவமானகரமான செயல்களும், துன்புறுத்தல்களும் வன்முறைப்படுத்தல்களும் இங்கு ஐக்கிய இராச்சியத்தில் வாழும் தமிழர்களின் குடும்பங்களதும், நண்பர்களதும் நலவாழ்வை மிக மோசமாகப் பாதிக்கின்ற சூழலிலேயே அவர்கள் இந்த நாட்டுக்கான பங்களிப்புக்களைச் செய்கின்றார்கள். இலண்டன் அசெம்பிளி தமிழ்ச் சமுதாயத்திற்கு எங்களுடைய நகரத்திற்கு அவர்களது விலைமதிக்க இயலாத பங்களிப்புகளுக்கு நன்றி தெரிவித்து, அவர்களது பங்களிப்பால் பெருமையுறுகிறது. 'தைப்பொங்கல் அறுவடைப் பெருவிழா' வரும் 14ஆம் திகதியை உள்ளடக்கிய ஜனவரி மாதத்தை தமிழர் மரபுரிமை மாதமாக அமைக்க வேண்டுமென இந்த அசெம்பிளி கருதுகிறது. இலண்டன் மேயரையும், இலண்டன் மாநகரசபைகளையும் எங்கள் தமிழர் சமுதாயத்திற்கு மதிப்பளித்து ஆதரவு அளிக்கும் வகையில் இதனைக் கொண்டாடுமாறு அழைக்கின்றோம்."

மேலும் இவர் தமிழர் மரபுரிமை மாதப் பிரேரணையைச் சமர்ப்பித்து உரையாற்றுகையில் "இவர்களின் இந்த பொதுநல சேவைகள் அவர்கள் வெளியே அனுபவித்த துன்புறுத்தல்களதும், ஒடுக்குமுறைகள், அடக்குமுறைகளதும் பின்னணியில் அமைந்துள்ளது" எனவும் குறிப்பிட்டார். இந்த வகையில் இந்தத் தமிழர் மரபுரிமை மாதம் என்பது ஈழத்தமிழர்களின் உழைப்பால் இலண்டன் வாழ் உலகத் தமிழர்கள் அனைவருக்குமான தமிழர் மரபுரிமை மாதமாகத் தை மாதம் கொண்டாடப்படுவதற்கான வாய்ப்பினை உருவாக்கியுள்ளது என்பது தெளிவாகியுள்ளது.

தமிழர் மரபுரிமை மாதப் பிரேரணையில், ஈலிங் அன்ட் கிளிங்டன் தொழிற் கட்சி உறுப்பினர் மதிப்புக்குரிய டாக்டர் ஒன்கார் சகோட்டா அவர்கள் உரையாற்றுகையில் "திரை மறைவில் இந்த நகரத்தின் ஒருங்கிணைந்த வளர்ச்சியின் பகுதியாகவே தமிழர்கள் உள்ளனர். அவர்கள் இந்தத் தேசத்தின் பொருளாதாரத்திற்கும், குடிமை வாழ்வுக்கும் பங்களித்து வருகின்றனர். ஆயினும் அவர்களில் பலரும் தங்கள் தாயகத்திலிருந்து கொடுமைப்படுத்தல்களுக்கும், போருக்கும் தப்பி வந்தவர்கள்" என்றார்.

பரந்த இலண்டனின் பழமைவாதக் கட்சி உறுப்பினரான மதிப்புக்குரிய சான் பெய்லி அவர்கள் உரையாற்றுகையில் "தமிழர்கள் மிக மோசமான துன்புறுத்தல்களுக்குத் தப்பி வந்தவர்கள். அவர்கள் இலண்டனுக்கு வழங்கிய விழுமியங்களின் வழி இலண்டன் அவர்களை வரவேற்று உலகுக்கு அவர்கள் அதீத தேவையில் உள்ள மக்கள் என்ற செய்தியைச் சொல்கிறது. ஆபிரிக்க மக்கள் அவர்களுக்கான கறுப்பு வரலாற்று மாதத்தில் அளப்பரிய நன்மைகளைப் பெறுகின்றார்கள். பண்பாட்டு வாழ்வில், தனிப்பட்ட வாழ்வில், நிதி வாழ்வில், உணர்ச்சிகளின் வாழ்வில், ஆன்மிக வாழ்வில் உங்களின் வரலாற்றை ஆண்டின் குறித்த காலத்தில் ஒழுங்கமைக்கப்படும் இம்மரபுரிமை மாதம் மூலம் நீங்கள் வெளிப்படுத்துவது அவற்றுக்கான ஏற்புடைமையையும் பலன்களையும் தரும்" என்றார்.

இந்த இரண்டு உறுப்பினர்களது உரைகளும், இலண்டன் நகரின் வளர்ச்சிக்குத் தமிழர் அளித்த பங்களிப்புக்களையும், அவர்கள் நீதியை, நியாயத்தை உலகிடம் வேண்டி நிற்கும் ஈழத்தமிழர்களாகப் புலம்பதிந்து வாழ்கின்றனர் என்பதையும் உறுதி செய்தன.

பார்க்கிங் அன்ட் டகனம், சிட்டி ஒவ் இலண்டன், நியூகாம், டவர்கம்லெட் ஆகியனவற்றின் தொழிற்கட்சி உறுப்பினரான மதிப்புக்குரிய உன்மெஸ்தேசாய் அவர்கள் தனது உரையில், இலண்டனுக்கான தமிழர்களின் முதல் அலையாக 1983ஆம் ஆண்டு யூலை இன அழிப்பின் பின்னர் தமிழர்கள் வந்த காலத்தில், இலண்டனில் 1984இல் நடைபெற்ற முதலாவது தமிழர் ஒற்றுமைப் பேரணியில் தான் கலந்து கொண்டமையை நினைவு கூர்ந்தார். யாழ்ப்பாண மாநகரம் குண்டு வீச்சுக்களால் அழிக்கப்பட்டமையைக் கண்டித்து போரின் பயங்கரத் தன்மையே ஈஸ்ட்காமில் தமிழர்களை அகதிகளாகக் குடியேறவைத்தது என்பதையும் சுட்டிக்காட்டினார். போரால் இரண்டு வீட்டுக்கு ஒரு வீட்டினர் தங்கள் அன்பானவர்களை

இழந்து வாழும் அவல நிலையையும் எடுத்துரைத்தார். இவருடைய உரை தமிழ் மரபுரிமை மாதம் ஈழத்தமிழர்களின் அளப்பரிய தியாகங்களுக்கு ஊடாக எழுகிறது என்ற உண்மையை உலகுக்கு மேலும் தெளிவாக்கியது.

உள்ளூராட்சி நிலையில் இலண்டன் தமிழர்களுக்கு தமது வரலாற்றைப் பண்பாட்டை வெளிப்படுத்தக் கிடைத்துள்ள இந்தச் சந்தர்ப்பம், தமிழ் இளம் தலைமுறைக்கு இந்த மாதத்தில் அவர்களது பள்ளிகளிலேயே அதனைச் செய்யும் பொறுப்பை இலண்டன் தமிழர்களுக்கு அளித்துள்ளது. தமிழர் மரபுரிமை மாதத்தை உருவாக்க உழைக்கும் அனைவருக்கும் பாராட்டுக்களையும், நன்றியையும் தெரிவிக்கும் 'இலக்கு' இதன் வழி உருவாகும் பொறுப்பைச் சரியான முறையில் பயன்படுத்துவதற்கான முயற்சிகளையும் கூடவே வளர்க்க வேண்டும் என்பதை வலியுறுத்திக் கூற விரும்புகிறது.

47

ஆசிரியர் தலையங்கம் – இலக்கு மின்னிதழ்: 158

நம்பிக்கை தரும் மாவீரர் நினைவேந்தல்களும்; நம்பிக்கையின்மை தரும் தமிழ் அரசியல்வாதிகளும்

ஈழத்தமிழர்கள் தேசமாக எழுகின்ற தேசிய நாளாகிய மாவீரர்நாள் 1989ஆம் ஆண்டு முதலான அதன் வரிசையில் 32ஆவது ஆண்டு மாவீரர்நாளாக 27.11.2021இல் ஈழத்தமிழர் தாயகத்திலும், ஈழத்தமிழர்கள் புலம்பதிந்து வாழும் உலகநாடுகள் எங்கும், ஈழத்தமிழரின் நன்றிப் பெருவிழாவாகச் சிறப்பாக இடம்பெற்றமையை ஈழத்தமிழர் வரலாறு பதிவுசெய்துள்ளது.

தாயகத்தில் இந்த மாவீரர்நாள், சிறிலங்கா அனைத்துலக நாடுகளின் மன்றத்தின் மனித உரிமைகள் சாசனத்திற்கு எதிராக, ஈழத்தமிழர்களின் போரால் மரணித்தவர்களை நினைவுகூர்தல் என்னும் மனித உரிமையினையும், போர் நினைவுச் சின்னங்களைப் பேணுதல் என்கிற மனித உரிமையினையும் மீறும் செயல்களான, படைப்பலம் கொண்டு இனங்காணக் கூடிய அச்சத்தைத் தோற்றுவித்து, வழிபாட்டு உரிமையை மறுத்தல், நினைவுச் சின்னங்களை அழித்துப் பண்பாட்டு இனஅழிப்பின் வழி ஈழத்தமிழர்களை வரலாறு அற்றவர்களாக்குவது என்னும் இரண்டு அனைத்துலகச் சட்டங்களுக்கு எதிரான செயல்களையும் செய்து, மாவீரர்நாளை ஈழத்தமிழ் மக்கள் கொண்டாடுவதற்குப் பலவழிகளில் தடைகளை ஏற்படுத்தியது.

ஆயினும் ஈழத்தமிழ் மக்கள் இம்முறை முன்னைய ஆண்டுகளைவிட இன்னும் சிறப்பாக மாவீரர்நாளை முன்னெடுத்தமை, ஈழத்தமிழர்

தாயகம் உறுதியின் உறைவிடம் என்ற உண்மையை மீளவும் உலகுக்கு உறுதி செய்துள்ளது. இந்த உறுதியான மக்களை ஒரு நாடு ஒரு சட்டம் என்பதனை முன்னிலைப்படுத்தி, இலங்கைத் தீவின் இயல்பு நிலையான ஒரு தீவுக்குள் இரு தேசங்கள் என்ற வரலாற்று வளர்ச்சி நிலையை மாற்றி, ஒரு தேசமென ஆக்குவதற்கு முயற்சிக்கும் கோட்டா அரசியலால், ஈழத்தமிழ் மக்களை அவர்களின் விடுதலை வேட்கையில் இருந்து சிறிதும் அசைக்க முடியாதென்பதற்கு, மாவீரர்நாளை மக்கள் எதற்கும் அஞ்சா நெஞ்சுடன் எதிர்கொண்ட முறைமை உதாரணமாகிறது.

அதே வேளையில், உலகளாவிய நிலையிலும், புலம்பதிந்து வாழும் ஈழத்தமிழர்களும், உலகத் தமிழர்களும் இவ்வாண்டுக்கான மாவீரர்நாளை போற்றுதற்குரிய எழுச்சிநாள் என்பதனை உறுதிப்படுத்தும் வகையில் மிகச்சிறப்பாக முன்னெடுத்தமை, தமிழினத்தின் தமிழீழ மாவீரர்கள் மேலான பெருமதிப்பை உலகறியச் செய்துள்ளது. கோவிட் 19 வீரியத்தாக்கத்தில் இருந்து பாதுகாப்புப் பெறுவதற்கான பல்வேறு தடைகளுக்கு மத்தியிலும் இலண்டனில் பத்தாயிரம் அளவில் மக்கள் மாவீரர் நினைவேந்தல் மண்டபத்தை நிறைத்தமை எத்தகைய தடைகளுக்கு மத்தியிலும் தமிழினம் தனக்காக வாழாது இனமானத்துக்காக வாழ்ந்த மாவீரர்களை, வையத்துள் வாழ்வாங்கு வாழ்ந்து வானுறைந்த தெய்வமாகவே போற்றுகின்றனர் என்ற உண்மையை உலகறிய வைத்துள்ளது.

இப்போது தாயகத்தின் எதற்கும் அஞ்சாது, மாவீரர்களைப் போற்றும் அன்பும், உலகத் தமிழினத்தின் எந்தத் தடைகளையும் தாண்டி மாவீரர்களை வழிபடும் பண்பும், ஒருங்கிணைக்கப்பட்டு, மாவீரர்கள் நினைவில் உலகத் தமிழினம் மாவீரர்களின் உயிர்த்தியாகங்களின் நோக்கை நிறைவேற்றும் கூட்டுத் தலைமைத்துவத்தை உருவாக்குதல் மூலமே ஈழத்தமிழர்களின் சமகாலப் பிரச்சினைகளை அவர்கள் சனநாயக வழிகளில் எதிர்கொள்வதற்கான சக்தியை அவர்களுக்கு வழங்குவது நடைமுறைச் சாத்தியமாகும் என்கிற நம்பிக்கையை மாவீரர்நாள் நினைவேந்தல்கள் தாயகத்திலும், உலகிலும் அதிகரிக்க வைத்துள்ளன.

மாவீரர்நாளைக் குறித்த தேசியத் தலைவர் அவர்களுடைய உரைகளில் மாவீரர்களுடைய ஈகம் போற்றப்படல் வேண்டும். மாவீரர்கள் ஈழத்தமிழர்களின் சுதந்திரத்தின் சிற்பிகள். மாவீரர்கள் ஈழத்தமிழர்களின் எழுச்சிக்கான வித்துக்கள் என்ற மூன்று முக்கிய

விடயங்களை வலியுறுத்தி வந்தமையை, அவருடைய உரைகளை உன்னிப்பாகக் கவனித்து வந்தவர்கள் அறிவர். தேசத்தலைவனின் இந்த மாவீரர்கள் குறித்த எதிர்வுகூறல், இன்று தாயகத்தில் மட்டுமல்ல, தமிழகத்தில் மட்டுமல்ல, உலகெங்கும் உள்ள தமிழர்களிடை நனவாகி வருவதை மாவீரர்நாள் காட்சிகள் தெளிவாக்கியுள்ளன.

ஆனால் மாவீரர்கள் ஈழத்தமிழர்களின் எழுச்சிக்கான வித்துக்கள் என்பதனை தங்கள் தன்னலத்திற்காக மறைக்க முயலும் சில சிறிலங்காவின் தமிழ்ப் பாராளுமன்ற உறுப்பினர்கள், தங்கள் அச்சத்திலும் சந்தேகத்திலும் தாங்கள் உருவாக்க முயலும் தமது நம்பிக்கையீனத்தின் மீதான அரசியல் சிந்தனைகளை ஈழமக்களின் எழுச்சிக்கான விதைகள் எனத் தவறான விளக்கங்கள் அளித்து, அதற்குப் பிராந்திய மேலாண்மைகள் அனைத்துலக வல்லாண்மைகளின் உதவிகளை நாட முயற்சிப்பது, வங்குரோத்து நிலைக்குப் பொருளாதாரத்திலும், தகுதியற்ற அரசு என அரசியல் செயற்பாட்டு நிலையிலும், உலகப் பார்வையில் விமர்சனம் பெறும் இன்றைய கோட்டா அரசாங்கத்தை பிணையில் விடுதலை செய்யும் அனைத்துலகச் சட்ட முயற்சியாகவும் பரிணாமம் அடைந்து வருகிறது.

இந்நேரத்தில் தேசத்தலைவர் அவர்கள் 1981இல் எழுதிய கவிதையிலே மிக எளிமையான முறையில் ஈழத்தமிழர்களின் தேசிய விடுதலைப் போராட்டத்தின் தலைமை நோக்கை எடுத்துரைத்தார். "நாம் அணிவகுத்துள்ளோம் – இழந்த நாட்டை மீட்க" என்பதே அந்தத் தலைமை நோக்கு. இந்த அணிவகுப்பில் ஒளி வாழ்வு பெற்ற மாவீரர் உறுதி, இன்றும் இந்த அணிவகுப்பின் அசைக்க முடியாத பலமாக – வளமாக உள்ளது. மாவீரர்கள் நினைவேந்தி நன்றியுடன் ஒரே தேசமாக எழும் ஈழத்தமிழர்கள், 01. தங்களின் தாயகத்தின் இறைமையின் ஏற்பும், 02. தங்களின் வரலாற்றுக்கு முற்பட்ட காலம் முதலான தேசியத்தின் இருப்பின் ஏற்பும், 03. தங்களுடைய என்றுமே பிரிக்க இயலாத அடிப்படை மனித உரிமையாகிய தன்னாட்சி உரிமையின் ஏற்பும் என மூவகை ஏற்புகளே, தங்களுக்கான அரசியல் தீர்வாக மாவீரர்களின் உயிர்களால் முத்திரையிடப்பட்டன என்பதை, உலகுக்குத் தெளிவுபடுத்த, தாயகத்திலும் உலகிலும், ஒரே அணியில் ஒரு பொது வேலைத்திட்டத்தில், ஒரு குடைநிழல் அமைப்பை உருவாக்குவதே மாவீரர்களின் இலட்சியமான பாதுகாப்பான அமைதியை ஈழத்தமிழர் பெற உதவும் வழி என்பதே இலக்கின் எண்ணம்.

48

ஆசிரியர் தலையங்கம் – இலக்கு மின்னிதழ்: 157

ஈழமக்களின் இறைமைப் பாதுகாப்பே மாவீரர்களின் தலைமை நோக்கு

ஈழத்தமிழர்களின் 32வது ஆண்டு மாவீரர் வாரம் இன்று 21.11.2021இல் தாயகத்திலும் உலகில் ஈழத்தமிழர்கள் வாழும் நாடுகளிலும் தமிழகத்திலும் தொடங்குகிறது.

இந்நேரத்தில் மாவீரர் வாரத்தின் நோக்குகள் மூன்று குறித்து எடுத்து நோக்குதல் நடைமுறைப் பயனளிக்கும்.

ஒன்று ஈழத்தமிழர்களின் தேசிய வீரர்களை நினைவழியா மரணத்தை வென்ற மாவீரர்கள் எனப் போற்றும் வரலாற்றுக் கடமையை முன்னெடுப்பது.

இரண்டு அவர்கள் எவ்வாறு ஈழத்தமிழர்களின் சுதந்திர வாழ்வுக்கான சிற்பிகளாக உள்ளனர் என்பதை அறிவூட்டுவதன் வழி சமகால ஈழத்தமிழர் வரலாற்றை உலக வரலாற்றுடன் இணைத்தல்.

மூன்றாவதும் அதிமுக்கியமானதுமானது, ஈழத்தமிழர்களின் இறைமைப் பாதுகாப்பே மாவீரர்களின் தலைமை நோக்கு என்பதை மனதிருத்தி, அவர்களே எல்லா விதமான ஈழத்தமிழர்களின் அரசியல் எழுச்சிக்கும் வித்தாக அமைய வேண்டும் என்ற உறுதியுடன் செயற்படல்.

1989இல், தனித்தனியாக இல்லாமல் ஒரு நாளில் மாவீரர்கள் எல்லார்க்குமான மாவீரர் நாள் அமைய வேண்டும் என்றே பாதுகாப்புச் சிக்கல்கள் நிறைய இருந்த நேரத்தில் அடர்காட்டில்

இருந்து தொடங்கப்பட்டது. இதனை உலகெங்கும் உள்ள தமிழர்கள் உணர்ந்து ஒரே அணியாக ஒற்றுமைப்பட்டு நின்று, மாவீரர் நாளை முன்னெடுக்க வேண்டும். உலகெங்கும் உள்ள ஈழத்தமிழர்கள் தங்களுக்கு இடையேயுள்ள விருப்பு வெறுப்புக்களை மாவீரரின் பெயரால் களைந்து பொது வேலைத்திட்டத்தில் இணைய வேண்டும். பல தளங்களில் இன்று சனநாயக வழியில் பயணிக்க வேண்டியிருந்தாலும், தனித்தன்மைகளைப் பேணும் அதே நேரத்தில் பொதுத் திட்டமொன்றின் வழி ஒற்றுமையான குரல்தரவல்ல குடை நிழல் அமைப்பொன்றை உருவாக்குவோம் என்பதே இந்த 32ஆவது ஆண்டு மாவீரர் நாளுக்கான உறுதி மொழியாக அமையட்டும். இது சனநாயகத்தின் வழி பயணிக்கும் முயற்சியில் அனைத்துலக நாடுகளும் அமைப்புக்களும் தொடர்பு கொள்வதற்கான உத்தியோகபூர்வமான அமைப்பொன்றின் தேவைக்கும், பலரும் பலவாறாக உழைப்பையும், நேரத்தையும், பணத்தையும் வீணடிக்கும் போக்குகளை ஒழுங்கு படுத்தவும் உதவும்.

மேலும் இன்றும் சிறிலங்கா அரசாங்கம் மாவீரர் நாளுக்கான பாதுகாப்புச் சிக்கல்களை நிறையவே ஏற்படுத்தி ஈழத்தமிழர்களின் பண்பாட்டு மனித உரிமையை உலக நாடுகளின் மன்றத்தின் நெறிப்படுத்தல்களையும் பொருட்படுத்தாது மறுக்கும் அரசாகத்தன்னை உலகுக்கு மகிழ்ச்சியுடன் வெளிப்படுத்தி சிங்கள இனவெறியையும், பௌத்த மதவெறியையும் கொண்டு ஈழத்தமிழர்களை படைபலம் மூலம் அடக்கி ஆள்கிறது.

தனக்குப் பாராளுமன்றத்தில் அதீத பெரும்பான்மையுண்டு, தன் அரசாங்கம் பலமான அரசாங்கம் என ஆளத்தொடங்கிய கோட்டாபய, இன்று தனது அரசாங்கத்தின் சமூக, பொருளாதார, அரசியல், ஆன்மிகப் படுதோல்விகளால், உலகின் பலவீனமான அரசாங்கமாக மட்டுமல்ல, பிறநாடுகளில் தங்கி வாழும் வங்குரோத்து அரசாகவும் தனது அரசை வெளிப்படுத்தி நிற்கிறார்.

இதனால் அவரது ஆட்சியைச் சிங்கள மக்களே எதிர்க்கும் நிலை இயல்பாகின்ற இன்றைய காலகட்டத்தில் தமிழர்கள் முஸ்லீம்கள் மலையகத் தமிழர்கள் என்னும் தமிழ்பேசும் மக்கள் மேலான இனவெறி மதவெறித் தூண்டல்களை ஏற்படுத்தி தனது அரசாங்கத்தை நிலைப்படுத்த அவர் முயலக்கூடும் என்கிற பலத்த சந்தேகம் உலகெங்குமுள்ள தமிழர்களுக்கு உண்டு. எனவே ஈழத்தமிழர்கள் முஸ்லீம்கள் மலையகத் தமிழர்கள் ஒருங்கிணைந்த ஒரு குடைநிழல் அமைப்பு ஒன்று தாயகத்தில் சமகாலத்தின் முக்கிய தேவையாகிறது.

இலக்கின் இலக்கு

இரண்டாவது நோக்கான ஈழத்தமிழர்களின் சுதந்திர வாழ்வின் சிற்பிகள் என்ற மாவீரர் நிலையை ஒவ்வொரு இளந்தமிழர்களுக்கும் பரப்புரையாக அல்ல, வரலாற்றுக் குறிப்பாக வழங்க வேண்டிய தேவையுள்ளது. இதில் இன்று ஈடுபட்டுள்ளவர்கள் உணர்ச்சிகரமாக அல்ல, உணர்வு பூர்வமாக இயன்ற அளவுக்கு சான்றாதாரங்களுடன் இந்த அறிவூட்டலைச் செய்தால், அதுவே ஈழத்தமிழர்களின் சமகால வரலாறு எழுதும் நெறியாகி, உலக வரலாற்றுடன் ஈழத்தமிழர் வரலாற்றையும் இணைக்கும்.

இன்று இந்தியா 13ஆவது திருத்தத்தை மீளவும் ஏதோ ஒரு வகையில் நடைமுறைப்படுத்தி, ஈழத்தமிழர் பிரச்சினைக்கு தீர்வு காண முயற்சிக்கிறது. அமெரிக்காவின் தெற்காசிய இராஜாங்க அமைச்சின் அதிகாரிகள் சிறிலங்கா பாராளுமன்ற உறுப்பினர் சுமந்திரனைச் சட்டத்தரணி என்ற வகையில் அழைத்து, சிறிலங்காவின் அரசியலமைப்புக்குள் அடங்கலாக பொறுப்புக்கூறல் மற்றும் நிலையான அமைதியை புதிய அரசியலமைப்பு மூலம் முன்னெடுத்தல் என்கிற ஒரு முயற்சியை ஈழத்தமிழர் பிரச்சினைக்கான தீர்வாகக் கொண்டுவர முயற்சிக்கின்றது. அதே நேரம் சிறிலங்கா சனாதிபதியே உலகெங்கும் உள்ள ஈழத் தமிழர்களின் நிதிவளத்தை இலங்கையில் முதலிடப்பண்ணி, தனது இன்றைய அரசியல் நெருக்கடிகளைச் சமாளிக்க புலம்பெயர் தமிழர்களின் அமைப்புக்களுடனும் மற்றும் தனிப்பட்ட சிலருடனும் ஒரே நாடு ஒரே சட்டம் என்ற அமைப்புக்குள் சில சலுகைகளை வழங்குவதற்கான பேச்சுவார்த்தைக்கான முன் முயற்சிகளில் இறங்கியுள்ளார்.

இங்குதான் மூன்றாவதும் முக்கியமானதுமான ஈழத்தமிழர்களின் தேசியப் பிரச்சினை என்பது ஈழத் தமிழர்களின் இறைமையைப் பேணுதலும் பாதுகாத்தலும் என்ற மாவீரரின் தலைமை நோக்கு முக்கியத்துவம் பெறுகிறது. ஒவ்வொருவரும் தமது முயற்சிகளுக்கான மூலைக்கல்லாக இதனை அமைத்துக்கொண்டு ஈழத்தமிழர் பிரச்சினைக்கான பேச்சுக்களில் ஈடுபட வேண்டும். அதுவே உண்மையானதும் நேர்மையானதுமான தீர்வு ஒன்றுக்கான ஒரேவழி.

இவற்றை இந்த 32ஆவது ஆண்டு மாவீரர் வாரத்தில் ஊடகங்கள், சமூக ஊடகங்கள் வழி உலகெங்கும் தெளிவாக்குவது காலத்தின் உடனடித் தேவையாக உள்ளது என்பது இலக்கின் எண்ணம்.

49

ஆசிரியர் தலையங்கம் – இலக்கு மின்னிதழ்: 156

சிறிலங்காவின் கால்மிதிப்பு அழைப்புத் தந்திரோபாயம், தமிழக மாநில சுயாட்சி உரிமைக்குப் புதிய சவால்

இந்திய சிறிலங்கா உறவில் புதிய கொள்கை மாற்றங்களை இன்றைய சிறிலங்கா அரசு ஏற்படுத்தியுள்ளது. தென்னிந்தியாவுக்கான சிறிலங்காத் துணைத்தூதரகம் என்று, சென்னையில் உள்ள அதன் துணைத் தூதரகத்தை சிறிலங்கா மாற்றி யமைத்துள்ளது. 1960ஆம் ஆண்டின் சிறிமா சாத்திரி உடன்படிக்கையின் கீழ் தாயகம் திரும்பிய மலையகத் தமிழர்களின் நலன் பேணு நிர்வாக அமைப்பாகவே இந்தச் சென்னைத் துணைத்தூதரகம் கட்டமைக்கப்பட்டது. இது இன்று சிறிலங்கா அரசாங்கத்தின் கொள்கைப்பரப்பு மையமாக, அனைத்துலகத் தூதரக முறைமைகளுக்கு மாறாகச் செயற்படத் தொடங்கியுள்ளது. தமிழக மக்களதும், தமிழக மாநில அரசினதும் நாளாந்தச் செயற்பாடுகளில் நேரடியாகவும், மறைமுகமாகவும் தலையீடுகளை மேற்கொள்ளும் அமைப்பாக இது இன்று வளர்ச்சி பெற்று வருகிறது.

தமிழக மாநில சுயாட்சி உரிமையினைத் தென்னிந்திய மாநிலங்களுக்கான சுயாட்சி உரிமை என்கிற பொதுவடிவுக்குள் இட்டுச் செல்லும் புதிய அரசியல் கொள்கை மாற்றம் ஒன்றை, இந்தியாவுக்குள் இது கட்டமைத்துள்ளது. இந்திய அரசியலமைப்பில் மாநிலங்கள் தங்களது மொழியையும், பண்பாட்டையும் பேணுவதில் சுயாட்சி உரிமையுள்ளவை என்கிற மாநில ஆட்சியமைப்பு முறைமையையே இது வன்முறைப் படுத்துகிறது. வெறுமனே தென்னிந்தியாவுக்கான கலாச்சார வர்த்தகக் கட்டமைப்பாக, தமிழக மாநில அரசை உருமாற்றும் உத்தியை இது வளர்க்கிறது. இதன்வழி தமிழக அரசின் மொழித்துவ, இனத்துவ உரிமைகள் பேணும் செயற்பாடுகளை மட்டுப்படுத்தும்

போக்கைச் சிறிலங்கா தமிழக மாநில அரசின் ஆட்சிப் பரப்புக்குள்ளேயே தொடக்கி வைத்துள்ளது.

அதே நேரத்தில், தமிழக ஈழத் தமிழர்களின் மொழித்துவ, இனத்துவ உறவாடல்களைப் புலனாய்வுக்கு உட்படுத்துவதுடன், மாநில அரசின் கொள்கை உருவாக்கல்களுக்கு வரைவிலக்கணம் கொடுத்து, மேலாதிக்கம் செய்யும் வெளிநாட்டுத் தலையீட்டு அமைப்பாகவும் இந்தத் தென்னிந்தியத் துணைத்தூதுவர் என்ற புதிய கட்டமைப்பு திகழ்கிறது.

தென்னிந்தியத் தூதுவராக நியமிக்கப்பட்ட திரு வெங்கடேஸ்வரன் அவர்கள், தமிழக முதலமைச்சர் உருவாக்கிய, உலகத் தமிழர்கள் அமைச்சு குறித்து வீரகேசரிக்கு அளித்த செவ்வியின் சில பகுதிகள் இதனைத் தெளிவாக்குகிறது. அதில் அவர் தமிழக அரசின் ‘உலகத் தமிழர்கள் அமைச்சு’ என்பதில் அமையும் ‘உலகத் தமிழர்கள்’ என்பதில் இலங்கைத் தமிழர்களுக்கு சிறப்புரிமை அளிக்க வேண்டாமென்று புதிய வரைவிலக்கணம் கொடுத்துள்ளமை அவரது அதிகார வரம்பு மீறல் செயலாகியுள்ளது.

தமிழக மாநில அரசின் எல்லைக்குள் இருந்தபடியே தென்னிந்தியாவின் முதலமைச்சர்களையும், அரசியல் தலைவர்களையும் சந்தித்தும், வர்த்தக விரிவாக்கத் திட்டமிடல்களைச் செய்தும் தனது அரசாங்கத்தின் ‘கொள்கைப்பரப்பு’ மையமாக இத்துணைத்தூதரகத்தை இவர் மாற்றியமைத்து வருவது, தமிழக அரசியலில் திகைப்பையும், வியப்பையும் அளித்து வருகிறது.

சீன இந்திய உறவு குறித்து அரசியல் ரீதியான கருத்தாக்கங்களை அவர் தனது செவ்வியில் வெளிப்படுத்தியுள்ளமை, இந்திய ஒன்றிய அரசின் ஒருமைப்பாடு, இறைமைப் பாதுகாப்பு குறித்த விடயங்களில் டில்லியில் உள்ள சிறிலங்காத் தூதரகம் பதிலளிக்க வேண்டும் என்ற மரபை மீறி இந்தத் துணைத் தூதரகத்தையும் மற்றொரு தூதரகமாக தரம் உயர்த்திச் செயற்படத்தொடங்கியுள்ளார் என்பதை வெளிப்படுத்தியுள்ளது. ஒரு நாட்டுக்குள் துணைத்தூதரகம் நிர்வாக விடயங்களையே செய்தல் என்கிற உலக மரபையும் மீறிவருகிறார். அத்துடன் இன்று இந்தியாவில் தூதுவராகவும், துணைத் தூதுவர்களாகவும் உள்ள மூவருமே அரசுப் பணியாளர்களிலிருந்து திறமையின், அனுபவத்தின் வழி நியமிக்கப்படல் வேண்டும் என்னும் தூதுவர் நியமன முறையில் நியமிக்கப்படவில்லை. அரசியல் நியமனங்களே என்பதை இவரே ஒப்புக்கொண்டுள்ளார்.

தாங்கள் சிறிலங்கா அரசுத்தலைவர் கோட்டபய ராசபக்ச மற்றும் சிறிலங்காவின் பிரதமர் மகிந்த ராசபக்ச ஆகியோரின் நம்பிக்கைக்குரியவர்கள் என்ற அடிப்படையிலேயே நியமிக்கப் பட்டதாகச் செவ்வியில் தெரிவித்துள்ளார். இது தகுதி, திறமை பார்க்காது, நம்பிக்கைக்குரியவர்களை நியமிப்பதால் தனது ஆட்சியை உறுதிப்படுத்தும் புலனாய்வுக்கான நியமனமாகவும், குடும்ப ஆட்சியை, குடும்ப நண்பர்களைக் கொண்டே உலக விரிவாக்கம் செய்யும் நீட்சியாகவும் சிறிலங்கா அரச அதிபரால் முன்னெடுக்கப்பட்டுள்ளது என்பதை உறுதிப்படுத்துகிறது.

அதேவேளை, அவர் தனது நியமனத்தின் நோக்காக, தென்னிந்திய முதலீட்டாளர்களையும் வர்த்தகர்களையும், சீனாவை சிறிலங்காவில் கால்பதிக்க அழைத்ததுபோல், சிறிலங்காவில் கால்மிதிக்க அழைத்ததாகவே கூறியுள்ளார். அத்துடன் தமிழகத்தில் இருந்து சிறிலங்கா அரசுக்கு ஆதரவாகச் செயற்படும் சில அமைப்புக்கள் வழியாகத் தமிழகத்தமிழர்கள், இலங்கைத்தமிழர்களுக்கான உதவிகளைச் செய்யவேண்டும் என அவர் நெறிப்படுத்துவது ஒரு தூதரகம் இன்னொரு நாட்டுக்குள் முகாமைத்துவம் செய்யக்கூடாது என்கிற அனைத்துலக முறைமைக்கு மாறான செயற்பாடாகவும் உள்ளது. அத்துடன் இதுவரை இவரைச் சந்திக்க அனுமதி கொடுக்காத தமிழக முதலமைச்சர் மாண்பமை மு.க.ஸ்டாலின் அவர்களுக்கு மற்றைய மாநில முதலமைச்சர்கள் சந்தித்துள்ளார்கள்; நீங்கள் சந்திக்கவில்லை என்கிற மறைமுக வழிப்படுத்தலாகவும் இவரது செவ்வி அமைகிறது.

சிறிலங்கா, தமிழக ஈழத்தமிழர்கள் இனத்துவ, மொழித்துவ இரத்த உறவு முறையைப் பிரித்து, தமிழகத் தமிழர்களை தென்னிந்தியர்கள் என்ற உறவில் சிறிலங்காவுடன் உரையாடல்கள், உறவாடல்களை மேற்கொள்ளுங்கள்; அந்தவகையில் சிறிலங்காவில் கால்மிதித்து உங்களுக்கான தனிப்பட்ட வர்த்தக நலன்களைப் பெருக்கிக் கொள்ளுங்கள் என்கிற தனது அரசியற்கொள்கையைப் பரப்புபவராக இவரை நியமித்துள்ளமை இவராலேயே தெளிவாக்கப்பட்டுள்ளது. இவரது நியமனம் தமிழக மாநில அரசின் சுயாட்சி உரிமைகளுக்குப் புதிய சவாலாக அமையப் போகிறது. இதனால் தமிழக அரசும், தமிழக ஆளுநரும் இவ்விடயத்தில் மிகக் கவனமான அணுகுமுறைகளை உடன் தொடங்க வேண்டிய தேவையுள்ளது என்பது இலக்கின் எண்ணமாக உள்ளது.

50)

ஆசிரியர் தலையங்கம் – இலக்கு மின்னிதழ்: 155
ஈழத்தமிழரின் தீர்மானம் எடுக்கும் உரிமை எதிலும் அனுமதிக்கப்பட வேண்டும்

கடந்த மாத இறுதியில் இந்தியா புத்தர் பரிநிர்வாணம் அடைந்த குஷி நகரில் இந்திய சிறிலங்கா பௌத்த உறவு 2500 ஆண்டுகள் பழமைவாய்ந்த உறவென இந்தியப் பிரதமர் பாசமழை பொழிந்தார். இது ராசபக்ச குடும்பத்தினர்க்குத் தங்களை ஐக்கிய நாடுகள் சபையின் மனித உரிமைகள் ஆணையகத்தின் நடவடிக்கைகளில் இருந்து காக்க இந்தியா கிடைத்துவிட்டது என எண்ணி மகிழவைத்தது. இந்த மகிழ்ச்சியைக் காற்றில் பறக்க வைத்து, இந்த மாதத்தைத் தொடக்கி வைத்தார்கள் பிரித்தானியத் தமிழர்கள். காலநிலைப் பேரிடரை எவ்வாறு சமாளிக்கலாம் என்ற உலக மாநாட்டுக்கு 140 நாடுகளின் தலைவர்களுடன் கைகுலுக்கிக் குலுக்கி ஈழத்தமிழர் மீதான இனஅழிப்பு யுத்தத்தால் தான் இலங்கைத் தீவின் காலநிலைக்கே எமனாகி நிற்பதை மறந்து, இயற்கையைப் போற்றும் புத்த தத்துவம் பேச வந்த இலங்கை அரச அதிபரை, பிரித்தானியத் தமிழர்கள் துப்பாக்கிகள் மௌனித்தல் வழியான மக்களின் சனநாயக சக்தி எப்படியிருக்கும் என்பதைக் கண்டு திகைக்க வைத்தனர்.

ஊரில் காலடி எடுத்து வைக்கு முன்பே வாரான் உங்கள் ஊருக்கு இனஅழிப்புக்காரன் எனப் பிரித்தானியத் தமிழர்கள் இஸ்கொத்லாந்தின் ஊடகங்களிலும் வானுயர் கட்டிடங்களிலும் கோட்டாபயபாயா அவர்களின் உருவத்துடன் கூடிய முன்னறிவிப்பினைச் செய்திருந்தனர். போதாக்குறைக்கு ஊருக்குள் இந்தத் தகவலட்டை பொருத்தப்பட்ட

வாகனங்கள் வலம் வந்து கொண்டிருந்தன. கோட்டாபய அவர்களின் காருக்கு முன்னாலேயே கொடிபிடித்து அவர் விடுதியின் முன்கதவினால் வர விடாது பின் கதவாலேயே வெளியேறும் அவலநிலையைப் பிரித்தானியத் தமிழர்களின் நீதிக்கான மக்கள் முற்றுகைகள் ஏற்படுத்தின.

அங்கு குவிந்துகிடந்த நவீன புகைப்படக்கருவிகளுடன் கூடிய உலக ஊடகவியலாளர்கள்கூட இந்த மக்கள் எழுச்சிப் போராட்டங்களைக் கண்டு கதி கலங்கிப்போனார்கள். இதனால் திணறிப்போன சிறிலங்கா அரச அதிபருக்கு, அவர் உலகில் எங்கு சென்றாலும் அவரின் நிழலாக அவரும் அவரின் ஆணையில் அவரின் படையினரும் செய்த ஈழத்தமிழின அழிப்பின் பின்விளைவுகள் தொடர்ந்து கொண்டேயிருக்கப்போகிறது என்ற உள்ளப்பயத்தை பிரித்தானியத் தமிழர்கள் ஏற்படுத்தி அனுப்பி வைத்துள்ளனர்

இந்தக் கலக்கங்கள் உடன் கொழும்பில் கால் வைத்த கோட்டாபய அவர்களுக்கு மக்கள் வங்கியைச் சீனா கறுப்புப் பட்டியலில் போட்டு முகத்தில் கரி பூசியுள்ளது. இவங்கைக்கு சீனாவின் கியுங்டாவோ சீவின் நிறுவன 99000 மெட்ரிக்தொன் உரத்துடன் வந்த ஹிப்போஸ்பிரிட் கப்பல் அந்த உரத்தில் அபாயகரமான தீங்கு விழைக்கக் கூடிய நுண்ணுயிர்கள் உள்ளதென உரத்தின் மாதிரி மண்ணைப் பரிசோதித்த அறிவியலாளர்கள், அறிவித்ததின் பயனாகத் துறைமுக அனுமதி மறுக்கப்பட்டது. உர நிறுவனத்திற்கான ஒருமில்லியன் டொலர் பணம் வழங்குவதையும் ஒப்பந்த மீறல் என்ற அடிப்படையில் நீதிமன்றம் தடைசெய்தது. ஆயினும் இதற்கு அசைந்து கொடுக்காத சீன அரசு, கப்பலைத் தெற்குக் கடலில் நிறுத்தி வைத்துச் சிறிலங்காவுக்கு அழுத்தம் கொடுக்கிறது. பதிலடியாக மக்கள் வங்கியையும் தான் கறுப்புப் பட்டியலில் சேர்த்துள்ளது. சீன உறவில் சிந்தை மகிழ்ந்திருந்த அரச அதிபர் கோட்டாபய ராசபக்சா வெளிப்படையான சிறிலங்காவின் இறைமை இழப்புக்குப் பதில் சொல்லாது மௌனம் காத்து வருகின்றார்.

இதற்கிடை வெளிப்படையாகவே ஒரு நாடு ஒரு சட்டச் செயலணித் தலைவர் ஞானசார தேரர் செயலணியின் உறுப்பினர்களாகத் தமிழர்களை ஏன் அனுமதிக்க வேண்டும் எனக் கர்ச்சித்து, தமிழர்களின் தீர்மானமெடுக்கும் உரிமைக்கு இடமேயில்லை என அவர்களின் சனநாயகப் பங்களிப்பை அனுமதிக்க முடியாது என வெளிப்படையாகவே பேசி வருகிறார். இது இந்தச் சட்டமே தமிழர்களை ஆட்சிமுறைமையிலிருந்து புறந்தள்ளுவதற்கான

அரசியலமைப்பு மாற்றம் என்பதை உலகுக்குத் தெளிவுபடுத்தி வருகிறது. அத்துடன் மகாணசபைகளை உருத்தெரியாமல் பண்ணுவதும் இந்தச் சட்டத்தின் நோக்கு என்பதையும் அவர் தாராளமாகப் பேசி வருகிறார். இந்த இலட்சணத்தில் இந்தியா 13வது திருத்தத்தின் மூலம் ஈழத்தமிழர் தேசியப் பிரச்சினைக்குத் தன்னால் உதவ முடியுமென அதனை இந்தக் காலகட்டத்தில் முன்மொழிவது உலகுக்குத் திகைப்பைக் கொடுக்கிறது.

கூடவே அரிசிப் பற்றாக்குறை என்றால் அரிசியை சீனாவின் உரத்திற்குப் பதிலாக நானோ செயற்கை உரம் தயாரிக்க, பௌத்த விகார்களைப் புனர்நிர்மாணம் செய்ய 15 மில்லியன் என இந்தியா அள்ளி வழங்கினாலும், சிங்கள பௌத்த பெரும்பான்மைக் கும்பல் 13வது திருத்தத்தை மீளக் கொண்டுவர அனுமதிக்காது என்பதை இந்தியாவுக்கு இவர் பேச்சு தெளிவுபடுத்திவருகிறது. திரு. எரிக்சொல்ஹெய்ம் அவர்கள் 2008 முதல் இந்தியா சிறிலங்காவுக்கு அளித்த புலனாய்வுத் தகவல்களே சிறிலங்காவின் இராணுவ வெற்றிக்குக் காரணமெனச் சென்னையில் வைத்துச் செவ்வியளித்தாலும், பிக்குகள் அமுக்கக்குழு அதனைக் கேட்டும் நட்புப்பாராட்டப்போவதில்லை என்பது வெளிப்படை.

இந்நிலையில் தங்களுடன் சட்டநுணுக்கங்களை ஆராயவெனத் தன்னையும் சட்டத்தரணி நிர்மலா சந்திரகாசனையும், சட்டத்தரணி கனகநாயகத்தையும் வாசிங்டன் அழைத்துள்ளது. நாங்கள் அமெரிக்கா செல்கின்றோம் என்கிற தமிழ்த் தேசியக் கூட்டணியின் சிறிலங்காப் பாராளுமன்ற உறுப்பினர் சுமந்திரனின் கூற்று, 'இந்தியா அமெரிக்காவுடன் இணைந்த அழுத்தத்தை 13வது திருத்தத்தை மீளக் கொண்டுவர சிறிலங்காவுக்குக் கொடுக்கப்போகிறதா?' என்ற கேள்வியைத் தோற்றுவித்துள்ளது.

எதிலும் ஈழத்தமிழர்களின் தீர்மானம் எடுக்கும் உரிமை மறுக்கப்படுவதே ஈழத் தமிழின அழிப்பின் மூலகாரணமாக 1921 முதல் இன்றுவரை நூறாண்டுகள் தொடர்கிறது. இதனால் எது எப்படியும் நடக்கட்டும், ஆனால் ஈழத்தமிழ் மக்களுக்கு அதில் தீர்மானம் எடுப்பதற்குரிய உரிமை மறுக்கப்படாது பாதுகாப்பதற்கான அனைத்து முயற்சிகளையும் உலகத்தமிழர்கள் எடுக்க வேண்டுமென்பதே இலக்கின் எண்ணம்.

51

ஆசிரியர் தலையங்கம் – இலக்கு மின்னிதழ்: 154

அபாயகரமான செயலணி; அனைத்துலகத் தலையீடு உடன் தேவை

'ஒரு நாடு ஒரு சட்டம்' என்ற சிங்கள பௌத்த பேரினவாதத்தின் உச்சமான இனவெறி, மதவெறி இலக்கை இலங்கைத் தீவின் ஆட்சி முறைமையாக வெளிப்படையாகவே கட்டமைக்கும் மக்களாட்சி மறுப்பு அரசாக கோட்டாபய அவர்களின் இன்றைய அரசு செயற்பட்டு வருகிறது.

இதனை வேகப்படுத்திடும் பெருமுயற்சியாக, இனமத வெறியையே தனது அரசியலாகக் கட்டமைத்துச் செயற்பட்டு வரும் ஞானசார தேரரின் தலைமையிலான அபாயகரமான ஜனாதிபதி செயலணி ஒன்றை இந்த ஒரு நாடு ஒரு சட்டத்தை நடைமுறைப்படுத்துவதற்கான வழிகாட்டல்களை வழங்குவதற்காக சிறிலங்கா ஜனாதிபதி அமைத்துள்ளார். இவருக்கு இந்தத் தலைமை கொடுக்கப்பட்டதற்கான ஒரே தகுதி, இவர் ஒரு மதகுருவாக இருந்துகொண்டே இன்னொரு மதத்தின் வழிபாட்டுச் சுதந்திரத்தை அழிக்கும் செயலாக முல்லைத்தீவு செம்மலை நீராவியடிப் பிள்ளையார்கோயில் தீர்த்தக்கேணியில் நீதிமன்றத் தடையுத்தரவையும் மீறி இறந்த ஒரு பிக்குவின் சடலத்தை எரித்த சாதனை எனலாம்.

இந்தச் சாதனை பௌத்தத்திற்கு இவர் செய்த வீரச்செயலாக சிறிலங்கா ஜனாதிபதியால் மதிப்பளிக்கப்பட்டு, நீதிமன்றம் இவருக்கு வழங்கிய சிறைத்தண்டனையிலிருந்து பொதுமன்னிப்பு அளித்து விடுவித்து இன்று அவர் நினைப்பவற்றை அரசியலமைப்பிலேயே

பொறிப்பதற்காக இந்த ஜனாதிபதி செயலணியின் தலைவராக இவரைச் சிறிலங்கா ஜனாதிபதி உட்கார்த்தி வைத்து அவரின் திருவடிகளில் வீழ்ந்து வணங்கும் பௌத்தராகத் தன்னை உலகுக்கு வெளிப்படுத்தியுள்ளார்.

அதேவேளை, இந்தியப் பிரதமர் நரேந்திர மோடி அவர்கள் தமிழர்களின் வாழ்வின் கண்ணியத்தை உறுதி செய்யுமாறு விடுத்த கோரிக்கைக்கு, தனக்கு வாக்களித்த சிங்களப் பௌத்த பெரும்பான்மை மக்களது எங்கள் நாடு, எங்கள் இனம், எங்கள் மதம் என்னும் சிங்கள பௌத்த இனவெறி மதவெறி விருப்புக்களுக்கு எதிராக எந்த அரசியல் அதிகாரப் பரவலாக்கல் என்ற பேச்சுக்கே இடமில்லை என்று பதில் அளித்த ராசபக்ச குடும்பத்து மகிந்த ராசபக்சாவின் மகன் நாமல் ராசபக்ச இன்று இந்தியப் பிரதமரால் தனது விருந்தினராக பாச நேச உறவுப் பரிமாறல் மொழிகளுடன் மதிப்பளிக்கப்பட்டுள்ளார். இது சிறிலங்காவின் இன்றைய அரசின் அரசியல் நிலைப்பாட்டுக்கு இந்தியா ஆதரவு அளிக்கும் என்கிற செய்தியை உலகுக்கு வெளிப்படுத்தும் செயல் எனலாம்.

கூடவே, பௌத்த மதத்தினை வளர்ப்பதற்கான நட்புறவு நாடாக இந்தியா தன்னை இன்று முன்னிலைப்படுத்தி 2500 ஆண்டுகால இந்துத்துவ பௌத்தத்துவ உறவின் மீள் புதுப்பிப்பாக இந்தியா புத்தர் பரிநிர்வாணமடைந்த குஷி நகரத்தில் அனைத்துலக விமான நிலையமொன்றைக் கட்டி, இலங்கையின் பௌத்த பிக்குகளையும், பௌத்த தலைமையாளர்களையும் அங்கு அழைத்து, இந்த விமான நிலையத்தைத் திறந்து வைத்ததின் மூலம் இந்துத்துவ பௌத்தத்துவ இணைப்பு என்பதை முஸ்லீம், கிறிஸ்தவ மக்களின் மதச்சுதந்திர மட்டுப்படுத்தல்களுக்கான பெருங்சுவராகக் கட்டியெழுப்பி, இந்தியா சிறிலங்காவுக்குப் புதிய உற்சாகம் ஊட்டியுள்ளது.

இந்த இரண்டு நிகழ்வுகளும் இந்தியாவும் சிறிலங்காவின் ஒருநாடு ஒருசட்ட ஆட்சி முறைமைக்கான அங்கீகாரத்தை மறைமுகமாக வழங்கியுள்ளமையை உறுதிப்படுத்துகிறது. ஆசிய நாடுகளில் படைபல வலிமை படைத்த இந்தியா மட்டுமல்ல பாக்கிஸ்தானும், சீனாவும் கூட இந்த ஒரேநாடு ஒரே சட்டத் திட்டத்திற்கு ஆக்கமும் ஊக்கமும் அளித்து வருகின்றன.

ரஸ்யாவோ இன்னுமொருபடி மேலே போய் ஐக்கிய நாடுகள் மனித உரிமைகள் ஆணையகத்தின் யுத்தக் குற்றச்செயல்கள், மனிதாயத்திற்கு எதிரான குற்றங்கள். மனித உரிமைகளை வன்முறைப்படுத்தியமை

போன்ற அனைத்துலகக் குற்றச்செயல்களுக்கு விசாரிக்கப்பட வேண்டிய பட்டியலில் சேர்க்கப்பட்ட பெருமையுடைய, சிறிலங்காவின் படைத்தளபதி சவேந்திர சில்வாவை விருந்தாளியாக அழைத்து அவருக்கு இராணுவ மேன்நிலைப் பயிற்சிகளை அளித்து, ஒருநாடு ஒரு சட்ட முறைமையை எதிர்ப்பவர்களை ஒடுக்குவதற்கான ஆற்றல் உள்ளவராக அவரை அனுப்பி வைத்துள்ளது.

தமிழர்களை இராணுவத்தால் நசுக்குவதற்கான ஆற்றல்களை வளர்த்து வரும் சிறிலங்கா இராணுவம், கிளிநொச்சியில் தனது படைகளின் தலைமையகத்தை 1 ஆவது கோர்பஸ் படையணித் தலைமையகமாக மாற்றியதன் மூலம் ஒருநாடு ஒருசட்டம் என்பது ஈழத் தமிழர்களின் மேலான இராணுவ ஆட்சிமுறைமை ஒன்றுக்கான அடித்தளமே என்பதை மேலும் உறுதி செய்துள்ளது.

இந்நேரத்தில் 'ஒரு நாடு ஒரு சட்டம்' என்பது சட்டத்தின் ஆட்சி என்பதே இல்லாத சிறிலங்கா அரசாங்கத்தால் முன்னெடுக்கப்பட்டால், அது சிறிலங்காவின் ஈழத் தமிழின அழிப்பு வேகத்தை பலமடங்கு அதிகரிக்க வைக்கும் என்பதை உலகத் தமிழர்கள் தங்கள் தங்கள் அரசுகளுக்கு எடுத்துரைத்து, அனைத்துலகத் தலையீட்டின் வழியாக மட்டுமே இந்த 'ஒரு நாடு ஒரு சட்டம்' என்னும் சர்வாதிகார அரசு இலங்கையில் உருவாவதைத் தடுக்கலாம் என்பதை வலியுறுத்த வேண்டிய நேரமிது.

இலக்கின் இலக்கு

52

ஆசிரியர் தலையங்கம் – இலக்கு மின்னிதழ்: 153

இந்திய சிறிலங்கா பௌத்த உறவுப் புதுப்பிப்பு; ஈழத் தமிழர்களின் அனைத்துலக ஆதரவுக்குத் தடுப்புச் சுவர்

இலங்கையைச் சேர்ந்த 12 சிங்கள பௌத்த பிரமுகர்கள், நூற்றுக்கும் மேற்பட்ட புத்த பிக்குகள் புடைசூழ வந்திறங்கிய நிகழ்ச்சியுடன் இந்தியப் பிரதமர் நரேந்திரமோடி அவர்களால் குஷிநகர் அனைத்துலக விமானநிலையத் திறப்பு விழா தொடங்கப் பெற்றுள்ளது.

புத்தர் பரிநிர்வாணம் அடைந்த இந்நகருக்கான விமானச்சேவையின் தொடக்கம் என்பது 2500 ஆண்டுகால இலங்கை இந்தியத் தொடர்பின் மீள்புதுப்பித்தலின் ஆரம்பம் எனவும் அறிவிக்கப்பட்டுள்ளது. ஆனால் தமிழ்மொழி வழியாகத் தமிழர்களால் முன்னெடுக்கப்பட்ட தமிழ் பௌத்தமே சிறிலங்காவில் 2500 ஆண்டுக்கு முன்பிருந்த பௌத்தம் என்பது மறக்கப்பட்ட நிலையில், இந்த இலங்கை இந்தியத் தொடர்பு புதுப்பிக்கப்பட்டுள்ளது என்பது வேதனைக்குரிய விடயம்.

சிறிலங்காவின் விளையாட்டுத்துறை மற்றும் இளைஞர் விவகார அமைச்சர் நாமல் ராசபக்சவும் பகவத்கீதையின் வடமொழியில் அமைந்த சுலோகங்களைத் தமிழ் சிங்கள ஆங்கில மொழிகளில் மொழிபெயர்த்த தொகுதி ஒன்றை அன்பளிப்புச் செய்து, இலங்கை இந்திய உறவுப்புதுப்பிப்பை ஏற்று மகிழ்ந்துள்ளார். இந்த பகவத்கீதை மொழிபெயர்ப்பு, சிறிலங்காவின் பிரதமர் மகிந்த ராசபக்சவின் கட்டளையின் பேரில் புத்தசாசன சமய மற்றும் கலாச்சார அலுவல்கள் அமைச்சின் கீழ் இயங்கும் இந்து சமய கலாச்சாரத் திணைக்களத்தால்

நூலுருவாக்கம் செய்யப்பட்டது என்ற விளக்கத்துடன் பாரதப் பிரதமர் நரேந்திரமோடிக்கு அன்பளிப்புச் செய்யப்பட்டுள்ளது.

சிவபூமியெனத் திருமூலரால் சைவமண்ணாகச் சுட்டப்பெற்ற இலங்கையில், இந்து சமய கலாச்சாரத் திணைக்களம் என்பது, சிங்களத் தலைமைகளின் அரசியல் அதிகாரத்தின் முடிவெடுக்கும் உரிமையின் கீழ் செயற்படும், தன்னளவில் தீர்மானம் எடுக்கும் உரிமையற்ற சிங்கள அரசின் நிர்வாகக் கட்டமைப்பு.

இலங்கைத் தமிழர்கள் சிங்களவர்களின் நாடென்ற உண்மையை மறுத்து, சிங்கள இனவெறி, பௌத்த மதவெறி ஆட்சியை முன்னெடுத்துள்ள ராசபக்ச சகோதரர்கள், தங்கள் அரசியல் இலாபத்தை முன்னிறுத்தி, பகவத்கீதையினை மும்மொழிகளிலும் பதிப்பித்து, இந்தியா முன் தனது மதச்சுதந்திரத்தை உறுதிப்படுத்தும் செயலாக இந்த நாடகத்தை குஷிநகர் பௌத்த மேடையில் அரங்கேற்றியுள்ளனர்.

இந்த பௌத்தர்களின் ஆன்மிக சுற்றுலா மேம்படுத்தல் என்ற மறைமொழிக்குள் நடைபெற்ற சிங்கள பௌத்த – இந்துத்துவ புது உறவாடல் நோக்கு என்ன?

ஈழத்தமிழர்களுக்கான சமுகநீதிக்கு உலகம் எழுப்பக் கூடிய எந்த விதமான ஆதரவுக் குரலையும் அடக்குவதற்கான சிறிலங்காவின் இந்தியாவுடனான உறவு குறித்த புதுமுயற்சியின் தொடக்கங்களில் இதுவும் ஒன்று என்றே விமர்சனம் பெற்றுள்ளது.

அதிலும் குறிப்பாக, ஐக்கிய நாடுகள் மனித உரிமைகள் ஆணையகத்தின் சிறிலங்காவில் நடைபெற்ற யுத்தக்குற்றச் செயல்கள், மனிதாயத்திற்கு எதிரான குற்றங்கள், மனிதஉரிமைகள் வன்முறைகள் போன்ற அனைத்துலகச் சட்டங்களை மீறிய குற்றச் செயல்களுக்காகச் சிறிலங்காவை யுத்தக்குற்றவியல் நீதிமன்றத்துக்குக் கொண்டு போவதற்கான சாட்சிகள், சான்றாதாரங்களைத் திரட்டி, ஆவணப்படுத்தும் அலுவலகத்தைச் செயலிழக்கச் செய்வதற்கு இந்தியாவின் ஆதரவைப் பெறல் என்ற சிறிலங்காவின் நோக்கே, இப்புதிய முயற்சிக்கான காரணியாகவுள்ளது என்பது ஆய்வாளர்களின் கருத்து.

அதேபோல் சீனா சிறிலங்காவில் அது வழங்கியுள்ள கடன்கள், உதவிகள் அடிப்படையில் சிறிலங்காவைத் தனது பொருளாதார மேலாண்மை மூலமான புதிய காலனித்துவ நாடாக மாற்றுவதைத் தடுத்து நிறுத்தி, தனது தென்னிந்தியப்பகுதிக் கடல் எல்லைகளைப்

பாதுகாக்க வேண்டுமென்னும் நோக்கில் சிறிலங்காவுடன் உறவுகளை வளர்த்தல் என்பது இந்தக் குஷிநகர் சிங்கள பௌத்த இந்துத்துவ உறவுப் புதுப்பிப்பின் இந்திய நோக்கு.

இந்த இலங்கை இந்திய உறவுப் புதுப்பித்தல் என்பது எப்பொழுது தமிழர்களுக்கான அனைத்துலக ஆதரவு அதிகமாக உள்ளதோ, அப்பொழுது செயற்படுத்தப்படும் அரசியல் தந்திரோபாயம். 1987இல் இலங்கை இந்திய உடன்படிக்கை கையெழுத்திடப்பட்டதன் மூலம் அன்று இலங்கைத் தமிழருக்கு 1983 ஜுலைத் தமிழின அழிப்புக்கு எதிராக நான்கு ஆண்டுகளாக வளர்ந்து வந்த உலக ஆதரவு திசைமாற்றம் செய்யப்பட்டது.

அன்றும் இன்றும் என்றும் சிறிலங்காவுக்கான இந்திய ஆதரவு என்பது, ஈழத்தமிழர்களின் உயிர் வாழ்தல், உடைமைகளை வைத்திருத்தல், தங்களின் பூர்வீகத் தாயகத்தில் ஈழத்தமிழர் தங்களின் தன்னாட்சியை முன்னெடுத்தல் என்கிற அடிப்படை மனித உரிமைகளை மீறும் செயலாகவே அமைந்து வருகிறது.

இதற்கு ஒரேயொரு மாற்று வழிதான் உள்ளது. உலக நாடுகளை ஈழத்தமிழர்களுடைய தன்னாட்சி உரிமையை, அவர்களின் நாளாந்த வாழ்வை, உடைமைகளை, வாழ்வாதாரங்களைப் பாதுகாக்கும் ஒரே அரசியல் முறைமையாக ஏற்கும்படி, புலம்பதிந்து வாழும் ஈழத்தமிழர்கள் தாங்கள் வாழும் நாடுகளின் மக்களையும், அவர்களின் அரசியல் தலைமைகளையும் கோர வேண்டும். இதனை ஒன்றுபட்ட குரலில் முன்வைத்தாலே, அது நடைமுறைக்கு வரும் என்பதையும் புலம்பதிந்து வாழும் தமிழர்கள் மனதிருத்தல் அவசியம்.

53

ஆசிரியர் தலையங்கம் – இலக்கு மின்னிதழ்: *152*

இலங்கையில் இந்திய நலன் பேணுவதற்கு இலங்கைத் தமிழர்கள் நலனா பேரப்பொருள்?

இலங்கையில் இந்திய நலன் பேணுவதற்கு இலங்கைத் தமிழர்கள் நலனா பேரப்பொருள்? உள்ளகப் பொறிமுறையால் மனித உரிமைகளின் தரத்தை உயர்த்த முடியுமென ஐக்கிய நாடுகள் அகதிகள் ஆணையகத்திற்கு கூறி, அதற்கமைய ஆணையகத்துடன் நல்லிணக்கமாகச் செயற்படவும் தயார் என்பது சிறிலங்கா அரசாங்கத்தின் ஒருநிலை.

அதே உள்ளகப் பொறிமுறையால் ஈழத் தமிழர்களின் மனித உரிமைகளை மட்டுமல்ல, மனித இருப்பையும் இல்லாதொழித்தல் என்பது நடைமுறையில் சிறிலங்காவின் மறுநிலை.

முற்றிலும் நேர் எதிரான போக்குகளை ஒரே நேரத்தில் நடைமுறைப்படுத்துவதற்கான தேவையில் சிறிலங்கா அரசாங்கம் கண்டுபிடித்த பாதுகாப்புக் கவசம் தான் இந்திய உறவுப் புதுப்பித்தல் என்னும் பெயரில் கடந்த சில வாரங்களாக நடந்து வரும் விடயங்கள்.

இந்தியாவுக்கும் சீனாவுடன் சிறிலங்கா நெருங்கிய உறவில் உள்ள நிலையில், தனது நலனைச் சிறிலங்காவில் பேணுதல் எவ்வாறு என்பதே இன்றைய சமகாலப் பிரச்சினை.

சீனா இலங்கையின் வடக்கு கிழக்கு நோக்கிய முதலீட்டு நகர்வுகள் வழியாகத் தமிழர் தாயகப் பகுதியின் இந்துமா கடல் கடற்கரைப் பகுதிகளின் உட்கட்டுமானத்தில் நிலையெடுப்பு செய்கிறது.

இதனை மாற்ற சிறிலங்காவில் தனது நலனை மீள்நிறுவுதல் என்பது இந்தியாவின் இன்றைய மூலோபாயமாக உள்ளது. இது குறித்து சிறிலங்காவுடன் நயமாக அணுக வேண்டிய தேவை இந்தியாவுக்குப் பலமாக ஏற்பட்டு வருகிறது.

காஸ்மீர் பிரச்சினை, ஆப்கானிஸ்தானில் தோன்றியுள்ள புதிய ஆட்சி மாற்றங்களின் பின்னணியில் ஈரானுடனும் இணைந்த முயற்சிகளுக்கு ஊடாகப் பாகிஸ்தானால் வேகப்படுத்தப்படும் என்னும் எதிர்பார்ப்புப் பலமாக உள்ள நிலையில், தென்னிந்தியக் கடற்கரையின் பாதுகாப்பு என்பது இந்தியாவின் தலைமை நலன்களில் ஒன்றாக மாறி வருகின்றது. இந்தச் சூழலில் இலங்கையில் இந்திய நலனுக்காக ஈழத் தமிழர்களின் நலனைப் பேரப் பொருளாக வைத்து சிறிலங்கா இந்திய மீள உறவாடல் தொடங்கப்பெற்று வருகிறது.

*1920–30*களில் நேரு மலையகத் தமிழர்களுக்கு அரசு நோக்கிய அரச நிலை என்னும் 'டீபக்டோ' நிலை உண்டு. ஆகவே அவர்கள் முழு அளவிலான அரச நிலைக்கு – 'தேயூர்' நிலைக்கு உரிமையுள்ளவர்கள் எனக் கூறிவிட்டுப் பின்னர் இலங்கையில் பல நிலைகளில் இந்திய நலனை முன்னெடுப்பதற்காக மலையக மக்களின் பிரச்சினை வந்த போது, மலையக மக்கள் சார்பாகச் செயற்படாமல் இலங்கை அரசு சார்பாகவே இந்தியா செயற்பட்டமை வரலாறு.

அவ்வாறே *1983*இல் யூலை இன அழிப்பு இழப்புக்களை அடுத்து ஈழத் தமிழர்கள் தங்களுடைய உயிருக்காகவும், உடைமைகளுக்காகவும், நாளாந்த வாழ்வைப் பாதுகாப்பதற்காகவும் ஆயுத எதிர்ப்பை வெளிப்படுத்துவது அவசியமென அவர்களுக்கு இந்தியா ஆயுதங்களும், பயிற்சிகளும் அளித்து, ஊக்கப்படுத்தி, உற்சாகப்படுத்தியமை வரலாறு. பின்னர் *1987*இல் ராஜீவ் ஜெயவர்த்தன உடன்படிக்கை எனப்படும் இலங்கை இந்திய உடன்படிக்கையில் வெறுமனே சிறிலங்காவின் ஒற்றையாட்சிக்கு உட்பட்ட நிர்வாகப் பரவலாக்கலுள்ள மாகாணசபை அமைப்பு முறை ஒன்றை முன்மொழிந்து, வடக்கு கிழக்கு ஒன்றிணைந்த நிர்வாக அலகாக உள்ள அம்மாகாண சபையே இலங்கைத் தமிழர் தேசியப் பிரச்சினைக்கான தீர்வாக இந்தியாவால் விதந்துரைக்கப்பட்டது.

இதன் அடிப்படையில் சிறிலங்காவின் அரசியலமைப்பில் *14.11.1987*ஆம் திகதிய *13*ஆவது திருத்தத்தால் அத்தியாயம் *XVII* நிதி என்பதன் 'ஆ' பிரிவாக மாகாணசபை தாபித்தல் என்பது சேர்க்கப்பட்டது. இதன் தலைப்பே இது ஒரு நிதிப்பரவலாக்கலுக்கான

செயற்பாடு என்பதைத் தெளிவாக்கியது. அத்துடன் இது எட்டு மாகாணங்களுக்குமான நிர்வாகப் பரவலாக்கலே தவிர, வடக்கு கிழக்கு என்று எந்தத் தனித்துவப் பகுதியும் அரசியலமைப்பில் சேர்க்கப்படவில்லை.

ஜனாதிபதியின் ஆணையின் அடிப்படையில் தான் வடக்கு கிழக்கு ஒரு நிர்வாக அலகாக அறிவிக்கப்பட்டு ஒரு மாகாணசபை வடக்கு கிழக்குக்கு நிறுவப்படலாமென பிரகடனப்படுத்தப்பட்டு, இந்த இணைப்பு ஒரு வருட காலத்துள் வடக்கு கிழக்கில் நடைபெறும் குடியொப்பத்தின் மூலம் உறுதி செய்யப்பட வேண்டும் எனவும் நிபந்தனை விதிக்கப்பட்டது. ஜனாதிபதி விரும்பினால் எந்த மாகாண சபைகளின் இணைப்பையும் கலைக்கலாம் என்பதன் அடிப்படையில், இந்த வடக்கு கிழக்கு ஒரு அலகு என்னும் நிர்வாக இணைப்பும் ராசபக்ச சகோதர ஆட்சியில் கலைக்கப்பட்டு, இன்று வடக்கு மாகாணசபை, கிழக்கு மாகாணசபை என்பனவே நடைமுறையில் உள்ளது. இவையும் முற்று முழுதாக சிறிலங்கா ஜனாதிபதியின் கருணையில் உயிர்வாழும் தன்மை கொண்டனவாக உள்ளன. இன்றைய சிறிலங்கா அரசு தயாரிக்கும் புதிய சிறிலங்கா அரசியலமைப்பில் 13ஆவது திருத்தத்தால் சேர்க்கப்பட்ட அத்தியாயம், சிங்களப் பெரும்பான்மையினர் வெறுப்பை மீறி மீளவும் இடம்பெறுமா என்பதே கேள்விக்குறியாக உள்ளது.

இந்நிலையில் இன்று "தமிழர்களின் கண்ணியமான வாழ்வினை" ஏற்படுத்துங்கள் என யாழ்ப்பாணம் வரை சென்று முன்மொழிந்து வந்த இந்தியப் பிரதமர் நரேந்திர மோடி அவர்களின் ஆட்சியில் இந்த மாகாணசபையே தமிழர்களின் கண்ணியமான வாழ்வுக்கான வழியென்று முன்மொழியப்படுவது, இலங்கைத் தமிழர்களுக்கு இடையில் மட்டுமல்ல, உலகத் தமிழர்களுக்கு இடையிலும், சிறிலங்காவில் இந்திய நலனுக்காக மீளவும் ஈழத்தமிழர்களின் நலன் பேரப்பொருளாக்கப்பட்டு வருகிறதா என்ற கேள்வியை எழுப்பியுள்ளது. இதனை மேலும் வலுப்படுத்தக்கூடிய முறையில் இந்திய இராணுவம் சிறிலங்கா இராணுவத்திற்குப் பயிற்சி அளிப்பதற்கான நடவடிக்கைகளையும் தொடங்கியுள்ளது.

54

ஆசிரியர் தலையங்கம் – இலக்கு மின்னிதழ்: 151
வளர்த்தலும் பெருக்கலும் என்னும் சிறிலங்காவின் புதிய உத்திகள்

ஈழத்தமிழரின் ஒற்றுமையீனத்தை உள்நாட்டிலும், வெளிநாட்டிலும் வளர்த்தல். இந்தியாவுடன் மீளவும் நல்லுறவுகளை நயமாகவும், பலமாகவும் பேசி வளர்த்தல். இதன் வழி ஐக்கிய நாடுகள் மனித உரிமைகள் ஆணையகத்தின் இன்றைய முயற்சிகளை முறியடித்தல் என்பது சிறிலங்காவின் புதிய உத்திகளாகவுள்ளன.

ஈழத்தமிழர்களின் வெளியகப் பலமாக உள்ள ஈழத்தமிழர் புலம்பெயர் அமைப்புக்களை உள்ளகப் பொறிமுறைகளின் கீழ் பேச வாருங்கள் என்ற அழைப்பை பொருத்தமான இடமான ஐக்கிய நாடுகள் சபையில், பொருத்தமான ஆளான ஐக்கிய நாடுகள் சபையின் பொதுச் செயலாளருக்கு அருகில் நின்று, பொருத்தமான காலமான ஐக்கிய நாடுகள் சபையின் கூட்டத்தொடர் தொடக்கக் காலத்தில், சிறிலங்காவை பலவீனமான அரசல்ல அனைவரையும் உள்ளடக்க விருப்புள்ள பலமான அரசெனக் காட்டும் நோக்கில், சிறிலங்காவின் அரச அதிபர் கோட்டாபய ராசபக்ச விடுத்தார். இந்தத் தூண்டலுக்கு, எசமான் சுண்டியதும் துள்ளிக் குதித்து ஓடும் நாய்க்குட்டிகள் போல எட்டுத் தமிழ்ப் புலம்பெயர் அமைப்புக்களும் துள்ளிக்குதித்து உடன் பதிலளித்தமை அவருக்குக் கிடைத்த மிகப்பெரிய ராசதந்திர வெற்றியாயிற்று.

இந்த வெற்றியை கோட்டாபய ராசபக்ச, இந்திய வெளிவிகாரச் செயலாளர் ஹர்ஷ வர்தன் ஷ்ரிங்லா அவர்களைக் கொழும்பில் சந்தித்த போது "இலங்கையிலிருந்து சென்ற தமிழ் மக்களை மீண்டும்

நாட்டுக்குத் திருப்பியழைக்கும் நடவடிக்கைகளை முன்னெடுப்பது எனது எதிர்பார்ப்பு. அதற்காக அரசாங்கம் முன்னெடுத்து வரும் வேலைத் திட்டங்களை வெற்றிகரமானதாக்கிக் கொள்ள ஐக்கிய நாடுகள் சபையில் உரையாற்றி புலம்பெயர் தமிழர்களுக்கும், வெளிநாடுகளில் வசிக்கும் தமிழர்களுக்கும் பகிரங்க அழைப்பினை நான் விடுத்தேன்" எனக் கூறித் தனது அரசாங்கம் ஈழத்தமிழர்களையும் உள்ளடக்கும் பலமான அரசாங்கமே என எடுத்துரைத்து மகிழ்ந்துள்ளார். ஆனால் "பெரும்பான்மையான மக்களின் விருப்பத்துடன் செயலாற்றுவது அவசியம்" என்பதையும் இந்திய வெளியுறவுச் செயலருக்கு வெளிப்படையாக எடுத்துச் சொல்லி, தனது அரசாங்கம் சிங்கள பௌத்த மேலாதிக்க அரசாங்கமே என்பதை உறுதிப்படுத்தி, அதனை வளர்க்க இந்தியாவின் நட்புறவு அவசியமென இந்தியப் பிரதமர் நரேந்திர மோடி அவர்களையும் இலங்கைக்கு வருமாறு கோட்டாபய அழைப்பு விடுத்துள்ளார்.

இந்த இந்தியாவுடனான உறவுப் புதுப்பித்தல் என்பது, இந்தியாவுடைய இந்துமா கடல் மேலான சீனாவின் புதிய மேலாதிக்க முயற்சிகளுக்கு, இலங்கை கடற்பரப்புக்கள் தளமாகிறது என்ற அச்சத்தினைக் குறைப்பதற்கான புதிய மூலோபாயமாகவும் கோட்டாபயவால் முன்னெடுக்கப்படுகிறது. இதனை உறுதி செய்யும் முறையில் "இந்தியாவின் பாதுகாப்புக்கு அச்சுறுத்தல் ஏற்படக் கூடிய எந்தவொரு செயற்பாட்டுக்கும் எவரும் இலங்கையைப் பயன்படுத்திக் கொள்ள நான் இடமளிக்கப் போவதில்லை" என்னும் உறுதிமொழி இந்திய வெளியுறவுச் செயலருக்கு அவரால் அளிக்கப்பட்டுள்ளது. இதுதான் இலங்கைஇந்திய உடன்படிக்கையின் சாரம். இந்த வாக்குறுதி மூலம் கோட்டாபய இலங்கைஇந்திய உடன்படிக்கை நோக்கை தான் நடைமுறைப்படுத்துவேன் என வாக்குறுதியளித்துள்ளதும் அல்லாமல், சீனாவுடனான தொடர்புகளைக் குறித்து சந்தேகப்பட வேண்டாமெனவும் வேண்டுகோள் விடுத்துள்ளார்.

அதே நேரத்தில் இலங்கைஇந்திய உடன்படிக்கையின் வழி சிறிலங்காவின் அரசியலமைப்பில் சேர்த்துக் கொள்ளப்பட்ட அரசியலமைப்பின் 13ஆவது திருத்தச் சட்டத்தின் பலவீனங்கள் போன்றே அதில் காணப்படும் பலம் தொடர்பிலும் கண்டறிந்து, செயற்படுவதன் தேவை தொடர்பிலும் தான் அக்கறையாக உள்ளதாகக் கோட்டாபய இந்திய வெளியுறவுத் துறைச் செயலாளருடன் பேசியுள்ளார். அதேநேரத்தில் பசில் ராசபக்ச வடமாகாணசபையின் தேர்தல் மார்ச் மாதத்திற்கு முன்பு நடைபெறும் என அறிவிப்பு

வெளியிட்டு, மார்ச் மாத ஐக்கிய நாடுகள் மனித உரிமைகள் ஆணையகக் கூட்டத் தொடருக்கு இந்தியாவின் உதவியை உறுதிப்படுத்தியுள்ளார்.

ஆனால் இந்த அறிவிப்பு வெளியானவுடனேயே புலம்பெயர் தமிழர்களைப் போலவே எசமானின் சுண்டு விரல் ஓசைக்குத் துள்ளிக் குதித்து மகிழும் நாய்க்குட்டியாக மாவை. சேனாதிராசாவே மாகாணசபைத் தலைவர் வேட்பாளர் என பாராளுமன்ற உறுப்பினர் சிறிதரன் ஊடக விளக்கம் கொடுக்கத் தொடங்கி விட்டார்.

புலத்திலும், தாயகத்திலும் உள்ள ஈழத்தமிழின ஒற்றுமையீனத்தைத் தனது அரசியலைப் பலப்படுத்துவதற்கான துரும்பாகவும், இந்தியாவை ஐக்கிய நாடுகள் மனித உரிமை ஆணையகத்தின் வழியான ஐக்கிய நாடுகள் சபையின் தலையீடுகளைத் தடுக்கும் பாதுகாப்புக் கவசமாகவும் கோட்டாபய கட்டமைத்து வருகிறார். அதே வேளை புலம்பெயர் தமிழர்கள், இந்தியர்கள் என்னும் இருதரப்பினருக்கும் இலங்கையில் முதலீட்டு வசதிகள் என்னும் கவர்ச்சி வலையை அகலவிரித்து, புலம்பெயர் தமிழரும், இந்தியாவும் முதலீட்டாளர்களாக மாறித் தமக்கான பக்கத்துணையாக அமைவதற்கான திட்டத்தை முன்மொழிந்துள்ளார். தொடர்ந்து பொதுநலவாய நாடுகளின் மகாநாட்டிலும் கலந்து கொண்டு, தனது அரசைப் பலப்படுத்துவதற்காகக் ஸ்கொத்லாந்துக்கும் வருகை புரியவுள்ளார்.

இத்தகைய அரசியல் நெருக்கடிகள் அதிகரிக்கும் வேளையில் ஊடகங்களே உண்மையாகவும் நேர்மையாகவும் செயற்பட்டு, மக்களுக்குத் தெளிவை அளிக்க வேண்டும். இதனை உறுதிப்படுத்தும் வகையிலேயே ரஸ்யாவிலும், பிலிப்பைன்சிலும் பணியாற்றும் ஊடகவியலார்கள் மரியா ரெஸ்ஸா, டிமிட்ரி முராடோவ் ஆகிய இருவருக்கும் 2021ஆம் ஆண்டுக்கான நோபெல் பரிசு அளிக்கப்பட்டுள்ளது. இதனையொட்டி ஐக்கிய நாடுகள் சபையின் பொதுச் செயலாளர் “தடையற்றதும் சுதந்திரமானதுமான ஊடகமே குழப்பமற்ற எதனையும் தவறவிடாத தகவல்கள் கிடைக்க உதவும்” எனக் கூறியுள்ளதைக் கவனத்தில் கொண்டு, புலம்பெயர் தமிழர்கள் தங்களுக்கும், தாயகத் தமிழர்களுக்குமான சுதந்திரமானதும், பொருளாதாரத் தடையற்றதுமான ஊடகமொன்றைக் கட்டியெழுப்பினாலே ராசபக்ச சகோதரர்களின் சர்வதேசச் சதிவலைகளிலிருந்து ஈழத்தமிழ் மக்களைப் பாதுகாக்க முடியும் என்பதே இலக்கின் எண்ணம்.

55

ஆசிரியர் தலையங்கம் – இலக்கு மின்னிதழ்: 150

இன்றைய சிறிலங்கா ஆட்சி என்பது, பின்வரும் மூன்று தன்மைகளைக் கொண்டதாக உள்ளது.

முதலாவது, ஈழத்தமிழர்களின் நாளாந்த உயிர் வாழ்வுக்கு அடிப்படையான நிலவளம், நீர்வளம், மற்றும் தொழில் முயற்சிகளைத் திட்டமிட்ட வகையில் பறித்து, அவர்களின் வாழ்வை நிலைகுலைக்கிறது. இதனை ஐரோப்பிய ஒன்றியத்திற்கான வடக்கு கிழக்கு சிவில் சமூக அமைப்பின் கோரிக்கை புள்ளிவிபரத்துடன் வெளியிட்டுள்ளது என்பதை மீண்டும் உறுதிப்படுத்தியுள்ளது.

இரண்டாவது, இதனை எதிர்த்துத் தமது உயிரையும், உடைமைகளையும், வாழ்வையும் 'மக்களாட்சி முறைமைகளின் கீழ்' காப்பாற்ற முயற்சிக்கும் ஈழத் தமிழர்களைக் காரணமின்றிக் கைதுசெய்து, நீதிமன்ற விசாரணையின்றித் தடுத்து வைத்துச் சித்திரவதைப் படுத்தவும், வலிந்து காணாமலாக்கவும், பயங்கரவாதிகள் எனக்கண்ட இடத்தில் சுடவும், சுட்ட இடத்தில் விசாரணையின்றி எரிக்கவும், ஒற்றையாட்சிச் சிங்களப் பெரும்பான்மைக் கொடுங்கோன்மைப் பாராளுமன்றச் சட்டவாக்கத்தால், காலத்துக்குக் காலம் சட்டத்தகுதி வழங்கி, ஈழத்தமிழர்களின் இருப்பை இழக்க வைக்கிறது. இதனை ஐரோப்பியப் பாராளுமன்றம் உட்பட்ட அனைத்துலக அமைப்புக்களின் பயங்கரவாதத் தடைச் சட்டத்தை மீளப்பெறுங்கள் என்ற கோரிக்கையை மறுத்து, அதனை முன்னையை விட மோசமான மனித உரிமை வன்முறைச் சட்டமாகப் புதுப்பிக்கும் சிறிலங்காவின் இன்றையச் செயல் உறுதிப்படுத்துகிறது.

மூன்றாவது, ஈழத்தமிழர்கள் மீதான இத்தகைய அனைத்துலக சட்டங்கள், முறைமைகள், ஒழுங்குகளுக்கு எதிரான 'சிங்கள இனவெறி – பௌத்த மதவெறி ஆட்சியை', 'சனநாயக ஆட்சி' எனச் சிறிலங்கா உலகில் நிலைநாட்டி வருகிறது. வல்லாண்மை மற்றும் பிராந்திய மேலாண்மை நாடுகளுக்கு, நாட்டின் மூலவளங்களையும், மனிதவளத்தையும், நில நீர்ப்பரப்புக்களையும் அவை விரும்பியவாறு பயன்படுத்த அனுமதிப்பதன் வழியாக, அவற்றைத் தன்வயப்படுத்தி, இதனைச் சிறிலங்கா செய்கிறது. உலக அரசியலில் எதிர் எதிரான சீனாவையும் அமெரிக்காவையும், பாகிஸ்தானையும், இந்தியாவையும் ஒரே காலத்தில் தனக்குக் கடன் வழங்கும், நிதியுதவி வழங்கும், ஆயுத உதவி மற்றும் படைகளுக்கான பயிற்சி என்பவற்றை வழங்கும், ஆதரவு நாடுகளாக்கி, சிறிலங்கா உலக அரசியலிலே நரித்தந்திர அரசாங்கம்தானே என முடிசூடி, தனது பொருளாதார வங்குரோத்து நிலையிலும் தப்பிப்பிழைத்து வருகிறது.

சிறிலங்கா உலகை ஏமாற்றும், இந்த வெற்றிக்களிப்பில், தனக்குப் பெரும்பான்மையாக வாக்களித்த சிங்கள பௌத்த பேரினவாதிகளின் "எங்கள் சிங்கள நாடு – எங்கள் சிங்கள இனம் – எங்கள் பௌத்த மதம்" இதற்குப் பெயர்தான் 'சிறிலங்கா' என்ற கோட்பாட்டை, பௌத்த மடாதிபதிகளின் ஆசியுடன், தனது அரசாங்கத்தின் கொள்கையாகவும், கோட்பாடாகவும், 'ஒரு நாடு ஒரு சட்டம்' என்ற சீன பாணியிலான ஆட்சியாகப் புதிய அரசியலமைப்பின் மூலம் உறுதிப் படுத்துவதற்குப் பெயர்தான் 'உள்ளகப் பொறிமுறை'.

தனது இந்த உள்ளகப் பொறிமுறையினை ஈழத்தமிழர்களும், புலம்பெயர் தமிழர்களும் ஏற்கின்றார்கள், இனி, வெளியகப் பொறிமுறைகள் கொண்டு, மனித உரிமை வன்முறைகள், யுத்தக்குற்றச் செயல்கள், மனிதாயத்திற்கு எதிரான குற்றங்கள் குறித்த விசாரணைகள் சிறிலங்காவில் தேவையில்லை எனத், தானும் தன் சகபாடிகளும் அனைத்துலகச் சட்ட வன்முறைப்படுத்தல்களுக்கான விசாரணைகளில் இருந்து விடுபடுவதை உறுதியாக்குவதே, சிறிலங்கா அரச அதிபரின் உள்ளகப் பொறிமுறையின் கீழ் பேசவாருங்கள் என்ற புலம்பெயர் தமிழர்களுக்கான அழைப்பு.

தங்களுக்குத் தாங்களே புலம்பெயர் தமிழர்களின் பிரதிநிதிகளென முடிசூட்டிக் கொண்ட சிலர், சிறிலங்கா அரச தலைவரின் தூண்டலுக்கு தாங்கள் ஏங்கிக் காத்திருந்தது போல, உடன் பதில் அளித்து, இவ்வளவு அறியாமையுள்ளவர்களா? அல்லது தன்னலமுள்ளவர்களா?

புலம்பெயர் தமிழர்கள் என்ற திகைப்பை ஈழத்தமிழர்களின் மனித உரிமைகளுக்காகவும், அமைதிக்காகவும் உழைக்கும் உலக அமைப்புக்களிடை தோற்றுவித்துள்ளனர்.

அதேபோல் இந்தியப் பிரதமர் நரேந்திர மோடி அவர்கள் இலங்கையில் ‘தமிழர்களின் கண்ணியமான வாழ்வை’ உறுதிப்படுத்துங்கள் என்ற குறைந்த பட்சக் கோரிக்கையை விடுத்த உடனேயே, முகத்தில் அடித்தமாதிரி அதிகாரப்பரவலாக்கல் என்ற பேச்சுக்கே இடமில்லை என்ற ராசபக்ச சகோதரர்களின் அழைப்பை ஏற்று இந்திய வெளிவிவகாரச் செயலாளரின் சிறிலங்காவுக்கான பயணம் என்பது, இந்தியா, இலங்கைத் தமிழர்களுக்கான தனது குறைந்த பட்சக் கோரிக்கைகளையும் விட்டு விலகிச் சிறிலங்காவின் நலன்சார் செயற்பாடுகளை ஈழத்தமிழர்களுக்கான தனது தீர்வாகவும் முன்னெடுக்கப் போகிறதா என்ற கவலையை உலகெங்கும் உள்ள தமிழர்களிடை தோற்றுவித்துள்ளது.

சிறிலங்கா ஈழத்தமிழர்களுக்கு இதுதான் வாழ்வென இன்றல்ல நேற்றல்ல ஈழத்தமிழர்கள் நாடற்ற தேசஇனமாக்கப்பட்ட 22.05.1972 முதல் இன்று வரை அரை நூற்றாண்டு காலமாக மீளவும் மீளவும் உறுதியாக்கி வருகிறது. இந்நிலையில், ஈழத்தமிழர்களின் வெளியகத் தன்னாட்சி உரிமையினை இன்னுமேன் உலகும், இந்தியாவும் ஏற்க மறுக்கிறது என்பதை உலகத் தமிழர்கள் கேள்விக்கு உள்ளாக்க வேண்டிய பொறுப்பில் உள்ளனர்.

ஈழத்தமிழர்களின் வெளியகத் தன்னாட்சி உரிமையின் அடிப்படையிலான தீர்வு என்பதும், வெளியகப் பொறிமுறை வழியான ஐக்கிய நாடுகள் சபையின் செயற்பாடு என்பதும், ‘மட்டுமே’, ஈழத்தமிழர்களின் இருப்பும் மனித உரிமைகள் உட்பட்ட அரசியல் உரிமைகளும் உறுதிப்பட்டு, அவர்கள் இனஅழிப்பு அபாயத்தில் இருந்து விடுபடவும், அவர்களின் வாழ்வாதாரத்தின் நீண்ட பரப்பான இந்துமா கடல் அமைதிக் கடலாகத் தொடரவும் உதவும் என்பதே இலக்கின் எண்ணம். தங்கள் தன்னலப் போக்குகளைக் கைவிட்டுப் புலம்பெயர் தமிழர்கள் தங்களுக்கான ஒரு குடைநிழல் அமைப்பில் இணைவதன் வழியாகத் தான் நினைத்த எவரும் தாங்கள் ஈழத்தமிழர்கள் சார்பாகப் பேசப்புறப்படும் அபாயத்தைத தவிர்த்துக் கொள்ளலாம் என்பது முக்கியமான விடயம்.

56

ஆசிரியர் தலையங்கம் – இலக்கு மின்னிதழ்: 149
உள்ளகப் பொறிமுறைக்குள் பேச்சு என்பது, வெளியகத் தன்னாட்சி உரிமைக்கு ஆப்பு

இன்றைய சமகால உலகில் ஈழத்தமிழர்களின் தன்னாட்சி உரிமை குறித்த தெளிவும், தேவையும் வேகமாகக் கட்டமைக்கப்பட்டு வருகிறது. அதனை வேகப்படுத்தி, முழுமைப்படுத்திட புலம்பதிந்த ஈழத் தமிழர்களும், ஈழத் தமிழர்களும், தமிழகம் உட்பட்ட உலகத் தமிழர்களும் ஒருங்கிணைந்து உழைப்பதற்கான முயற்சிகள் இளையவரிடையிலும், முதியவரிடையிலும் காலத்தின் தேவையென உணரப்பட்டு வரும் நேரம். ஈழத்தமிழர்களின் வெளியகத் தன்னாட்சி உரிமையினை உலக நாடுகளும், அமைப்புக்களும் ஏற்றல் என்பதன் வழியாகவே ஈழத்தமிழர்களுடைய அரசியல் உரிமைகள் நீதியானதும், நியாயமானதுமான தீர்வைப் பெறும் என்பதே ஈழத்தமிழர்களின் பாதுகாப்பான, அமைதிக்கான, வாழ்வுக்கான ஒரே வழியாகவும் உள்ளது.

பாராளுமன்ற மக்களாட்சியை நிலைப்படுத்தும் பாராளுமன்றச் சட்டவாக்கம், அமைச்சரவை நிர்வாகம், சட்ட அமுலாக்கத்தை உறுதிப்படுத்தும் சட்டத்தின் முன் குடிமக்கள் அனைவரும் சமமென்ற சட்ட ஆட்சி மூன்றும் சிறிலங்கா அரசாங்கத்தால் தமிழர்களுக்கு மறுக்கப்பட்டுச், சிறைச்சாலை அமைச்சரே சிறைச்சாலையுள் துப்பாக்கியுடன் சென்று, தமிழ் அரசியல் கைதிகளின் தலையில் துப்பாக்கியை வைத்து, நான் நினைத்தால் உங்களை அழிப்பேன் என கொடுங்கோன்மை ஆட்சியை வெளிப்படுத்துகின்ற இன்றைய காலகட்டத்தில், இவ்வாறு அடக்கி ஒடுக்குவதுதான் சிறிலங்காவின்

உள்ளகப் பொறிமுறை; அதனை ஏற்றுப் பேச வாருங்கள் என சிறிலங்காவின் அரசத் தலைவர் கோட்டாபய ராசபக்ச, ஐக்கிய நாடுகள் பொதுச் செயலாளரை அருகில் வைத்துக் கொண்டு, புலம்பெயர் தமிழர்களுக்கு அழைப்பு விடுத்துள்ளார்.

மக்களாட்சி முறைமையில் நம்பிக்கையுள்ளவர் போல் சிறிலங்கா அரசத் தலைவர் தன்னை வெளிப்படுத்திக் கொண்டிருந்த அதே நேரத்தில், மக்களாட்சி முறையின் வழியான அறவழிப் போராட்டத்தில் மக்கள் போராட்டத்தின் தேவையை முன்னிறுத்தி, தன் இன்னுயிரை உண்ணா நிலைப் போராட்டத்தால் ஈந்து, மக்களுக்கு அரசியல் விழிப்புணர்வு ஊட்டிய தியாகி திலீபனின் துயிலகத்தில் சுடர்விளக்கேற்றினார், ஈழத்தமிழர்களுக்கான சட்டவாக்கத்தை முன்னெடுக்க உரிமையுள்ள சிறிலங்காவின் பாராளுமன்ற உறுப்பினரான திரு கஜேந்திரன். இவரைத் திட்டி அவமானப்படுத்திக் கைது செய்த சிறிலங்கா காவல்துறையினர், ஏற்றிய ஈகைவிளக்கைக் காலால் உதைத்து அவமதித்த நிகழ்வானது, மனித உரிமை வன்முறைகளும், மக்கள் உரிமை மறுப்புக்களும்தான் சிறிலங்காவின் உள்ளகப் பொறிமுறை; அங்கு மக்களின் பங்கேற்பு, சமுகநீதியை உறுதி செய்யும் சட்டத்தின் ஆட்சி, மக்களுடனான உரையாடல் மூலம் மக்களுடன் இணைந்து முடிவெடுத்தல் என்பன என்றுமில்லை என்பதை மீளவும் உறுதிப்படுத்தியுள்ளது.

இதனை உணர்ந்து ஈழத்தமிழர்களின் வெளியகத் தன்னாட்சி உரிமையின் வளர்ச்சிக்கு உதவக் கூடிய வகையில், மனித உரிமைகள் கண்காணிப்பு அமைப்பு, அனைத்துலக மன்னிப்புச்சபை உட்பட்ட பல அனைத்துலக மனித உரிமைகள் மற்றும் உலக அமைதிக்கான அமைப்புக்கள் இன்றும் சிறிலங்காவின் மனித உரிமைகள் வன்முறைகளின் வழி ஈழத்தமிழர்களின் உள்ளக தன்னாட்சி கடும் பாதிப்புக்கு உள்ளாகி வருவதை நாளாந்தம் பேசத் தொடங்கி விட்டன.

இதன் விளைவாக ஏற்படக் கூடிய உலக மக்களின் அழுத்தம், அவர்களின் அரசுகளையும், ஈழத்தமிழர்களின் வெளியக தன்னாட்சியை ஏற்க வைக்க வேண்டிய கட்டாயத்தை நோக்கி நகர்த்துகிறது. இந்த அனைத்துலகச் சூழலின் வளர்ச்சியைத் திசைமாற்றி, ஈழத்தமிழர்களின் வெளியகத் தன்னாட்சி உரிமைக்கு ஆப்பு வைக்கும் இராசதந்திர நகர்வுதான் சிறிலங்கா அரச தலைவரின் புலம்பெயர் தமிழர்களைப் பேச வாருங்கள் என்ற அழைப்பு.

அதேவேளை, சிறிலங்காவின் வெளிவிவகார அமைச்சர் சட்டப் பேராசிரியர் ஜி.எல்.பீரிஸ், தன்னுடைய சட்ட அறிவைக்

கொண்டு, ஒரு நாட்டின் அனுமதியின்றி ஐக்கிய நாடுகள் சபை அந்த நாட்டுக்குள் வெளியகப் பொறிமுறைகளை முன்னெடுக்க முடியாதென எச்சரித்துள்ளார். ஆனால் குவைத்தில் ஈராக்கின் தலையீட்டுக் காலம் முதலாக கடந்த கால் நூற்றாண்டுக்கும் மேலான காலத்தில் ஐக்கிய நாடுகள் சபை எத்தனை நாடுகளில் வெளியகப் பொறிமுறைகளை எவ்வாறு எல்லாம் செயற்படுத்தி வருகிறது என்பது அவருக்குத் தெரியும். ஆனால் அவர், தான் அமைச்சராக ஒட்டிக்கொள்ளும் எந்த சிங்கள அரசிலும் கட்சி வேறுபாடின்றி, பௌத்த சிங்கள மேலாண்மையை நிலைப்படுத்தச் சட்டத்தின் பெயரால் எதை எதை எல்லாம் பேசி வருகிறார் என்பதும் அவருக்கே தெரியும். ஆயினும் சட்ட மயக்க நிலையொன்றைத் தோற்றுவித்து, ஈழத்தமிழர்களின் வெளியகத் தன்னாட்சி உரிமைக்கான உலக ஊக்குவிப்பை உடைப்பதே அவரின் நிறைவேறாக் கனவாகத் தொடர்கிறது.

இதனைத்தான் 34 ஆண்டுகளுக்கு முன் இதே செப்டெம்பர் 26ஆம் திகதி அன்று தியாகி திலீபன் "ஒரு மாபெரும் சதி வலைக்குள் சிக்கி வரும் எம் மக்களை எப்படியாவது விடுவிக்க வேண்டும்" என எச்சரித்தான். 34 ஆண்டுகளாக இந்த நிலை தொடர்கிறது என்றால், அதற்கு என்ன காரணம். தமிழுணர்வு புலம்பெயர் ஈழத்தமிழ் மக்களிடை இல்லாது இருப்பதுதான் எனத் தமிழ் மெய்ப்பொருள் பேராசிரியர் நல்லூர் சரவணன் மிகத் தெளிவாகத் தமது விரிவுரையொன்றில் சுட்டிக்காட்டினார். தமிழுணர்வு என்பது, வெறுமனே மொழியின் பெருமை பேசுவதோ அல்லது பழம் பெருமைகள் பேசுவதோ அல்ல. ஒரு தமிழனுக்கு சுதந்திரம் இல்லையென்றாலும், அதனைத் தனது சுதந்திர இழப்பாகக் கருதும் மனநிலையே தமிழுணர்வு. இந்த நிலை மண்ணுக்கானதும், மக்களுக்கானதுமான முழுமையான பங்களிப்பு வாழ்வின் மூலமே பெறப்படலாம். இதுவே தியாகி திலீபனின் வரலாற்று உதாரணம்.

இந்தத் தமிழுணர்வின் வளர்ச்சியின் வேகத்திலும், உறுதியிலுமே ஈழத்தமிழர்களின் வெளியகத் தன்னாட்சி உரிமை வளர்ச்சியைப் பேணுவதற்கான மக்கள் சக்தி, உடைப்பு முயற்சிகளுக்கு எதிராகப் பலம்பெறும் என்பதே இலக்கின் எண்ணம்.

57

ஆசிரியர் தலையங்கம் – இலக்கு மின்னிதழ்: 148

இனஅழிப்புக்கு நாம் உள்ளாக்கப்பட்டதாக நிறுவப்பட்டாலே நீதி கிடைக்கும்

ஐக்கிய நாடுகள் மனித உரிமைகள் ஆணையாளர் மிச்செல் பச்சிலெட்டின் இலங்கை குறித்த வாய்மொழி அறிக்கை, ஈழத்தமிழர்கள் இன அழிப்புக்குள்ளாகி, 12 ஆண்டாகியும் ஐக்கிய நாடுகள் சபையினால் அனைத்துலகச் சட்டங்களுக்கு அமைய, பாதிக்கப்பட்ட ஈழத் தமிழர்களுக்கு இன்னமும் நீதி வழங்க இயலாதுள்ளது என்ற உண்மையை மீளவும் தெளிவாக்கியுள்ளது. இனஅழிப்புக்கு நாம் உள்ளாக்கப்பட்டதாக நிறுவப்பட்டாலே நீதி கிடைக்கும்.

இதற்குக் காரணம், ஐக்கிய நாடுகள் சபையின் மனித உரிமைகள் ஆணையகத்தின் நோக்கம், சிறிலங்காவை அனைத்துலக முறைமைக்குள் கொண்டு வருதல் என்பதாகவே இருப்பதாகும். உலக மக்கள் இனங்களில் தொன்மையும், தொடர்ச்சியும் கொண்ட ஈழத்தமிழினம் இனஅழிப்புக்கு உள்ளாகி வருகிறது என்ற வகையில், அனைத்துலகச் சட்டங்களுக்கு அமைவான நீதி விசாரணையைச் சிறிலங்கா அரசாங்கத்தின் மேல் தொடங்க இதுவரை ஐக்கிய நாடுகள் சபையின் மனித உரிமைகள் ஆணையகம் முயற்சிக்கவில்லை.

இதனை யாழ். மாவட்ட நாடாளுமன்ற உறுப்பினர் மாண்புமிகு நீதியரசர் சி. விக்னேஸ்வரன் அவர்களின், ஆணையாளரின் வாய்மொழி அறிக்கை குறித்த பின்வரும் விளக்கம் தெளிவாக்கியுள்ளது. அவர் :

1. சிறிலங்கா அசராங்கம் தனது குடிகளையே வேவு பார்க்கும், அச்சுறுத்தும் அரசாங்கமாக உள்ளது.

2. மனித உரிமைகள் செயற்பாட்டாளர்கள், ஊடகவியலாளர்கள், காணாமலாக்கப் பட்டமைக்குச் சாட்சியங்களாக விளங்கக் கூடிய வலிந்து காணாமாலாக்கப் பட்டோரின் கிட்டிய குடும்ப உறுப்பினர்கள் ஆகியோரைக் குறிவைத்து, தனது சட்டங்களின் கீழ் நீதிமன்றத்தில் நிறுத்துகிறது.

3. நல்லிணக்கம், பொறுப்புக் கூறல் என்பவை வெறும் வார்த்தைகளாகப் பேசப்படுகிறதே தவிர, செயற்படுத்தப்படவில்லை.

4. பயங்கரவாதத் தடைச் சட்டத்தைத் தற்காலிகமாகவேனும் செயலிழக்க வைக்க வேண்டும்.

5. 2019ஆம் ஆண்டு உயிர்த்த ஞாயிறு தினத் தாக்குதல்கள் தொடர்பான குற்றவாளிகளைக் கண்டறிந்து, உண்மையையும் நீதியையும் நிலைநாட்ட வேண்டும். என்பனவற்றை அறிக்கை பேசியுள்ளது.

ஆனால் ஈழத்தமிழர்களுடைய காணிகளைச் சிறிலங்கா அபகரிப்பது முதலாக, அவர்களது முக்கிய பிரச்சினைகள் பலவற்றைப் பற்றி பேசவில்லை. மாறாக அரசாங்கம் தான் மனித உரிமைகளை மேம்படுத்தச் செய்து வருவதாகக் கூறிய விடயங்களைப் பாராட்டி, அனைத்துலகச் சட்ட முறைமைகளுக்குள் அரசாங்கத்தைக் கொண்டு வரவே முயற்சித்துள்ளது எனத் தெளிவாக விளக்கியுள்ளார். கூடவே ஆணையாளர் அரசாங்கம் செய்ய வெண்டுமென விரும்புவதையும் விளக்கி, வாய்மொழி அறிக்கையினை அரசாங்கத்தின் மீதான நம்பிக்கை அறிக்கையாகவே ஆணையாளர் அமைத்துள்ளாரே தவிர, அதீத மனிதாய தேவைகளில் உள்ள ஈழத்தமிழ் மக்களைக் குறித்தோ அல்லது 2009ஆம் ஆண்டு சிறிலங்காவின் ஈழத்தமிழின அழிப்பால் பாதிப்புற்ற ஈழத்தமிழ் மக்களுக்கான நீதி பற்றியோ, புனர்வாழ்வு புனரமைப்புப் பற்றியோ எதுவுமே குறிப்பிடவில்லை.

இதற்கான மூலகாரணம், ஐக்கிய நாடுகள் சபையின் மனித உரிமைகள் ஆணையகம், இதுவரை 2009ஆம் ஆண்டு முள்ளிவாய்க்கால் ஈழத்தமிழின அழிப்பு உட்பட்ட 1956ஆம் ஆண்டு முதலான இன்று வரையான 65 ஆண்டுகாலச் சிறிலங்காவின் ஈழத்தமிழின அழிப்புச் செயல்கள் எதனையும் ‘இனஅழிப்பு’ என்னும் வகைமைக்குள் கருத்தளவில் தன்னிலும் ஏற்கவில்லை. ஆணையகத்தின் மனித உரிமைகளைப் பாதுகாத்தல் என்னும் அதன் பொறுப்புக்கு எதிரான இந்தச் செயற்பாட்டைத் தட்டிக் கேட்டு, சரிப்படுத்த வேண்டிய பொறுப்புள்ள ஆணையகத்துடன், தொடர்பு கொள்ளும் ஈழத் தமிழர்களின் மனித உரிமைகள் செயற்பாட்டாளர்கள், தாங்களே இனஅழிப்புத்தான்

ஈழமக்களுக்கு நடந்தது என்பதை உறுதியுடன் எடுத்துச் சொல்ல மறுக்கின்றனர். அவ்வாறு இறுதியும் உறுதியுமாகச் சொன்னால், தாங்கள் உலக நாடுகளுடனும், உலக அமைப்புக்களுடனும் உறவாடுவதில் பின்னடைவுகள் வரும் என்பதே இவர்களின் அச்ச உணர்வாகத் தொடர்கிறது. ஈழத்தமிழர்கள் இனஅழிப்புக்கு உள்ளாகிறார்கள் என்பதை உறுதிப்படுத்தவதில் வரக்கூடிய சவால்களை எதிர்கொண்டு, போராடும் உள்ள உறுதி இவர்களுக்கு இல்லாதிருக்கிறது.

தாம் சார்ந்து நிற்கும் சில மனித உரிமைகள் அமைப்புக்கள் வழி அவைகள் எவ்வாறு எதனை அறிக்கையாகத் தயாரித்துத் தரும்படி கேட்கிறார்களோ, அவ்வாறு செய்து விட்டுத் தாங்கள் நிலைமாற்று நீதிக்கும், மனித உரிமைகள் பேணலுக்கும் உழைப்பதாகக் கடந்த பன்னிரு ஆண்டுகளாக இவ்வாண்டு உட்பட பெருமை பேசி வருகின்றனர். ஈழத் தமிழர்களின் அரசியல் தலைமைகள் எனத் தங்களைக் காண்பிப்பதில் போட்டியிடுபவர்களோ, புலம்பதிந்து வாழும் ஈழத்தமிழ் மனித உரிமைகள் செயற்பாட்டாளர்களை விடப்படுமோசமாக உள்ளனர். எப்படிக் கடிதம் அனுப்புவது என்னும் அளவுக்கு ஒருமைப்பாடும், ஒரு குரலுமற்றவர்களாகக் குழம்பியதை உலகு தெளிவாக உணர்ந்து கொண்டது.

ஆனால் சிறிலங்கா அரசாங்கமோ தனது வெளிவிவகார அமைச்சர் ஜி.எல்.பீரிஸ் மூலம் கடந்த மார்ச் மாத ஐக்கிய நாடுகள் மனித உரிமைகள் ஆணையகத்தின் 46/1 தீர்மானத்தினை நிராகரித்து, எந்தவொரு வெளியக முன்மொழிவுக்கான முயற்சிகளையும் தாங்கள் ஏற்கப்போவதில்லையென வெளிப்படையாக ஐக்கிய நாடுகள் பொதுச்சபைக்குத் தெரியப்படுத்தியுள்ளது. கூடவே சிறிலங்காவின் வெளிநாட்டுக் கொள்கை என்பது, அனைத்துலகத்தின் தவறுகளைத் திருத்துவது என சிறிலங்கா வெளிவிவகாரச் செயலாளர் கமகே தெளிவாக விளக்கியுள்ளார். அனைத்துலகின் தவறுகளைத் திருத்தும் நோக்கில் சிறிலங்காவின் அரச தலைவர் கோட்டாபய ராஜபக்ச தனது மதியுரைஞர்களுடன் ஐக்கிய நாடுகள் சபையில் உரையாற்ற, ஐக்கிய நாடுகள் பொதுச்சபைக்குச் சென்றுள்ளார் எனவும் அவர் தெரிவித்துள்ளார்.

இந்நிலையில் தாயகத்தில் சிறிலங்காவால் இனஅழிப்புக்கு உள்ளாக்கப்பட்டு வரும் இனமாக ஈழத்தமிழர்கள் உள்ளனர் என்பதை புலம்பதிந்து வாழும் தமிழர்கள் துணிவுடனும், உறுதியுடனும் ஐக்கிய நாடுகள் சபைக்கு எடுத்துக் கூறி நிறுவாது விட்டால், பாதிப்புற்ற ஈழத்தமிழர்களுக்கான நீதியை ஐக்கிய நாடுகள் சபை என்றுமே வழங்காது என்பதே இலக்கின் கருத்தாக உள்ளது.

58

ஆசிரியர் தலையங்கம் – இலக்கு மின்னிதழ்: 147

ஈழத்தமிழர் உரிமைகள் பாதுகாக்கப்பட வேண்டிய நேரம்

சிறிலங்காவில் மனித உரிமைகள் நிலை மோசமடைகிறது என்பதில் எவருக்கும் சந்தேகமில்லை என்பதால், ஈழத்தமிழர் உரிமைகள் பாதுகாக்கப்பட வேண்டிய நேரம், ஐக்கிய நாடுகள் மனித உரிமைகள் சபையில் சிறிலங்கா குறித்துக் கடுமையான கண்காணிப்புக்களை மேற்கொண்டு, ஏற்புடைய வளர்ச்சிகளைச் செய்ய சிறிலங்காவுக்கு அழுத்தங்களைக் கொடுக்க வேண்டுமென இவ்வாரத்தில் மனித உரிமைகள் கண்காணிப்புக் குழு வேண்டுகோள் விடுத்துள்ளது.

செப்டெம்பர் 13ஆம் திகதி சபையின் இவ்வாண்டுக்கான அமர்வுகள் தொடங்கவுள்ள நிலையில், உறுப்புரிமை நாடுகள் கோட்டாபய தலைமையிலான சிறிலங்கா அரசாங்கத்தின் சுயாதீனமான அரச நிறுவனங்களையும், மக்களுடைய சிவில் அரசாங்கத்தையும், சட்டத்தின் ஆட்சியையும் வன்முறைப்படுத்திப் பலவீனப்படுத்தும் நடவடிக்கைகள் குறித்து எச்சரித்துள்ளன. இந்த நாடுகள் சிறிலங்கா மனித உரிமைகள் குறித்த அனைத்துலக தரத்தைப் பேணுவதற்கான பொறுப்புக்களை நிறைவேற்ற செயற்பாடுகள் முன்னெடுக்கப்பட வேண்டுமென விருப்பம் தெரிவித்துள்ளன.

சிறிலங்காவில் கோட்டாபயவின் தலைமையிலான ஆட்சி ஆரம்பமான 2019 முதல் முன்னைய சிறிய அளவிலான வன்முறைப்படுத்தல்களை முடிவுக்குக் கொண்டுவர எடுக்கப்பட்டனவும் நிறுத்தப்பட்டு, எல்லாமே பழைய நிலைக்குக் மீளவும் கொண்டு செல்லப்பட்டுள்ளன. அனைத்துலகத்தின் தொடர்ச்சியான கவனிப்பும், அழுத்தங்களும்தான் அங்குள்ள சிறுபான்மை சமூகங்கள், மனித உரிமைகள் செயற்பாட்டாளர்கள்,

ஊடகவியலாளர்கள், அதிகாரத்தில் உள்ளவர்களுக்கு அஞ்சி வாழ்தலில் இருந்து விடுபடுவதற்கு உதவ முடியும்.

2021ஆம் ஆண்டுத் தொடக்கத்தில் மனித உரிமைகள் சபையில் சிறிலங்காவில் நடைபெற்ற மனித உரிமை வன்முறைகள் மற்றும் யுத்தக் குற்றச் செயல்கள் குறித்து பொறுப்புக் கூறலை முன்னேற்றுவதற்கான முக்கிய தீர்மானமான 46/1 தீர்மானத்தை நிறைவேற்றியது. அந்தத் தீர்மானம் சிறிலங்காவின் மனித உரிமைகள் நிலை குறித்து ஒழுங்கான முறையில் அறிக்கை சமர்ப்பிக்கவும் சபைக்கு அதிகாரம் அளித்தது. ஆயினும் 2020 முதலே ராசபக்ச அரசாங்கம் முன்னைய நிர்வாகம் மனித உரிமைகள் ஆணையகத்துடன் நீதியை ஏற்படுத்தி, வன்முறையை முடிவுக்குக் கொண்டுவர எடுத்த பங்களிப்புக்களையும் நிராகித்து வருகிறது.

இந்த அரசாங்கத்தின் நிர்வாகத்தினர் தப்பியுள்ள பாதிக்கப்பட்டவர்களின் குடும்பத்தினர் மனித உரிமைகளை மேம்படுத்தாதவாறு அவர்களைத் தமது படைகளைக் கொண்டும் புலனாய்வுத் துறையினரைக் கொண்டும் அச்சப்படுத்தி வருகின்றனர். வலிந்து காணாமலாக்கப்பட்டவர்களின் குடும்பங்களுடன் பேசுகையில், அவர்கள் தாங்கள் எந்நேரமும் எதற்காகவும் கைது செய்யப்படலாம் என்கின்றனர். வடக்கு கிழக்கில் உள்ள மனித உரிமைகள் செயற்பாட்டாளர்களும் இதையே சொல்கின்றனர்.

அதிகாரிகள் தமிழ் சிறுபான்மையினரையும், முஸ்லீம்களையும் கொடுமையான பயங்கரவாதச் சட்டத்தின் கீழ் கண்மூடித்தனமாகக் கைதாக்குவதன் மூலம், நீதிக்கான குரலை மௌனமாக்குகின்றனர்.

பொலிஸ்மா அதிபர் சி.டி. விக்கிரமரெட்ன 2019ஆம் ஆண்டின் கொடூரமான ஈஸ்டர் குண்டு வெடிப்புத் தொடர்பாக 311 பேரைக் கைதாக்கியிருப்பதாகச் சொல்கின்றார். இவர்களில் பலர் இரண்டு வருடத்திற்கு மேலாக கைதிகளாக உள்ளனர். ஆயினும் இதுவரை இவர்கள் குறித்த வழக்கு விசாரணைகள் எதுவும் முன்னெடுக்கப் படவில்லை.

அமைதியீனங்களை ஏற்படுத்துபவர்களாகக் கருதப்படுபவர்களை இரண்டு வருடங்கள் விசாரணையின்றி புனர்வாழ்வு அளித்தல் என்ற பெயரில் தடுத்து வைக்கும் கட்டளையினை வழங்கியுள்ளார். பயங்கரவாதத் தடைச் சட்டத்தின் கீழ் கொடுமையான முறையில் விசாரணைகளை மேற்கொள்ளக் கூடிய வசதிகளுடன், பொலிஸ் தடுத்து வைத்தல் மையம் ஒன்றைக் கொழும்பில் புதிதாகத் திறந்துள்ளமை பயங்கரவாதத் தடைச் சட்டத்தின் கீழான மனித உரிமைகள் வன்முறையை

அதிகப்படுத்தப் போகிறது. இது 1979ஆம் ஆண்டின் பயங்கரவாதத் தடைச் சட்டத்தில் திருத்தங்களைக் கொண்டு வருவதாக அரசாங்கம் வெளிநாடுகளுக்கு அளித்த வாக்குறுதிக்கு எதிராக உள்ளது.

புதிய பயங்கரவாதத் தடைச் சட்டத்தின் கீழ் ஒருவரை 18 மாதங்கள் நீதிமன்றத்துக்கு முன் கொண்டு வராது, தடுத்து வைக்கும் அதிகாரம் நிலை நிறுத்தப்படுகிறது. அரசாங்கத்தின் நியமனமான மூன்று அங்கத்தவர் ஆலோசனைச் சபையும் வன்முறைப் படுத்தல்களுக்கு எதிரான எந்த உருப்படியான சட்டப் பாதுகாப்பையும் வழங்கவில்லை.

பொலிஸ் பயங்கரவாத புலனாய்வுப் பிரிவு என்னும் ஆங்கிலத்தில் டி. ஐ. டீ எனப்படும் பகுதி சமூகத்திற்குக் கால்கட்டுப் போடும் தன்மையாதானதாக அமைக்கப்பட்டுள்ளது. அவர்கள் ஒழுங்காக அரச சார்பற்ற அமைப்புக்களுக்குச் சென்று நிதி அறிக்கைகளைப் பெற்றும், தொண்டர்கள் பணியாளர்கள் பட்டியல்களையும், அலைபேசி இலக்கங்களையும் பெற்று அவர்களை அச்சப்படுத்துகின்றனர். இது திட்டமிட்ட வகையில் ஒழுங்காக நடைபெறுகிறது.

கூடவே ஆகஸ்ட்டு 31இல் தூதரகங்களுக்கு அமைதியை நிலைநாட்டவும், புனர்வாழ்வு அளிக்கவும் வளர்ச்சிகளை முன்னெடுக்கவும் அரசாங்கம் செயற்பட்டு வருவதாக ஆதாரங்களற்ற அறிக்கையினை சிறிலங்காவின் வெளிவிவகார அமைச்சு அனுப்பி வைத்துள்ளது.

சிறிலங்காவின் நீதி அமைச்சர் 500 அமெரிக்க டொலர்களை, வலிந்து காணாமலாக்கப்பட்டோரின் கிட்டிய குடும்ப உறுப்பினர்கள் அவர்கள் தங்களின் கிட்டிய குடும்ப உறுப்பினர் இறந்து விட்டதை ஏற்றுக் கொண்டால், புனர்வாழ்வு பெறலாமென்று இவர்களின் நீதிக்கான குரலை மௌனிக்க வைக்க முயன்று வருகிறார்.

இந்தத் தகவல்களை மனித உரிமைகள் கண்காணிப்புக் குழு இவ்வாரத்தில் உலகிற்கு வெளிப்படுத்தியுள்ளது.

இந்தப் பின்னணிகளுடன் பிரதமர் இத்தாலிக்கு விடுமுறையைக் கழிக்கச் சென்றுள்ளார். அரசஅதிபர் ஐக்கிய நாடுகள் சபை தொடக்க நாளுக்கு நியூயோர்க் செல்லவிருக்கின்றார்.

இவைகளை எல்லாம் கவனத்தில் எடுத்து, புலம்பதிந்த தமிழர்கள் ஈழத்தமிழர்களின் உரிமைகளை மனித உரிமைகள் ஆணையகம் பாதுகாக்க வேண்டிய அவசியத்தை உலகுக்கு வெளிப்படுத்தும் காலமாக இந்தவாரம் தொடங்கவுள்ளது.

59

ஆசிரியர் தலையங்கம் – இலக்கு மின்னிதழ்: 146

ஈழத்தமிழ் மக்களின் தேவை அர்ப்பணிப்புடனான கூட்டுத்தலைமை

அர்ப்பணிப்புடனான கூட்டுத்தலைமை: இவ்வாண்டுக்கான முதல் ஆறு மாதங்களில் மட்டும் நூற்றிநாற்பது இலட்சம் கோடி ரூபாய்களை சிறீலங்கா அரசுக்கான மேலதிகக் கடனாக இன்றைய ராசபக்ச குடும்ப ஆட்சி பெருக்கியுள்ளது. கோவிட் வீரியத் தாக்குதல்களுக்கு பணமின்மையால், தகுந்த பாதுகாப்பு அளிக்காது, மக்கள் பெருமளவில் பலியாகும் நாடாகச் சிறீலங்கா மாறிவருகிறது. அதே வேளை இந்த 'வங்குரோத்து' அரசாகவுள்ள சிறீலங்கா, இதுவரை இந்தியா, தெற்காசியாவின் கேந்திர முக்கியத்துவம் வாய்ந்த நுழைவாயில் என்று இருந்த நிலைக்குச் சவாலாகத் தன்னை 'கேந்திர முக்கியத்துவம் வாய்ந்த தெற்காசிய நுழைவாயில்' என முன்னிருத்தி வெளியுறவுக் கொள்கையினை வகுத்து வருகிறது. இது உலக படைபல வல்லாண்மைகள் மற்றும் பொருளாதார மேலாண்மைகளுக்கு தெற்காசியாவில் இந்தியாவுக்கு மாற்றாகத் தன்வழியாகக் 'காலூன்றலாம்' என்னும் செய்தியைத் தெரிவிக்கும் உத்தியாகும்.

இந்த சிறீலங்காவின் 'காலுன்றல் அழைப்புக்கு' சிறீலங்காவுக்கான அமெரிக்கத் தூதுவர் அலைனா.பி.டெப்பிளிட்ஸ் அவர்கள், "சிறீலங்கா மிகப் பெரிய வர்த்தக மற்றும் பொருளாதார ஆற்றலையும், அமைவிடப் பயன்படுத்தல் அனுபவத்தையும் கொண்ட நாடு. துறைமுக நகர முதலீடுகளில் சிறீலங்கா அரசாங்கம் அதிக இலாபம் ஈட்ட விரும்புவதை அங்கீகரிக்கிறேன். அனைத்துலக வர்த்தக உடன்படிக்கைச் சட்டங்கள் பேணப்பட்டு, ஊழலற்ற முதலீட்டுக்கு அபாயமில்லாத வகையில் இந்த

முறைமைகள் முன்னெடுக்கப்பட வேண்டும்" என பச்சைக்கொடி காட்டி, அமெரிக்கா கோவிட் 19 காலத்தில் சிறீலங்காவுக்குச் செய்த உதவிகளையும் சுட்டிக்காட்டி அமெரிக்கா சிறீலங்காவின் மற்றொரு மிகப்பலம் வாய்ந்த முதலீட்டாளராகத் தொடரும் என நம்பிக்கையளித்துள்ளார். கூடவே அமெரிக்கா வழங்கிய கடன்களைச் செலுத்தத் தேவையில்லையெனச் சிறீலங்காவுக்கு உற்சாகமும் ஊட்டியுள்ளார்.

இன்றைய இஸ்லாமிய அமீரகமான நேற்றைய ஆப்கானிஸ்தானில் இருந்து பின்வாங்கியுள்ள அமெரிக்காவுக்குத் தெற்காசியாவுக்கான அதன் இருப்பை, சிறீலங்காவில் முதலீடுகளை மேற்கொள்ளுவதன் வழியான 'தளமற்ற தள அமைப்பு' வழியாக நிலைப்படுத்தலாம் எனக் காலம் இடம் அறிந்து சிறீலங்கா அழைத்துள்ளது. சிறீலங்காவின் இந்த 'தளமற்ற தள அமைப்பு' அழைப்பு பாகிஸ்தான், ஈரான் இஸ்லாமீய அமீரகம் என்னும் முக்கோண இணைப்பின் வழி உருவாகி வரும் இஸ்லாமியப் பேரரசு முயற்சிக்கு எதிர்நிலை ஒன்றை அனைத்துலக நாடுகள் அமைப்புக்களுடன் முரண்படாது, தெற்காசியாவுக்குள் ஏற்படுத்த வேண்டிய தேவையில் உள்ள அமெரிக்காவுக்கு மிக முக்கியமானதாகிறது.

தலிபான்களின் அரசை, அயலக ஆப்கானிஸ்தான் மக்களுக்கான அக்கறை என்ற முறையில் தாம் ஏற்று உதவ வேண்டியது பாகிஸ்தானின் கடமை என்று பகிரங்கமாகவே கூறும் பாகிஸ்தானுக்குப், பிரித்தானிய வெளியுறவுச் செயலாளர் நேரடியாகக் சென்று "பாகிஸ்தான் மக்களுடன் பிரித்தானியாவும் இணைந்து ஆப்கானிஸ்தானிய மக்கள் நலன்களின் அக்கறையில் பகிர்வுகளை மேற்கொள்ள விரும்புவதாக" அறிவித்துள்ளார். அரசுகளின் தலைமைப் போக்குகள் வேறுபட்டாலும் முரண்படாது, மக்கள் நலனில் அக்கறை எடுத்து இணைந்து செயற்படுகிறோம் என பின்னடைவுகளைப் பெரிதுபடுத்தாது, தம் சந்தை இராணுவ நலன்களை உறுதிப்படுத்தும் இருப்புக்களைத் தொடர முயற்சிப்பது இன்றைய உலக அரசியலாக உள்ளது.

சீனா இன்று மேற்குலக 'பொதுவான நன்மை' (Common Good) யில் இணைதல் என்னும் உலக அரசியல் தத்துவத்தையே மாற்றும் தத்துவமாக முன்னெடுத்துள்ள 'பொதுவான வளர்ச்சியில்' (Common Prosperity) இணைதல் என்னும் தத்துவம், சிறீலங்காவில் உள்ள அதன் இறைமையுள்ள கொழும்புத் துறைமுக அபிவிருத்தி நகரில் அமெரிக்காவையும் முதலீட்டாளராக இணைத்தலை நடைமுறைச் சாத்திய மாக்குகிறது. அதாவது சீனாவின் புதிய கலப்புப் பொதுவுடமைத் தத்துவப்படி "தனி முதலாளிகளை உச்ச இலாபம் நோக்கி வளர

அனுமதித்து, அந்த இலாபத்தை பகிர்வதன் வழி புதிய வளர்ச்சிகளை ஏற்படுத்தி, அந்த வளர்ச்சிகளின் வழி மக்கள் பயன்பெற, அதன் மூலதன உடமையாளர்களாகச் சீனாவே தொடர்தல்" அமைகிறது.

இந்த புதிய அணுகுமுறையில் சீனாவின் மேலாண்மையும், உலக மூலவளங்களும், மனிதவளங்களும் பிரிக்க முடியா இணைப்பில் தொடரும். சீனாவின் இந்தப் புதிய கலப்புப் பொதுவுடமைத் தத்துவத்திற்கு ஏற்ப, சீனா குத்தகை முதலீடுகளாலும், படுகடன் பொறியாலும், இலங்கையின் தரையிலும், கடலிலும் மீயுயர் இறைமையுள்ள இறைமையாளராகத் தன்னையும் நிலைநிறுத்தியுள்ள இன்றைய நிலையில், சிறீலங்கா, அமெரிக்கா உட்பட்ட உலக நாடுகளையும் சிறீலங்காவில் முதலீடுகளை மேற்கொள்ள வைத்து தன்னை 'வங்குரோத்து' பொருளாதார நிலையில் இருந்து காப்பாற்றிக் கொள்வதே ராசபக்ச குடும்ப ஆட்சியின் இன்றைய 'காலுன்றல் அழைப்பு' இலக்கு. மேலும் சிறீலங்கா அரச தலைவர், ஐக்கிய நாடுகள் சபையினதும், அனைத்துலக சட்டங்களினதும் முறைமைகளுக்கு ஏற்ப தாங்கள் தங்களவில் செயற்படுவதாகக் காட்டும் உத்தியாகவே அமெரிக்க ஆதரவாளரான சுமந்திரன் வழி தமிழர் தேசியக் கூட்டணியினர் உடன் பேச்சுக்கள் நடாத்தி, ஈழத்தமிழர்களின் உரிமைகளை மிகமிக மட்டுப்படுத்தலையும் ஈழத்தமிழர்களே கண்ணியமான வாழ்வாக ஏற்கின்றார்கள்.

ஆதலால் இந்திய அரசின் தமிழர்களின் 'கண்ணியமான வாழ்வு'க்கான உரிமைகளை வழங்குவித்தல் என்னும் முயற்சியை முறியடித்தல், முதல் நோக்கு. ஐக்கிய நாடுகள் சபையின் மனித உரிமைகள் ஆணையகத்தின் சிறீலங்கா மேலான அனைத்துலகச் சட்ட மீறல்களுக்கான விசாரணக்கான சான்றாதாரங்களைத் திரட்டும் அலுவலகத்தின் வேலைத் திட்டங்களைத் தடைப்படுத்தவும் முடியும் என்பது இரண்டாவது நோக்கு. சுருக்கமாகச் சொன்னால், சிறீலங்காவின் காலுன்றல் அழைப்பு அரசியலுக்குச் சுமந்திரன் சம்பந்தர் கூட்டுக் 'கால்கழுவும் அரசியல்' மிகுந்த பயனை அளிக்கும் என்பது வெள்ளிடைமலை. இன்று மாறிவரும் புதிய உலக அரசியல் முறைமைக்குள் ஈழத்தமிழர்களின் அரசியல் உரிமைகள் உறுதிப்படுத்தப்பட வேண்டுமானால், ஈழத்தமிழ் மக்களின் முக்கிய தேவை ஆற்றலாளர்களின் அர்ப்பணிப்புடனான கூட்டுத்தலைமை. இதனை எவ்வளவு வேகமாக ஈழத்தமிழ் மக்கள் கட்டியெழுப்புவார்களோ அவ்வளவுக்குத்தான் ஈழத்தமிழர்களின் அரசியல் உரிமைகள் இந்தக் 'காலுன்றல்' 'கால் கழுவல்' அரசியல்களைத் தாண்டி உறுதிபெறும். ஏன்பதே இலக்கின் இவ்வார எண்ணம்.

60

ஆசிரியர் தலையங்கம் – இலக்கு மின்னிதழ்: 145

பாதிப்புற்று வாழ்ந்து வரும் ஈழத்தமிழர்களுக்காக எழுந்து நில்லுங்கள்!

ஈழத்தமிழர்களுக்காக எழுந்து நில்லுங்கள்: 30.08.2021 அன்று வலிந்து காணாமலாக்கப்பட்டமையால், பாதிப்புற்றவர்களின் ஐக்கிய நாடுகள் சபையின் பத்தாவது அனைத்துலகத்தினம்.

வலிந்து காணாமல் ஆக்கப்படல் என்பது, சமுதாயத்தில் பயங்கரவாதத்தைப் பரப்புவதற்கான தந்திரோபாயம் என்பது ஐக்கிய நாடுகள் சபையின் நிபுணர்களின் கருத்து.

இந்தச் செயற்பாட்டால் உணரப்படும் 'பாதுகாப்பின்மை' என்கிற உணர்வு, வலிந்து காணாமல் ஆக்கப்பட்டோரின் கிட்டிய குடும்பத்தினர்க்கு மட்டுமல்ல, அவர்கள் வாழும் சமூகத்திற்கும், அவர்களுடைய சமுதாயத்திற்கும் 'பாதுகாப்பின்மையை' ஏற்படுத்துகிறது.

அரசியல் எதிர்ப்பாளர்களை அடக்கி ஒடுக்குதல் என்பதே வலிந்து காணாமல் போகச் செய்வதைப் போக்காகக் கொண்ட அரசாங்கங்களின் தலைமை நோக்காக உள்ளது.

எனவே வலிந்து காணாமல் ஆக்கப்படுதலால் ஏற்படும் விளைவுகள் என்பன பாதிப்புற்றவர்களின் குடும்பப் பிரச்சினையாக மட்டுமல்லாமல், அவர்கள் வாழும் சமுதாயத்தின் பிரச்சினையாக மட்டுமல்ல, உலகின் அமைதிக்கும், பாதுகாப்புக்கும், வளர்ச்சிக்கும் பங்கம் விளைவிக்கும் அனைத்துலகப் பிரச்சினையாகவும் உள்ளது.

இதனால் 'வலிந்து காணாமலாக்குதல்' என்னும் செயற்பாடு

நடந்து முடிந்த குற்றச்செயல் அல்ல. நாளாந்தம் மக்களை இனங்காணக் கூடிய அச்சத்துள் வைத்து, அவர்களின் அரசியல் பணிவைப் பெறும் அரச தந்திரோபாயம்.

ஆகவே, இதனைச் செய்யும் எந்த அரசாங்கத்தையும் அனைத்துலக நாடுகளும், அமைப்புக்களும் ‘பொறுப்புக்கூறல்’ வழி நீதியை நிலைநிறுத்திப் பாதிப்புற்றவர்களுடைய புனர்வாழ்வையும், புனரமைப்பையும் உறுதி செய்யுமாறு வற்புறுத்தும் நாளாகவே 2011 முதல் இன்று வரை பத்து ஆண்டுகள் இந்த அனைத்துலக நாள் திகழ்ந்து வருகிறது.

அதிலும் சிறப்பாக 2017ஆம் ஆண்டின் இந்நாளில் “காணாமலாக்கப்பட்டோருக்காக எழுந்து நில்லுங்கள்” என ஐக்கிய நாடுகள் சபை உலக மக்களை பகிரங்கமாக அழைத்தது.

வலிந்து காணாமலாக்கப்படுதல் என்னும் இந்த மனித உரிமைகள் வன்முறைப் படுத்தல் “எந்த நேரத்திலும் வரலாம் – பெரும்பாலும் அடையாளத் தகடு இல்லாத வாகனத்தில் வரலாம் – சாதாரண உடை அணிந்தவர்களால் ஏற்படுத்தப்படலாம்” என ஐக்கிய நாடுகள் சபை நிபுணர்கள் விபரித்துள்ளனர்.

இதனைப் படிக்கும் எந்த ஈழத்தமிழருக்கும், ஈழத்தில் சிறீலங்கா அரசாங்கம், இந்த ‘வலிந்து காணாமலாக்குதல்’ என்னும் அரச தந்திரோபாயத்தை, ஈழத்தமிழின அழிப்புச் செயற்பாட்டின் ஒரு அங்கமாக, 1970களில் அரசியல் விழிப்புணர்வுள்ள ஈழத்தமிழ் இளையவர்களை தனது பொலிசாரையே இராணுவத்திற்கான செயற்பாடுகளைச் செய்யப் பணித்து, கைதாக்கி, வலிந்து காணாமலாக்கலைத் தொடங்கியது முதல் இன்று வரை, அரை நூற்றாண்டு காலம் தொடர்ச்சியாகச் செயற்படுத்தி வருவது நினைவுக்கு வருகிறது.

இந்த மனிதாயத்திற்கு எதிரான குற்றச் செயலில் இருந்து ஈழத்தமிழ் மக்கள் தங்களைத் தாங்களே பாதுகாத்துக் கொள்வதற்காகத் தேசியத் தலைவர் வேலுப்பிள்ளை பிரபாகரன் அவர்கள் தலைமையில் 1978 முதல் அரசு நோக்கிய அரசாக தம்மை வெளிப்படுத்தினர். பாதுகாப்பான அமைதியில் வளர்ச்சிகளுடன் வாழ்வதற்கான தங்களின் இந்த முப்பத்தொரு ஆண்டுகால அரசு நோக்கிய அரசு மூலம், இரு அரசுகளை ஒரு தீவில் இயல்பாகவே கொண்டதாக இலங்கை பிரித்தானியக் காலனித்துவக் காலம் வரை இருந்து வந்த வரலாற்றையும் மீள் உறுதிப்படுத்தினர்.

இந்த ஈழத் தமிழர்களின் அரசு நோக்கிய அரசையே சிறீலங்கா 2009ஆம் ஆண்டு முள்ளிவாய்க்கால் ஈழத்தமிழின அழிப்பு மூலம் தனது படைபலத்தால் ஆக்கிரமித்து, இன்று வரை 12 ஆண்டுகள் வலிந்து காணாமலாக்கப்பட்டோருக்கான நீதியையோ பாதிப்புற்றவர்களின் குடும்பத்தினர்க்கான பாதுகாப்பான அமைதி வாழ்வையோ, வளர்ச்சியையோ அனுமதிக்க மறுத்து வருகிறது.

மாறாக ஐக்கிய நாடுகள் மனித உரிமைகள் ஆணையகம் மனிதாயத்திற்கு எதிரான மனித உரிமைகள் வன்முறை, யுத்தக் குற்றச் செயல்களைச் செய்தவர்கள் என விசாரிக்கப்பட வேண்டுமெனப் பட்டியலிட்ட சிறீலங்காப் படையினரை மக்களை ஆளும் நிர்வாக அதிகாரிகளாக நியமித்து, யுத்தம் முடிந்த பின்னரே பெரும்பாலும் காணாமாலாக்கப்பட்டோரை யுத்தகால விளைவுகள் என விசாரணைகளை அனைத்தையும் முடிவுக்குக் கொண்டு வரும் முயற்சிகளில் சிறீலங்கா இன்றைய அரச அதிபர் கோட்டாபய ராஜபக்ச அனைத்துலகச் சட்டங்களை மீறும் குற்றவாளியாகத் தன்னைப் பகிரங்கப்படுத்தி வருகிறார்.

ஆயினும் இந்த மனிதாயத்திற்கு எதிரான குற்றச் செயலைத் தொடரும் சிறீலங்காவை ஐக்கிய நாடுகள் சபையோ, உலக நாடுகளோ இதுவரை வற்புறுத்தல் இல்லாத மென்மையான போக்கின் வழியாகவே பொறுப்புக் கூறுமாறு வேண்டி வருகின்றன.

இதனால் ஊக்கமடைந்து வரும் சிறீலங்கா, தங்களுடைய கிட்டிய குடும்ப உறுப்பினர்களுக்கு என்ன நடந்தது எனப் பாதிக்கப்பட்டவர்கள் 2009 முதல் இன்று வரை பன்னிரு ஆண்டுகள் நடாத்தி வரும் தொடர் போராட்டங்களுக்கு, எந்த ஆக்கபூர்வமான நடவடிக்கை எதையுமே இதுவரை செயலில் செய்யாது, உரிமைக்காகப் போராடி வரும் இவர்களில் பலரின் உயிரிழப்புகளுக்கும் காரணமாகி நிற்கிறது.

இந்தச் சூழலில்தான் 2021ஆம் ஆண்டுக்கான அனைத்துலக வலிந்து காணாமலாக்கப் பட்டோருக்கான நாள் 30.08.2021இல் இடம்பெறுகிறது. இந்நாளில் உலகெங்கும் உள்ள ஈழத் தமிழர்களும், தமிழக உடன்பிறப்புகளும் ஈழத்தமிழர்களில் வலிந்து காணாமலாக்கப் பட்டமையால், பாதிப்புற்று கடந்த 12 ஆண்டுகாலமாக வலிசுமந்து வாழ்ந்து வருபவர்களுக்காக எழுந்து நில்லுங்கள்; துணிந்து நில்லுங்கள்; தொடர்ந்து குரல் கொடுங்கள் என இலக்கு பகிரங்க அழைப்பு விடுக்கிறது.

61

ஆசிரியர் தலையங்கம் – இலக்கு மின்னிதழ்: 144

ஈழத்தமிழ் மக்களுக்கான சிறீலங்காவின் முக்கோண வலைப்பின்னல்

ஸ்கொட்லாந்து காவல்துறையினர் சிறீலங்கா காவல் துறையினருக்கு ஐக்கிய இராச்சியத்தில் பயிற்சிகள் அளிப்பதை மீள்பரிசீலனை செய்ய வேண்டும் என்னும் பலத்த கோரிக்கை, பிரித்தானியாவின் நான்கு முக்கிய மனித உரிமை ஆர்வலர் அமைப்புக்களால் ஸ்கொட்லாந்தின் நீதிக்கான அமைச்சரவைச் செயலாளர் கெய்த் பிரவுண் அவர்களிடம் எழுப்பப்பட்டு, அதன் பிரதிகள் ஸ்கொட்லாந்தின் தலைமை காவல்துறை அதிகாரி இயன் லிவ்விங் ஸ்டோன் அவர்களுக்கும், ஸ்கொட்லாந்தின் காவல்துறை அதிகார சபையின் தலைவர் மார்டின் இவன்ஸ் அவர்களுக்கும் அனுப்பப்பட்டுள்ளது. பிரித்தானிய மனித உரிமைகள் கண்காணிப் பகத்தின் இயக்குநர் யஸ்மின் அகமட், சித்திரவதைகளிலிருந்து விடுதலை பெறுவதற்கான கொள்கைகள் வழிநடத்தல்கள் அமைப்பின் இயக்குநர் ஸ்டீவ் கிரஸோ, ஸ்கொட்லாந்தின் பக்ஸ் கிறிஸ்டி அமைப்பைச் சேர்ந்த மரியன் பலிஸ்டர், சிறீலங்காவில் நீதிக்கும் அமைதிக்குமான பரப்புரை அமைப்பின் இயக்குநர் மெலிசா டிரிங், ஆகியோர் இந்த கோரிக்கை மனுவில் கையொப்பமிட்டுள்ளனர். இது உலக அளவில் ஈழத்தமிழ் மக்களுக்கான நீதியும், இலங்கை மக்களுக்கான மனித உரிமைகளும் பாதுகாக்கப்பட வேண்டுமென்ற உலக மக்களின் ஆர்வம் தணியாது தொடர்வதை எடுத்துக் காட்டுகிறது.

ஐக்கிய நாடுகள் சபையின் மனிதஉரிமைகள் ஆணையகத்தின் சிறீலங்கா மீது குற்றவியல் நீதிமன்ற விசாரணைகளைத்

தொடங்குவதற்கான தரவுகள், சான்றாதாரங்களை ஆவணப்படுத்தும் அலுவலகத்திற்கான செயற்பாட்டு நிதிக்கான முதல் கட்ட நிதியளிப்பை பிரித்தானிய அரசாங்கம் கோவிட் 19 இன் பொருளாதார நெருக்கடிகளுக்கு மத்தியிலும், இவ்வாண்டின் நடுப்பகுதியில் உறுதி செய்தமை, உலக நாடுகளும், அமைப்புக்களும் சிறீலங்காவைப் பொறுப்புக் கூற வைப்பதில் காட்டி வரும் அக்கறையை, கோவிட் 19 மற்றும் அமெரிக்காவின் புதிய ஆட்சி மாற்றம் என்பன பெரிதாகப் பாதிக்கவில்லை என்பதையும் உறுதி செய்துள்ளது.

இவ்வாறான ஈழத்தமிழ் மக்களுக்கும், பாதிக்கப்பட்ட இலங்கை மக்களுக்குமான உலகின் நீதி வழங்கு முயற்சிகளை சிதைப்பதற்கான திட்டம், கடந்த வாரத்தில் சிறீலங்காவின் அமைச்சரவையில் அவசர அவசரமாக ஏற்படுத்தப்பட்ட முக்கோண வலைப்பின்னல் அமைச்சரவை மாற்றத்தின் மூலம் வேகப்படுத்தப்பட்டுள்ளது.

இந்த முக்கோண வலைப்பின்னல் அமைச்சரவை மாற்றத்தின் மையப்புள்ளியாக ஜி.எல்.பீரிசு கட்டமைக்கப்பட்டு உள்ளார். இவருக்கான பணியாக முன்னை போலவே ஈழத்தமிழர்கள் மேல் மேற்கொள்ளப்படும் இனஅழிப்பு அரசியலை இவரது சட்ட முனைவர், சட்டப் பேராசிரியர் என்ற சட்டப்பலம் கொண்டு, நியாயப்படுத்தி உலக நாடுகளும், இந்தியாவும் தமிழர்களின் கண்ணிய வாழ்வைச் சிறீலங்கா முன்னெடுக்க வேண்டும் என முன்வைக்கும் நிபந்தனைகளைப் பேரம் பேசுவதால், தளர வைப்பதாக அமையும் என எதிர்பார்க்கப்படுகிறது.

முக்கோண வலையின் உச்சப் புள்ளியாகச் சிறீலங்காவின் இன்றைய அரச அதிபர் கோட்டாபய இராசபக்ச விளங்குகின்றார். முக்கோண வலைப்பின்னலில் இவரது பணியாக பசில் இராசபக்ச அமெரிக்க ஆதரவையும், மகிந்த ராசபக்ச இந்திய ஆதரவையும் பெருக்கும் பொழுது, சீனா முகம் கோணாது பாதுகாக்கும் வகையில் சீனப்பிரதமர் லீ கெகியாங் அவர்களின் சிறீலங்காவுக்கான செப்டெம்பர் வருகையைப் பயன்படுத்துவதாக அமையும் என எதிர்பார்க்கப்படுகிறது.

முக்கோண வலையின் அடிக்கோட்டின் வலது மூலையாக பசில் ராசபக்ச மேற்குலகத் தொடர்புக்கான பலமான புள்ளியாக அமைக்கப்பட்டுள்ளார். கெரவலபிட்டி திரவ இயற்கைவாயுத் திட்டத்தை அமெரிக்காவுக்கு வழங்குவதுடன், அமெரிக்க மூலதன நகர்வை இலங்கைக்குள் இழுத்து வரத் தொடங்கும் இவரது முயற்சி, சீனாவின் கொழும்புத் துறைமுகத் திட்டதில் அமெரிக்காவுக்கும் பங்கேற்பு உரிமை அளித்து, சீன – அமெரிக்க – சிறீலங்கா

நட்புறவுத் தளமாக கொழும்புத் துறைமுகத் திட்டத்தை மாற்றி, இந்திய அழுத்தத்தைச் சமாளிக்க உதவுவதாக அமையும் என எதிர்பார்க்கப்படுகிறது.

முக்கோண வலையின் அடிக்கோட்டின் இடது மூலையாக பிரதமர் மகிந்த ராசபக்ச இணைக்கப்பட்டுள்ளார். இவரது பணியை உற்சாகப்படுத்தும் செயல்களாக இந்தியா ஏற்க மறுத்த இந்தியாவிற்கான சிறீலங்காத் தூதுவராக சிறீலங்கா நியமித்த மெலிந்த மொரகொடவை இந்தியா ஏற்றுள்ளமையும், கல்கத்தாவில் சிறீலங்காவின் மூன்றாவது துணைத் தூதரகத்தை அமைக்க அனுமதியளித்தமையும் அமைகிறது.

இவ்வாறு சிறீலங்கா மிகவும் கவனமாகத் தனது ஆற்றலாளர்களை எல்லாம் ஒருங்கிணைத்து, ஈழத்தமிழ் மக்களுக்கு உலகின் நீதி கிடைப்பதையும் தாமதப்படுத்த எடுக்கும் முயற்சிகளுக்கு இந்தியா உட்பட உலக நாடுகளிலும், சிறீலங்காவுக்குச் சாதகமான நகர்வுகள் தென்படும் இந்நேரத்தில், யாழ்ப்பாண மாநகரசபை சிறீலங்காவைக் குற்றவியல் நீதிமன்ற விசாரணைக்குப் பாரப்படுத்தப்பட வேண்டும் என்னும் முக்கிய தீர்மானத்தை நிறைவேற்றியுள்ளது. இதனை உலகத் தமிழர்கள் தங்கள் தீர்மானமாக எவ்வளவுக்கு முன்னெடுப்பார்களோ அவ்வளவுக்குத்தான் சிறீலங்காவின் முக்கோண ராசதந்திர வலைப்பின்னலை அறுத்து, ஐக்கிய நாடுகள் சபையின் மனித உரிமைகள் ஆணையகத்தின் முயற்சிகள் சரியான நேரத்தில் சரியான முறையில் அமைய உதவ முடியும். இதற்கு உலகெங்கும் உள்ள மனித உரிமை ஆர்வலர்கள், அமைப்புக்கள் உடன் தொடர்புகளை மேற்கொள்ளக் கூடிய ஈழத் தமிழர்களின் உலக குடைநிழல் அமைப்பு ஒன்று தாமதமின்றி கட்டமைக்கப்பட வேண்டிய தேவையுண்டு என்பதே இலக்கின் எண்ணம்.

62

ஆசிரியர் தலையங்கம் – இலக்கு மின்னிதழ்: 143

சனநாயகப் போராட்டங்களைப் பயங்கரவாதத்துள் அடக்கச் சிறீலங்கா பெருமுயற்சி

சட்டவாக்கம், நிர்வாகம், சட்ட அமுலாக்கம் என்னும் சனநாயக ஆட்சியின் மூன்று வலுக்களையும் ஒரே வலுவாக, வலுவேறாக்கமின்றித் தன்னிடத்திலேயே குவித்துக் கொள்ளும் எந்தக் கட்டமைப்பும் சர்வாதிகார ஆட்சியினைப் பாராளுமன்றத்தின் வழி நிறுவிக் கொள்ளும்.

இதற்கு கடந்த நூற்றாண்டின் தொடக்கக் கால உதாரணமாக ஹிட்லரும், இந்த நூற்றாண்டின் தொடக்கக் கால உதாரணமாகச் சிறீலங்காவின் அரச அதிபர் கோட்டாபய ராசபக்சவும் உலக வரலாற்றில் இடம் பிடித்துள்ளனர்.

பாராளுமன்றத்தின் மூலமே ஹிட்லரைப் போல சர்வாதிகாரத்தை, தனது ஆட்சியாக வெளிப்படுத்தும் இன்றைய சிறீலங்கா அரச தலைவர் கோட்டாபய, தனது ஆட்சிக்கு எதிரான மக்களின் சனநாயகப் போராட்டங்களை ஒடுக்குவதற்கு எடுத்துள்ள புதிய அரசியல் செயற்பாடே பயங்கரவாதத் தடைச் சட்டத்தை நிபுணத்துவர்களின் விதந்துரையின் பேரில் திருத்துதல் என்னும் இன்றைய முயற்சி.

பாராளுமன்றக் கொடுங்கோன்மை மூலம் தாம் நடத்திய ஈழத்தமிழின அழிப்பை நாட்டின் இறைமைக்கும், ஒருமைப்பாட்டுக்கும், தேசிய பாதுகாப்புக்கான செயற்பாடு எனக் கடந்த பன்னிரண்டு ஆண்டுகளாக நியாயப்படுத்தி, அனைத்துலக சட்டங்களிலிருந்து தம்மைக் காப்பாற்றிக் கொள்ள முயன்று வரும் ராசபக்ச குடும்ப ஆட்சியாளர்கள்,

இன்று ஐரோப்பிய ஒன்றியத்தின் பயங்கரவாதத் தடைச் சட்டம், வரிச் சலுகைகளுக்கான முன்நிபந்தனையாக வைக்கப்படும் ஒழுங்காற்று நடவடிக்கையைச் சமாளிப்பதற்கான புதிய முயற்சியாக, இந்த நிபுணத்துவப் பரிந்துரைகளின் வழி தங்களின் விருப்புக்கு ஏற்ப பயங்கரவாதத் தடைச் சட்டத்தை திருத்தும் செயற்பாட்டைத் தொடங்கியுள்ளது.

இந்த நிபுணத்துவக் குழு எதனைச் செய்ய வேண்டும், எப்படிச் செய்ய வேண்டும் என்பதைப் பாராளுமன்ற வழிச் சர்வாதிகாரியாகத் தன்னை வளர்த்து வரும் கோட்டாபய ராசபக்ச, தானும் தனது நீதித்துறை அமைச்சரான அலிசப்ரியும், தனது வெளியுறவு அமைச்சரான தினேஸ் குணவர்த்தனாவும் இணைந்து தயாரித்த நெறிப்படுத்தல் அறிக்கை மூலம் தெளிவாக்கி, அதனையே தங்கள் அறிக்கை என இந்த நிபுணத்துவக் குழுவிடம் கையளித்து, அதனைப் பரிந்துரைக்குமாறு மூன்று மாதகால எல்லையினையும் வரையறுத்துள்ளனர்.

இந்த வகையில், பரிந்துரைப்புக்கான நிபுணர்களாக அரசால் நியமிக்கப் பட்டவர்களுக்குக் கூட சுதந்திரமாக அதனைச் செய்யும் உரிமை மறுக்கப் பட்டுள்ளதை, உலகுக்கு உலகத் தமிழர்கள் தெளிவாக்கி, மக்கள் சனநாயகப் போராட்டங்களைப் பயங்கரவாதத்துள் உள்ளடக்கி, ஆயுத படைபலம் கொண்டு, போராட்டங்களை ஒடுக்கும் சட்டவாக்க முயற்சியே இந்த நிபுணத்துவக்குழுப் பரிந்துரை நாடகத்தின் உள்நோக்கு என்பதை உலகுக்குத் தெளிவுபடுத்த வேண்டும்.

அதுவும் 2009இல் ஈழத்தமிழின அழிப்பினைச் சிறீலங்கா முள்ளிவாய்க்காலில் நடத்தியதன் பின்னர், துப்பாக்கிகள் மௌனிக்கின்றன எனத் தங்கள் ஆயுத எதிர்ப்பை நிறுத்தி, சனநாயக வழிகளில் மீண்டும் தங்கள் அரசியல் உரிமைகளை அடையப் போராடிவரும் ஈழத் தமிழர்களுக்கான சனநாயகப் போராட்ட மறுப்பு முயற்சியே இந்த பயங்கரவாதத் தடைச் சட்டத்தைத் திருத்துதல் என்பதன் தலைமை நோக்கு.

ஈழத் தமிழர்களையும், முஸ்லிம் மக்களையும் இலக்கு வைத்து நடத்தப்படும் எந்தச் சிங்கள பௌத்த சட்டவாக்கங்களையும் சிறுபான்மையினத்தவர்களையே அமைச்சர்களாகக் கொண்டு நிறைவேற்றுவிப்பது, சிங்கள பௌத்த பேரினவாதத்தின் நீண்டகால உத்தி. அந்த வகையில்தான் முஸ்லிமான அலிசப்ரி அவர்களையே நீதி அமைச்சராக வைத்து மேற்கொள்ளப்படும் இந்த முயற்சியில், இலங்கையின் இனத்துவச் சிறுபான்மையினங்களாக உள்ள ஈழத்

தமிழர்களின் அனைத்துலகத் தொடர்பும், முஸ்லிம்களின் மதச் சுதந்திரத்தை மதிக்கும் சட்டங்களும் ஒரே கல்லில் இருமாங்காய்களாக வீழ்த்தப்படுகின்றன. இதற்கான மூன்று பரப்புக்களாக இணையவழி, கறுப்பு பண மோசடி, மெய்நிகர் நாணய அம்சங்கள் என்ற மூன்றும் அமைச்சர்களின் அறிக்கையில் கட்டமைக்கப்பட்டுள்ளன. இவற்றில் குற்றங்கள் இடம்பெற்றால், சட்ட அமுலாக்கத்திற்கு நாட்டில் உள்ள சட்டங்களே போதியதாக உள்ள நிலையில், அவற்றைப் பயன்படுத்திச் சட்டத்தின் முன் அனைவரும் சமம் என்ற சட்டப் பாதுகாப்புடன், உரிய நீதித்துறை நடவடிக்கைகள் மூலம் அதனை மேற்கொள்ளாது, இவற்றை நாட்டின் இறைமைக்கும், ஒருமைப்பாட்டுக்கும், தேசிய பாதுகாப்புக்கும் எதிரான செயற்பாடுகள் என பூதாகாரப்படுத்தி, அதன் பின்னணியில் சட்டத்தின் ஆட்சியை தங்கள் கைகளில் மேலும் எடுத்துக் கொள்வதே இந்த நிபுணத்துவப் பரிந்துரைக் குழு முயற்சியின் உள்நோக்கு என்பதை உலகத் தமிழர்களும், முஸ்லிம்களும் இணைந்து வெளிப்படுத்த வேண்டிய காலமிது.

உண்மையில் அனைத்துலகச் சட்டங்களுக்கு அமைவான பாராளுமன்ற ஆட்சி முறைமை ஒன்றைச் சிறீலங்காவில் தோற்றுவிக்க ஐக்கிய நாடுகள் சபையும், உலக நாடுகளும் முயற்சிக்கும் ஒவ்வொரு முறையும் அதனை நீர்த்துப்போகச் செய்யும் முயற்சியில் சிறீலங்கா ஈடுபட்டு, கடந்த பன்னிரண்டு ஆண்டுகளாக உலக மக்கள் இனத்தின் தொன்மையும், தொடர்ச்சியுமான இறைமையுடன் ஈழத்தில் வாழ்ந்து வரும் ஈழமக்களின் நிலைமாற்று நீதியையும், புனர்வாழ்வு, புனர்நிர்மாண வாழ்வியல் முயற்சிகளையும் இவ்வாறான நரித்தந்திர, ராஜதந்திர முயற்சிகள் மூலம் தடுத்து வருவது சிறீலங்காவின் அரசியல் வரலாறாக உள்ளது.

இதனை பிரித்தானியா, இந்தியா உட்பட்ட ஈழத் தமிழர்களின் வரலாற்றுடன் தொடர்பு கொண்ட நாடுகள் உட்பட அனைத்து உலக நாடுகளும், உலக அமைப்புக்களும் கவனத்தில் எடுத்து, பயங்கரவாதத் தடைச் சட்டத்தை திருத்துதல் என்ற நாடகத்தை விடுத்து, அதனை இரத்து செய்யுமாறு சிறீலங்காவுக்கு அழுத்தம் கொடுத்தாலே, மக்களின் அடிப்படை மனித உரிமைகளும், சனநாயகமும் பாதுகாக்கப்படும் என்பதே இலக்கின் எண்ணமாக உள்ளது.

63

ஆசிரியர் தலையங்கம் – இலக்கு மின்னிதழ்: 142

வெந்து தணியாது காடு

இவ்வாரத்தில் உலகில் காடுகள் தீப்பிடித்து எரிகின்ற பிரச்சினை பெரிதாகப் பேசப்பட்டுக் கொண்டிருக்கிறது. அதுவும் கிரீஸில் தலைநகரை காட்டுத்தீ நெருங்குகிறது என்ற அச்சத்துடன் மக்கள் நீர்கொண்டு நெருப்பணைக்கக் கடும் போராட்டம் நடத்திக் கொண்டிருக்கின்றனர். உலக நாடுகளின் தீயணைப்புப் படையினரும், அறிவியலின் உயர் தொழில் நுட்பங்களும் இணைந்து, காட்டுத் தீயினை நாட்டுத் தீயாக மாறாது, தடுக்க மிகப் பெரிய மனித உழைப்பை உலக நிதி வளங்களின் துணையுடன் செலவிட்டுக் கொண்டிருக்கின்றன.

இயற்கைப் பேரழிவு தரும் இந்தக் காட்சியானது தமிழீழத் தாயகத்தை சிறீலங்கா அரசு எறிகணை வீச்சுக்களாலும், குண்டு வீச்சுக்களாலும் எரித்தழித்த காட்சிகளை மனக்கண் முன் நிறுத்துகிறது. காட்டை மட்டும் அல்ல, வீட்டையும் எரித்தார்கள். வீட்டை மட்டுமல்ல, நாட்டையே எரித்தார்கள். ஆனால் இன்று எரித்தவர்கள் "விழ விழ எழுவோம்" என்னும் புதுவையின் கவிமொழி தமிழீழத்தின் எருவையும் பசுமை கொள்ள வைக்கும் என்ற உண்மையைக் கண்டு கொண்டனர். இன்று முள்ளி வாய்க்கால் ஈழத் தமிழன அழிப்பின் 12 ஆண்டுகளின் பின்னரும் வெந்து தணிந்தது காடு என்ற பாரதியின் சுதந்திர வெம்மையையே, அவன் காலமாகிய நூற்றாண்டு ஆண்டாகிய இவ்வாண்டில் ஈழத்தமிழ் மக்கள் வென்று, வெந்து தணியாது காடு என்னும் புதிய தத்துவத்தை உருவாக்கி நிற்கின்றனர். தம் நாடு மீண்டும் பசுமையுடன் எழும் என்னும் உறுதியின் உறைவிடங்களாக உலகெங்கும் ஈழமக்கள் உலாவிக் கொண்டிருக்கின்றனர். ஈழத்

தமிழரின் இந்த உலகளாவிய தாயக விடுதலையை நெஞ்சினில் ஏந்தி வாழும் வாழ்க்கை, ஈழத்தில் தமிழர்களின் இருப்பை 'ஒருநாடு ஒரு சட்டம்' என்ற சர்வாதிகாரச் சிங்கள பௌத்த பேரினவாத அரச கொள்கையால் இன்று அழிக்க முறப்படுவதை, ஒரு பொழுதும் வெற்றி பெற அனுமதியாது என்பது உறுதியிலும் உறுதி.

அதுமட்டுமல்ல, ஈழத்தமிழ் மக்களின் பாதுகாப்புத் திறனைச் சிங்கள அரசாங்கங்கள் உலக அரசாங்கங்களுடன் சேர்ந்து படைபலம் கொண்டு, பின்னடைய வைத்ததின் விளைவாக இன்று ஒவ்வொரு சாதாரணச் சிங்களக் குடியும் தனது பாதுகாப்பை இழந்து, ஒரு குடும்ப மாட்சிக்கான ஆட்சியின் விரிவாக்கத்துள் தங்கள் இறைமையையே பிறநாடுகளிடம் இழந்து கொண்டிருக்கிற பேரபாயத்துள் சிக்குண்டு திணறுகின்றனர்.

இந்திய பிராந்திய வல்லாண்மை கூட ஈழத் தமிழர்களின் அரசியல் எதார்த்தத்தை ஏற்று, வளர்க்காது விட்டதன் விளைவு 2009ஆம் ஆண்டின் முள்ளிவாய்க்கால் ஈழத் தமிழின அழிப்புடன் ஈழத் தமிழர்களின் துப்பாக்கிகள் மௌனித்ததின் பின்னர் தென்னிந்திய இந்துமா கடலில் தனது துப்பாக்கிகளை மௌனிக்க வைக்கும் அளவுக்குச் சீன வல்லாண்மையின் வளர்ச்சிக்குச் சிறீலங்காவின் சிங்கள பௌத்த மேலாண்மை துணை போயிருப்பதைக் காண்கின்றது.

சோழரின் புலிக்கொடி ஈழமக்களின் தாயகக் கொடியாக மீண்டும் ஆழக்கடல் மீது அசைந்து கொண்டிருந்த காலத்தில் காணாத கோலங்களை எல்லாம் இன்று இந்தியா தென்னிந்தியக் கடலில் காண்கின்றது. தமிழிலே உள்ள 'சிறுதுரும்பும் பல்குத்த உதவும்' என்ற ஆழமான வழக்கு மொழி மக்கள் தொகையில் பெரும்பான்மை யினர்க்கும், மக்கள் தொகையில் சிறுபான்மையினரின் தேவையின் முக்கியத்துவத்தை நெஞ்சிருத்தும் பழமொழி.

இன்றைய வரலாற்று மாற்றங்கள் உலகுக்கும் சிங்களவர் களுக்கும் ஒரு செய்தியைத் தெளிவாகச் சொல்கிறது. ஈழத் தமிழர்களின் இறைமையையும் தன்னாதிக்கத்தையும் பாதிப்படையச் செய்யும் ஒவ்வொரு செயற்பாடும் உங்களின் பாதுகாப்பான அமைதியையும் சீர்குலைக்கும் என்பதே அச்செய்தி.

ஏனெனில் ஈழமக்களின் மண்; தமிழீழத் தாயகம். அந்த தமிழீழத் தாயகத்தின் கடல் இந்துமா கடல். ஈழமக்களுடனான தமிழக மக்களுடனான, தென்னிந்திய மக்களுடனான வர்த்தகத்

தொடர்புகள்தான், இந்துமா கடல் வழியாக ஐரோப்பிய உலக மயமாக்கலுக்கும், அனைத்துலக வர்த்தக எழுச்சிக்கும் மட்டுமல்ல, பிரித்தானியப் பேரரசின் உலகப் பேரரசுத் தன்மைக்கும் உதவின என்பது உலக வரலாறு.

எனவே இலங்கைத் தீவினைத் தாயகமாகக் கொண்ட ஈழத் தமிழர்களும், தாங்கள் உலகுக்கும் இலங்கைத் தீவுக்கும் பங்களிப்புகள் செய்த உரிமையுள்ள உலக இனத்தவர் நாட்டினத்தவர் என்ற உரிமையுடன் தங்கள் தாயக தேசிய தன்னாட்சி உரிமைகளை தங்கள் வெளியக தன்னாட்சியின் அடிப்படையில் மீள நிறுவுவதற்கு இந்தியா, பிரித்தானியா உட்பட்ட உலக நாடுகள் அனைத்தையும் அணுகி, கெஞ்சாது சமத்துவமாகக் கொஞ்சிடும் உறவை வளர்த்து, தங்களது தமிழீழ மண்ணையும், மக்களையும் காத்திடுமாறு உரையாடல்களை நிகழ்த்துவது இன்றைய காலத்தின் தேவையாகவுள்ளது.

64

ஆசிரியர் தலையங்கம் – இலக்கு மின்னிதழ்: 141

ஒன்றிணைத்துப் பாதுகாப்பதே தலைமைத்துவம்

சிறீலங்காவில் ஈழத் தமிழினத்தின் இருப்பையும், அடையாளத்தையும் இல்லாது ஒழிப்பதற்கான அத்தனை நடவடிக்கைகளையும் சிங்களப் பெரும்பான்மை அரசாங்கங்கள் 1921 முதல் கடந்த ஒரு நூற்றாண்டாக தமது அரசியற்செயற்திட்டமாக முன்னெடுத்து வருகின்றன.

பிரித்தானியக் காலனித்துவ அரசாங்கம் 1821இல் சட்ட நிரூபண சபையில் சிங்களப் பெரும்பான்மை வழி சட்டவாக்கங்கள் நடைபெறுவதற்கு வழி செய்த 'மன்னிங்' அரசியல் சீர்திருத்தத்தைக் கொண்டு வந்தது.

இதன் விளைவாக தமிழர்களுக்குத் தங்களது தாயகத்தில் தங்களது இறைமையை சிங்களவர்கள் மேலாண்மை செய்யும் நிலை வளரத் தொடங்கியது. நூறு ஆண்டுகளாக இலங்கையில் வாழ்விடம் கொண்ட மலையகத் தமிழ் மக்களுக்கு, தங்களால் உருவாக்கப்பட்ட பெருந் தோட்டத்துறையையே தனது பொருளாதார வளர்ச்சியின் அச்சாணியாகக்கொண்டிருந்த இலங்கையில், நாடற்றவர்கள் என்ற நிலை வளரத் தொடங்கியது. தமிழ் பேசும் முஸ்லீம் மக்களுக்கும் சமத்துவமற்ற, அச்சப்பட்ட வாழ்வு தொடரத் தொடங்கியது.

இவைகளின் தொடர்ச்சியாகவே இன்று வரை இலங்கைத் தீவில் மூவகைத் தமிழ் பேசும் மக்களுக்குமான பிரச்சினைகள் அமைகின்றன.

ஆனால் இந்தக் காலனித்துவப் பிரச்சினைகளை அனைத்துலக நாடுகள், அமைப்புக்கள் தலையிட்டுத் தீர்க்க விடாது சிறுபான்மையினப் பிரச்சினைகளாகவோ, இலங்கையின் இறைமைக்கும் ஒருமைப்

பாட்டுக்கும் எதிரான பிரச்சினையாகவோ சிறீலங்கா பரப்புரை செய்கிறது. மக்கள் போராட்டங்களைப் பயங்கரவாதப் போராட்டங்கள் என முத்திரை குத்துகிறது. உரிமைகளை மீளப்பெறும் முயற்சிகளை பிரிவினைவாதம் என திரிபுவாதம் செய்கிறது. இந்த உண்மைகளை இன்றைய உலகுக்கு உலகத் தமிழர்கள் விரைவாகவும் தெளிவாகவும் உறுதியாகவும் எடுத்து ரைக்க வேண்டிய காலமிது.

2021, ஆகஸ்ட் மாதம் 15ஆம் திகதியுடன் ஈழத் தமிழர்கள் தங்களுக்கான தன்னாட்சி உரிமையை மீட்டெடுப்பதற்கான அரசியல் போராட்டத்தைத் தொடங்கி ஒரு நூற்றாண்டு நிறைவுக்கு வருகிறது. 15.08.1921இல் யாழ்ப்பாணத்தில் நடந்த கூட்டத்தில் நிறுவப்பட்ட தமிழர் மகாஜனசபை "இலங்கையில் ஒவ்வொரு இனரீதியான சங்கமும் நாட்டின் தன்னாட்சியினால் தனது இனத்துக்குக் கிடைக்க வேண்டிய நலன்களை அடைவதற்காக உழைக்கின்றது. எமது தமிழ் மகாஜன சபையினது நோக்கமும் இதுவே" எனத் தெரிவித்ததாக அக்காலத்து உதயதாரகை பத்திரிகை தனது ஆசிரியர் தலையங்கத்தில் எழுதியுள்ளது. "சிங்களச் சிங்கமும் தமிழ் ஆட்டுக் குட்டியும் அக்கம் பக்கமாய் படுக்கலாம். ஆனால் பின்னையது முன்னையதினால் விழுங்கப்படக்கூடாது" என சாதாரண தமிழ் மக்களுக்கு விளங்கக் கூடிய வகையில் தமிழரின் தன்னாட்சி உரிமை மீட்கப்பட வேண்டிய முக்கியதேவையை அக்காலத்து அரசியல் தலைமைகளில் ஒருவராகிய ஜே.வி.பி. செல்லையா எடுத்துரைத்திருந்தார்.

மக்களை ஒருங்கிணைத்து பாதுகாத்தல் என்னும் தலைமைத்துவம் 1921இல் தோன்றி 57 ஆண்டுகளின் பின்னர், 1978இல், தேசியத் தலைவர் வேலுப்பிள்ளை பிரபாகரன் அவர்கள் தலைமையிலேயே உருவான சீர் உடை அணிந்த முப்படையும், நிர்வாகமும், நீதிமன்ற அமைப்புக்களும் கொண்ட ஈழத்தமிழ் மக்களின் அரசு நோக்கிய அரசிலேயே அது முழுமை பெற்றது.

இந்த ஈழத்தமிழ் மக்களின் தலைமைத்துவத்தைக் கொண்ட அரசு நோக்கிய அரசை, உலக நாடுகளும், உலக அமைப்புக்களும், ஈழத்தமிழர்களின் பிரிக்கப்பட முடியாத அடிப்படை உரிமையாகிய வெளியகத் தன்னாட்சி உரிமையின் அடிப்படையில், அனைத்துலக சட்டங்களின் கீழ் ஏற்காது தவறு செய்தன.

இதன் விளைவாகவே சிறீலங்காவால் 2009இல், 21ஆம் நூற்றாண்டின் முதலாவது மனிதப் படுகொலை என உலக வரலாறே பதிவு செய்துள்ள முள்ளிவாய்க்கால் ஈழத்தமிழின அழிப்பு மூலம்

ஈழத்தமிழர்களின் தாயகப் பகுதிகளில் தனது படைபல ஆட்சியை மீளவும் நிறுவ முடிந்தது.

ஈழத் தமிழர்களின் விடயத்தில் அனைத்துலகச் சட்டங்களைச் சிறீலங்கா மீறிய பொழுது, அதனை உலக நாடுகளும், அமைப்புக்களும் தங்களது இராணுவ நலன் களுக்காகவும், சந்தை நலன் களுக்காகவும் தடுக்காது ஊக்குவித்ததன் விளைவாக, 2009 முதல் இன்று வரை, சிறீலங்காவின் பௌத்த சிங்களவாத பேரினவாத ஆட்சியாளர்கள், தங்களது இராணுவ நலன்களுக்காகவும், சந்தை நலன்களுக்காகவும், உலக நாடுகளதும் அமைப்புக்களதும் அனைத்துலகச் சட்டங்களை மீறி நடக்கும் உலக அரசாங்கமாகத் தன்னை நிலை நிறுத்தி வருகிறது. இதனால் உலகின் பாதுகாப்புக்கும், அமைதிக்கும் பாதிப்புக்களை ஏற்படுத்தும் நாடாக கோவிட் 19இற்குப் பின்னரான காலத்து உலகின் புதிய ஒழுங்குமுறையில் சிறீலங்கா தொடரும் என்பதே கோவிட்டுக்குப் பின்னரான இன்றைய உலக அரசியலின் முக்கிய பிரச்சினைகளில் ஒன்றாகி வருகிறது.

சிறீலங்காவின் சீனசார்பு நிலை காரணமாக இலங்கை சீனாவின் புதிய காலனித்துவ நாடாக மாறி வருகிறது. யாழ்ப்பாணத்தில் இராணுவம் தமிழர்களின் நிலங்களைத் தனது தேவைக்காக கையகப் படுத்திய கடந்த வார முயற்சியொன்றில், சீனர் ஒருவர் தனது நிலங்களும் அதனுள் அடங்குகிறது, அதற்காக நிலத்தை அளந்து, தனக்கான நட்டஈட்டைத் தரவேண்டுமென விடுத்த கோரிக்கையானது, சீனர்கள் சிறீலங்காவின் வாழ்விடக் குடிகளாகவும் உரிமை கோரும் நிலை தோன்றி விட்டது என்பதை உலகுக்குத் தெளிவாக்கியுள்ளது.

இந்நிலையில் சிறீலங்காவை அடித்துக் கையாள முடியாது என்பதால் கொடுத்துக் கையாளுவோம் என்னும் நிலையில் பொருளாதார உதவிகளை நிதி அளிப்புகளாகவும், கடன்களாகவும் வாரிக்கொடுத்தும், அரசியல் நிலைப்பாடுகளில் சிறீலங்காவுக்குச் சாதகமாக நின்றும், தங்கள் இருப்பை இலங்கைத் தீவிலும் அதனைச் சுற்றியுள்ள இந்துமா கடல் பகுதிகளிலும் தக்க வைக்க உலக நாடுகள் அரும்பாடு படுகின்றன.

இத்தகைய இன்றைய அரசியல் பொருளாதார சூழலில் தாயகத்திலும், உலகம் எங்கும் ஈழத் தமிழ் மக்களை ஒருங்கிணைத்து, பாதுகாத்து அவர்கள் நூறாண்டுகளாக மீட்கப் போராடி வரும் அவர்களின் தன்னாட்சி அரசியல் உரிமைகளை அவர்கள் அடைய சனநாயக வழிகளில் உழைப்பதே ஈழத் தமிழர்களின் தலைமைத்துவமாக முன்னெடுக்கப்படல் வேண்டும்.

65

ஆசிரியர் தலையங்கம் – இலக்கு மின்னிதழ்: 140

திருகோணமலையை மையமாக வைத்துச் சுழலும் உலக அரசியல்!

கோவிட் 19க்குப் பின்னரான உலக அரசியல் என்பது, பொருளாதார உடன் படிக்கைகளின் வழியான அரசியல் கட்டங்களை உருவாக்குதல் வழி நகரத்தொடங்கியுள்ளது. சீனாவின் முன்னைய பட்டுப்பாதைக் கடல்வழித் துறைமுக இணைப்பு வழி உலகைத் தனது மனித வளத்துடனும், இயற்கை வளத்துடனும் இணைத்து எழுதல் என்ற அற்புதமான திட்டத்தை இன்று கால மாற்றத்திற்கு ஏற்ப புதிய வடிவில் வெற்றிகரமாக முன்னெடுத்து, உலக நாடுகள் பலவற்றிலும் சீனா முதலீட்டு நாடாகத் தன்னை நிலைநிறுத்திக் கொண்டுள்ளது. இந்த முதலீட்டு வழி அரசியல் இணைப்பு பெறும் அரசியல் தந்திரோபாயத்தை அமெரிக்கா தனது முதலீட்டாளர்கள் மூலம் செய்வித்துத் தான் சீனாவுக்குச் சமானமான வெற்றியினைப் பெறுவதற்கான பயணத்தை கோவிட் 19 இன் பின்னர் ஆரம்பித்துள்ளது. உலக வல்லாண்மை நிலையில் தன்னைத் தக்க வைத்துக் கொள்வதற்கு அமெரிக்காவுக்கு இது தவிர்க்கப்பட முடியாத காலத்தேவையாகவும் உள்ளது.

இந்த 'முதலீட்டால் வையத்தில் முந்தியிருத்தல்' என்னும் புதிய அரசியல் வியூகத்தின் தொடக்க முயற்சிகளில் ஒன்றாகத் திருகோணமலையை மையமாக வைத்து உலக அரசியலைத் தன்பக்கம் சுழற்றுவதற்கான ஒரு முயற்சியிலும் அமெரிக்கா இறங்கி யுள்ளது எனத் தெரிய வருகிறது. அமெரிக்க நிறுவனம் ஒன்றின் மூலமாக 'மூவாயிரம்

மில்லியன் டொலர்களுக்குத் திருகோணமலைத் துறைமுகத்தை ஐந்து ஆண்டுகளுக்குக் குத்தகைக்குப் பெற்றுக்கொள்ளுதல்' என்பதற்கான பேரம் பேசுதல்கள், கோவிட் 19இற்குப் பின்னரான புதிய அரசியல் ஒழுங்குமுறையைத் தோற்றுவிக்கும் செயற்பாட்டின் மௌன நாடகமாக பசில் ராசபக்ச என்ற சிறீலங்காத் தரப்புக் கதாநாயகனின் வழி இயக்கப்பட்டு வருவதாகத் தெரிகிறது.

இன்று அந்தக் கதாநாயகனான தனது தம்பி பசில் ராசபக்சவையே சிறீலங்காவின் நிதியமைச்சராக அண்ணன் சிறீலங்கா அரச அதிபர் கோட்டாபய ராசபக்ச அமர்த்தி, “ஒரு புறம் சீனா மறுபுறம் அமெரிக்கா இரண்டுக்கும் நடுவே நான் இருக்கிறேன்” என்று, சிவத்திற்கும் சக்திக்கும் நடுவில் தான் இருப்பதாகப் பாண்டிய அமைச்சர் மாணிக்கவாசகர் பாடியதுபோல, புதிய பக்திப் பண்ணிசைத்து மகிழ்கின்றார். அண்ணன் காட்டிய வழியம்மா என, “என் கடன் பணி செய்து கிடப்பதே” என பசில் ராசபக்ச இராமனுக்குப் பரதனாக, அண்ணா இரண்டாவது ஜனாதிபதி பதவிக்காலத்திலும் வெற்றி பெற்று முடிசூட தன் குடும்பப் பணியினை அண்ணனின் கால் அணியைப் பரதனைப்போல் கண்ணில் ஒற்றி, தலையில் சுமக்க ஆரம்பித்து விட்டார்.

இந்த வெற்றிக் களிப்பில் “தம்பியுடையான் படைக்கஞ்சான்” என்ற வீரத்துடன் அண்ணன் சிறீலங்கா அரச அதிபர் கோட்டாபய ராசபக்ச இப்போது மூன்று ஆண்டு திட்டங்களாக உள்ள தனது அரச அதிபர் அலுவலகச் செயற்திட்டங்களின், மேற்கால எல்லை எட்டு வருடம் என, தேர்தலுக்கு மூன்று ஆண்டுகள் இருக்கும் நிலையிலேயே ஊடகங்களுக்கு முன்மொழியத் தொடங்கி விட்டார். இது குடும்ப ஆட்சி நீடிப்பு மகிழ்ச்சி அறிவிப்பாக மட்டும் அமையாது தனது அரசாங்கம் உறுதியான அரசாங்கமென உலக முதலீட்டாளர்களுக்கு உறுதிப்படுத்தி சிறீலங்காவுக்கான அனைத்துலக முதலீட்டைப் பெருக்கும் அரசியல் தந்திரோபாயமாகவும் அமைகிறது.

சீனாவிடம் இருந்து சீனப் பணமாகிய யுவானில் பெற்ற பெருங்கடன் தொகையை அமெரிக்க டொலர்களாக மாற்றி, உலகச் சந்தையில் திரவ நிலைக்குக் கொண்டு வந்து, நாளாந்த சந்தைக் கொடுக்கல் வாங்கல்களைச் செய்ய இயலாது 'வங்குரோத்து' அரசாகத் தன்னை அறிவிக்கும் அபாய நிலைக்குச் சென்று கொண்டிருந்த சிறீலங்காவுக்கு, 60 ஆயிரம் கோடி இலங்கை ரூபாவுக்குச் சமானமான மூவாயிரம் மில்லியன் அமெரிக்க டொலர்களை நாணய மாற்றம்

செய்யக் கிடைக்கும் சந்தர்ப்பத்தைச் சிறீலங்கா தவறவிடாது, தக்க வைத்துக்கொள்ள தன்னாலான முயற்சிகளை எல்லாம் செய்யும் என்பது அனைவராலும் எதிர் பார்க்கப்படக் கூடிய ஒன்றாகவே உள்ளது.

அதேவேளை அமெரிக்க சார்பான பொருளாதார முதலீட்டுப் பெருக்கம் என்பது உலக வங்கி, நாணயமாற்று வங்கி போன்றவற்றின் கடனுதவிகளையும், முதலீட்டு உதவிகளையும் மீளவும் பெறும் வழியாகவும், ஐரோப்பிய ஒன்றியப் பாராளுமன்றத்தின் வரிச் சலுகைக்கான முன் நிபந்தனையாக வைக்கப் பட்டுள்ள பயங்கரவாதத் தடைச் சட்ட நீக்கம் என்பதைச் செய்யாமலே தனக்கான நிதி வளத்தை சிறீலங்கா நிலைநிறுத்தி, ஐக்கிய நாடுகள் மனித உரிமைகள் ஆணையகம், சிறீலங்கா அரச அதிபர் கோட்டாபய ராசபக்சவும் அவரது ஆணையில் செயற்பட்ட படையினரும் இழைத்த அனைத்துலகக் குற்றச் செயல்களுக்கான அனைத்துலக விசாரணைகளை மேற்கொள்ள எடுக்கும் முயற்சிகளில் இருந்து தப்பிப் பிழைப்பதற்கான உத்தியாகவும் அமைகிறது.

ஒரு கல்லில் இரு மாங்காய் அடித்துப் பழகிய ராசபக்ச குடும்பத்தினர் இப்போது ஒரு கல்லில் நான்கு மாங்காய்களை வீழ்த்தும் அற்புத விற்பன்னர்களாகப் பரிணமித்துள்ளனர். முதல் மாங்காய், அமெரிக்க டொலர் பற்றாக்குறையையும் பஞ்சாகப் பறந்துபோகச் செய்து 'வங்குரோத்து' நிலையிலிருந்து தப்பித்தல். இரண்டாவது மாங்காய், சிறீலங்காவில் சீனாவின் மேலாதிக்கம் நடை முறை வாழ்வாகிறது. தங்களின் பௌத்த சிங்கள மகாவம்ச சிந்தனைகள் தளர்கின்றன எனத் தவித்த பௌத்த பிக்குகளுக்கு, இனி சீனா மட்டுமல்ல அமெரிக்காவும் புத்தசாசனத்தின் பாதுகாப்பாளர்கள் என உறுதிப்படுத்தி, சிங்கள மக்களின் எதிர்ப்புக்குத் தப்புதல். மூன்றாவது மாங்காய், திருகோணமலையில் உள்ள இந்தியாவின் எண்ணெய்த் தாங்கி முதலீடுகளின் வருமானங்களைப் பலவீனப் படுத்தி, அங்கிருந்து தானாகவே ஓட வைப்பதன் மூலம் இந்தியப் பிரதமர் நரேந்திர மோடி அவர்கள் 2015ஆம் ஆண்டின் இலங்கை வருகையின் போது திருகோண மலையை தெற்காசிய எண்ணெய்க் கேந்திர நிலையமாக்குவோம் என உலகுக்கு உரைத்த சூளுரையை கனவாக்கி, இந்தியாவின் பிராந்திய வல்லாண்மையை இழக்க வைத்தல் என்னும் கனவை நனவாக்குதல். நான்காவது மாங்காய் ராசபக்ச குடும்பத்தினரதும் அவர்களது ஆணையில் செயற்பட்ட படையினரதும் அனைத்துலகக் குற்றச் செயல் விசாரணைகளுக்குத் தப்பிப் பிழைப்பது என்பதாகிறது.

இந்த மகிந்த ராசபக்ச குடும்ப ஆட்சி மையத்தின் மிக உயர் இராஜதந்திர வலைப்பின்னல் என்பது சுருக்கமாகச் சொன்னால், ஈழத் தமிழின அழிப்புக்களை நியாயப்படுத்தி 'ஒரே நாடு ஒரே சட்டம்' என்கிற சிங்கள பௌத்த சர்வாதிகார நாடாக இலங்கைத் தீவை மாற்றுவது என்பது எல்லா வகையிலும் தெளிவாகிறது. இதற்கு இந்தியாவும், ஈழத் தமிழர்களும், உலகத் தமிழர்களும், புலம்பதிந்து வாழும் ஈழத் தமிழர்களும் என்னும் நான்கு பங்காளர்களும் ஒருமித்து எடுக்கக் கூடிய பதில் நடவடிக்கையே, ஈழத் தமிழர்களின் அரசியல் உரிமைகளைத் தக்க வைக்கக்கூடிய ஒரே ஆற்றலாக அமையும் என்பதே இலக்கின் கருத்து.

66

ஆசிரியர் தலையங்கம் – இலக்கு மின்னிதழ்: 139

சீன – தமிழர் உரையாடல் வளர்ச்சியிலேயே ஈழத்தமிழர் அரசியல் உரிமைகள் இலகுவில் வெல்லப்படலாம்

இலங்கைத் தீவில் சீனா தனது இறைமையுள்ள பகுதிகளை உருவாக்கப் பொருளாதார வளர்ச்சிக்காக அனுமதிக்கிறோம் என்ற நியாயப்படுத்தலுடன், சிறீலங்கா, பாராளுமன்றச் சட்டவாக்கங்கள் மூலம் அனுமதிக்கிறது.

இருதரப்பு இணக்க உடன்பாட்டு வழியான அனைத்துலக உடன்படிக்கை முறைமைகளுக்கு ஏற்பச் செய்யப்படும் நாடுகளுக்கு இடையிலான உடன் படிக்கையாக அல்லாமல், சீனத் தரப்பு நலனுக்கு முக்கியத்துவம் அளிக்கும் ஒரு தரப்பு அனைத்துலக உடன் படிக்கைகளைச் சிறீலங்கா தானே விரும்பிச் செய்கிறது.

இதனால் இலங்கைத் தீவில் சீனாவின் இருப்பையும், சீன இறைமையின் செயற்பாட்டையும் அனைத்துலக நாடுகள் எந்தக் கேள்வியும் கேட்பதற்கான, அனைத்துலகச் சட்ட முறைமைகளைச் சிறீலங்கா இயல்பாகவே தடைசெய்து கொள்கிறது.

இந்நிலையை சிறீலங்கா விரும்பி உருவாக்குவதன் வழி, சீனாவின் குடியேற்ற நாடாக இலங்கைத் தீவை சிறீலங்கா தானே விரும்பி மாற்றியமைத்து வருகிறது.

இதனால், கோவிட்டுக்குப் பின்னரான உலகின் புதிய ஒழுங்கு முறையில், சீனா சிறீலங்காவைத் தளமாகக்கொண்டு, இந்துமா கடல் மேலான இந்தியப் பிராந்திய மேலாண்மையையும், அமெரிக்க மேலாண்மையையும் மாற்றி அமைத்துத், தனது மேலாண்மையை

வலுப் படுத்தும் என்பது உலக அரசியலில் திகைப்பும், தகைப்பும் தரும் விடயமாக உள்ளது.

சீனாவின் இறைமையை இலங்கைத் தீவில் உருவாக்கிப் பாதுகாத்தல் என்பது, இன்றைய சிறீலங்கா அரசாங்கத்திற்கு, சிங்களவர் தமிழர் உள்ளடங்கிய இலங்கை மக்களின் இறைமையைப் பேணிப் பாதுகாத்தல் என்பதை விட அதி முக்கியமான தேவையாக ஏன் மாறியுள்ளது என்பது, ஆராயப்பட்டாலே, சிறீலங்கா சீனாவின் குடியேற்ற வாத நாடாக மாறி வருவதைத் தடுப்பதற்கான அனைத்துலகச் சட்டங்களுக்கு அமைவான ஒரு முறைமையை உருவாக்கலாம்.

இதற்குச் சுருக்கமான பதில் ஈழத் தமிழர்களின் இறைமையை ஆக்கிரமிக்கவே சீன இறைமையை சிறீலங்கா ஏற்று வருகிறது என்பதேயாகும். 1950களில் தொடங்கப்பட்ட சிங்கள ஆட்சி யாளர்களின் இந்தத் தந்திரோபாயம் இன்று வரை தொடர்கிறது.

மேற்குலகின் பிரித்தானியாவின் நெருக்கமானவராக மலையகத் தமிழர், ஈழத் தமிழர் பிரச்சினைகளுக்கு உரிய தீர்வு வழங்காமலே, பிரித்தானியாவை இலங்கைக்குச் சுதந்திரம் வழங்க வைத்த அதே சேனநாயக்காவே, கொரிய யுத்தத்தில் சீனா இரப்பர் வழங்கலைச் செய்வதற்கு இலங்கை விமானத்தளத்தைக் கொடுத்து, மேற்குலக எதிர்ப்பு அரசியலையும் தொடங்கினர். சேனநாயக்க குடும்ப ஆட்சியான ஐக்கிய தேசியக் கட்சியின் ஆட்சியில் என்றுமே இந்த இரட்டை அரசியல் போக்கு தொடர்கதையாக உள்ளது.

கேம்பிரிஜ்ஜில் பட்டதாரியான எஸ்.டபிள்யூ.ஆர்.டி.பண்டார நாயக்காவே ரஸ்ய சார்பு ஆட்சியாக தனது ஆட்சியை மாற்றினார். அவரின் மனைவி சிறிமாவோ பண்டார நாயக்காவே இந்திய எதிர்ப்பு அரசியலை முன்னெடுத்துச் சீன சார்பு நாடாக சிறீலங்காவை உருவாக்கினார்.

இன்று ராசபக்ச குடும்ப ஆட்சியாளர்களில், அண்ணன் மகிந்த இந்திய இணக்கப்பாட்டாளராகவும் தம்பி பசில் அமெரிக்கக் குடியுரிமையுடனான சிறீலங்காவின் நிதி அமைச்சராகவும், அரச தலைவர் கோட்டாபய சீனாவின் இறைமை ஏற்பாளராகவும் திகழ்ந்து, அனைத்து நாடுகளின் ஆதரவையும், ஈழத் தமிழர்களின் இறைமையை இல்லா தொழிக்கும் தங்கள் ஈழத் தமிழின அழிப்பு ஆட்சிக்குப் பெற்று வருகின்றனர்.

இது சுருக்கமான இலங்கையின் அரசியல் எதார்த்தம், ஈழத் தமிழரின் இறைமையினை உலக நாடுகளும், உலக அமைப்புக்களும்,

ஈழத் தமிழர்களின் வெளியக தன்னாட்சி உரிமையின் அடிப்படையில் அங்கீகரிக்காத வரை, சிறீலங்காவின் ஆட்சியாளர்கள், உலகின் பாதுகாப்புக்கும் அமைதிக்கும் அச்சுறுத்தலானவற்றைச் செய்யும் ஆட்சியாளர்களாகத் தொடர்ந்து கொண்டு இருப்பார்கள்.

இந்த உண்மையை ஈழத் தமிழர்களின் இறைமைக்கு அச்சுறுத்தலாகக் கறுப்பு யூலை இனஅழிப்பு ஏற்படுத்தப்பட்ட 38ஆவது ஆண்டின் அதே யூலை மாதத்து கறுப்பு யூலை வாரத்தில் உலகுக்குத் தெளிவு படுத்துவது உலகத் தமிழினத்தின் தலையாய கடமையாக உள்ளது.

அதேவேளை, இலங்கையில் சீனாவை எதிர்கொண்டு ஈழத் தமிழர்கள் வாழ வேண்டுமென்ற அரசியல் எதார்த்தம் சிறீலங்காவால் உருவாக்கப்பட்டு விட்டது. இந்நிலையில், தமிழ் முற்போக்குக் கூட்டணியின் தலைவர் மனோ கணேசன் அவர்கள் "இலங்கையின் பன்முக பின்புலத்துடன் சீனாவின் ஊடாட்டத்தை நோக்குகையில், நாட்டின் இனத்துவ மற்றும் மத பல்வகைமையை அது அலட்சியம் செய்வது போன்று தோன்றுகிறது" எனக் கூறிய கருத்து முக்கியமான எச்சரிப்பாகின்றது.

அவர் தொடர்ந்து "தமிழர்களின் நம்பிக்கையை வென்றெடுக்க சீனர்கள் விரும்பினால் நாங்கள் வேறுபட்ட இன மத குழுக்களைக் கொண்ட நாட்டவர் என்பதை அவர்கள் ஏற்றுக் கொள்ள வேண்டும். நாம் முற்றிலும் சிங்கள பௌத்த நாட்டவரல்ல. என்பதை அவர்கள் புரிந்து கொள்ள வேண்டும். இலங்கையில் சீனாவின் பிரசன்னம் வெறுமனே இந்தியாவின் தேசிய பாதுகாப்பு அக்கறையுடன் சம்பந்தப் பட்டதல்ல. தமிழர்கள் சீனாவை சந்தேகத்துடன் பார்க்கிறார்கள் என்றால், எங்களை அவர்கள் இலங்கையர்கள் என ஏற்றுக் கொள்கிறார்களா என்றும் தெரியவில்லை" எனக் கூறியுள்ளார்.

இதன்வழி சீனர்கள் குறித்த தமிழரின் அறிவு வளர்க்கப்பட வேண்டும் – சீனர்களுக்கு தமிழர்களின் இலங்கையில் உள்ள இருப்புநிலை குறித்த அறிவு வளர்க்கப்பட வேண்டும். இந்த சீன தமிழர் உரையாடலின்மையே சீனா தமிழர்களையும் தமிழர்கள் சீனாவையும் எதிர் கொண்டு வாழ்வதற்கான தடையாக உள்ளது என்ற உண்மையை அவர் வெளிப்படுத்தியுள்ளார். எனவே சீன – தமிழர் உரையாடல் தாயகத்தில் மட்டுமல்ல உலகெங்கும் தமிழர்களால் முன்னெடுக்கப்பட வேண்டும். இந்த உரையாடலின் பெறுபேறுகளின் அடிப்படையிலேயே ஈழத்தமிழர் அரசியல் உரிமைகளை வென்றெடுத்தல் இலகுவாக்கப்படலாம் என்பதே இலக்கின் கருத்தாக உள்ளது.

67

ஆசிரியர் தலையங்கம் – இலக்கு மின்னிதழ்: 138

ஈழத்தமிழர்களின் அரசியலுரிமையை வழங்காமையே சீன மேலாதிக்கம் சிறீலங்காவில் ஏற்படக் காரணம்

இன்றைய சிறீலங்காத் தலைமைகளின் அதி முக்கியமான பிரச்சினை, தாங்கள் ஈழத் தமிழர்களுக்கு இன அழிப்பு நோக்கில் செய்த – செய்கிற, யுத்தக் குற்றச் செயல்கள், மனித உரிமை வன்முறைகள், மனிதாயத்திற்கு எதிரான குற்றங்கள் என்பவற்றுக்குப் பொறுப்புக் கூறாமல், அனைத்துலக விசாரணைகளில் இருந்து தப்புவதற்கான ஆட்சி முறைமை ஒன்றையும், தங்களைப் பாதுகாக்க வல்ல வல்லாண்மை நாடொன்றின் பலத்தையும் ஏற்படுத்துதலாக உள்ளது. இந்த இரண்டையுமே அளிக்கக் கூடிய உறவாக சீன உறவு ராஜபக்ச குடும்பத்திற்கு அமைகிறது. அத்துடன் சீனாவின் ஒரு கட்சி ஆட்சி முறையே பொருளாதார முன்னேற்றத்துக்குச் சிறந்தது என, தங்களின் குடும்ப ஆட்சி முறைமையை எதிர்க்கும் சிறீலங்காவின் அனைத்துக் கட்சிகளையும் செயலிழக்க வைக்கவும் இந்த உறவு முக்கியமானதாகிறது.

இந்த இலக்குகளை அடைவதற்காக சிறீலங்கா, சீனாவின் பட்டுப்பாதைக்கான துறைமுகத் தீவாக, இருதரப்பு சாராத சீனத் தரப்புக்கு நன்மை அளிக்கும் ஒப்பந்தங்கள் வழிச் சிறீலங்காவைச் சீனாவுக்குக் கொடுத்துள்ளது. இதற்குக் கைமாறாகச் சீனாவின் நிதிவள, தொழில்வள உதவிகளை மட்டுமல்ல, தங்கள் ஆட்சியைப் பாதுகாக்கும் பாதுகாவலனாகவும் சீனாவை உலக நாடுகளினதும்,

உலக அமைப்புக்களதும் முன்னால் முன்னிறுத்தவும் ராஜபக்ச குடும்பம் முடிவெடுத்துச் செயற்பட்டு வருகிறது.

சீனாவின் கொழும்புத் துறைமுக நகரத் திட்டத்தில் சிறீலங்காவின் இறைமையும், சட்ட அமுலாக்க அதிகாரங்களும் கூட அந்தப் பகுதியில் இருக்காது என பாராளுமன்றச் சட்டவாக்கத்தின் மூலம் சீனாவுக்கு உத்தரவாதமளித்து, சீனாவின் நவகாலனித்துவ ஆட்சியைத் தாங்கள் விரும்பியே ஏற்பதாகச் சீனாவுக்குச் சிறீலங்கா நம்பிக்கை அளித்துள்ளது.

சீனா இதனைப் பயன்படுத்தி தனது தளமாக சிறீலங்காவை உறுதிப்படுத்திக் கொள்ளுகையில், 1962 இன் கியூபா பிரச்சினைக்குச் சமானமான பிரச்சினையாக இது மாறுமா என்கிற அச்சம் உலக மக்களிடை பலமாக உள்ளது.

அதாவது 1962இல் கியூபாவுக்கு அமெரிக்காவால் நெருக்கடி நிலை ஏற்பட்ட வேளை, இரஸ்யாவின் அதிபராக இருந்த குருசோவ் அவர்கள் கியூபாவின் பாதுகாப்புக்கென இரஸ்யாவின் அணுவாயுதத் தளத்தைக் கியூபாவில் நிறுவினார். இது அமெரிக்காவுக்குத் தன்னுடைய படைபலத்தை வேவு பார்ப்பதற்கான இரஸ்யாவின் உத்தியெனப் பட்டதால், கியூபா நோக்கி வரும் இரஸ்யக் கப்பல்களை கடலில் தன்னுடைய கப்பல்களால் வழி மறித்தது. இந்த கெனடி – குருசேவ் முறுகல் நிலை அனைத்துலக அணு ஆயுதப்போராக மாறிவிடும் என்கிற அச்சத்தை அன்றைய உலகில் ஏற்படுத்தியது.

பின்னர் குருசேவ் தனது அணு ஆயுத தளமாக கியூபாவை மாற்றுவதை நிறுத்திய பின்னணியில் 1962இல் உலகம் அணுவாயுதப் போருக்கான அச்சத்தில் இருந்து விடுபட்டது. தற்போது சிறீலங்கா தன்னைச் சீனாவின் நவகாலனித்துவ நாடாக அனுமதித்ததின் வழி, இன்றைய உலகில் அமெரிக்காவை அணுவாயுத யுத்தத்தைச் சிறீலங்காவில் தொடங்கும் நிலையை ஏற்படுத்தி விடுமா என்கிற அச்சம் உலகில் தோன்றியுள்ளது.

இதனைச் சமாளிக்கும் நோக்கில் தங்களுக்குச் சாதகமான முறையில் இந்தியாவுடனான உறவிலும் அமெரிக்காவுடனான பிணைப்பிலும் தங்களை நிலை நிறுத்தும் முயற்சியை ராஜபக்ச சகோதரர்கள் வேகப்படுத்தி வருகின்றனர்.

பிரதமர் மகிந்த ராஜபக்ச மூலமாக இந்தியாவே தங்கள் அருகிலுள்ள உறவு நாடெனப் போற்றி, அதனுடைய நிதிவள, மதிவள உதவிகளைச் சிறீலங்கா தாராளமாகப் பெறுகிறது.

அமெரிக்கக் குடியாக இன்றும் உள்ள பசில் ராஜபக்சவை நிதியமைச்சராக்கி, அமெரிக்காவினதும் மேற்கு உலகத்தினதும் வழிகாட்டலையும் தாங்கள் நடைமுறைப்படுத்த விரும்புவதாக இந்நாடுகளின் ஆதரவைப்பெற ராஜபக்ச குடும்பத்தினர் முயன்று வருகின்றனர்.

இந்த நுட்பமான அரசியல் காய்நகர்த்தல்களுடன் ஒரு கல்லில் இருமாங்காயாக தமிழகத்துடன் உள்ள பண்பாட்டுத் தொடர்பால் இந்திய மேலாதிக்கப் பகுதியாக உள்ள தமிழர் தாயகப் பகுதிகளில் சீனத் தொழில் முயற்சிகளையும், வர்த்தக முயற்சிகளையும் சீனாவைக் கொண்டு வேகப்படுத்தி, தமிழர்களுக்குப் பொருளாதார வாழ்வின் தலைமையாகச் சீனாவை மாற்றுவதன் மூலம் சீன மேலாதிக்கப் பகுதியாக இப்பகுதியை மாற்ற சிறீலங்கா தொடங்கியுள்ளது. தமிழர் தாயகப் பகுதிகள், இந்தியாவின் முக்கிய படைத் தளங்கள் பல உள்ள தென்னிந்தியக் கரைக்கு அண்மையில் இருப்பதால், இந்தப் பகுதிக் கட்டுப்பாட்டைச் சீனாவுக்கு வழங்குதல் இந்தியப் பாதுகாப்புக்கான அச்சுறுத்தலாகவும் மாறுகிறது. இப்பகுதியில் வாழும் தமிழர்களைச் சீனா இந்தியப் பண்பாட்டுடன் தொடர்புடையவர்கள் என்னும் கண்ணோட்டத்தில் பகைமை வெறுப்புடன் நடாத்துவார்கள் என்ற அச்சம் தமிழர்களிடை உள்ளது.

இந்தச் சிக்கல்களுக்கு எல்லாம் மூலகாரணம் உலக நாடுகளும், இந்தியாவும் ஈழத் தமிழர் தேசியப் பிரச்சினை என்பது ஈழத் தமிழர்களின் மண் சார்ந்த அவர்களின் இறைமைப் பிரச்சினை என்ற உண்மையை மறந்து, அதனைச் சிறுபான்மையினப் பிரச்சினையாகப் பார்த்து, அவர்களுக்குரிய அரசியல் உரிமையை வழங்காது, அவர்களது தேசிய விடுதலைப் போராட்டத்தை ஒடுக்கச் சிறீலங்காவுக்கு உதவிமையே ஆகும். இதனால் இந்துமா கடலின் இப்பகுதிகளை அந்நியர்களிடம் இருந்து பாதுகாக்கும் ஆற்றலும், 2009க்குப் பின்னர் இன்று வரை ஈழத் தமிழர்களுக்கு உரியதாக இல்லை.

எப்பொழுது ஈழத் தமிழர்களின் தாயக உரிமையும், அவர்களின் வெளியக தன்னாட்சி உரிமையும் இந்தியாவாலும், உலக நாடுகளாலும் ஏற்கப்படுகின்றதோ அப்பொழுது தான் ஈழத் தமிழர்களுக்கு மட்டுமல்ல, இந்தியா உட்பட்ட உலக நாடுகளுக்கும் பாதுகாப்பான அமைதி இந்துமா கடலின் இப்பகுதிகளில் ஏற்படும். இந்த உண்மைகளை இந்தியாவுக்கும் உலக நாடுகளுக்கும் எடுத்துரைக்க வேண்டியது புலம் பதிந்து வாழும் ஈழத் தமிழர்களின் தலையாய பொறுப்பாக உள்ளது.

68

ஆசிரியர் தலையங்கம் – இலக்கு மின்னிதழ்: 137

உயிர் கொடுத்து உயிர் காத்தோர்க்கான நினைவேந்தல்

ஈழமக்கள் தாயக வரலாற்றில் ஆடி மாதத்துக்கு ஒரு தனி இடமுண்டு. ஈழ்மக்களை அழிப்பதற்கான சிங்கள பௌத்த இனவெறித் தீ சிறீலங்காவால் 1983 ஆடி மாதத்தில்தான் அனைத்துலகச் சட்டங்களுக்கு அஞ்சாது மூட்டப்பட்டது.

இந்தச் சிங்கள பௌத்த இனவெறித் தீயிலிருந்து ஈழமக்களைக் காப்பதற்காக உயிர் கொடுத்து உயிர் காக்கும் விடுதலைப் பேரொளியும் இதே ஆடி மாதத்தில் தான் மில்லர் வரலாற்றால் 1987இல் ஈழமண்ணில் எழுந்தது.

ஆம். சிறீலங்கா 1983 ஆடியைத் தனது ஈழத்தமிழின அழிப்புத் திட்டத்தின் வெள்ளிவிழா ஆண்டுக் கொண்டாட்டமாக மாற்றியது. இந்த ஆடித் தமிழின அழிப்புக் கலவரத்தால், சிறீலங்கா அரச படை பலத்துடன் சிங்களப் பயங்கரவாதிகள், ஆயிரக் கணக்கான தமிழர்களை இனப்படுகொலை செய்தனர். பல மில்லியன் டொலர் பெறுமதியான சொத்து இழப்புக்களையும் ஈழத் தமிழர்களுக்கு ஏற்படுத்தினர். ஈழத் தமிழர்களுக்கு ஏற்படுத்தப் பட்ட இந்த இனங் காணக் கூடிய அச்சத்தால் ஆயிரக் கணக்கில் ஈழத் தமிழர்கள் நாட்டை விட்டு வெளியேறி, அரசியல் புகலிடம் கோரி, உலகெங்கும் பரந்து வாழும் அலைவு உலைவு வாழ்வையும் தொடக்கி வைத்தனர்.

சிறீலங்கா அரசாங்கப் படைபல ஆதரவுடனான சிங்களப் பயங்கரவாதிகள் இலங்கைத் தீவின் பல பகுதிகளிலும் வாழ்ந்த

மக்களை இலங்கையின் வடக்கு கிழக்குப் பகுதிகளுக்கு அடித்து அனுப்பித் தமிழர்களின் தாயகம் இதுதானென எல்லை வரைவு செய்த இந்த வரலாற்று நிகழ்வானது, தமிழீழத் தாயகம் என்ற தேசம் ஒன்றின் இருப்பை உலகுக்குத் தெளிவு படுத்தியது. அதே வேளை தமிழர் தாயகத்தைப் பகை நாடொன்றைத் தாக்கி அழிப்பது போல் சிறீலங்கா முப்படைகளையும் கொண்டு தாக்கி அழிக்க முற்பட்டது. தன் ஆளணியும் படைப்பலமும் மிக அதிகமாக உள்ளது என்ற உணர்வில் ஒரு சிறிய மக்கள் கூட்டமான ஈழத்தமிழ் மக்களை அடிமைப்படுத்தி, ஆளுவது இலகு என்ற நோக்கிலேயே அப்பாவித் தமிழர்களுடைய உயிரையும், உடலையும், வீடுகளையும், சொத்துக்களையும், தொழில் முயற்சிகளையும் விமானக் குண்டு வீச்சுக்கள், எறிகணை வீச்சுக்கள் வழி சிறீலங்கா அழிக்கத் தொடங்கியது.

இந்தச் சூழலில் எத்தனை பெரிய படைபலம் ஆனாலும் அதனைத் தம் இன்னுயிர்களையே ஈகம் செய்து தடுத்து வாழவேண்டிய கட்டாயத்துள் ஈழத்தமிழ் இளைய சமுதாயம் சென்றது. இதுவே தமிழ்த் தேசியத் தலைவர் வேலுப்பிள்ளை பிரபாகரன் அவர்களின் தலைமையிலான ஈழமக்களின் எழுச்சிக்குப் பக்கபலம் சேர்த்த மில்லரின் வரலாறாகவும், அங்கயற்கண்ணியின் வரலாறாகவும் அவர்கள் வழிநடந்த முகம் தெரியாத, பெயர் தெரியாதவர்களின் வரலாறாகவும் ஈழத்தமிழர் தேசிய விடுதலைப் போராட்ட வரலாற்றில் பதிவாகியது.

அறுபதுகளில் வெளிவந்த தமிழ்த் திரைப்படமான 'நெஞ்சில் ஓர் ஆலயம்' 'உயிர் கொடுத்து உயிர் காக்கும் உத்தமர்க்கோர் ஆலயம்' என்று பிறர் வாழ, தம் இன்னுயிரை ஈகம் செய்யும் உத்தமர் நினைவேந்தி வாழும் ஆலயங்களாக நன்றியுணர்வுள்ள மனித உள்ளங்களைக் கலைதத்துவ உலகில் வெளிப்படுத்தியது. இந்த தனக்கென வாழாப் பிறர்க்குரியாளர் நினைவேந்தும் யூலை மாதம் 5ஆம் நாள் உயிர் கொடுத்து உயிர் காத்தோரைப் போற்றும் ஈழத்தமிழர் வரலாற்று நாளாகியது. அதே வேளை இந்த செய்நன்றி மறவா நினைவேந்தல், ஈழத் தமிழர்களின் அரசியல் உரிமைகளை மீட்டெடுப்பதற்கான தன்னலமற்ற செயற்பாடுகளை ஊக்கப்படுத்திச் செயற்பாட்டுச் சக்தி தரும் நாளாகவும் திகழ்கிறது.

தமிழர்களுடைய மரபில் தன்னுயிர் மேலான ஆசையை விடுத்துத் தனக்கென வாழா பிறர்க்குரியாளர் உள்ளம்தான் தவவாழ்வு என்பது வள்ளுவர் தரும் விளக்கம்.

> "தன்னுயிர் தானறப் பெற்றானை யேனைய
> மன்னுயி ரெல்லாந் தொழும்"

இந்தத் தவ வாழ்வினையே வையத்தில் வாழ்வாங்கு வாழும் சிறப்புடைய வாழ்வெனப் போற்றும் வள்ளுவர் இதுவே மனிதனுக்குக் கடவுள் தன்மை அளிக்கும் சிறந்த இல்லறம் ஆகும் என இல்லறம் என்னும் இயலில்.

> "வையத்துள் வாழ்வாங்கு வாழ்பவன் வானுறையுந்
> தெய்வத்துள் வைக்கப்படும்"

என நிறைவுசெய்துள்ளமையைக் காண்கின்றோம்.

மாணிக்கவாசகர், திருவாசகத்தின் திருச்சதகத்தில் இறைவனைப் பாடும் பாடலான,

> "வான் ஆகி! மண் ஆகி! வளி ஆகி! ஒளி ஆகி!
> ஊன் ஆகி! உயிர்ஆகி! உண்மையும் ஆய்! இன்மையும் ஆய்!
> கோன் ஆகி! யான், எனது என்று அவர் அவரைக் கூத்தாட்டு
> வான் ஆகி நின்றாயை! என் சொல்லி வாழ்த்துவனே!

என்பதைப் படிக்கையில், முகந்தெரியாமல் பெயர் தெரியாமல் உயிர் கொடுத்து உயிர் காத்த உத்தமர்கள், வானாகவும், மண்ணாகவும், வளியாகவும், ஒளியாகவும் மாறி வாழும் உயிர்களின் ஊனாகவும், உயிராகவும் இருத்தல் கொண்டு வாழ்பவர்களுக்குச் சக்தி தரவல்ல கடவுள் தன்மை கொண்டவர்கள் என்பது தெளிவாகும். இதனாலேயே துன்பத்தில் இருந்து விடுபடுவதற்கு இறைவழிபாடு செய்வது போல உயிர் கொடுத்து உயிர் காத்தோர்க்கான நினைவேந்தல் வழிபாட்டுடன் ஒவ்வொரு ஆண்டும் யூலை மாதத்தைத் தொடங்குவது ஈழமக்கள் தங்கள் துன்பங்களை எல்லாம் மாற்றும் அரசியல் உரிமைகளை வென்றெடுக்கும் ஆற்றலைப் பன்மடங்கு பெருக்கும் என்பது இலக்கின் நம்பிக்கையாக உள்ளது.

69

ஆசிரியர் தலையங்கம் – இலக்கு மின்னிதழ்: 136

ஈழத்தமிழர்களுக்கான உலக ஆதரவு நிலை வளர்க்கப்பட வேண்டும்

கோவிட் 19க்குப் பின்னரான, அமெரிக்காவின், புதிய உலக ஒழுங்கு முறையில், மனித உரிமைகளை மையப்படுத்திய அரசியல், அதன் செல்நெறியாக முன்னெடுக்கப்படும் என்பது இன்றைய அமெரிக்க அரச அதிபர் பைடன் அவர்களின் முடிவாக உள்ளது.

இதனை ஊக்குவிக்கும் வகையில், 24.06.2021இல் அமெரிக்காவின் மனித உரிமைகள் கண்காணிப்பு அமைப்பு, அமெரிக்க அரசுக்கு அனைத்துலக நீதியை வளர்ப்பதற்கான அறிக்கை ஒன்றைச் சமர்ப்பித்துள்ளது. அதில் சிறீலங்காவில் நீதியை வளர்ப்பது குறித்துப் பின்வருமாறு தெரிவித்துள்ளது.

“2019ஆம் ஆண்டு கோட்டாபய இராசபக்ச அதிபர் தேர்தலில் சிறீலங்காவில் தெரிவானதன் பின்னர் அங்கு மக்களின் உயிர்களுக்கும், உடமைகளுக்குமான மனித உரிமைகள் பாதுகாப்பு மிக மோசமான துன்ப நிலைக்கு உள்ளாகியுள்ளது.

2020 பெப்ரவரியில், 2015இல் அனைத்துலக நாடுகளின் மன்றத்தின் மனித உரிமைகள் பாதுகாப்புச் சபைக்குச், சிறீலங்கா, அரசாங்கத்திற்கும் தமிழீழ விடுதலைப் புலிகளுக்கும் இடையில் நடைபெற்ற போர் முடிவடைந்த 2009 வரையான காலப் பகுதியில் நடைபெற்ற யுத்தக் குற்றச் செயல்களுக்கு நீதியையும், பொறுப்புக் கூறலையும் ஏற்படுத்துவோம் என அளித்த உறுதி மொழியை மீறியது.

2021 மார்ச்சில் முடிவடைந்த 46ஆவது அமர்வில் மனித உரிமைகள் சபையில், அதன் அனைத்துலக மனித உரிமைகள் ஆணையகத்திற்குச், சிறீலங்காவை எதிர் காலத்தில் பொறுப்புக்கூற வைப்பதற்கான நடவடிக்கைகளுக்கான தந்திரோபாயங்களை வளர்ப்பதற்கு ஆதரவான, தகவல்களையும், சாட்சியங்களையும், 'திரட்டவும், ஒருங்கிணைக்கவும், ஆராயவும், பாதுகாத்து வைக்கவும்', அத்துடன் பொருத்தமான நீதி மற்றும் செயற்பாடுகளுக்கு ஆதரவு அளிக்கவும் ஆணையளித்தது.

அனைத்துலக மனித உரிமைகள் ஆணையகத்திற்கு மேலும் ஆதரவு அளிக்கக் கூடிய வகையில் அனைத்துலக மனித உரிமைகள் ஆணையகத்தின் ஆணையாளர் மிசேல் பச்லெட் அவர்கள், அமெரிக்க அரசாங்கம், பின்வருவனவற்றைச் செய்யுமாறு வேண்டுகோள் விடுத்திருந்தார் :

"சிறீலங்காவை, அனைத்துலகக் குற்றச் செயல்களைச் செய்தவர்களை அவர்களுடைய தேசிய நீதிமன்றமான சிறீலங்கா நீதிமன்றத்தின் முன் நிறுத்தி, விசாரித்து, தண்டனைகளை வழங்குமாறு அமெரிக்கா வலியுறுத்த வேண்டும். மிக மோசமான மனித உரிமை வன்முறைகளையும், அழிப்புக்களையும் செய்தவர்களுக்கு மேலான பயணத் தடைகளையும், சொத்து முடக்கங்களையும் செய்தல் வேண்டும்."

அமெரிக்காவின் மனித உரிமைகள் கண்காணிப்பு அமைப்பின் இந்த வழிப்படுத்தலை அமெரிக்க அரசாங்கம் நடைமுறைப் படுத்துவதை அமெரிக்க மக்கள் மூலம் ஊக்குவிக்க வேண்டிய பொறுப்பில் புலம் பதிந்த ஈழத் தமிழர்கள் உள்ளனர்.

வியட்னாம் யுத்தத்தில் அமெரிக்காவின் தவறுகளை அமெரிக்காவுக்கு உணர்த்தி, சீர்மை செய்தவர்கள் அமெரிக்க மக்களே என்பதை உலக வரலாறு தெளிவாக எடுத்துரைக்கின்றது. எனவே உலகத் தமிழர்களாகப் பலம் பெற்றுள்ள ஈழத் தமிழர்கள், அமெரிக்க மக்களுடனான தங்கள் நல்லுறவுகளை, எந்த எந்த வழிகளில் எல்லாம் வளர்க்க இயலுமோ, அந்த வழிகளில் எல்லாம் வளர்த்து, ஈழத் தமிழர்களின் மனித உரிமைகளைப் பாதுகாத்தல் என்பதும் அமெரிக்காவின் இன்றைய உலகின் புதிய ஒழுங்கு முறை உருவாக்கத்தில் ஒரு கூறாக இடம் பெறச் செய்தல் வேண்டும். அதே வேளை உலகின் தேச அரசுகளில் ஒன்று என்ற தனது அனைத்துலக நிலையைப் பயன்படுத்திச் சிறீலங்கா, பெருகிவரும் ஈழத் தமிழர்களுக்கான ஆதரவு நிலைகளைத் தணிப்பதற்கான தனது தந்திரோபாயங்களைத் தொடங்கி விட்டது. இதற்குச் சில உதாரணங்களை எடுத்து நோக்கலாம்.

2022ஆம் ஆண்டு ஆவணி மாதத்திற்கு முன்னதாகச் சிறீலங்காவில் கண்ணிவெடிக் குவிப்புகள் அகற்றப்பட வேண்டும் என்ற ஐக்கிய நாடுகள் சபையின் நெறிப்படுத்தலைத் தாங்கள் ஒருவருடம் முன்னதாக இந்த ஆனி மாதத்திலேயே நிறைவேற்றி விட்டதாகச் சிறீலங்கா அறிவித்து, அனைத்துலகச் சட்டங்களுக்கு தாங்கள் இணைவாகச் செயற்படுவதாகக் காட்டியுள்ளது.

அனைத்துலகச் சிறுவர் தொழிலாளர் நாளில், 'சிறகுகள் விரித்துப் பறக்கவே' என்னும் சிறுவர் உரிமைக்கான குறும்படத்தை, ஐக்கிய நாடுகள் சபையின் அனைத்துலகத் தொழிலாளர் அமைப்புடன் இணைந்து, தயாரித்துத் தன்னைச் சிறுவர் உரிமைகள் நலனில் அக்கறை கொண்ட நாடாகக் காட்சிப்படுத்தியது.

அத்துடன் வீடுகளில் பணியாளர்களாக வேலை செய்யும் பெண்களின் உரிமைகளுக்கான அனைத்துலக தினத்தில், பணிப்பெண்களுக்கான பாதுகாப்பும், தொழில் உரிமைகளும் வழங்கும் நாடுகளில் தான் முதன்மையில் உள்ளதாக வெளிப்படுத்தியுள்ளது.

அவ்வாறே சிறீலங்காவின் நீதி அமைச்சர் அலிசப்ரி 'அராப் நியூஸ்' அனைத்துலக ஊடகத்திற்கு அளித்த செவ்வியில் "பயங்கரவாதத் தடைச் சட்டம் மாற்றங்களுக்கு உள்ளாக்கப்படும் அல்லது கைவிடப்படும்" என உலகுக்கு அறிவித்து, தாங்கள் மேற்குலகுடன் நெகிழ்ச்சிப் போக்கில் பயணிக்கத் தயார் எனக் காட்டியுள்ளார்.

அமைச்சர் நாமல் இராசபக்ச சிறீலங்காப் பாராளுமன்றத்தில் முன்மொழிந்த பிரேரணையின் அடிப்படையில் சிறீலங்கா ஜனாதிபதி 'பொசன்' பௌத்த மதப் பெருவிழாவையொட்டி கருணை அடிப்படையில் விடுதலை செய்த 93 பேரில், கிட்டத்தட்ட அவர்களின் வாழ்வில் பெரும் பகுதியைப் பயங்கரவாதத் தடுப்புச் சட்டத்தின் கீழ் சிறையில் கழித்து விட்ட 16 ஈழத் தமிழரையும், விடுதலை செய்துள்ளார்.

அதேவேளை நாட்டு மக்களுக்கு நிகழ்த்திய உரையில், தான் தனது கொள்கைகளில் இருந்து அசைய மாட்டாரெனவும், வெளியார் தலையீட்டை அனுமதிக்க மாட்டார் எனவும் உறுதிப்படுத்திச் சிங்கள பௌத்த அரசாகத் தன்னை மீளவும் உறுதிப்படுத்தியுள்ளார்.

இந்நிலையில் புலம்பதிந்த ஈழத் தமிழர்களின் ஒருங்கிணைந்த ஒரே குரலிலான சனநாயக வழிகளிலான திட்டங்கள், செயற்பாடுகள் மூலமே ஈழத் தமிழர்களின் அனைத்துலக நீதியை அவர்கள் அடையச் செய்ய முடியும் என்பதே இலக்கின் இவ்வார எண்ணமாக உள்ளது.

70

ஆசிரியர் தலையங்கம் – இலக்கு மின்னிதழ்: 135

இணைப்போமா? இணைவோமா?

ஐக்கிய நாடுகள் பொதுச்சபையின் தலைவராக மாலைதீவின் வெளிவிவகார அமைச்சர் அப்துல் சாகிட் அவர்கள் 191 உறுப்புரிமை வாக்குகளில் 143 வாக்குகளைப் பெற்றுத் தெரிவாகியுள்ளார். இவருடன் போட்டியிட்ட ஆப்கானிஸ்தானின் முன்னாள் வெளிவிவகார அமைச்சர் சலாமை ரசோலுக்கு 48 வாக்குகள் மட்டுமே கிடைத்துள்ளன. இத்தேர்தல் உலக நாடுகளின் தலைமை, ஆசியா சார்ந்ததாக அதுவும் சீனப் பின்னணியில் கட்டமைக்கப்படுகிறது என்பதை மீளவும் தெளிவாக்கியுள்ளது.

இந்துமாகடலின் 1195 தீவுக் கூட்டங்களில், மாலைதீவும் இலங்கையைப் போன்று சீனாவுடன் அதனுடைய கடல்வழிப் பட்டுப்பாதைத் திட்டத்தில் முக்கியமான ஒரு தீவாக, வரலாற்றுத் தொடர்புடன் விளங்கும் தீவு. உலகின் மூன்றில் இரண்டு எண்ணெய்த் தாங்கிக் கப்பல்களும், வர்த்தகக் கப்பல்களில் அரைவாசிக்கு மேற்பட்டனவும் பயணிக்கும் கடல்வழிப் பாதைகளுக்கு மிக அருகாமையில் உள்ள மாலைதீவு உலகச் சந்தை, உலகப் பாதுகாப்பு என்பனவற்றுக்கு மூலோபாய முக்கியத்துவம் வாய்ந்த நாடாக இன்று உள்ளது.

அதே வேளையில் இந்தியாவில் இருந்து 1200 கிலோ மைலிலும், இந்தியாவின் இலட்சத்தீவுக் கூட்டத்தில் இருந்து 700 கிலோ மைலிலும் உள்ளது மாலைதீவு. 1965இல் மாலைதீவு பிரித்தானியாவிடம் இருந்து சுதந்திரம் பெற்ற காலம் முதலாக அரை நூற்றாண்டுக்கு மேலாக 52 ஆண்டுகள் மாலைதீவு, இந்திய மேலாண்மையுள் விளங்கிய நாடு.

1988இல் அன்றைய சர்வாதிகாரத் தனமான மாலைதீவு அரச அதிபர் மாமூன் அப்துல் கயாம் அவர்களுடைய ஆட்சிக்கு எதிராக நடந்த சதியை இந்தியா தனது படையினை அனுப்பி முறியடிக்கும் அளவுக்கு இந்திய மேலாண்மையைக் கொண்டிருந்த நாடு மாலைதீவு. இந்தியாவைச் சார்ந்து நின்ற தமிழீழ மக்கள் விடுதலை கழகத்தையும், இந்தியா மாலைதீவு அரசியலுள் தன்னை நிலைநிறுத்தப் பயன்படுத்தியது என்பதும் வரலாறு.

மேலும் புவியியல் சூழல் காரணமாக உள்ள பெரிய நாடுகள், சிறிய நாடுகளின் மேல் மேலாதிக்கம் செலுத்துவதை அரசறிவியலில் 'பின்லன்டனிசம்' என்பர். அதாவது பின்லாந்து மேல் யேர்மன் மேலாதிக்கம் செலுத்திய இயல்பு நிலையையும், பின்லாந்து, 'இஸ்காண்டிநேவிய' நாடுகளுடனான இணைவின் வழி அதனை வென்று, செயற்படும் வரலாற்றையும் இந்த 'பின்லன்டனிசம்' என்னும் சொல்லாட்சி குறிக்கும். சிறு நாடும் கூட நாடுகளின் கூட்டுகளுள் இணைவதன் வழி தம்முடைய தன்னாட்சியினை உறுதிப்படுத்த முடியும் என்னும் இந்த வரலாற்று உண்மைக்கு, மாலைதீவின் சமகால வரலாறு மற்றொரு சான்றாகிறது.

2014 இல் சீனாவின் அரச அதிபர் சீ ஜின்பிங்கின், அதுவரை தூதரகத் தொடர்புகள் கூட இல்லாதிருந்த மாலைதீவுடன், "எதிர்காலத்தைக் கருத்தில் கொண்ட, எல்லா வட்டங்களுடனுமான நட்பும் ஒத்துழைப்பும்" என்னும் அவருடைய தத்துவத்தின் அடிப்படையில் சீன – மாலைதீவு நட்புப் பாலத்தை உருவாக்கினார். இது சீனாவின் 21ஆம் நூற்றாண்டில் மீளவும் முன்னைய கடல்வழிப் பட்டுப்பாதைத் திட்டத்தை மீளக் கட்டியெழுப்பும் செயற்பாடாகிய 'மண்டலங்களையும் பாதைகளையும்' அமைத்தலுக்கான புரிந்துணர்வு உடன்படிக்கையை உருவாக்க உதவியது. இதன்வழி மிக அதிகளவிலான உட்கட்டுமான வளர்ச்சியை மாலைதீவுக்கு ஏற்படுத்த உதவும் நிதியளிப்புக்களையும், கடனளிப்புக்களையும் சீனா தொடங்கியது. 08.12.2017இல் மாலைதீவின் அரச அதிபர் அப்துல்லா யாமீன் ஆட்சியில் மாலைதீவு, சீனாவுடன் சுதந்திர வர்த்தக உடன்படிக்கையில் பாகிஸ்தானுக்கு அடுத்த இரண்டாவது தெற்காசிய நாடாகக் கையெழுத்திட்டது. மாலைதீவுடனும், சிறீலங்காவுடனுமான சீனாவின் நெருக்கம், இன்று இந்தியாவின் இலட்சத்தீவில் நேரடியல்லாத மூலதனமிடும் அளவுக்குச் சீனா தன்னை அகலப்படுத்தச் சீனாவுக்கு உதவியுள்ளது. இது இன்று இந்துமாகடலில் சீனாவின் பட்டுப்பாதை குறுகிய காலத்தில் விரைந்து எழும் புதிய வரலாற்றின் செல்நெறியாகிறது.

இந்நிலையில், இந்துமாகடலில் தன் மேலாண்மையுடன் கூடிய அமைதியினை உறுதிப்படுத்தும் அரசியல் மூலோபாய நோக்கில்தான், 2018இல் இந்தோனேசியா மாலைதீவுடன் ஐக்கிய நாடுகள் பாதுகாப்புச் சபையின் நிலையான உறுப்பினரல்லாத, உறுப்புரிமைக்குப் போட்டியிட்டபோது, இந்தியா இந்தோனேசியாவை ஆதரித்து வெற்றிபெற வைத்தது.

ஆனால் இன்று சீன – மாலைதீவு நட்புறவுப் பாலம் இறுக்கமடைந்த நிலையில், மீளவும் மாலைதீவு வெளிவிவகார அமைச்சர் அப்துல் சாகிட் அவர்கள் ஐக்கிய நாடுகள் சபையின் தலைவராவதை ஆதரித்துள்ளது.

இது 'எதிர்காலத்தைக் கருத்தில் கொண்ட, எல்லா வட்டங்களுடன் நட்பும் ஒத்துழைப்பும்' என்னும் சீனத் தத்துவத்தின் ஆற்றலாகப் பார்க்கப்பட வேண்டிய ஒன்றாகவுள்ளது. இந்தத் தத்துவத்தை ஈழமக்கள் இன்று தங்கள் அரசியல் மூலோபாயமாகக் கொள்ள வேண்டிய நேரமிது.

அதாவது சிறீலங்காவின் அனைத்துலகச் சட்டங்களுக்கு எதிரான வாய்மூல அறிக்கை சமர்ப்பிக்கப்படவுள்ள எதிர்வரும் செப்டெம்பர் மாதத்து ஐக்கிய நாடுகள் சபையின் கூட்டத்தொடர் மாலைதீவைச் சேர்ந்த அப்துல் சாகிட் அவர்களின் தலைமையிலேயே தொடங்கப் போகின்றது. இந்நிலையில், மாலைதீவுடன் ஈழத்தமிழர்களுக்கு உள்ள தொன்மையின் பழமையும் இன்று ஈழத்தமிழர்களுக்கு உள்ள தொல்லைகளின் நிலைமைகளும் ஈழத்தமிழர்களால் எந்த அளவுக்குத் தெளிவாக்கப்படப் போகின்றன என்பதிலேயே ஈழத்மிழர்கள் குரல் ஐக்கிய நாடுகள் சபையில் பலமாக ஒலிக்கும் என்பதில் எந்தச் சந்தேகமும் இல்லை.

மாலைதீவுடன் மட்டுமல்ல ஐக்கிய நாடுகள் சபையின் உறுப்புரிமை நாடுகள் அத்தனையுடனும், ஈழத்தமிழர்கள் தங்களின் உலகளாவிய நிலையில் பரந்துள்ள புத்திஜீவித்தனத்தையும், சமூக மூலதனங்களையும், எந்த அளவுக்கு இணைப்பார்கள் – எந்த அளவுக்கு ஒரு பொது வேலைத்திட்டத்தில் இணைவார்கள் என்பதிலேயே ஈழத்தமிழர்களின் உரிமைகள் மீளமைக்கப்படும் காலத்தின் குறுக்கம் உள்ளது என்பதே 'இலக்கின்' இவ்வார எண்ணமாக உள்ளது.

71

ஆசிரியர் தலையங்கம் – இலக்கு மின்னிதழ்: 134

செயற்படுவோமா?

அமெரிக்க காங்கிரசின் வட கரோலினாவின் சனநாயகக் கட்சி உறுப்பினர் டெபோரா ரொஸ் அவர்கள், 18.05.2021இல் அமெரிக்க காங்கிரசில் தாக்கல் செய்துள்ள, H.R 413ஆம் இலக்கத் தீர்மானம், ஈழத் தமிழர்கள் உரிமைகள் குறித்த அமெரிக்க கொள்கை உருவாக்கத்தில் வளர்ச்சிகள் ஏற்படுவதற்கான நம்பிக்கை அளிக்கும் அரசியல் செயற்பாடாக அமைந்துள்ளது.

இந்தத் தீர்மானம் இலங்கையின் வடக்கு கிழக்கு தமிழர்களின் பாரம்பரியத் தாயகம் என ஈழத் தமிழர்களின் இறைமையின் இருப்பையும், ஆயுதம் தரித்த சுதந்திரப் போராட்டக் குழுவினர்" என ஈழத் தமிழர்களின் தேசிய விடுதலைப் போராட்டத்தின் உண்மை நிலையையும் உலகுக்குத் தெளிவாக்கிய அரசியல் ஆவணமாகியுள்ளது. இவை ஈழத் தமிழர்கள் தங்களின் வெளியக தன்னாட்சியை பெறுவதற்கான அரசியல் வழிகளைப் பலப்படுத்துகின்றன.

ஆயினும் இத்தீர்மானம் அமெரிக்க காங்கிரசிலிலும், செனற்றிலும் நிறைவேற்றப்பட வேண்டிய முன்மொழிவாகவே இன்று உள்ளது. ஆதலால் உலகெங்கும் உள்ள தமிழர்கள் அமெரிக்க காங்கிரசின் உறுப்பினர்களிடையிலும், செனற் உறுப்பினர்களிடையிலும் இத்தீர்மானத்திற்கு ஆதரவாக வாக்களிக்கும்படி ஊக்கப்படுத்த வேண்டிய பொறுப்பில் உள்ளனர். வேண்டுகோள்களை உருவாக்கி, அவற்றில் கையெழுத்திட்டு அமெரிக்க காங்கிரசின் உறுப்பினர்களுக்கும், செனற் உறுப்பினர்களுக்கும், அமெரிக்க ஊடகங்களுக்கும் அனுப்புவதன் மூலமே இதனைச் செய்யலாம்.

வோசிங்டனில் உள்ள சிறீலங்காத் தூதுவர் ரவிநாத் ஆரியசிங்க மூலமாக சிறீலங்கா, அமெரிக்க காங்கிரசின் வெளிவிவகார குழுவின் தலைமைத்துவப் பிரதிநிதியான நியூயோர்க் சனநாயகக் கட்சி உறுப்பினர் கிரகெரி மீக்ஸ்க்கும், டெக்சாஸ் குடியரசுக் கட்சிச் சபை உறுப்பினரும் முன்வரிசை நிலைப் பிரதிநிதியுமான மைக்கல் மெக்கலு அவர்களுக்கும், 413ஆம் இலக்கத் தீர்மானத்தை சபையில் வாக்கெடுப்புக்கு முன்னெடுக்க வேண்டாம் என கண்டனக் கடிதம் ஒன்றைக் கையளித்துள்ளது. அதே நேரத்தில் சிறீலங்காவின் வெளிவிவகார அமைச்சர் தினேஸ் குணவர்த்தன கொழும்பிலுள்ள அமெரிக்கத் துணைத் தூதுவரை அழைத்து அரச நிலையில் இத்தீர்மானத்தை விவாதத்திற்கு அனுமதிக்க வேண்டாமெனக் கோரியுள்ளார்.

இந்நிலையில் ஈழத்தமிழர்கள் சனநாயக வழிகளில் எந்த அளவுக்குத் தமக்குச் சாதகமானவற்றை உள்ளடக்கப் போராடப் போகின்றார்கள்? எந்த அளவுக்கு உலக மக்களதும் நாடுகளதும் பலங்களையும், வளங்களையும் பெருக்கிக்கொள்ளப் போகின்றார்கள்? என்பதிலேயே, ஈழத்தமிழர்களின் உரிமைகளை மீள்விக்கும் ஆற்றலாக இன்றைய உலகநிலை மாற்றப்படலாம்.

மேலும், ஐரோப்பிய பாராளுமன்றத்தின் 628 உறுப்பினர்கள் சிறீலங்கா பொருட்களுக்கான ஜி. எஸ் பி பிளஸ் வரிச்சலுகையை சிறீலங்கா பெறுவதற்கான தகுதியைக் கொண்டுள்ளதா என ஆராயுமாறு நிறைவேற்றிய தீர்மானம், ஈழத் தமிழர்கள் மனித உரிமைகள் வழி சிறீலங்காவின் 'ஒரே நாடு ஒரே சட்டம்' என்னும் பன்முகப் பண்பாட்டை மறுக்கும் நிர்வாக முயற்சிக்கான பலத்த அடியாக அமைந்துள்ளது.

அதேநேரத்தில் இங்கிலாந்தின் கோர்ன்வல் நகரக் கார்பிஸ்பே விடுதியில் இவ்வாரத்தில் இடம்பெற்ற ஜி7 உச்சிமாநாட்டின் 'சீனாவின் உலகச் செல்வாக்குக்கு எதிராக உலக நாடுகளின் உட்கட்டுமானங்களுக்கு அதிக செலவுகளைச் செய்தல்' என்ற பிரகடனம், அமெரிக்கத் தலைமையை முன்னெடுக்கும் மேற்குலகின் புதிய உலக ஒழுங்கு முறையொன்றின் கட்டுமானம், கோவிட் 19க்குப் பின்னர் தொடங்கி விட்டதை உறுதிப்படுத்தியுள்ளது. ஆனால் ஏற்கனவே சீனாவின் வழி தனது உட்கட்டுமானங்களை நிறுவிக் கொண்டுள்ள சிறீலங்காவினுள் இதனை எவ்வாறு ஜி7 நாடுகள் முன்னெடுக்கப்போகின்றன என்பதில், ஈழத் தமிழர்கள் அமெரிக்காவுக்கு, இந்தியாவுக்கு அளிக்கக் கூடிய ஒத்துழைப்பே, சிறீலங்காவை இந்நாடுகள் மீளவும் சாராது, தங்கள் உரிமைகளை மீளப் பெறுவதற்கான சாதகமான சூழ்நிலைகளை ஈழத் தமிழர்களுக்குத் தோற்றுவிக்கும்.

இந்தியாவை விலத்தி மற்றைய தெற்காசிய நாடுகளிடம் உதவி பெற்று வளருதல் என்ற தனது திட்டத்தின் ஒரு அங்கமாகவே பங்களாதேசிடம் இருந்து கடன் பெறுவதற்கு கடந்த வாரத்தில் பங்களாதேசின் பிரதம அமைச்சருடன் சிறீலங்கா கொழும்பில் சந்திப்பை மேற்கொண்டது. அத்துடன் தெற்காசிய கட்டமைப்பு ஒன்றை நிறுவி, இந்திய பிராந்திய வல்லாண்மையை முறியடிக்கும் முயற்சி சிறீலங்காவின் இன்றைய இலக்கு என்பதை பொலநறுவையில் சீனாவின் ஆயிரம் கோடி ரூபாவில் நிறுவப்பட்டுள்ள சிறுநீரக நோய்களுக்கான நவீன வைத்தியசாலையைச் சிறீலங்கா தெற்காசிய மக்களுக்கான மருத்துவ சேவை என அதன் தொடக்க விழாவில் பிரகடனப்படுத்தியது. கீரிமலையில் ஈழத்தமிழர்களின் நிலப்பரப்பில் இராணுவ ஆக்கிரமிப்பால் கட்டப்பட்ட அரச அதிபர் மாளிகையைச் சீனாவுக்கு விற்பதற்கான முயற்சிகள் தமிழர் தாயகப் பகுதிகளில் இந்தியாவுக்கு எதிரான ஆற்றல்களை நிறுவுதல் என்ற சிறீலங்காவின் முயற்சியாக உள்ளது.

ஐந்து இலட்சம் வேலையாட்களாக சீனர்களையும், பல கோடி சீன முதலீடுகளையும், படுகடன்களையும், சீனத் தொழில்நுட்ப அறிவியல் தளங்களையும் கொண்டுள்ள இன்றைய சிறீலங்காவில் நாட்டுக்குள் நாடு என்ற பொருளாதார உத்தி முறையின் வழி சீனா தனக்கான தளத்தை அமைத்து விட்டது.

இந்நிலையில் வரலாற்றுக்கு முற்பட்ட காலம் முதலாக நாட்டுக்குள் நாடாக இலங்கைத் தீவில் உள்ள ஈழத்தமிழர்களின் தாயக, தேசிய, தன்னாட்சி உரிமைகளை மீள அமைக்க உதவுதல் என்கிற அரசியல் நடவடிக்கை வழியாகவே புதிய உலக ஒழுங்குமுறையில் அமெரிக்க, இந்திய நலன்கள் இந்துமாகடலைப் பாதுகாப்பான அமைதியாகப் பேணுவதன் வழி பாதுகாக்க முடியும். இதுவே இன்றைய ஈழத் தமிழர்கள் உரிமைகள் குறித்த உலகின் புதிய ஆர்வத்தின் விளக்கமாக அமைகிறது.

இச்சமகால உலக நிகழ்வுகள், உலகத் தமிழர்களுக்கு, ஈழத் தமிழர்களின் உரிமைகளை மீட்பதற்கான சனநாயகப் போராட்டக் களமொன்று உலகளாவிய நிலையில் தோற்றிவிக்கப்பட்டுள்ளது என்பதை உணர்த்தி வருகின்றன. ஒன்றுபட்ட முயற்சியின் ஊடாக இதனை எதிர்கொள்ள வேண்டுமென்ற அழைப்பை இவை விடுக்கின்றன. செயற்படுவோமா?

72

ஆசிரியர் தலையங்கம் – இலக்கு மின்னிதழ்: *133*

இன்று இனஅழிப்புப் பேரபாயத்துள் ஈழத்தமிழர்கள்

"இப்போது தலைவர்கள் இல்லை. நாட்டைச் சீனாவின் குடியேற்ற நாடாக மாற்றுவதன் மூலம் வெற்றிடம் நிரப்பப்பட வாய்ப்பு உள்ளது. இலங்கையில் கோவிட் தொற்று நோயை எதிர் கொள்வதில் பின்பற்றப்பட்ட நடைமுறைகளில் இருந்து இலங்கையின் தலைமைத்துவப் பிரச்சினையை மதிப்பிட முடியும்.

மிகவும் ஆபத்தான விடயம் என்னவென்றால், நாட்டைப் பதினான்கு நாட்கள் முடக்குவது தொடர்பாக மருத்துவ சங்கங்கள் முன்வைத்த திட்டத்தை ஏற்க மறுத்ததன் மூலம் மனித உயிர்களை விடப் பொருளாதார இழப்புக் குறித்து அரசாங்கம் அதிக அக்கறை கொண்டுள்ளது என்பது தெரிய வந்துள்ளது.

அரசாங்கம் தவறு செய்கிறது என்றால், பாராளுமன்ற ஆட்சி முறைமையில் அதனைத் தடுப்பதற்கான எதிர்க் கட்சிகளின் தலைமைகள் முக்கியம். ஆனால் இலங்கையில் எதிர்க் கட்சிகள் ஒருங்கிணைவற்ற வெறும் முணுமுணுப்புக் குரலாகவே உள்ளன.

இலங்கையின் நெருக்கடியை தலைவர்களின் பற்றாக் குறையின் நெருக்கடியாகவும் பார்க்க முடியும். முதிர்ச்சியடைந்த சனநாய ரீதியான தலைவர்கள் இல்லாததால் தான், ஒருநாடாக இலங்கை சுதந்திரத்திற்குப் பின்னர் ஒரு நெருக்கடியிலிருந்து மற்றொரு நெருக்கடிக்குச் சென்று, இறுதியில் தோல்வியுற்ற அரசாக மாறியுள்ளது.

இந்தியாவைப் போன்று தனித்துவமான, கடுமையான சுதந்திரப் போராட்டத்தை மேற்கொண்டு இலங்கை சுதந்திரத்தைப் பெறவில்லை. அப்படிப் பெற்றிருந்தால், சந்தேகத்திற்கு இடமின்றி, சனநாயக விழுமியங்களைப் பற்றிய புரிதலுடன் கூடிய மேம்பட்ட சமூகத்தின் தோற்றத்திற்கு உறுதியான அடித்தளம் அமைக்கப்பட்டு, முதிர்ச்சியடைந்த தலைவர்களின் தோற்றத்திற்கு வழி வகுத்திருக்கும். அவ்வாறு இருந்திருந்தால் சாதி, இனம் மற்றும் மதம் ஆகிய வேறுபாடுகளைப் புறக்கணித்து ஒரு ஐக்கிய தேசத்தைக் கட்டியெழுப்ப வலுவான அடித்தளம் அமைந்திருக்கும். அடிபணிதலைக் காண்பிப்பதன் மூலமும், எதார்த்த நிலைகளை ஏமாற்றும் வழிகளைக் கடைப்பிடிப்பதன் மூலமும் ஆக்ரோசமான விடுதலைப் போராட்டத்தைத் தொடங்காமல் பெறப்பட்ட சுதந்திரமாக இலங்கையின் சுதந்திரம் அமைந்தது.

1972ஆம் ஆண்டு அரசியலமைப்பு, அதுவரை இலங்கை அனுபவித்த நீதித்துறை மீளாய்வுச் சத்தியை இழக்க வைத்தது. அரசியலமைப்பின் சனநாயகத் தன்மையை முற்றிலுமாக மாற்றுவதற்கும், அரச ஆட்சியை பொதுச்சொத்தைப் பாரிய அளவில் கொள்ளையடிக்கும் நடவடிக்கையாக மாற்றுவதற்கும் ஒரு அரசியலமைப்பு 1978இல் இயற்றப்பட்டது. இதன் வழி மூடப்பட்ட பொருளாதார முறைமை திறந்த பொருளாதார முறைமைக்கு மாற்றப்பட்டது. சனநாயகத்தின் மீது சுமத்தப்பட்ட கடுமையான வரையறைகள் இறுதியில் நீடித்த வன்முறைப் போராட்டங்களால் நாட்டை இடைவிடாத இரத்தக்களரி நிலமாக மாற்றியது. ஜே.ஆர். ஜெயவர்த்தனாவால் இந்த அரசியலமைப்பு அறிமுகப்படுத்தப்பட்டதன் பின்னர் வந்த அத்தனை சனாதிபதிமாரும் இந்தக் கொள்கைகளையே தங்கள் ஆட்சியில் முன்னெடுத்துச் சென்று, அவற்றை மேலும் பலப்படுத்துவதற்குரிய புதிய அம்சங்களைச் சேர்த்துக் கொண்டனர். இந்த ஊழல் முறைமையில் ஒன்று எந்த சனாதிபதியுமே தனது தற்காலிக பாதுகாப்பில் உள்ள பொதுச்சொத்துக்களை முறைகேடாகப் பயன்படுத்துவது கடுந்தண்டனைக்குரிய குற்றம் என்பதை வெளிப்படையாக உணரவில்லை. அடுத்தது இதனைத் தமக்குச் சாதகமாகப் பயன்படுத்தி சனாதிபதியின் ஒப்புதலுடன் பொதுச் சொத்துக்களைக் கொள்ளையடிப்பதை ஒவ்வொரு சனாதிபதியும் அனுமதித்தனர். ஆயினும் கடந்த 43 ஆண்டுகளாக பாராளுமன்றத்தில் விசாரணை கோரி ஒரு பிரேரணை கூட வரவில்லை.

ஊழல் மற்றும் கொடூரத்தனமான ஆட்சி முறைமையை மாற்றி அமைப்பதற்கும் நாடு தோல்வியுறுவதைத் தடுப்பதற்கும் இறுதிச் சந்தர்ப்பமாக 2015 அரசாங்க மாற்றம் கருதப்பட்டது. ஆயினும் சனாதிபதி ஆட்சி முறைமையை ஒழிப்பதாகக் கூறிப் பதவிக்கு வந்த நல்லாட்சி அரசாங்கத்தினர் அதனைச் செய்யத் தவறியதுமல்லாமல் சனாதிபதி ஆட்சி முறைமையைச் சட்டத்தின் ஆட்சிக்குள் கொண்டுவரவும் தவறினர். நல்லாட்சியிலும் அரச நிர்வாகத்தின் நிரந்தர அம்சமாக மாறியுள்ள ஆளும் கட்சியின் சனாதிபதி மற்றும் அமைச்சர்கள், பாராளுமன்ற உறுப்பினர்களால் பொதுச் சொத்துக்களைக் கொள்ளையடிக்கும் வாய்ப்புகள் பாதுகாக்கப்பட்டதுடன், அது அவர்களின் முக்கிய அபிலாசையாகவும் இருந்தது." இவை இலங்கையின் மூத்த அரசியல் ஆய்வாளர் விக்டர் ஐவன், 'பினான்சியல் டைம்'க்கு "தலைவர்கள் இல்லாதமை" என்ற தலைப்பில் எழுதிய கட்டுரையினைத் தினக்குரல் நாளிதழ் தமிழாக்கம் செய்து வெளியிட்டதன் வழி அறியப்பட்ட தகவல்களாக உள்ளன. இக்கட்டுரை சிறீலங்கா தோல்வியுற்ற அரசாக உள்ளதைத் தெளிவாக்குகிறது.

தோல்வியுற்ற அரசாக உள்ள சிறீலங்கா, தான் தனது நாட்டை சீனக் குடியேற்ற நாடாக மாற்றுவதால் சிங்கள மக்களுக்கு இடை தோன்றக் கூடிய எதிர்ப்புக்களைத் திசை திருப்ப ஈழத்தமிழர்கள் மேலான இனவெறியை வளர்த்து, இனஅழிப்பை மையமாகக் கொண்ட அரச செயற் திட்டங்களை நடைமுறைப்படுத்தல் என்னும் உத்தியைக் கையாள்கிறது. இதனால் இனஅழிப்புப் பேரபாயத்துள் உள்ள ஈழத்தமிழ் மக்களின் வெளியக தன்னாட்சியை உலக நாடுகளும், அமைப்புக்களும் காலந்தாழ்த்தாது ஏற்பதன் மூலம் மட்டுமே ஈழத்தமிழர்கள் இனஅழிப்புக்கு உள்ளாவதைத் தடுக்க முடியும்.

73

ஆசிரியர் தலையங்கம் – இலக்கு மின்னிதழ்: 132

முக்கியமான ஏழு மாதங்கள்

2021ஆம் ஆண்டு யூன் முதலாம் திகதியுடன் இவ்வாண்டுக்கான அடுத்த ஏழு மாதங்கள் ஆரம்பமாகப் போகிறது. தொடரவிருக்கும் இந்த ஏழு மாதங்களும் ஈழத் தமிழர்களின் உரிமைகளை மீட்டல் என்னும் இலக்கு நோக்கிய பயணத்தில் அதிமுக்கியமான மாதங்களாக அமையப் போகின்றன. காரணம் ஐக்கிய நாடுகள் மனித உரிமைகள் அமர்வு நிறைவேற்றிய சிறீலங்கா குறித்த தீர்மானத்தின் படி மனித உரிமைகள் ஆணையகம் சிறீலங்காவின் யுத்தக் குற்றச் செயல்கள், மனிதாயத்திற்கு எதிரான குற்றங்கள், மனித உரிமை வன்முறைப்படுத்தல்கள் தொடர்பான சான்றாதாரங்களையும், சாட்சியங்களையும் திரட்டவென ஒதுக்கப்பட்ட நிதியில், இதற்கான தனியான அலுவலகம் ஒன்றை அமைத்துச் செயற்படுவதற்கான நடை முறைகளைத் தொடங்கியுள்ளது.

இந்த அலுவலகம் 2022ஆம் ஆண்டு பங்குனி மாதத்தில் வாய்மொழி அறிக்கையையும், 2023ஆம் ஆண்டு பங்குனி மாதத்தில் எழுத்துருவ ஆவணத்தையும் ஐக்கிய நாடுகள் சபையின் மனித உரிமைகள் அமர்வில் வெளியிட வேண்டும். இவற்றின் அடிப்படையில் எத்தகைய அனைத்துலக முறைமையினைச் சிறீலங்கா மேல் மனித உரிமைகள் ஆணையகம் நெறிப்படுத்திச், சிறீலங்கா பொறுப்புக் கூறல், வெளிப்படைத் தன்மை, மனித உரிமைகளைப் பேணுதல் என்பன இல்லாமல், தன்னிச்சையாகச் செய்து வரும் அனைத்துலகச் சட்ட மீறல்களை எவ்வாறு கட்டுப்பாட்டினுள் கொண்டு வரலாம் என்பதற்கான செயல் முறையைத் தொடங்க வேண்டும்.

இதனை ஐக்கிய நாடுகள் சபை, அரசைக் குற்ற விசாரணைக்கு உட்படுத்தாது அவ் அரசில் அனைத்துலகச் சட்டங்களுக்கு எதிராகக் குற்றம் செய்தவர்களின் குற்றச் செயல்களை விசாரிப்பதற்கான தனிப்பட்ட விசாரணைக் குழுவை அமைப்பதால் செய்யலாம். அல்லது அரசின் அனைத்துலகச் சட்டங்களுக்கு எதிரான குற்றங்களுக்காக அரசை அனைத்துலக குற்றவியல் நீதிமன்ற விசாரணைக்கு உட்படுத்துமாறு அனைத்துலக குற்றவியல் நீதிமன்றத்தை நெறிப்படுத்தல் வழி செய்யலாம்.

முதலாவது நிலையில், அரசுக்கான குற்றவியல் நீதிமன்ற விசாரணைக்கான நெறிப்படுத்தலுக்கு உறுப்புரிமை நாடுகளின் போதிய ஆதரவு இல்லாத நிலையில், அனைத்துலகச் சட்டத்தை மீறியவர்களைப் பெயரிட்டு அவமானப்படுத்தல் என்ற நீதிமுறைமையின் மூலம் அனைத்துலகச் சட்டங்கள் வழி அவ் அரசு செயற்படுவதற்கான அழுத்தத்தை அரசுக்கு ஏற்படுத்துதல் என்பது நோக்காக அமையும். இரண்டாவது நிலையில் ஐக்கிய நாடுகள் சபையின் உறுப்புரிமை நாடுகளின் போதிய ஆதரவு இருக்கும் இடத்து, பொதுச்சபைக்கு அவ் அரசினை நெறிப்படுத்துவதற்கான தீர்மானத்தைக் கொண்டு வந்து, சாதாரண மேலதிக வாக்குகளால் நிறைவேற்றிச் செயற்படுத்தலாம். இந்தத் தீர்மானத்தைக் கொண்டு வருவதை வீட்டோ அதிகாரம் என்னும் விலக்கல் அதிகாரத்தைப் பயன்படுத்திப் பாதுகாப்புச் சபையின் நிரந்தர உறுப்புரிமை நாடுகள் தடுக்கவியலாது. இது சாத்தியப்படாத இடத்து, மனித உரிமைகள் ஆணையகம், ஐக்கிய நாடுகள் சபையின் ஏதாயினும் இருநாடுகளின் முன்மொழிவின் வழி அவ் அரசை அனைத்துலக குற்றவியல் நீதிமன்ற விசாரணைக்கு உட்படுத்துமாறு அனைத்துலக குற்றவியல் நீதிமன்றத்தைக் கோரலாம்.

இவை எல்லாமே அரசுகளுடனான இராஜதந்திரத் தொடர்பாடல்கள் வழியாகச் செயற்படுத்தப்பட வேண்டிய மிக நுட்பமான விடயங்கள். ஏனெனில் ஒரு நாட்டின் இறைமையை மீறி அந்நாட்டின் விடயங்களில் ஐக்கிய நாடுகள் சபை தலையிடுதல் என்பது ஐக்கிய நாடுகள் சபையின் உருவாக்கல் சட்டங்களால் மிகக் கடுமையான முறையில் மட்டுப்படுத்தப்பட்டுள்ளது. கூடவே ஐக்கிய நாடுகள் சபைக்கு நிதிப்பங்களிப்பு செய்யும் நாடுகளின் மனங்கோணாதபடி நடக்க வேண்டிய சிக்கல் நிலையும் உள்ளது. கூடவே உலக அரசியல் ஒழுங்கு முறையில் வல்லாண்மை பிராந்திய மேலாண்மை நாடுகளின் அழுத்தங்களை எதிர்கொண்டு செயற்பட வேண்டிய தேவைகளும்

உள்ளது. இதனால் தான் ஐக்கிய நாடுகள் சபைக்கு உண்மைகள் தெரிந்த நிலையிலும் அவற்றுக்கான ஏற்புடைய தீர்வு என்பது உடனடியாக நடைமுறைச் சாத்தியமில்லாத நிலை தொடர்கிறது. இவ்விடத்தில் பாதிக்கப்பட்ட மக்கள் தங்களின் பாதிப்புக்கள் குறித்த மிக அதிகளவிலான பதிவுகளையும், சான்றாதாரங்களையும் மனித உரிமைகள் ஆணையகத்தில் பதிவு செய்தல் வழியாக மட்டுமே இந்தச் சிக்கல்களைத் தாண்டி ஐக்கிய நாடுகள் மனித உரிமைகள் ஆணையகம் தனது பொறுப்புக்களையும் நெறிப்படுத்தல்களையும் முன்னெடுக்க முடியும்.

இதனைச் செய்யாது பாதிக்கப்பட்டவர்கள் ஐக்கிய நாடுகள் சபையினைக் குற்றம் சொல்லிக் கொண்டு, உலக முறைமையில் இருந்து விலகுவது என்பது எவ்வகையிலும் அவர்களுக்கான நீதியைப் பெற்றுக் கொடுக்காது. இவ்விடத்தில் தான் அடுத்து வரும் ஏழு மாதங்களும் ஈழத் தமிழர்களுக்குத் தங்கள் அரசியல் உரிமைகளை வென்றெடுத்தல் என்னும் இலக்கில் முக்கியமான மாதங்களாகத் திகழப் போகின்றன. ஈழத் தமிழர்களுக்குச் சிறீலங்காவால் ஏற்படுத்தப்பட்ட – ஏற்படுத்தப்படுகிற ஒவ்வொரு பாதிப்புக்களும் ஐக்கிய நாடுகள் மனித உரிமைகள் ஆணையத்தில் பதிவாக்கப்படல் வேண்டும். ஏற்கனவே பதியப்பட்டவைகளுக்குக் கூட அவற்றை வலுப்படுத்தும் மேலதிக தரவுகள், சான்றாதாரங்கள் சேர்க்கப்பட்டு, மேலும் வலுவூட்டப்படல் வேண்டும். தாயகத்தில் வாழ்பவர்கள் மட்டுமல்ல, உலகில் எங்கு வாழ்ந்தாலும் அவர்களும் இந்த தகுந்த சான்றாதரங்களுடன் உள்ள சிறீலங்காவின் அனைத்துலகக் குற்றச் செயல்களைப் பதிவு செய்தல் மிக அவசியம். இப்பதிவுகள் ஈழத் தமிழர்களின் பாதிப்புக்களை உலக மக்கள் சான்றாதாரத்துடன் அறிந்து ஈழத் தமிழர்களுக்கு உதவுவதற்கான வரலாற்றுப் படுத்தலாகவும் இரட்டைப் பயன் தரவல்லன. வியட்னாம் போரிலும், தென்னாபிரிக்க விடுதலைப் போராட்டத்திலும், தகவல்களைப் பதிவுகள் வழி அறிந்த உலக மக்களின் எழுச்சியே அவற்றுக்கான தீர்வை உருவாக்கின என்பது உலக வரலாறு.

இவற்றைச் செய்வதற்கான பொறி முறைகளை உலகெங்கும் உருவாக்குதல் முதல் வேலைத் திட்டம். தங்களுடைய தமிழர் தேசியப் பிரச்சினைக்கு ஐக்கிய நாடுகள் சபையின் எல்லா உறுப்புரிமை நாடுகளின் ஆதரவைப் பெறுதலுக்கான நட்பு உரையாடல்களை நாடுகளுடன் வளர்த்தல் இரண்டாவது வேலைத்திட்டம். இந்த இரு வேலைத்திட்டங்களிலும் தாயகத் தமிழர்களும், உலகெங்கும்

புலம்பதிந்த தமிழர்களும், தமிழகத் தமிழர்களும், தங்களிடை உள்ள விருப்பு வெறுப்புகளுக்கு அப்பால் ஒருங்கிணைந்து செயற்பட்டாலே ஈழத் தமிழர்களின் உரிமைகளை மீட்டல் என்னும் இலக்குக்குச் சாத்தியமான முறையில் ஐக்கிய நாடுகளின் மனித உரிமைகள் ஆணையகத்தால் செயற்பாடுகளை முன்னெடுக்க முடியும் என்பதை இலக்கு வலியுறுத்திக் கூற விரும்புகிறது.

74

ஆசிரியர் தலையங்கம் – இலக்கு மின்னிதழ்: 131

ஈழத்தமிழர் தன்னாட்சி உரிமையை ஏற்று உலகின் பாதுகாப்பையும், அமைதியையும் பேணுக!

சிறீலங்கா, இலங்கைத் தீவில், இலங்கை மக்களால் இயற்றப்பட்ட சட்டங்களால் கட்டுப்படுத்தப்படாத நிலப்பரப்பாக, ஆனால் சீனாவின் சட்டங்களால் கட்டுப்படுத்தப்படும் நிலப்பரப்பாக ஒரு நிலப்பரப்பை இந்துமா கடலின் மேல் கொழும்புத் துறைமுக நகரச் சட்டத்தை நிறைவேற்றியதன் மூலம் இவ்வாரத்தில் உருவாக்கியுள்ளது.

அரசியல் மொழியில் கூறுவதானால், இலங்கைத் தீவில் தமிழர்கள், சிங்களவர்கள் என்ற அதன் வரலாற்று இறைமையாளர்களைக் கடந்து, சீன இறைமையாளர்களை இன்றைய சிறீலங்கா அரசாங்கம் தோற்றுவித்துள்ளது. பில்லியன் கணக்கில் பணத்தை ராஜபக்ச குடும்ப ஆட்சியினர் பெறுவதற்காக இலங்கைத் தீவின் இறைமையில் இந்த மாற்றம்.

சீனா இந்நகருக்குள் செய்யும் பல செயற்பாடுகளைக் கட்டுப்படுத்தும் தன்மை சிறீலங்காவுக்கு இல்லை. இது தேச அரசுகள் குறித்த இன்றைய அனைத்துலக சட்டங்களையும், ஐக்கிய நாடுகள் சபையினது அதன் உறுப்புரிமையுள்ள தேச அரசுகள் குறித்த சட்டங்களையும் மீறுகின்ற செயற்பாடாகி உலக அமைதிக்கும், இந்துமா கடலின் அமைதிக்கும் தீங்கு விளைவிக்கக் கூடிய சிறீலங்காவின் செயலாக மாறியுள்ளது. அதே நேரத்தில் இந்திய சீன ஆசிய வல்லாண்மை நிலையில் இந்தியாவைப் பின்தள்ளி சீனாவை முன்னிறுத்தும் செயற்பாடாகவும் அமைகிறது. அமெரிக்க – யப்பான் – அவுஸ்திரேலிய – இந்திய நாற்கோண இந்துமா கடல் கட்டமைப்புக்கான சவாலாகவும் உருவாக்கப்பட்டுள்ளது.

சிறீலங்கா தோற்றுவித்துள்ள இந்த அனைத்துலக பிராந்திய அரசியல் நெருக்கடிக்கு ஈழத் தமிழர்களின் வெளியக தன்னாட்சி உரிமையை உலகமும், இந்தியாவும் உடனடியாக ஏற்று ஈழத்தமிழர்கள்

மூலம் இந்துமா கடலின் அமைதியை உறுதிப்படுத்துவதால் மட்டுமே அமைதியான முறையில் தீர்வு காண முடியும்.

பிரித்தானியக் கிழக்கிந்தியக் கம்பனி தமிழர்களுக்கு இந்துமா கடல் மேலிருந்த இறைமையின் பின்னணியிலேயே 1796 முதல் 1802 வரை மதராசில் இருந்து ஈழத்தையும் உள்ளடக்கிய அரசியல் அலகாகப் பொதுவான நிதியுடன் ஆண்டனர். இவற்றை எதற்காக இன்று நினைவு கூர்கின்ற தேவையேற்படுகிறது என்றால், ஈழத்தமிழர்களுக்கு வரலாற்றுக்கு முன்பான காலம் முதலாக இந்துமா கடல் மேல் இறைமை உண்டு என்பதைத் தெளிவாக்கவே. இந்த ஈழத்தமிழர் இறைமையைச் சிறீலங்கா சீனாவிடம் கையளிப்பதற்கு உலக நாடுகளும், அமைப்புக்களும் அனுமதிக்கக் கூடாது.

ஈழத்தமிழர்களின் இறைமையை சிறீலங்கா அனைத்துலக சட்டங்களுக்குப் புறம்பாக கையகப்படுத்தியுள்ள நிலைமையை மாற்றி, ஈழத்தமிழர்களின் இறைமையை அவர்களின் வெளியக தன்னாட்சி உரிமையின் அடிப்படையில் காலதாமதமின்றி உலக நாடுகளும் அமைப்புக்களும் ஏற்றுக்கொண்டாலே, தங்களுடைய இன அழிப்புக்கு பாதுகாப்புத் தேடி சீனாவின் இறைமையையே இலங்கைத் தீவுக்குள் நிலைப்படுத்திச், சீனாவின் ஆதரவில் ஒளிந்து வாழ முற்படும் இன்றைய ஆட்சியாளர்களின் தன்னல நோக்கினை முறியடிக்க முடியும்.

ஈழத்தமிழர்களின் பிரச்சினையை சிறீலங்காவின் உள்நாட்டுப் பிரச்சினையாகப் பார்க்காது, இரு தேசங்களை ஒரு நாடாக பிரித்தானியக் காலனித்துவம் இணைத்ததின் வழியான காலனித்துவப் பிரச்சினையாக நோக்க வேண்டும். தங்களுடைய அரசியல் உரிமைகளைப் பிரித்தானியாவிடம் இருந்து தாங்கள் பெறவேண்டும் என்பதற்காகவே ஈழத்தமிழர்கள் பிரித்தானியாவில் இருந்து விடுதலைபெறப் போராடினார்கள். அந்த உரிமைகளை பிரித்தானியா சோல்பரி அரசியலமைப்பின் 29 (2) பிரிவால் சிறுபான்மை இனங்கள், மதங்களுக்கு எதிரான சட்டங்கள் பாராளுமன்றத்தில் உருவாக்கப்பட்டால் பிரித்தானிய பிரிவிக் கவுன்சிலிடம் மேன்முறையிடலாம் என ஈழத் தமிழர்களின் இறைமை இலங்கைப் பாராளுமன்றத்திடமும் பிரித்தானிய அரசிடமும் பகிரப்பட்ட நிலை உண்டென உறுதியளித்து, உருவாக்கிய ஒற்றையாட்சிப் பாராளுமன்ற முறைமையால் 1948 முதல் 1975 வரை பெற முடியவில்லை என்பதாலேயே, ஈழத்தமிழர்கள் தங்களுடைய அரசியல் எதிர்காலத்தைத் தாங்களே நிர்ணயிப்பர் என்கிற தன்னாட்சிப் பிரகடனத்தை அன்றைய ஈழத்தமிழ் மக்களின் அரசியல் தலைவர் சா.ஜே.வே. செல்வநாயகம் சிறீலங்காப் பாராளுமன்றத்தில் விடுத்து, பாராளுமன்ற ஆட்சி முறையில் இருந்து விலகினார்.

ஈழத்தமிழர்களின் இறைமை பிரித்தானிய அரசிடமும் இருந்ததால் 22.05.1972இல் அன்றைய இலங்கைப் பிரதமர் சிறிமாவோ பண்டாரநாயக்கா சோல்பரி அரசியலமைப்பை வன்முறைப்படுத்திப் பாராளுமன்றத்திற்கு வெளியே ஈழத்தமிழர்களின் தேர்ந்தெடுக்கப்பட்ட பெரும்பான்மையான பிரதிநிகளுக்கு, அனுமதி மறுக்கப்பட்ட அரசியல் நிர்ணய சபையால் சிங்கள பௌத்த சிறீலங்கா குடியரசை நிறுவிய பொழுது, ஈழத்தமிழரின் இறைமை பிரித்தானியாவிடம் இருந்து நேரடியாக ஈழத்தமிழரிடம் மீண்டது.

இதனால் நாடற்ற தேச இனமாக்கப்பட்ட ஈழத்தமிழ் மக்கள் தங்களின் இறைமையின் அடிப்படையில் நிறுவிய அரசு நோக்கிய அரசே தேசியத் தலைவர் வேலுப்பிள்ளை பிரபாகரன் அவர்கள் தலைமையில் அரசுக்குரிய எல்லா அம்சங்களுடனும் முப்பதாண்டுகளுக்கு மேலாக 18.05.2009 வரை நடைபெற்றது. இதுவே சிறீலங்காவின் முள்ளிவாய்க்கால் உலகப் படுகொலையால் துப்பாக்கிகள் மௌனிக்கின்ற, சனநாயக வழிகளில் போராடி நிலைநிறுத்தப்பட வேண்டிய இன்றைய ஈழத்தமிழ் மக்களின் அரசாக உள்ளது. ஈழத்தமிழர்களின் இந்த இறைமை தொடர்பான வரலாற்று உண்மைகளையும், வளர்ச்சிகளையும் புலம்பதிந்த தமிழர்களும் ஈழத்தமிழர்களின் தாயக அரசியல்வாதிகளும் அழுத்தம் திருத்தமாக உலகுக்கு எடுத்துரைக்க வேண்டிய நேரமிது.

அப்பொழுதுதான் ஈழத்தமிழர்களின் இறைமையை,

☐ இப்பிரச்சினை காலனித்துவத்தால் தீர்க்கப்படாத பிரச்சினை என்ற அனைத்துலக வகைமையுள்ளும்,

☐ இன்று சீனாவிடம் சிறீலங்கா செய்யும் இறைமைப் பகிர்வானது, இன்றைய ஈழத்தமிழர்களை அரசற்ற எல்லைகளில் வாழும் தேச இனமாகவும் மாற்றுவதால், அந்த வகைமையுள்ளும்,

உலகால் பார்க்கப்பட வேண்டும் என வலியுறுத்த முடியும். இச்சூழலில் ஈழத்தமிழர் பிரச்சினை அனைத்துலகத்தால் தீர்க்கப்பட வேண்டிய பிரச்சினையாக மாறும். அதன் வழி ஈழத் தமிழரின் இறைமை உலகால் ஏற்கப்படும் பொழுதே, ஈழத்தமிழர்களின் துணையுடன் இந்துமா கடலின் அமைதியையும், உலகின் பாதுகாப்பையும் உறுதி செய்து, போரற்ற முறையில் இன்றைய இந்துமா கடல் சமமின்மையை சரிசெய்ய முடியும். இன்றைய காலத்தில் இந்துமா கடல் சமநிலையைப் பேண ஈழத்தமிழர்களின் வெளியக தன்னாட்சியை ஏற்று, அவர்களின் இறைமையை அங்கீகரிப்பதே சிறந்த பொறிமுறையாகும் என்பதை உலக நாடுகளுக்கு இவ்வாறு உலகத் தமிழர்கள் தெளிவுபடுத்த வேண்டும்.

75

ஆசிரியர் தலையங்கம் – இலக்கு மின்னிதழ்: 130

ஈழத்தமிழரின் அமைதிக்கான பாதுகாப்பு அவர்கள் மனதிலேயே கட்டியெழுப்பப்படல் வேண்டும்

"போர் மனித மனதிலேயே கட்டமைக்கப்படுவதால், அமைதிக்கான பாதுகாப்பும் மனித மனதிலேயே கட்டியெழுப்பப்படல் வேண்டும்" என்பது ஐக்கிய நாடுகள் சபையின் கல்வி அறிவியல் பண்பாட்டு அமைப்பின் பிரகடனம்.

இந்த அமைதிக்கான பண்பாட்டை உருவாக்கத் தூண்டும் பிரகடனத்தில் அமைதி என்பது

□ வெறுமனே போர் அற்ற நிலை மட்டுமல்ல

□ நேரான அணுகுமுறையில் இயங்கியல் தன்மையான செயல் முறைகள் மூலமான, உரையாடல்கள் வழி,

□ சிக்கலை ஒருவரை ஒருவர் புரிந்து கொள்ளுதல் ஊடாக விளங்கி,

□ அதனைத் தீர்ப்பதற்கான கூட்டுறவுகளை வளர்க்கும் மனோநிலையை உருவாக்குதல் எனத் தெளிவாக விளக்கப்பட்டது.

இதனை நடைமுறைப்படுத்துவதற்கு, இனம், நிறம், மொழி, அரசியல், கருத்து வேறுபாடுகள், தேசிய இனத்துவ சமூக மூலங்கள், சொத்துக்கள், உடல் வலுவின்மைகள், பிறப்பை மையப்படுத்திய சாதி, மற்றும் தகுதி பார்த்தல் போன்ற எல்லாவிதமான வேறுபாடுகளும் நீக்கப்படுதல் தேவை எனவும் இப்பிரகடனம் சுட்டிக் காட்டியது. இவற்றை மனித குலத்திடை ஊக்குவிக்கும் நோக்கில் புதிய மில்லேனியத்தின் தொடக்க ஆண்டான 2000ஆம் ஆண்டை

'அனைத்துலக அமைதிக்கான பண்பாட்டு ஆண்டு' என ஐக்கிய நாடுகள் சபை அறிவித்தது. கூடவே 2001 முதல் 2010 வரையான பத்தாண்டுகளை 'அமைதிக்கான பண்பாட்டை வளர்த்து, வன்முறையற்ற உலகைச் சிறுவர்களுக்குரித்தாக்குதல்' என்ற உயர் நோக்கை உருவாக்கும் காலமாக அறிவிக்கவும் செய்தது. அத்துடன் ஒவ்வொரு ஆண்டும் மே 16ஆம் திகதியை அமைதிக்கான பண்பாட்டை வளர்க்கும் 'அமைதியில் இணைந்து வாழ்வதற்கான அனைத்துலக நாள்' ஆகவும் கொண்டாடுமாறு ஐ.நா அழைப்பும் விடுத்தது.

அமைதியாக வாழ்தல், பொறுமையுடன் வாழ்தல், அனைவரையும் ஏற்று வாழ்தல், ஒருவரை ஒருவர் புரிந்து வாழ்தல், ஒற்றுமையுடன் வாழ்தல் என்பவற்றை வளர்ப்பதற்கான மக்கள் சக்திகளை ஒருங்கிணைப்பதற்கான நாளாக 'அமைதியில் இணைந்து வாழ்வதற்கான அனைத்துலக நாள்' முன்னெடுக்கப்படல் வேண்டும் எனவும் ஐக்கிய நாடுகள் சபை சிறீலங்கா உட்பட தனது உறுப்புரிமை நாடுகளுக்கு எடுத்துரைத்தது.

ஆனால் சிறீலங்கா இந்த அமைதிக்கான பண்பாட்டை உருவாக்க ஐக்கிய நாடுகள் சபை அமைத்த அதே பத்தாண்டு காலத்தில்தான் அமைதிக்கான பண்பாட்டை அழிக்கும் ஈழத்தமிழினத்தின் மேலான இனஅழிப்பை முன்னெடுத்து, அதன் உச்சமாக 18.05.2009 அன்று புதிய மில்லேனியத்தின் முதல் உலக இனப்படுகொலை நாளை முள்ளிவாய்க்காலில் வரலாற்றுப் பதிவாக்கியது.

அன்று முதல் இன்று வரை ஈழத்தமிழினப் படுகொலைகளைச் சிங்கள பௌத்த பேரினவாதத்தின் வெற்றியாக மே18இல் கொண்டாடி, போரை சிங்களவர்களின் மனநிலையில் உறுதியாகக் கட்டமைத்து, அமைதிக்கான பாதுகாப்பைச் சிங்களவர்களின் மனதில் கட்டியெழுப்பப்பட இயலாத ஒன்றாக்கி வருகிறது.

ஒருநாடு ஒருசட்டம் என்னும் இன்றைய அரசாங்கத்தின் அரசியல் செயற்றிட்டத்தை சிங்கள மக்களின் மனதில் பௌத்தத்திற்கான புனித யுத்தமாக முன்னெடுக்க, இலங்கைத் தீவு சிங்களவர்களுக்கு மட்டும் கொடுக்கப்பட்ட ஒரே நாடு, ஆதலால் சிங்கள நாடு; அங்கு வாழ வேண்டியவர்கள் ஒரே இனத்தவர், அது சிங்கள இனத்தவர்; அங்கு உள்ளது ஒரே மதம், அது பௌத்த மதம் என்னும் சிங்களத் தொன்மமான மகாவம்ச மனநிலையை சிங்கள மக்கள் மனதில் திணித்து, தனது ஈழத் தமிழின அழிப்புக்கான சிங்களவர்களின் ஆதரவைப் பெருக்கி வருகிறது.

இதனாலேயே சிறீலங்காவின் பாதுகாப்புச் செயலாளராக இருந்து 2009ஆம் ஆண்டின் முள்ளிவாய்க்கால் ஈழத் தமிழினப் படுகொலையாளரான கோட்டாபய இராஜபக்ச மீளவும் 2020இல் தேர்தல் மூலம் அரச அதிபராகி, அரச அதிபருக்குரிய தண்டனை விலக்கு உரிமையைப் பயன்படுத்தி, தன்னைப் பாதுகாத்ததும் அல்லாமல், படையினர்க்கும் தண்டனை விலக்கு அளிக்கும் சட்டவாக்கத்தையும் புதிய அரசியல் அமைப்பில் முன்னெடுத்து வருகின்றார். சிறீலங்காவின் இன்றைய அரச கொள்கையென்பது, இனப் படுகொலையாளர்களுக்குத் தண்டனை விலக்கை உறுதிப்படுத்துவது, தங்களை அனைத்துலகச் சட்டங்களில் இருந்து காப்பாற்றக் கூடிய அரசுகளை இலங்கையின் இறைமையைப் பகிர்ந்து இலங்கையைச் சுரண்ட அனுமதிப்பது, இத்தகைய தங்களை இனப் படுகொலையில் இருந்து காப்பாற்றக் கூடிய அரசுகளை இந்துமா கடலின் அமைதியைச் சீரழிக்கக் கூடிய வகையில் இலங்கையின் ஆதிபத்திய இந்துமா கடலில் நிலைகொள்ள அனுமதிப்பது என்னும் முக்கூட்டு அரசியற் கொள்கையாகக் கட்டமைக்கப்பட்டு வளர்க்கப்பட்டு வருகிறது.

இந்நிலையில் இந்த வலுவான அரசாங்கத்தின் சீனாவின் கூட்டு ஐக்கிய நாடுகள் சபையோ அல்லது அதன் உறுப்புரிமை நாடுகளோ உலக ஒழுங்கு முறைக்குள் சிறீலங்காவைக் கொண்டு வருவதலை நடைமுறைச் சாத்தியமில்லாததாக்குகிறது. அவ்வாறே சிங்கள மக்களோ அல்லது தமிழ் மக்களோ அல்லது முஸ்லீம் மக்களோ இந்த வலுவான அரசாங்கத்தின் கொலைக்கு அஞ்சாத படைகளை எதிர்கொண்டு, சனநாயக வழிகளில் போராட முடியாது கொலைகாரப்படை அதிகாரிகளையே அரசாங்கத்தின் நிர்வாகத்திலும், சட்ட அமுலாக்க நீதித் துறையிலும், அதியுயர் பதவிகளில் இன்றைய அரசாங்கம் நியமித்து, ஆட்சி புரிந்து வருகிறது.

இந்தப் படையதிகாரிகள் தங்களால் இனப் படுகொலைக்கும், வலிந்து காணாமல் ஆக்கப்படுதலுக்கும் உள்ளானவர்களின் நினைவேந்தல் சின்னங்களைச் சிதைத்து, அவர்களை நினைவு கூரும் மக்களின் அடிப்படை மனித உரிமையும் தொடர்ந்து வன்முறைப்படுத்தி அச்சப்படுத்துவதால், தங்களுக்கு எதிரான ஆதாரங்களைச் சாட்சியங்களை அழித்து வருவதை முள்ளிவாய்க்கால் நினைவுச்சின்னம் உடைக்கப்பட்டு நொறுக்கப்பட்டதும், அங்கு நட்டு வழிபாடு செய்வதற்காகக் கொண்டு வரப்பட்ட நடுகல் திருடப்பட்டதுமான இவ்வாரச் செயற்பாடுகள் மேலும் உலகுக்குத் தெளிவாக்கியுள்ளன.

இவ்வாறு தங்கள் சொந்த ஆட்சியாளர்கள் என உலகு நம்புபவர்களாலேயே கைவிடப்பட்ட நிலையில் உள்ள மக்களுக்கு புலம்பதிந்து வாழும் ஈழத் தமிழர்கள், தங்கள் சமூக மூலதன – புத்திஜீவித்தனப் பகிர்வால் சக்தி அளித்து, அவர்களது வாழ்வைப் பலப்படுத்துவதாலேயே அவர்களுடைய மனதில் அமைதிக்கான பாதுகாப்பைக் கட்டியெழுப்பி, அவர்களைச் சிறீலங்காவின் நடைமுறை இனஅழிப்புப் போரிலிருந்து அவர்கள் விடுபட வைக்க முடியும். ஈழத்தமிழினத்தை உலகின் சந்தைப் பொருளாதாரத்திற்கு பங்களிக்கும் சமுதாயமாகவும், தங்கள் அறிவுப்பலத்தால் தங்களுக்கான அமைதியை உருவாக்க வல்ல சமுதாயமாகவும் மாற்றுதல் என்னும் செயற்திட்டத்தின் மூலமே அவர்களைக் குறித்த அக்கறையையும், ஆர்வத்தையும் உலகு கொள்ளச் செய்யலாம். அப்பொழுதுதான் ஈழத் தமிழர்களின் வெளியகத் தன்னாட்சி உறுதியாகி உலக நாடுகளும் அமைப்புக்களும் ஈழத் தமிழர்களின் உரிமைகள் மீள உதவும் காலம் உருவாகும் என்பதே இலக்கின் இறுதியும் உறுதியுமான எண்ணம். இதற்காகப் புலம்பதிந்த தமிழர்கள் ஒருங்கிணைந்து உழைப்பது ஒன்றே முள்ளிவாய்க்காலில் இனப் படுகொலைக்கு உள்ளானவர்களுக்கான சிறந்த போற்றுதலாக அமையும்.

76

ஆசிரியர் தலையங்கம் – இலக்கு மின்னிதழ்: *129*

முள்ளிவாய்க்கால் ஈழத்தமிழின அழிப்புக்கான நீதி இன்றைய உலக அமைதிக்கான தேவை

08.05.2021 கிட்லரின் இன அழிப்பு ஆட்சிக்கு பிரித்தானியாவின் இணைவுடன் நேச நாடுகளின் படையணிகள் அன்றைய யேர்மனியைச் சரணடைய வைத்த, ஐரோப்பா மேலான வெற்றி நாள் (VE Day), 76ஆவது ஆண்டாக மேற்குலகில் கொண்டாடப்பட்டது. ஆயினும் யப்பானின் ஹிரோசிமா மேல் 1945 ஆகஸ்ட் 6ஆம் திகதியும், நாகசாக்கி மேல் ஆகஸ்ட் 9ஆம் திகதியும் அமெரிக்கா அணுக் குண்டுகளை வீசி, யப்பானை 14ஆம் திகதி சரணடைய வைத்ததை ஆகஸ்ட் 15 இல் யப்பான் மேலான வெற்றி நாளாக (VJ Day) மேற்குலகு கொண்டாடுகிறது. இரண்டு நாட்களிலும் இந்த யுத்தங்களில் பங்குபற்றிய போர் வீரர்களையும், உயிரிழந்த மக்களையும் போற்றி வணங்குதல் இந்நாட்களின் சிறப்பு நிகழ்வாக உள்ளது.

வருகிற 18.05.2021இல் சிறீலங்காவின் இனஅழிப்பு ஆட்சியில் முள்ளிவாய்க்காலில் 2009இல் இதே தினத்தன்று 40,000க்கு மேற்பட்ட ஈழத்தமிழ் மக்கள் சிறீலங்கா அரசால் உருவாக்கப்பட்ட பாதுகாப்பு பிரதேசங்களில், சிறீலங்காப் படைகளால் இன அழிப்புக்கு உள்ளாகினர். 21ஆம் நூற்றாண்டின் உலக இனப்படுகொலை தினத்தை ஈழத்திலும் தமிழகத்திலும் உலகெங்கும் உள்ள தமிழர்கள் வலிசுமந்த நினைவாக நினைவேந்தல் செய்கின்றனர். இந்நாளில் முள்ளிவாய்க்கால் ஈழத் தமிழின அழிப்புக்கான நீதியை வழங்குமாறு உலக நாடுகளையும், உலக அமைப்புக்களையும், உலக மக்களையும் தொடர்ந்தும் கோரவுள்ளனர். அதே நேரம் இந்த இன அழிப்பில் இனப் படுகொலை செய்யப்பட்ட மக்களையும், தங்கள் தேசிய விடுதலைப்

போராட்டத்தில் இன்னுயிர்களை அர்ப்பணித்த மாவீரர்களையும் வணங்கிப் போற்றும் நிகழ்வாகவும் ஈழத்தமிழ் மக்கள் இந்நாளை முன்னெடுக்கின்றனர்.

இந்நேரத்தில் முள்ளிவாய்க்கால் ஈழத்தமிழின அழிப்புக்கான நீதியை வழங்குவதில் உலக நாடுகளும், அமைப்புக்களும், உலகின் மக்களும் காட்டி வரும் காலதாமதம், சிறீலங்கா தான் அனைத்துலகச் சட்டங்களில் இருந்து தப்புவதற்காக, ஒருநாட்டுக்குள் இருதேசங்களாக உள்ள தமிழ், சிங்கள மக்களின் இறைமைகளைச் சீனாவின் இறைமையுடன் இணைக்கின்ற வர்த்தக கடன் ஒப்பந்தங்கள் வழி, தனக்கான பாதுகாப்புச் சுவரைக் கட்டி எழுப்பும் தந்திரோபாயத்தில் பலம் பெறுவதற்கான கால அவகாசத்தை வழங்குகிறது. சிறீலங்காவின் இந்த உலக சக்திகளை நடுநிலைப்படுத்திச் செயற்படாத தந்திரோபாயம், இலங்கைத் தீவைச் சுற்றியுள்ள இந்துமா கடலின் அமைதியினையும், பாதுகாப்பினையும் சீர்குலைத்து அதனை வல்லாண்மைகளின் போட்டிக் களமாக, மூன்றாம் உலகப் போருக்கானகளமாக மாற்றிக் கொண்டிருக்கிறது.

இவ்விடத்தில், டேவிட் லோகன் கேட்டர் என்னும் ஆய்வாளர், “மூன்றாவது உலகப் பெரும்போர்: இது ஏற்கனவே தொடங்கி விட்டதா?” *(World War 3 : Is it already happening?)* என 1ஆம், 2ஆம் உலகப் பெரும் போர்களுக்கான காரணங்களையும், சமகால உலக அரசியல் போக்கையும் எடுத்து ஆராய்ந்து, எழுப்பியுள்ள கேள்வி சிந்தனைக்குரியது. இதில் 1ஆவது உலகப் போரின் விளைவாகவே 2ஆவது உலகப் போர் தொடர்ந்தது என்பதையும், இரண்டாவது உலகப் போரின் விளைவாக இன்றைய காலகட்டத்தில் எவ்வாறு மூன்றாவது உலகப்போர் வளர்ந்து செல்கிறது என்பதையும் தெளிவாக்கியுள்ளார்.

சீனாவின் போர்க்கலைத் தத்துவாசிரியர் சன் டிசூ அவர்களின் “யுத்தத்தின் மேன்மையான போரிடல் கலை என்பது எதிரியுடன் போரிடாது அடக்குவது” என்ற தந்திரோபாயத்தின் மூலம் செயற்பட்டு வருகின்றது எனவும், இது மூன்றாவது உலகப் போர் ஏற்கனவே தொடங்கி விட்டதை உணர்த்துகிறது எனவும் தனது ஆய்வில் தெளிவுபடுத்தியுள்ளார். இந்த 21ஆம் நூற்றாண்டுப் போர் முறையில் போர் செய்யாது எதிரியை அடக்கும் போராகவே போர்கள் முன்னெடுக்கப்படும். ஏனெனில் அணுக் குண்டின் தந்தையான விஞ்ஞானி அல்பேர்ட் அயன்ஸ்டின் “மூன்றாவது உலகப் போர் எந்த ஆயுதங்களால் நடத்தப்படும் என எனக்குத் தெரியும். ஆனால் நான்காவது உலகப்போர் தடிகளாலும் கல்லுகளாலுமே

நடத்தப்படலாம்" எனக் கூறிய எச்சரிப்பை எல்லா வல்லாண்மைகளும் நன்கறியும்.

இந்த வகையில்தான் சிறீலங்காவுக்கான கடன்கள் வர்த்தகங்கள் வழி சீனா தனது இறைமையை இலங்கைத் தீவில் அதனை ஆக்கிரமிக்காமலே ஆக்கிரமித்து நிறுவிக் கொண்டுள்ளது. இன்று சீனாவும், கொங்கொங்குமே சிறீலங்காவின் நேரடி முதலீடுகளில் முதலிரு இடங்களையும் பெறுகின்றனர். இந்தியாவுக்கும், பிரித்தானியாவுக்கும் இருந்த இடங்கள் பின்தள்ளப்பட்டு விட்டன. இவ்வாறு தனது பாரம்பரிய முதலீட்டாளர்களிடம் இருந்து விலகிச் சீனாவிடம் இலங்கைத் தீவின் இறைமையைச் சிறீலங்கா பகிர்ந்து கொள்வதற்குக் காரணம், சிறீலங்கா தனது ஈழத் தமிழர்களின் மேலான இன அழிப்புத் திட்டத்தை அனைத்துலகச் சட்டங்களும் அமைப்புக்களும் தடுக்காது தப்பித்துக் கொள்வதற்கே.

ஆகையால் உலக நாடுகளும், அமைப்புக்களும் ஈழத்தமிழர் பிரச்சினைக்கான தீர்வை விரைவுபடுத்துவதன் மூலமே சீனாவுடனான சரிவுநிலையில் இருந்து இலங்கைத் தீவை மீட்டு, இந்துமா கடலின் அமைதித் தன்மையைப் பேண முடியும். அதேவேளை எந்த நாடும் உலகின் பாதுகாப்பையும் அமைதியையும் உறுதிப்படுத்த அனைத்துலக அமைப்புக்கள் மூலமே சிறீலங்காவினுள் செயற்பட முடியும் என்பது இன்றைய ஆட்சியாளர்களுக்கு நன்கு தெரியும். இதற்காகவே சிறீலங்கா அனைத்துலக மனித உரிமைகள் ஆணையகத்தின் வழிகாட்டலை நிராகரித்து தன்னைத் தனிமைப் படுத்துகின்றது.

இந்நிலையில் அனைத்துலக நாடுகளும், அமைப்புக்களும் ஈழத்தமிழர்களின் தேசியப் பிரச்சினைக்கு ஈழத் தமிழர்களுக்கு, அனைத்துலகச் சட்டங்களுக்கு அமைய நேரடித் தொடர்புகளை மேற்கொள்வதற்கான பிரதிநிதித்துவத்தைப், பாலஸ்தீன மக்களுக்கு அவர்கள் இஸ்ரேயல் என்னும் நாட்டுக்குள் இருக்கும் நிலையிலேயே வழங்கி வருவது போல, வழங்குவது அவசியம். மேலும் நாட்டுக்குள் தேசங்கள் என்ற அடிப்படையில் ஈழத் தமிழர்களின் பிரச்சினைக்கான தீர்வுக்கு அனைத்துலகச் சட்டங்களுக்கு ஏற்புடையனவற்றைச் செய்யுமாறு ஈழத்தமிழர் பிரச்சினையில் நேரடித் தொடர்புடைய பிரித்தானியா, இந்தியா உட்பட்ட உலக நாடுகளிடம் ஈழமக்கள் தொடர்புகளை மேற்கொண்டு உரையாடல்களைத் தொடங்க வேண்டும். அப்பொழுது தான் முள்ளிவாய்க்கால் ஈழத்தமிழின அழிப்புக்கான நீதி என்பது இன்றைய உலகின் பாதுகாப்புக்கும், அமைதிக்குமான தேவை என்பதை இந்நாடுகளுக்குத் தெளிவாக எடுத்துரைக்க முடியும்.

77

ஆசிரியர் தலையங்கம் – இலக்கு மின்னிதழ்: *128*

ஈழத்தமிழ் உழைப்பாளர்கள் ஒருமைப்பாடும் செயற்பாடுமே உரிமை மீட்புக்கு உடன்தேவை

மே 1 ஆம் திகதி என்றாலே உழைப்பாளர் தினம் என்பது உலகறிந்த விடயம். இந்தியாவில் மேதினம், முதன்முதலில் தமிழகத்தின் சென்னை ரிப்ளிக்கன் கடற் கரையில் தான், அக்காலத்து இந்துஸ்தான் தொழிலாளர் கிசான் கட்சியைச் சேர்ந்த மலயபுரம் சிங்காரவேலுச் செட்டியார் அவர்களாலே 1923ஆம் ஆண்டு தொடங்கப் பெற்றது. சுதந்திர வாழ்வைக் கட்டமைக்க உலக உழைப்பாளர்கள் சத்தியை ஒருங்கிணைத்தல் என்கிற தந்திரோபாயமாகவே மேதினத்தைத் தமிழர்கள் முன்னெடுத்தனர்.

இலங்கையில் 1926இல் மேதினத்தை முன்னெடுத்த ஏ.ஈ.குணசிங்க என்ற வங்கி ஊழியரான தொழிற்சங்கவாதி அதனைச் சிங்கள பௌத்தர்களின் மேலாதிக்கத்தை நிலைநிறுத்துவதற்கான தந்திரோபாயமாக்கிச் சிங்களத்திற்கும், பௌத்தத்திற்கும் முன்னுரிமை கொடுத்துத் தமிழர்களின் தொழில் உரிமைகளை மறுக்கும் இனவாத சக்தியாகச் சிங்கள உழைப்பாளர் சக்தியை உருமாற்றினார்.

இந்த இனவெறியூட்டப்பட்ட சிங்கள உழைப்பாளர்களையே, சிங்கள அரசு, கல்லோயாக் குடியேற்றத்திட்டமென்ற பெயரில் தென்தமிழீழத்தில் குடியமர்த்தியது. இதன் விளைவாகத் தமிழர் தாயகத்தின் விவசாயப் பெருநிலப்பரப்பில் பெரியதான அம்பாறை மாவட்டத்தை முற்றுமுழுதாக சிங்களமயப்படுத்தினர். திருகோணமலை மாவட்டத்தின் ஒருபகுதியைச் சேருவில எனச் சிங்களத் தேர்தல் தொகுதியாக்கினர்.

இவ்வாறு தமிழர்களின் நிலத்தையும், கடல்வளத்தையும் அபகரித்துத் தமிழ் உழைப்பாளர்களைச் சுரண்டுவதன் மூலமே இலங்கைத் தமிழர் பிரச்சினையை உருவாக்கினர். இதன் தொடர்ச்சியாகவே நிலவள, கடல்வள, காட்டுவள அபகரிப்புக்களால் தங்கள் ஆதார வாழ்வியலை இழந்த தமிழர்களின் நடுத்தர வர்க்க உழைப்பாளர்கள் பெருமளவில் அரச வேலையாட்களாகப் பணிபுரிந்த நிலையில், சிங்களம் மட்டும் சட்டத்தைக் கொண்டு வந்து தமிழ் நடுத்தரவர்க்கத்தின் உழைப்பிழப்பையும் உருவாக்கினர்.

தமிழர் தாயகப் பகுதிகளில் ஆலைகள் அமைக்கவும், பெருமுதலீடுகள் செய்யவும் தேவையான சட்ட அனுமதியும், மூலவள வழங்கலுக்கான அனுமதிகளும் மறுக்கப்பட்டுத் தமிழர்களின் தொழிற்சாலை உற்பத்திகளும், வர்த்தக வளர்ச்சிகளும் திட்டமிட்ட முறையில் தடுக்கப்பட்டு அவர்களின் அனைத்துலகத் தொடர்புகளும் முடக்கப்பட்டு அவர்களை தனிமைப்பட வைத்தனர். இதுவே இனஅழிப்பை அனைத்துலகின் கவனத்தில் இருந்து மூடிமறைக்கும் இராஜதந்திரமாகியது.

ஈழத்தமிழர்களின் கல்வி மற்றும் தொழில்நுட்ப வளர்ச்சிகள் வழியான தொழில்பேறு ஆற்றல்களும், உயர் கல்விக்கான தரப்படுத்தல்கள் மூலம் குறைக்கப்பட்டன. இது தமிழர்களை அறியாமைக்குள்ளும், வறுமைக்குள்ளும் தள்ளும் கல்விக் கொள்கையாகவே வளர்க்கப்பட்டது.

இவ்வாறு தமிழ் உழைப்பாளிகளின் வாழ்வுக்கான அடிப்படை மனித உரிமைகள் மறுக்கப்பட்ட பொழுது, சனநாயக முறையில் வன்முறையற்ற வழிகளில் தமிழர்கள் தங்களுடைய வாழ்வினைப் பாதுகாக்க எடுத்த முயற்சிகளை ஆயுதப்படைபலம் கொண்டு ஒடுக்கி இனங்காணக்கூடிய அச்சத்தையே நாளாந்த வாழ்வாக்கியதன் விளைவாகவே ஈழத்தமிழ் மக்கள் தங்களின் சனநாயகப் போராட்டத்தைத் தேசிய விடுதலைப் போராட்டமாக, ஆயுத எதிர்ப்பாக வெளிப்படுத்தி 1976 மே மாதம் 5ஆம் திகதி 'தமிழீழ விடுதலைப்புலிகள்' என்னும் மக்கள் போராட்ட அமைப்பைத் தேசியத் தலைவர் வேலுப்பிள்ளை பிரபாகரன் தலைமையில் தோற்றுவித்தனர்.

தங்களின் இத்தேசியத்தலைமையின் கீழ் ஈழத்தமிழர்கள் மூன்று தசாப்தகால நடைமுறை அரசை அளப்பரிய தியாகங்கள் வழி நடைமுறைப்படுத்தி, இலங்கைத் தீவில் ஒருநாட்டுள் இருதேசங்கள் என்ற வரலாற்று எதார்த்தத்தை மீள நிறுவினர்.

இக்காலத்தில் மேதினம் ஈழத்தமிழ் உழைப்பாளிகளின் அனைத்து உரிமைகளையும் வென்றெடுப்பதற்கான அனைத்து செயற்பாடுகளையும் கட்டமைக்க மக்களை ஊக்குவித்து உற்சாகப்படுத்தும் நாளாகக் கோலாகலமாகக் கொண்டாடப்பட்டது.

மேதினம் சிங்கள பௌத்த பேரினவாத சிறீலங்கா அரசால் பாதிக்கப்பட்ட ஈழத்தமிழ் உழைப்பாளர்களை ஒருங்கிணைத்து, ஈழத்தமிழர்களின் உரிமைகளை வென்றெடுக்கும் மக்கள் சக்தியாக அவர்களை வளர்ச்சிபெற வைத்தது.

இந்த முயற்சிகளை எல்லாம், 2009 மே 18இல் முள்ளிவாய்க்கால் ஈழத்தமிழின அழிப்பு மூலம் சிறீலங்கா பின்னடையச் செய்துள்ளது.

இன்றைய இந்நிலையில் உலகெங்கும் உள்ள ஈழத்தமிழ் உழைப்பாளர்களை ஒருங்கமைத்துச் செயற்பட வைப்பதே, தேசியத்தலைமை காட்டிய பாதுகாப்பான அமைதியான வாழ்வை ஈழத்தமிழர்கள் பெற்றிட அவர்களின் உரிமைகளை மீள்விக்கும் ஒரேவழியாக அமையும்.

இதனை நிறைவேற்றிட இம்மேதினத்தில் எந்தப் புலம்பெயர்ந்த மக்களிடம் இந்த ஈழத்தமிழர் விடுதலையை முன்னெடுக்கும் பொறுப்பைத் தேசியத் தலைவர் 2008 மாவீரர் நாளில் ஒப்புவித்தாரோ, அந்த மக்கள் இன்று புலம்பதிந்த மக்களாக அவரவர்கள் வாழும் நாட்டின் குடிகளாக உள்ள உரிமையைப் பயன்படுத்தி அந்த அந்த நாட்டு அரசுக்களின் உதவியுடன், முயன்றிட வேண்டும். இதுவே தேசியத் தலைமைக்கான தங்களின் அரசியல் பணிவை வெளிப்படுத்தும் சான்றாக உலகை உணரப்பண்ணி, ஈழத்தமிழர்களின் தாயக தேசிய தன்னாட்சி உரிமைகளை உலகு அங்கீகரிக்க வைக்கும் பணியாகவும் சிறக்கும்.

அத்துடன் 1972மே மாதம் 22 ஆம் திகதி ஈழத்தமிழர்களை ஆளும் உரிமையற்ற சிறீலங்காச் சிங்கள பௌத்த குடியரசை நிறுவியது முதல் அரைநூற்றாண்டு காலமாக ஈழத்தமிழர்களுக்கு இருந்து வரும் நாடற்ற தேச இனத்தவர் என்ற நிலை மாறி, இழந்த ஈழத்தமிழர்கள் உரிமைகள் எல்லாம் மீளவும் செய்யும்.

78

ஆசிரியர் தலையங்கம் – இலக்கு மின்னிதழ்: 127

ஈழத்தமிழர்களுக்கு இன அழிப்புநிலை! காப்பாற்றும் பொறுப்பில் புலம்பதிந்த தமிழர்

இலங்கைத் தீவில் வாழும் ஈழத்தமிழர்களை தேவையேற்படின் சிறீலங்கா அரச அதிபர் கோட்டாபய இராஜபக்ச ஹிட்லரைப்போல் இன அழிப்புச் செய்வார் என்னும் தகவலைச் சிறீலங்காவின் இராஜாங்க அமைச்சர் திலும் அமுனுகம பகிரங்கமாகவே வெளியிட்டுள்ளார்.

1. சிறீலங்கா அதிபர் ஒரு சர்வாதிகாரியாகச் செயற்படுவார் என எதிர்பார்த்தே மக்கள் அரச அதிபர் கோட்டாபய இராஜபக்சவிற்கு வாக்களித்தார்கள் எனவும்,

2. ஆனால் இன்று அவரது அரசாங்கத்தின் செயற்பாட்டின்மைக்காக மக்கள் அவரைக் குற்றம் சாட்டுகின்றார்கள் எனவும்,

3. ஜனாதிபதி ஒரு ஹிட்லர் போல செயற்பட்டால், எவரும் குறைகூற மாட்டார்கள் – குற்றம்சாட்ட மாட்டார்கள் எனவும்,

4. ஆனால் ஜனாதிபதி அவ்வாறு செயற்பட விரும்பவில்லை. தற்போதைய நிலைமை மாறாவிட்டால், அது ஜனாதிபதி ஹிட்லராக மாறும் நிலையை உருவாக்கும் எனவும்

சிறீலங்காவின் இராஜாங்க அமைச்சர் திலும் அமுனுகம கூறியுள்ளார். சிறீலங்காவின் அமைச்சர் அவையின் இராஜாங்க அமைச்சராக உள்ள ஒருவரே இவ்வாறு ஈழத் தமிழர்களைச் சர்வாதிகார முறையில் இனஅழிப்புச் செய்யும் மக்களாணை உண்டென்று உலகுக்கு இப்பேச்சின் மூலம் அறிவித்துள்ளார். இது தங்களை ஆட்சி செய்வதாகக் கூறும் ஒரு அரசாங்கமே தங்களது பாதுகாப்பான

அமைதியை மறுக்கின்ற காரணத்தால், ஈழத்தமிழர்கள் உலக நாடுகளால் பாதுகாக்கப்பட வேண்டிய அதீத மனிதாய தேவைகளில் *(Extreme Humanitarian Needs)* வாழும் பாதிப்புற்ற இனமாக உள்ளனர் என்பதை மீளவும் உறுதியாக்குகிறது. இத்தகைய மக்களுக்கு அவர்கள் வாழும் நாட்டின் இறைமையைக் கடந்து, உலக நாடுகள், அமைப்புக்கள், அவர்களுக்கான மனிதாய உதவிகளை வழங்கலாம் என்பது ஐக்கிய நாடுகள் சபை ஏற்றுக்கொண்ட ஒன்று.

ஆனால் 2009 முதல் இன்று வரை அதீத மனிதாய தேவைகளில் உள்ள ஈழத் தமிழர்களுக்கான நீதியையோ, புனர்வாழ்வையோ, புனரமைப்பையோ உலக நாடுகளாலும், உலக நிறுவனங்களாலும் சிறீலங்காவின் இறைமையக் கடந்து பெற்றுக் கொடுக்க இயலாத நிலையில், யுத்தமற்ற சூழலிலும், தொடர்ந்தும் பல்வேறு வகைகளில், ஈழத்தமிழ் மக்கள், சிறீலங்காவால் இனத்துடைப்புக்கும், பண்பாட்டு இனஅழிப்புக்கும் தினம் தினம் உள்ளாகி வருகின்றனர்.

இந்நிலையில், உலகெங்கும் தாங்கள் வாழும் நாடுகளின் குடிகளாகப் புலம்பதிந்து வாழும் ஈழத்தமிழர்கள், பின்வரும் நான்கு நிலைகளில் ஈழத்தமிழர்களை இன அழிப்பிலிருந்து பாதுகாக்க முயற்சிக்க வேண்டியவர்களாக உள்ளனர்.

1. இனஅழிப்பில் இருந்து ஈழத்தமிழர்களைக் காக்க வேண்டிய பொறுப்புள்ள ஐக்கிய நாடுகள் சபையையும், அதன் மனித உரிமைகள் சபை, மனித உரிமைகள் ஆணையகம் என்பவற்றையும், அவற்றின் செயற்பாடுகளை சரியாகச் சரியான முறையில் செய்வதை வேகப்படுத்த பார்வையாளர் தகுதி கொண்டவர்களாக, பாலஸ்தீனிய மக்களுக்கு அனுமதி அளித்தது போல, ஈழத்தமிழர்களுக்கும், சிறப்பு பிரதிநிதித்துவ அனுமதி அளிக்க வேண்டும் என்று கோர வேண்டும்.

2. பிரித்தானியக் காலனித்துவத்தில் இருதேசங்களை ஒரு தேசமாகக் கட்டமைத்தமையே இன்று மத்திய கிழக்குப் பிரச்சினைக்குரிய காரணமென மிகத்தெளிவான முறையில் மதிப்பீடு செய்துள்ள இன்றைய பிரித்தானியப் பிரதமர் பொரிஸ் யோண்சன் அவர்களையும், அவரது அரசையும், அதே நிலைதான் இலங்கைத் தமிழர் பிரச்சினைக்கும் காரணமென்பதை மனதிருத்தி, இலங்கையில் தமிழ்த் தேசியப் பிரச்சினையை ஒரு நாட்டுக்குள் இருதேசங்கள் என்ற உண்மையின் அடிப்படையில் தீர்ப்பதற்கான அனைத்துலக தலைமையினை அவரும் அவரது அரசும் முன்னெடுக்க வேண்டுமெனக் கோரவேண்டும்.

3. இன்று தமிழர்களின் தன்மான வாழ்வை (Dignity of life) முன்னெடுக்கும் வகையிலான அரசியல் தீர்வே, சிறீலங்காவில் மனிதஉரிமைப் பிரச்சினைக்கான தீர்வைத் தரும் என்னும் கருத்தினை ஐக்கிய நாடுகள் சபையில் வெளியிட்டு, அதற்கான செயற்பாட்டு இலக்காக, இலங்கைஇந்திய ஒப்பந்தத்தின் 13ஆவது விதி அமைய வேண்டுமென்றும், எடுத்துரைக்கும் இந்தியப் பிரதமர் மோடி அவர்களின் தலைமையிலான இந்திய மத்திய அரசிடம் புலம்பதிந்து வாழும் தமிழர்களுடனும், தாயகத்தில் உள்ள ஈழத்தமிழர்களுடனும் அவர்களது கருத்துக்களையும் கேட்டறியும் வகையில் பொறிமுறைகளை அமைக்குமாறு கேட்க வேண்டும்.

4. ஈழத்தமிழர்கள் இனஅழிப்புக்குள்ளாகிக் கொண்டிருக்கும் இன்றையநிலையைக்கவனத்தில்எடுத்துயூன் 21ஆம்திகதிருவாண்டாவில் நடைபெறவுள்ள பொதுநலவாய நாடுகளின் தலைவர்களின் 2021ஆம் ஆண்டுக்கான மாநாட்டில், ஈழத் தமிழர்களுக்கான மனித உரிமைக்கும், தன்னாட்சி உரிமைக்கும் முன்னிலை கொடுத்த நிலையில் பொதுநலவாய நாடுகளின் 'பொதுவான எதிர்காலத்தை அமைத்தல், இணைத்தல், புதுப்பித்தல், உருமாற்றல்' திட்டமிடலைச் செய்யுமாறு பொதுநலவாய நாடுகளின் அனைத்து உறுப்புரிமை நாடுகளையும் கோர வேண்டும்.

இவற்றைச் செய்வதற்கான ஈழத்தமிழர்களின் தூதுவர்களாகச் செயற்படவேண்டிய புலம்பதிந்த தமிழர்கள், ஈழத்தமிழர்களின் பிரிக்கப்பட முடியாத அடிப்படை மனித உரிமைகள், தன்னாட்சி உரிமை என்னும் இருவகை உரிமைகளையும் முன்னெடுப்பதில் என்கிலும், தமக்கிடையுள்ள மாறுபாடுகளை வேறுபாடுகளை மதித்து, அதேவேளையில் அவற்றுக்கு அப்பால், ஈழத்தமிழரின் உரிமைகளைப் பாதுகாத்தல் என்னும் பொது நோக்கில், அதற்கான பொது வேலைத்திட்டத்தில் ஒரே அணியில் இணைந்தேயாக வேண்டும். "நாங்கள் சுதந்திரமாகவே பிறந்தோம். சுதந்திரத்தை நம்புகின்றோம். இதனாலேயே நாங்கள் முழங்காலில் இருந்து வாழ்வதை விட சொந்தக்காலில் நின்று கொண்டு சாவதையே சிறந்ததாகக் கருதுகின்றோம்" என்கிற முன்னாள் அமெரிக்க அரச அதிபரும் தன்னாட்சி உரிமைத் தத்துவத்தின் தந்தையுமான, வூட்ரோவில்சன் அவர்களின் வார்த்தைகளையே தங்கள் வாழ்வாகக் கொண்டவர்கள் ஈழமக்கள் என்பதை உலகறியச் செய்வதற்கு புலம்பதிந்த தமிழர்கள், ஈழத்தமிழர்களின் உரிமைகளை மீட்பதில் உலகின் உதவியைக் கோரும் பொது அணியில் காலதாமதமின்றி இணைவார்கள் என்பது இலக்கின் நம்பிக்கை.

79

ஆசிரியர் தலையங்கம் – இலக்கு மின்னிதழ்: 126

நீதிபெறப் பலநாடுகளின் பங்களிப்புத் தேவை இதுவே ஈழத்தமிழர் அமைதிக்கான இராசதந்திரம்

ஐக்கிய நாடுகள் சபை ஏப்ரல் மாதம் 24ஆம் திகதியை நீதிக்கான பலநாடுகளின் பங்களிப்புக்கும், அமைதிக்கான இராஜதந்திரத்திற்குமான அனைத்துலகத்தினம் (The International Day of Multilateralism and Diplo macy for Peace), என 2019 இலிருந்து கொண்டாடி வருகிறது. ஐக்கிய நாடுகள் சபையின் மூன்று தூண்களாகக் கருதப்படும் 01.அமைதியும், பாதுகாப்பும், 02. வளர்ச்சிகள், 03. மனித உரிமைகள் என்பனவற்றை பலநாடுகளின் பங்களிப்புடன் நிலைநிறுத்தி, அமைதிக்கான இராஜதந்திரத்துடன் பலநாடுகளையும் செயற்பட வைத்து, மீண்டும் இரண்டாவது உலகப்போர் போன்ற அழிவுதரு யுத்தங்கள் உலகில் தோன்றாது பாதுகாத்தலைத், தனது தலையாய நோக்காக இந்த அனைத்துலக தினத்தின் மூலம் உறுதி செய்து வருகிறது. "பலநாடுகளின் பங்களிப்பு என்பது அவற்றுக்குள்ள அச்சுறுத்தல்களைப் பகிர்ந்து கொள்வதாக மட்டும் இராது, அந்நாடுகளில் பொதுப் பங்களிப்புக்கள் மக்களுக்கு மறுக்கப்படுவது அல்லது பறிக்கப்படுவது குறித்தும் கவனத்தில் எடுத்துச் செயற்படல்" என்கிற கருத்தினை ஐக்கிய நாடுகள் சபையின் பொதுச்செயலாளர் இத்தினத்துக்கான இவ்வாண்டுச் செய்தியில் தெளிவாகக் குறிப்பிட்டுள்ளார்.

இத்தினம் ஈழத்தமிழர்களுக்கும் தாங்கள் நீதியைப் பெற ஒரு சில நாடுகளின் பங்களிப்பை மட்டுமல்ல பலநாடுகளின் பங்களிப்பைப் பெற வேண்டும் என்கிற விழிப்புணர்வைத் தருகிறது. மேலும் ஈழத்தமிழர்கள் தங்கள் வரலாற்றுத் தாயகத்திலேயே, பொதுப்பங்களிப்பு

சிறீலங்கா அரசாங்கத்தால் மறுக்கப்பட்டும், அமைதியும் பாதுகாப்பும், வளர்ச்சிகளும், மனித உரிமைகளும் இல்லாமலும் வாழ்கின்றனர். எனவே இவர்களின் நீதிக்காகப் பலநாடுகளின் பங்களிப்பைப் பெறும் பொறுப்பும், இராசதந்திரத்தின் மூலம் இவர்களின் அமைதியை உறுதிப்படுத்தும் கடமையும் உள்ள ஐக்கிய நாடுகள் சபை அதன் முன்னுரிமைச் செயற்திட்டத்தில் ஈழத்தமிழர்க்கான நீதியையும், அமைதியையும் முன்னெடுக்க ஈழத்தமிழர்களும் உலகெங்கும் புலம்பதிந்து வாழும் ஈழத்தமிழர்களும், உழைக்க உறுதி எடுக்கும் நாளாக இந்த அனைத்துலகத் தினத்தை ஈழத்தமிழ் மக்கள் கருத்தில் கொள்ள வேண்டும்.

உலகெங்கும் புலம்பதிந்து வாழும் ஈழத்தமிழர்களே இவ்விடயத்தில் அதீத கவனம் செலுத்த வேண்டியவர்களாக உள்ளனர். இதனைத் தடுக்கும் நோக்கிலேயே உலகெங்கும் செயற்படும் பல்வேறு ஈழத்தமிழர் நலன்புரி அமைப்புக்களையும், ஈழத்தமிழ்ச் சமூக ஆர்வலர்களையும், பயங்கரவாதப் பட்டியல் ஒன்றில் அடக்கி வெளியிட்டுள்ளதும் அல்லாமல், இவர்களுடன் தொடர்புள்ளவர்கள் எனச் சந்தேகிக்கப்படும் எவரும் சிறீலங்காவுக்குள் சென்றால் கைதுசெய்யப்படுவர் எனவும், சிறீலங்காவில் உள்ளவர்கள் இவர்களுடன் எத்தகையத் தொடர்புகளை வைத்திருந்தாலும் அவர்களும் கைதுசெய்யப்படுவர் எனவும் சிறீலங்கா உத்தரவிட்டு ஈழமக்களை, பலநாடுகளினதும் குடிகளாகப் பரவி வாழும் அவர்களின் கிட்டிய குடும்ப உறுப்பினர்களில் இருந்து தனிமைப்படுத்திட முனைந்துள்ளது.

அத்துடன் ஈழமக்களைப் பொருளாதார ரீதியாகவும், தனிமைப்படுத்தும் நோக்கில், ஈழத்தமிழ் மக்கள் உலகில் பரந்து வாழும் தங்கள் கிட்டிய குடும்ப உறுப்பினர்கள், உறவினர்கள், நண்பர்களிடமிருந்து நிதிவள உதவிகளையோ அல்லது மதிவள தொழில்நுட்ப ஆதரவுகளையோ பெறுவதைத் தடுக்க, வெளிநாட்டின் தொண்டர் அமைப்புக்களோ தனியாட்களோ நேரடியாக ஈழத்தமிழர்களுக்கு அவர்களுடைய வாழ்வுக்கான நிதி உதவிகளைச் செய்ய முடியாது, அத்தனை நிதி உதவிகளும் இராணுவ உயரதிகாரிகளால் நிர்வகிக்கப்படும் கட்டமைப்புக்கள் வழி செய்யப்பட வேண்டும் என்கிற உத்தரவைச் சிறீலங்கா பிறப்பித்துள்ளது.

இவ்வாறு சமூகநிலையிலும், பொருளாதாரநிலையிலும் உயிர் வாழ்வதற்கான நாளாந்த வாழ்வுக்கான உதவிகளைக் கூட பெற இயலாத வகையில் உள்ள ஈழத் தமிழ்மக்கள் இன்றைய உலகின் அதீத

மனிதாய தேவைகளுக்கு உரிய மக்களாக உள்ளனர். இவர்களுக்கு ஐக்கிய நாடுகள் சபை இவர்கள் வாழும் நாட்டின் இறைமையை மீறி நேரடியாக உதவலாம் என்பது குவைத் யுத்த நேரத்தில் பிரித்தானிய வெளிநாட்டுச் செயலாளர் திரு. டக்ளஸ் கியூட் அவர்களின் நெறிப்படுத்தலில் ஐக்கிய நாடுகள் சபை எடுத்த முடிபு.

எனவே ஈழமக்கள் தங்களுக்கான நீதியைப் பெற, பலநாடுகள் உடைய கூட்டு இணைப்பின் மூலம் ஐக்கிய நாடுகள் சபை முனைவது சிறீலங்காவின் இறைமையை மீறும் செயற்பாடாகாது. ஈழத்தமிழர்கள் தாயகத்திலும் உலகிலும் எல்லா நாடுகளுடனும் அந்த அந்த நாட்டு மக்களுடனும், அரசுக்களுடனும் உரையாடல்களை, உறவுகளை வளர்த்து அந்நாடுகள் ஐக்கிய நாடுகள் மனித உரிமை ஆணையகத்தின் இந்த முயற்சிக்கு உதவ உழைக்கவேண்டும். அவ்வாறே தாயகத்திலும் உலகிலும் உள்ள ஈழத்தமிழர்கள், இராசதந்திரமாக உலக அரசியல் பொருளாதார மாற்றங்களுக்கு ஏற்ப சரியானதைச் சரியாகச் செய்ய வேண்டும். இதுவே ஈழத்தமிழர்களுக்கான அமைதியை உறுதிப்படுத்த உதவும் இராசதந்திரமாகும்.

அத்துடன் எதிர்வரும் யூன் மாதம் 21ஆம் நாள் கடந்த ஆண்டு கோவிட் 19 வீரியத் தாக்கத்தால் ஒத்திவைக்கப்பட்ட பொதுநலவாய நாடுகளின் தலைவர்களின் சந்திப்பு, ருவாண்டாவில், 'பொதுவான எதிர்காலத்தை அமைத்தல், இணைத்தல், புதுப்பித்தல், உருமாற்றல்' என்னும் மையப்பொருளில் நடைபெறவுள்ளது. இதனைச் சிறீலங்கா ஈழத்தமிழ் மக்களின் நீதிக்கான ஐக்கிய நாடுகள் சபையின் மனித உரிமை ஆணையகத்தின் முயற்சிகளைத் தடுப்பதற்கான களமாகப் பயன்படுத்துவதற்கான அனைத்து முயற்சிகளையும் தொடங்கிவிட்டது. இந்நிலையில் பொதுநலவாய நாடுகள் அனைத்துடனும் ஈழமக்கள் தங்களின் நீதிக்கான பலநாடுகளின் பங்களிப்பையும் பெறக்கூடிய அமைதிக்கான இராசதந்திரத்துடன், எந்த நாடுகளையும் பகைக்காது, வெறுக்காது, ஓதுக்காது, அனைத்து நாடுகளுடனும் உறவுகளை உடனடியாக வளர்த்தல் முக்கியம்.

80

ஆசிரியர் தலையங்கம் – இலக்கு மின்னிதழ்: 125

தமிழகத்தின் புதிய ஆட்சி ஈழத்தமிழர் நீதிக்கான அமுக்கக் குழுவாக வேண்டும்

தமிழகத் தேர்தல் களம் முடிவடைந்து வாக்கு எண்ணிக்கை எதிர்வரும் மே மாதம், 2ஆம் திகதி இடம்பெறவுள்ளது. இம்முறை புதியவர்கள் பக்கம் மக்களின் நாட்டம் அதிகமாக இருந்தமையால், புதிதாகக் களமிறங்கியவர்களுக்கான வாக்குப்பலம் அதிகரித்திருப்பதாகவும், அது எவ்வாறு அமைகிறதோ அதற்கேற்பவே பெரிய கட்சிகளின் வெற்றி அமையும் என்பதும், எந்தக் கட்சி ஆட்சியானாலும் அது கூட்டணிக்கட்சிகளுடன் இணைந்தே அமையும் என்பதும் ஆய்வாளர்களின் எதிர்பார்ப்பாக உள்ளது. இம்முறையும் தேர்தல் களத்தில் வழமை போலவே ஈழத்தமிழர் பிரச்சினைகள், தமிழ், தமிழர் என்னும் மொழி இன உணர்ச்சிகளைத் தேர்தல் நேரத்தில் தூண்டுவதற்கான பரப்புரைக் கருவிகளாகக் கையாளப்பட்டுள்ளன.

அதேவேளை, ஐக்கிய நாடுகள் மனித உரிமை ஆணையர்க்கு சிறீலங்காவின் மனித உரிமைகள் மீறல்கள், யுத்தக்குற்றங்கள், மனிதாயத்திற்கு எதிரான செயல்கள் குறித்த விசாரணைகளை நடாத்தித் தகவல்களைச் சேகரித்து மேலதிக நடவடிக்கைகளை எடுக்க அலுவலகம் ஒன்றை நிறுவவும், பணியாளர்களை நியமிக்கவும் 2.8 மில்லியன் டொலர் நிதி ஒதுக்கீட்டுடன் ஆணையளித்த, மனித உரிமைக் கவுன்சிலின் 2021ஆம் ஆண்டுத் தீர்மானத்தில் இந்தியா கலந்து கொள்ளாமையை ஈழத்தமிழர்களை இந்திய மத்திய அரசு கூட்டு மொத்தமாகக் காட்டிக் கொடுத்த செயலாக அறிவித்த இந்தியாவின் முன்னாள் நிதியமைச்சர் ப.சிதம்பரம் அவர்கள் "தமிழக

மக்கள் தங்கள் வாக்கினால் அவர்களைத் தண்டிக்க வேண்டும்" எனத் தேர்தல் வேண்டுகோளையும் விடுத்தார். அந்த வகையில் தமிழகத் தேர்தல் முடிவு காங்கிரஸ் கட்சியில் முக்கியமானவரான திரு ப. சிதம்பரம் அவர்களால் இந்தியாவின் மனிதஉரிமை பேரவையின் செயற்பாட்டுக்கான தமிழக மக்களின் விருப்பை அறியும் அடையாளக் குடியொப்பமாகவே மாற்றப்பட்டு விட்டது.

சுருக்கமாகச் சொன்னால், தமிழகத்தின் முக்கிய கட்சிகள் எல்லாமே இணைந்து ஐ.நா. மனித உரிமைகள் சபையின் சிறீலங்கா குறித்த தீர்மானத்தை ஆதரிக்க வேண்டுமென ஒற்றுமையாக விடுத்த அழைப்பை இந்திய மத்திய அரசு அலட்சியப்படுத்திய செயல், தமிழக மக்களை அவமதித்து, பாரதிய சனதாவுடன் தேர்தல் கூட்டு வைத்துள்ள அண்ணா தி.மு.க வின் விக்கெட்டை வீழ்த்த வீசப்பட்ட கிரிக்கெட் பந்து எனவே ஊடகங்கள் வர்ணித்தன.

இதனைச் சமாளிக்கச் சென்னை வந்த இந்தியப் பிரதமர் மாண்பமை நரேந்திரமோடி அவர்கள் சென்னையில் வைத்து ஈழத் தமிழர்களின் சமத்துவமும், கண்ணியமுமான வாழ்வை உறுதி செய்யத் தமது கட்சி சிறீலங்காவை வற்புறுத்தும் என உறுதியளித்து, இலங்கையில் தமிழர்களுக்குப் புனர்வாழ்வு அளிப்பதற்குத் தாங்கள் செய்து வரும் திட்டங்கள், நிதியளிப்புகள் குறித்தும் விரிவாக எடுத்துரைத்தார். ஆயினும் ஈழத்தமிழர்களின் சமத்துவம், கண்ணியம் என இந்தியா எதனைக் கருதுகிறது என்ற விளக்கம் பாரதிய சனதாக் கட்சியிலிருந்து தெளிவான முறையில் இதுவரை எடுத்துரைக்கப்படவில்லை.

திராவிட முன்னேற்றக் கழகத்தின் 2021ஆம் ஆண்டு தேர்தல் அறிக்கையில் ஈழத்தமிழர் நல்வாழ்வு என்னும் தலைப்பில் இரண்டு வாக்குறுதிகள் அளிக்கப்பட்டிருந்தன. 13ஆம் பிரிவு, "இலங்கையில் நடைபெற்ற மனிதஉரிமை மீறல்கள், போர்க்குற்றங்கள், இனப்படுகொலை ஆகியவை குறித்துச் சுதந்திரமானதும், நம்பகத்தன்மை வாய்ந்ததுமான சர்வதேச விசாரணையை மேற்கொள்ள இந்திய அரசு உலகநாடுகளை வலியுறுத்திச் செயல்படுத்த வேண்டுமென மத்திய அரசைத் தி.மு.கழகம் தொடர்ந்து வலியுறுத்தும்." என அமைந்துள்ளது. 14ஆம் பிரிவு. இலங்கையின் வடக்கு கிழக்கு மாகாணங்களில் முழுவதும் நீர்த்துப்போன அரசியல் அதிகாரப் பங்கீடுகளே அனுமதிக்கப்பட்டுள்ளன. அங்குள்ள தமிழர்களின் விருப்பத்திற்கேற்றவாறு நிரந்தரமான அரசியல் தீர்வு அமைய இலங்கையில் உள்ள தமிழர்கள் மற்றும் புலம்பெயர்ந்த

ஈழத்தமிழர்களிடையே ஐ.நா.சபையின் மேற்பார்வையில், பொது வாக்கெடுப்பு நடத்தவும், இலங்கையில் புதிதாக உருவாகவுள்ள அரசியலமைப்புச் சட்டத்தில் முழுமையான அதிகாரங்கள் தமிழர்களுக்குக் கிடைத்திடும் வகையில், சட்டப் பிரிவுகளை உருவாக்கவும், சிறீலங்கா அரசை நிர்ப்பந்திக்க வேண்டுமென மத்திய அரசைத் தொடர்ந்து வலியுறுத்தும் என எடுத்துரைக்கப்பட்டிருந்தது. கூடவே இந்தியாவில் அகதிகளாக வந்து வசிக்கும் 58,843 ஈழத்தமிழர்களுக்கும் அகதி முகாங்களில் 108 முகாங்களில் வாழும் 34,135 ஈழத்தமிழர்களுக்கும் 30 ஆண்டுகளுக்கு மேலாக வாழ்பவர்களுக்கு இந்தியக் குடியுரிமையுடன் கூடிய இரட்டைக் குடியுரிமைகளை பெற்றுத்தர நடவடிக்கை எடுக்கப்படும் எனவும் தி.மு.க தேர்தல் அறிக்கை வாக்குறுதி அளித்துள்ளது. வெளிநாடு வாழ் தமிழர்களின் நலனைப்பேண வெளிநாடுவாழ் தமிழர்கள் துறை அமைக்கப்படும் எனவும் அதில் கூறப்பட்டுள்ளது.

பொதுவாக எல்லாத் தமிழகக் கட்சிகளுமே ஈழத்தமிழர் பிரச்சினையில் தேர்தல் களத்தில் அக்கறை காட்டியுள்ளனர். இந்நிலையில் எவர் சட்டசபையில் ஆட்சிப் பொறுப்பேற்றாலும், அவர்கள் இனஅழிப்புக்கு உள்ளாகிக்கொண்டிருக்கும் ஈழத்தமிழர்களுக்கான நீதிக்கான சிறந்த அமுக்கக் குழுவாகத் தமது இனத்துவக் கடமையைச் செய்ய வேண்டும். இந்தியா எக்காலமும் ஈழத்தமிழர் பிரச்சினையை ஈழத்தமிழர்களுக்கான நீதியுடன் தீர்ப்பதைத் தனது பாதுகாப்புக்கும் ஒருமைப்பாட்டுக்கும் ஆபத்தானது என்ற வெளிவிகாரக் கொள்கையுடன் செயற்படுவதை மாற்றி உண்மையில் ஈழத்தமிழர்களின் பாதுகாப்பான அமைதியான வாழ்வே இந்துமா கடலை அமைதிக் கடலாக வைப்பதற்கான சிறந்த நடைமுறை வழியாகவும், உலகத் தமிழினத்தை ஒன்றிணைத்து தமிழக மக்களையும், ஈழமக்களையும் இந்தியா எதிர்பார்ப்பதுபோல 'சமத்துவமான கண்ணியமான' மக்களாக வாழவும், வளம் பெற வைக்கும் வழியாகவும் உள்ளது என்பதையும் மத்திய அரசுக்கு எடுத்து விளக்க வேண்டும். இவற்றை முன்னெடுக்கக் கூடிய வகையில், உலகத் தமிழர்கள் புதிதாகப் பதவி ஏற்கும் தமிழக அரசுடன் உறவாடவும், உரையாடவும் எல்லா வழிகளிலும் முயற்சிக்க வேண்டும் என்பதே இலக்கின் எண்ணம்.

81

ஆசிரியர் தலையங்கம் – இலக்கு மின்னிதழ்: 124

தன்னாட்சி உரிமையை அங்கீகரிப்பதே இனஅழிப்பைத் தடுக்க ஒரேவழி

சிறீலங்கா ஐ.நா. மனித உரிமைகள் பேரவையின் தீர்மானங்களை மீண்டும் ஏற்க மறுத்துள்ளது. சுருக்கமாகச் சொன்னால் ஈழத்தமிழர்களுடைய உள்ளக தன்னாட்சி உரிமையை உறுதிப்படுத்துதலில் அனைத்துலக நாடுகளும், அனைத்துலக அமைப்புக்களும் பன்னிரெண்டு ஆண்டுகளாகத் தொடர்ந்து தோல்வி அடைந்து வருவது மீண்டும் உறுதியாகியுள்ளது. இம்முறை ஐ.நா. தீர்மானங்கள் வெளிவந்ததின் பின்னர் சிறீலங்கா அரச அதிபர் செய்துள்ள சில வேலைகளையும், எடுத்துள்ள முடிவுகளையும் எடுத்து நோக்குவது; அடுத்து எதனைச் செய்து, எப்படிச் செய்து ஈழத்தமிழர்கள் தங்கள் உரிமைகளைப் பாதுகாக்கலாம் என்பதில் தெளிவு பெற உதவும்.

சிறீலங்காவின் அரச அதிபர் வெளிப்படையாகவே மீண்டும் தன்னுடைய உயிரைவிடத் தன்னைத் தெரிவுசெய்தவர்களின் நோக்கை அதாவது பெரும்பான்மையினரின் விருப்புக்களை நிறைவேற்றுவதே தன் கடமையென பொதுக்கூட்டங்களில் பேசியுள்ளார். இதுவே தனது அரசாங்கத்தின் கொள்கை எனவும் இதனை இலங்கைத் தமிழர்களையும், தமிழ்மொழி பேசும் முஸ்லீம் மக்களையும், மலையகத் தமிழர்களையும், படைபலம் கொண்டு ஏற்க வைப்பதே தனது அரசாங்க நிர்வாகம் எனவும் அவர் மீளவும் மீளவும் அனைத்துலக சட்டங்களுக்கோ முறைமைகளுக்கோ எந்தவித அச்சமுமின்றி பகிரங்கமாக வெளிப்படுத்தி வருகின்றார். இதன்வழி சிறீலங்காவின் அரச கொள்கையாகவே ஈழத்தமிழினத்தின் மேலான இனஅழிப்பு,

இனத்துடைப்பு, பண்பாட்டு இனஅழிப்பு என்ற மூன்றுமே என்றும் தொடரும் என்பதும், தமிழ்மொழி பேசும் அனைவரது மனித உரிமைகளையும் வன்முறைப்படுத்தல் நாட்டின் தேசிய பாதுகாப்பு ஒருமைப்பாடு என முன்னெடுக்கப்படும் என்பதும் மீண்டும் உலகுக்கு உறுதிப்படுத்தப்பட்டுள்ளது. அத்துடன் தமிழ்மொழி பேசும் முஸ்லீம் சகோதரர்களுக்கு எதிரான எல்லா விதமான குற்றப் பத்திரிகைகளும் புனையப்பட்டு அவர்களைப் பயங்கரவாதக் குற்றச் செயல்களைச் செய்யும் இனமாகப் பரப்புரைகள் செய்யப்படுவது இவ் அரசின் தந்திரோபாயமாகத் தொடர்கிறது. அதே நேரத்தில், ஈழத்தமிழர்களும், தமிழ்பேசும் மக்களும் ஒருங்கிணைந்து அரசியல் எதிர்ப்பை சனநாயக வழிகளில் உருவாக்குவதைத் தடுக்க இனத்தின் மதத்தின் பேரால் அரசியல் கட்சிகளைப் பதிய முடியாது என்கிற சட்டத்தையும் சிறீலங்கா உருவாக்கி வருகிறது.

ஆயினும் சிறீலங்காவை எந்த அளவுக்கு உலகம் புரிந்துகொள்ளத் தொடங்கிவிட்டது என்பதற்கு உதாரணமாக யேர்மனிய பிபிசி ஊடகவியலாளர் டிம் செபஸ்ரியன் அவர்களின் சிறீலங்கா வெளிவிவகாரச் செயலாளர் உடனான செவ்வி அமைந்துள்ளது. சிறுவர்களைக் கொன்றழிக்கும் மாபாதகச் செயலுக்குக் கூட மன்னிப்பு அளித்து சீர்செய்யும் அரச அதிபராக உலகில் சிறீலங்கா அரச அதிபர் விளங்குகிறார் என டிம் செபஸ்ரியன் அவர்கள், அச்செவ்வியில் குற்றம் சுமத்திய பொழுது சிறீலங்காவின் வெளிவிவகாரச் செயலர் பதில் கூற முடியாது திணறினார். கூடவே மேலும் பல கேள்விகள் மூலம் சிறீலங்காவின் மனித உரிமைகள் வன்முறையை அச்செவ்வி உலகத்தவர்க்குத் தோலுரித்துக் காட்டியது. சிறீலங்கா சட்டத்தின் ஆட்சியை, நீதியை, ஈழத்தமிழர்களுக்கு மறுப்பதையும், அனைத்துலகச் சட்டங்களை வன்முறைப்படுத்துவதையும் இனியும் உலகம் ஏற்றுக்கொள்ளாது என்பதை நேரடியாகவே சிறீலங்காவுக்கு எந்தவித ஒளிவுமறைவுமின்றி அச்செவ்வி விளக்கியுள்ளது. அத்துடன் தனிப்பட்ட நாடுகள் சம்பந்தப்பட்ட குற்றவாளிகளுக்கு பயணத்தடைகளை, பொருளாதாரத் தடைகளை விதிக்கும் என்பதையும் விளக்கி அச்செவ்வி சிறீலங்காவை எச்சரித்துள்ளது.

இந்த உலக எதார்த்தம் சிறீலங்காவின் அரச அதிபருக்கு நன்கு தெரிந்துவிட்டதாலேயே மனிதாயத்திற்கு எதிரான குற்றங்களை, யுத்தக்குற்றங்களை, மனிதஉரிமைகளை வன்முறைப்படுத்திய குற்றங்களைத் தனது ஆணையின் கீழ் தனது வழிகாட்டலில்

செய்த தனது சிறீலங்காப் படையினரை அனைத்துலகச் சட்டங்கள், அனைத்துலக நீதி முறைமைகள் என்பவற்றிலிருந்து பாதுகாப்பதற்காகச் சிறீலங்காவின் அரசியலமைப்பில் படையினருக்கும் தண்டனை விலக்குரிமை அளிக்கும் விதிகளைப் புகுத்தி, மனித உரிமைகளை வன்முறைப்படுத்தும் அரசியலமைப்புச் சட்டவாக்கத்தை உருவாக்க முயற்சித்து வருகிறார். இதனைச், சிறீலங்காவின் உயர்கல்வித்துறை அமைச்சர்; சட்டத்துறைப் பேராசிரியர் ஜி. எல். பீரிஸ் ஊடகங்களுக்குத் தெரிவித்துள்ளார்.

மேலும் சிறீலங்காவின் பௌத்த தேரர்கள் பன்னிருவர் இந்தியாவின் 13ஆவது அரசியலமைப்பு விதியை நடைமுறைப்படுத்தி 'தமிழர்களுக்கான மரியாதைக்குரிய வாழ்வை' உறுதி செய்யுங்கள் என்ற நெறிப்படுத்தலை எதிர்த்து இந்தக் குறைந்தபட்ச அதிகாரப்பரவலாக்கலைக் கூட ஏற்கக்கூடாதெனத் தங்கள் வார்த்தையைக் கடவுளின் வார்த்தையாகக் கருதி நடைமுறைப்படுத்தும் தங்களின் அரச அதிபருக்குக் கண்டனக் கடிதமும் அனுப்பியுள்ளனர்.

இவ்வாறான இன்றைய கள எதார்த்தத்தின்படி அனைத்துலக சட்டங்களும், முறைமைகளும் ஈழத்தமிழர்களின் உள்ளக தன்னாட்சி முறைமையைப் பெற்றுக் கொடுப்பதில் தொடர்ந்து தோல்வி கண்டு கொண்டே வருகின்றன என்பது உறுதியாகிறது. இதனாலேயே சிறீலங்காவினால் இனஅழிப்புக்கு உள்ளாக்கப்பட்டுக் கொண்டிருக்கும் ஈழத்தமிழினம் உலகின் கண் முன்னாலேயே தொடர்ந்து இனஅழிப்புக்கு உள்ளாகி வருகிறது. இதனைத் தடுப்பதற்கு அனைத்துலக நாடுகளும், அமைப்புக்களும், காலந்தாழ்த்தாது ஈழத்தமிழரின் வெளியக தன்னாட்சி உரிமையை ஏற்று அங்கீகரிப்பதே ஒரே வழியாக உள்ளது. இதுவே அனைத்துலக சட்டங்களுக்கு அமைவான ஈழத்தமிழர் பிரச்சினைக்கான நிரந்தரமான தீர்வாக அமைந்து அவர்களுக்கான பாதுகாப்பான அமைதியை அளிக்கும். எனவே ஈழத்தமிழர்களின் அரசியல் கட்சிகளும், உலகத்தமிழர்களும் காலந்தாழ்த்தாது தமது அரசியல் கொள்கையாக ஈழத்தமிழர்களின் வெளியக தன்னாட்சிக்கான அங்கீகாரத்தை ஒன்றிணைந்து கோரவேண்டும் அதனை அடைவதற்கு ஒன்றிப்புடன் உழைத்து உலக மக்களதும், நாடுகளதும் ஆதரவைத் திரட்ட வேண்டும் என்பதே 'இலக்கின்' தெளிவான வேண்டுதலாக உள்ளது.

82

ஆசிரியர் தலையங்கம் – இலக்கு மின்னிதழ்: 123

ஈழத்தமிழர்கள் வெளியக தன்னாட்சியுரிமையை நடைமுறைப்படுத்தலுக்கான காலம் ஆரம்பம்

"ஐக்கிய நாடுகள் சபையின் மனித உரிமைகள் அவையின் 23.03.2021ஆம் திகதிய சிறீலங்காவில் மனித உரிமைகளின் நிலை குறித்த 46/1 இலக்கத் தீர்மானம் முன்னோக்கிய நகர்வுக்கான முக்கியமான படி. சிறீலங்காவின் முப்பது ஆண்டுகால உள்நாட்டுப் போரினால் பாதிக்கப்பட்டு நீதிக்காக நீண்ட காலமாக ஏங்கிக் கிடப்பவர்களுடைய நம்பிக்கையை மீளவும் புதுப்பிக்கின்றது" என அனைத்துலக மன்னிப்புச் சபையின் ஜெனிவாவுக்கான பிரதிநிதி கில்லரி பவர் கருத்து வெளியிட்டுள்ளார். மேலும் "இத்தீர்மானம் சிறீலங்காவில் மனித உரிமைகள் குறித்த அனைத்துலகின் கண்காணிப்பிலும், மீளாய்விலும் உள்ள சாய்வுகளை நிமிர்த்துவது மட்டுமல்லாமல், அனைத்துலக சமுதாயம் நீதியையும், பொறுப்புக் கூறலையும் ஏற்படுத்துவதற்கான எதிர்கால விசாரணைகளையும், விதந்துரைகளையும் முன்னெடுப்பதற்கான படிகளை உருவாக்குவதற்கான சாட்சியங்களைத் திரட்டுவதற்கும், ஒருங்கிணைப்பதற்கும், அழிந்து போகாது பாதுகாப்பதற்குமான ஆணையை, மனித உரிமைகள் அவைக்கு வழங்கியுள்ளது.

மனித உரிமைகள் அவைக்கான இந்த முக்கிய நகர்வு அனைத்துலக அணுகுமுறையில் ஏற்பட்டுள்ள மாற்றத்தை வெளிப்படுத்துகிறது. பல ஆண்டுகளாக தேசிய மட்டத்தில் சிறீலங்கா நீதியைப் பின்பற்ற வேண்டுமென அளித்த ஆதரவுகளும், ஊக்கங்களும் எந்தவித பயனையும் அளிக்கவில்லை. இந்தத் தீர்மானம் கடந்த காலத்திலும், சமகாலத்திலும் குற்றங்களைச் செய்த – செய்கிற குற்றவாளிகளுக்கு அவர்கள் தொடர்ந்தும் தண்டிக்கப்படாது செயல்பட அனுமதிக்கப்பட

மாட்டார்கள் என்ற செய்தியைத் தெளிவாக வழங்கியுள்ளது. இந்த முக்கிய தீர்மானம் அதன் முதற்படியாக, அனைத்துலக நீதிமுறை விசாரணைகளுக்கும், சாத்தியப்படக்கூடிய அனைத்துலக குற்றவியல் நீதிமன்ற விசாரணைக்கும், சிறீலங்காவை விதந்துரைப்பதற்குமான உறுதியான அடித்தளத்தை உருவாக்குவதற்கு, ஐக்கிய நாடுகள் சபையின் மற்றைய உறுப்பு நாடுகளுக்கு கண்காணிப்புக்களை மேற்கொள்ளவும் நம்பிக்கை கொடுத்துள்ளது.

பாதிப்படைந்தவர்கள் தேசிய மட்டத்தில், நீதியை அணுகுவதற்கு ஏற்படுத்தப்பட்ட மலைபோன்ற தடைகளும், அனைத்துலகச் சட்டங்களின் கீழ் குற்றவாளிகளைத் தண்டிப்பதற்கு அரசாங்கத்திற்கு இருந்த விருப்பமின்மை, இயலாமை என்பனவும் இந்தத் தீர்மானத்தை எடுக்க வைத்துள்ளது. இந்தத் தீர்மானம், ஐக்கிய நாடுகள் சபையின் மனித உரிமைகள் ஆணையகத்தின் ஆணையாளரதும், அனைத்துலக மன்னிப்புச் சபையினதும், சிறீலங்காவின் குற்றவரலாறு குறித்த பெரும் குற்றச்சாட்டு அறிக்கைகளிதும், சமகால மனித உரிமைகள், சீர்கேடுகள் குறித்த எச்சரிக்கைகளினதும் அடிப்படையில் எடுக்கப்பட்டுள்ளது. தீர்மானம் ஜெனிவாவில் விவாதிக்கப்பட்டுக் கொண்டிருக்கையில், சிறீலங்கா வெற்று மறுப்புக்களை வெளியிட்டு ஐக்கிய நாடுகள் சபையின் அறிக்கையில் உள்ள கண்டுபிடிப்புக்களின் சட்டபூர்வத்தன்மையை மறுத்தது.

அதே வேளை இலங்கையில் சிறுபான்மையினத்தவரைக் குறிவைக்கும் புதிய ஒழுங்குமுறைகளை அதிகாரிகள் நிறைவேற்றி, மனிதஉரிமைகள் அவையினதும் மனித உரிமைகள் அமைப்புக்களினதும் கவலைகளும் அக்கறையும் சரியென்பதை நிரூபித்துள்ளனர். நாங்கள் சிறீலங்காவை ஐக்கிய நாடுகள் மனிதஉரிமைகள் ஆணையகத்தின் தீர்மானங்களை நடைமுறைப்படுத்தக் கூடிய அணுகுமுறைகளுக்கு தடங்கலற்ற உறுதியான கட்டமைப்புக்களைக் கட்டியெழுப்புமாறு சிறீலங்காவை வற்புறுத்திக் கேட்டுக்கொள்கின்றோம். இதனைச் செய்யத் தவறினால் ஐக்கிய நாடுகள் மனித உரிமைகள் அவை சுதந்திரமான முறையில் பொறுப்புக் கூறலைச் செய்ய வைக்கும் பொறிமுறைகளை வலுவான நடவடிக்கைகள் மூலம் உருவாக்க வேண்டி வரும்” என அனைத்துலக மன்னிப்புச் சபையின் ஜெனிவாவுக்கான பிரதிநிதி கில்லரி பவர் தனது அறிக்கையில் தெரிவித்துள்ளார்.

இத்தகைய ஒரு நம்பிக்கையையும், எதிர்பார்ப்பையுமே மனித உரிமைகளுக்கான கண்காணிப்பு அமைப்பும் தெரிவித்துள்ளது.

இவ்விரு மனித உரிமைகள் அமைப்பும் ஈழத்தமிழர்களின் உள்ளக தன்னாட்சி உரிமையினை சிறீலங்கா மறுத்து வருவதையும், அவர்களுக்கான பாதுகாப்பையும், அமைதியையும், வளர்ச்சிகளையும் அளிக்க மறுப்பதையும் மறைமுகமாகத் தெளிவுபடுத்தியுள்ளன.

இவ்வாறு ஒரு நாட்டிற்குள் அந்த நாட்டுக்கான அரசு தன் குடிமக்களாக உள்ள தேசமக்கள் தங்கள் உள்ளக தன்னாட்சி உரிமையின் அடிப்படையில் தங்களை ஆள்வதற்காக ஏற்படுத்திய ஒப்பந்தத்தை மீறும் பொழுது, அம்மக்கள் தங்களின் வெளியக தன்னாட்சி உரிமையின் அடிப்படையில் அனைத்துலக நாடுகளிடமும், அனைத்துலக அமைப்புக்களிடமும் தங்களைக் காப்பாற்றுமாறு கோரலாம் என்பது அனைத்துலகச் சட்டம். அதன் அடிப்படையில் கடந்த பன்னிரு ஆண்டுகளாக ஈழத்தமிழ் மக்கள் விடுத்த கோரிக்கைக்குப் பதிலாக இவ்வாண்டு பன்னிருவரை அலுவலகர்களாகக் கொண்ட அனைத்துலகப் பொறிமுறை ஒன்று உருவாக்கப்பட்டு அது சிறீலங்காவில் இடம்பெற்ற – பெறுகிற அனைத்துலக சட்டங்களுக்கு எதிரான குற்றங்களுக்கு அனைத்துலக நீதிமுறைமைகளையும் அனைத்துலக குற்றவியல் நீதிமன்ற விசாரணைகளையும் முன்னெடுப்பதற்கான போதிய சாட்சியங்களைத் திரட்டுவதற்கான ஆணை ஐக்கிய நாடுகள் மனித உரிமை ஆணையகத்திற்கு வழங்கப்பட்டுள்ளமை ஈழத்தமிழர்களின் வெளியக உரிமையை அவர்கள் நடைமுறைப்படுத்துவதற்கான புதிய வாயிலை உருவாக்கியுள்ளது.

வேறு மொழியில் கூறினால் சிறீலங்கா ஈழத்தமிழர்களின் பிரிக்கப்பட முடியாததான உள்ளக தன்னாட்சி உரிமையினை செயற்படுத்தத் தவறின் அவர்களின் வெளியக சுயநிர்ணய உரிமையின் அடிப்படையில் சிறீலங்காவின் இறைமையை மீறிய அனைத்துலகச் செயற்பாடுகள் சட்டபூர்வமானதாக மாறும். இதனை ஈழத்தமிழர்கள் ஒற்றுமையுடனும், பொறுப்புணர்வுடனும் எதிர்கொண்டு உண்மைகளை நிரூபிப்பதற்கான சாட்சியங்களை ஐக்கிய நாடுகள் மனித உரிமைகள் ஆணையகத்திற்குக் கிடைக்கச் செய்வதற்கு முழு அளவில் தனிமனித விருப்பு வெறுப்புக்களை விட்டு, பாதிக்கப்பட்ட மக்களுக்கான நீதி கோருதல் என்ற மேலான உணர்வுடன் அனைத்து ஆசிய, ஆப்பிரிக்க, ஐரோப்பிய, அமெரிக்க, அவுஸ்திரேலியக் கண்டங்களின் நாடுகளுடனும் உறவுகளைக் கட்டி எழுப்பி வேகமாகச் செயற்பட்டாலே இந்த அனைத்துலகச் செயல்முறை ஈழத்தமிழர்களின் உரிமைகளை மீள்விக்கும் என்பதே இலக்கின் கருத்து.

83

ஆசிரியர் தலையங்கம் – இலக்கு மின்னிதழ்: 122

சிறீலங்காவிற்கு ஆதரவளிக்கும் நாடுகளுக்கு தமிழர்கள் விளக்கங்கள் அளிக்காதது ஏன்?

ஐக்கிய நாடுகள் சபையின் மனித உரிமைகள் ஆணையகம் தயாரித்த, சிறீலங்காவில் நல்லிணக்கத்துடன் பொறுப்புக்கூறல்வழியாக மனித உரிமைகளை பேணவைப்பதற்கான மனித உரிமைகள் சபையின் 46ஆவது அமர்வுக்கான தீர்மானங்கள் குறித்த வாக்கெடுப்பு பெப்ரவரி 22ஆம் திகதி மாலை இடம்பெறுமென எதிர்பார்க்கப்படுகிறது.

வாக்களிப்பில் மனித உரிமைகள் ஆணையகத் தீர்மானங்கள் வெற்றி பெற்றாலும், மனித உரிமைகள் ஆணையகத் தலைவியின் நெறிகாட்டல்கள் மெதுமைப்படுத்தப்பட்ட சான்றாதாரங்களை மேலும் தொகுப்பதற்கான அனைத்துலக பொறிமுறையொன்றையே தீர்மானம் செயலுருவாக்கி கால இழுத்தடிப்பு இடம்பெறும் என்ற அளவில் ஐக்கிய நாடுகள் மனித உரிமைகள் ஆணையகத்திற்கும், மனித உரிமைகள் கண்காணிப்பு அமைப்பு, அனைத்துலக மன்னிப்புச் சபை உட்பட்ட, உலகின் முக்கியமான அரசசார்பற்ற மனித உரிமைகள் அமைப்புக்களுக்கும், மனித உரிமையை உரிய காலத்தில் பேணல் என்ற செயற்பாட்டு நிலையில் பின்னடைவாகவே அமையும்.

இவ்விடத்தில் இரண்டு விடயங்கள் கவனத்தில் கொள்ளப்பட வேண்டியவையாக உள்ளன.

01.ஐக்கிய நாடுகள் சபையின் மனித உரிமைகள் ஆணையகத்தின் தலைவியால் ஆணையகத்தின் கடந்த 12 ஆண்டுகால அனுபவத்தில் சிறீலங்காவை குற்றவியல் நீதிமன்ற விசாரணைக்கு உட்படுத்த வேண்டும் என்ற நெறிப்படுத்தல் யாரால், எதனால் அதனைக்

குறித்து எதனையும் பேசாது, மாறாக நடந்த சம்பவங்களுக்கான தரவுகளையும், தகவல்களையும் மேலும் திரட்டுவதற்கான அனைத்துலக பொறிமுறை ஒன்று உருவாக்கப்பட வேண்டும் என்பதாக தீர்மானம் மெதுமைப்படுத்தப்பட்டது என்பது ஒன்று.

2. கடந்த காலங்களில் 2012இல் 24 நாடுகளும், 2013இல் 25 நாடுகளும் 2014இல் 23 நாடுகளும் சிறீலங்காவின் மனித உரிமைகளின் உண்மைநிலையை உணர்ந்து சிறீலங்காவுடைய விருப்புக்கு மாறாக ஐக்கிய நாடுகள் மனித உரிமைகள் ஆணையகத்தின் தீர்மானங்களை ஆதரித்து வாக்களித்தமை வரலாறு. இம்முறை சிறீலங்காவுக்கு ஆதரவான நாடுகளின் எண்ணிக்கை குறையுமா அல்லது கூடுமா என்ற கேள்வி எழும் நிலையை உலகத்தமிழர்களில் ஈழமக்களின் மனித உரிமைகளுக்காகப் போராடுபவர்கள் எப்படி அனுமதித்தனர் என்பது அடுத்தது.

இந்த இரண்டு விடயங்கள் தொடர்பான முறைமையான பக்கசார்பற்ற சிந்தனையே, ஈழமக்கள் உரிமைகளை உரிய முறையில் வென்றெடுக்க உதவும்.

சுருக்கமாகக் கூறுவதனால், முதலாவது நிலைக்கான பதிலாக நாடுகளின் பாதுகாப்பு சந்தைக் கூட்டுறவு நலம் சார்ந்த விடயமாக இது அமைந்தாலும், அந்தந்த நாடுகளின் பாதுகாப்பு சந்தை நலன்களுக்கும், ஈழமக்களின் பாதுகாப்பு சந்தை நலன்களுக்கும் இடையில் உள்ள தொடர்புகள் வரலாற்று ரீதியாக இருந்தன. இன்றும் இந்துமா கடலின் புவியியல் நிலை கிழக்கிந்தியாவின் வளநிலைகள் தொடர்பாக உள்ளன. ஆனால் ஈழமக்கள் சுதந்திரமாக உலகப் பொருளாதார முறைமைகளுடனும், உலகப் பாதுகாப்பு முறைமைகளுடனும் இணைந்து பங்களிப்புச் செய்ய முடியாத நாடற்ற தேச இனமாக 22.05.1972 முதல் உள்ளனர். இந்த நிலை மாறுபடுகையிலேயே இந்துமா கடல் பகுதி அமைதிக்கடல் பகுதியாகவும், கிழக்கிந்திய வர்த்தகம் அதன் முழுமையான வழங்கல் ஆற்றலுடையதாகவும் திகழும். இதனை சம்பந்தப்பட்ட நாடுகளுக்கு அறிவுபூர்வமான முறையில் சான்றாதாரங்களுடன் விளங்கப்படுத்தக் கூடிய புலம்பெயர் ஈழத் தமிழர்களின் அரசியல் பொருளாதாரக் கட்டமைப்புக்கள் வளர்க்கப்படுவதன் மூலமே இனி வருங்காலத்தில் மெதுமைப்படுத்தல்கள் நடைபெறுவதைத் தவிர்க்கலாம்.

இரண்டாவது நிலைக்கான பதிலாக ஐக்கிய நாடுகள் மனித உரிமைகள் சபையில் வாக்களிப்பு உரிமை ஆசிய ஆபிரிக்க நாடுகளைச்

சார்ந்த 13 நாடுகளுக்கும், இலத்தீன் கரீபிய நாடுகளைச் சார்ந்த 8 நாடுகளுக்கும், மேற்கு மற்றும் மத்திய ஐரோப்பிய 7 நாடுகளுக்கும் கிழக்கு ஐரோப்பிய 6 நாடுகளுக்கும் உண்டு. ஆனால் ஈழத்தமிழர்களின் மனித உரிமைகளுக்காகப் போராடுபவர்கள் ஆகக் குறைந்தது ஆசிய ஆபிரிக்க நாடுகளின் 13 உறுப்பு நாடுகளிலும் எத்தனை நாடுகளுடன் தங்கள் தொடர்புகளை மேற்கொள்ள முயற்சித்தனர் என்பதே சிந்தனைக்குரிய விடயம். இனியாவது இதற்கான ஈழ – ஆசியப் பண்பாட்டு ஒருங்கமைப்புக் கட்டமைப்பு ஒன்றையும் அதனைத் தொடர்ந்து ஈழ – ஆபிரிக்கப் பண்பாட்டு ஒருங்கமைப்புக் கட்டமைப்பு ஒன்றையும் உருவாக்குவதற்கான முயற்சிகளுக்குள் வராவிட்டால், உலக மக்களின் ஆதரவு ஈழத்தமிழர்களுக்கு அனுதாப ரீதியில் இருந்தாலும், அதனை நாடுகளின் ஆதரவாக மாற்ற முடியாத கையாலாகாத நிலையிலேயே உலகத் தமிழர் அமைப்புக்கள் இருக்கும். இதுவே சிறீலங்கா அரசாங்கத்துக்கு வழங்கப்படும், அது நாடுகளின் ஆதரவைத் தேடுவதற்கான, கையெழுத்திட்ட வெற்றுக் காசோலையாகவும் தொடரும்.

இரண்டாவது நிலைக்கான பதிலின் நடைமுறைப்படுத்தலிலேயே முதலாவது நிலைக்கான செயற்பாடுகள் நடைமுறைச் சாத்தியமாகும். ஈழமக்களின் உரிமைகள் என்பது ஐக்கிய நாடுகள் மனித உரிமைகள் சாசனத்தின் வரைபுகளுக்கு உட்பட்ட, அவர்களின் பிரிக்கப்பட முடியாத மனித உரிமைகள். இதனைப் பெறுவது என்பது மனித உரிமைக்கான சனநாயகப் போராட்டமே தவிர கெஞ்சிப் பெறவும் முடியாது – கொஞ்சிப் பெறவும் முடியாது என்பதே நடைமுறை எதார்த்தம்.

84

ஆசிரியர் தலையங்கம் – இலக்கு மின்னிதழ்: 121

சிறீலங்கா ஆதரவு நாடுகளுக்கு தமிழர்கள் விளக்கம் அளிக்காததேன்?

இவ்வாண்டுக்கான ஐக்கிய நாடுகள் மனித உரிமை ஆணையகத்தின் 46ஆவது அமர்வுக்கான ஆண்டறிக்கையில், ஐக்கிய நாடுகள் மனித உரிமைகள் ஆணையகத்தின் தலைவி, சிறீலங்காவை அனைத்துலக குற்றவியல் நீதிமன்ற விசாரணைக்கு உட்படுத்த வேண்டுமெனப் பரிந்துரைத்திருந்தார்.

கூடவே சிறீலங்காவில் யுத்தக்குற்றங்கள், மனிதாயத்திற்கு எதிரான குற்றங்கள், மனித உரிமை வன்முறைகளில் ஈடுபட்டவர்கள் எனச் சான்றாதாரப்படுத்தப்பட்டு உள்ளவர்கள் மேல் உலக நாடுகள் பயணத்தடைகள், பொருளாதாரத் தடைகளை விதித்து அனைத்துலகச் சட்டங்களை, ஒழுங்குகளை, முறைமைகளை நடைமுறைப்படுத்த உதவவேண்டும் எனவும் சுட்டிக்காட்டியிருந்தார்.

இத்தகைய சூழலில் கனடா, யேர்மனி, மலாவி, மொன்டினிகுரோ, வடமசிடோனியா ஆகிய நாடுகள் ஒருங்கிணைந்து கொண்டுவந்துள்ள தீர்மானமானது, ஐக்கிய நாடுகள் மனித உரிமைகள் அமர்வினால் தனது ஆணையக ஆணையாளர் பரிந்துரைத்தனவற்றையே நடைமுறைப்படுத்த இயலாத அதன் கையாலாகாத்தனத்தை வெளிப்படுத்தியுள்ளது.

இத்தீர்மானம் ஈழத்தமிழர்களுக்கு கிடைக்க வேண்டிய நிலைமாற்றுக்கால நீதியைக் கருக்கலைப்பு செய்யும் ஆவணமாக சிறீலங்காவுக்கு ஆதரவான நாடுகளின் அழுத்தங்களால் மாற்றப்பட்டுள்ளது துக்ககரமான உண்மை.

இத்தீர்மானம் அடுத்த ஆண்டுக்கான ஐ.நா. மனித உரிமைகள் ஆணையகத்தின் சிறீலங்கா குறித்து சமகால நிலை குறித்த அறிக்கை, வாய்மொழியாகவும், எழுத்திலும் தாக்கல் செய்யப்படும் என்ற மனிதஉரிமைகள் ஆணையகரின் மொழிவைக்கூட மாற்றி வாய்மொழியாக அடுத்த ஆண்டும் அதன் பிறகு 2023இலேயே எழுத்து மூலமாகவும் எனச் சிறீலங்காவுக்கு மேலும் இரண்டு ஆண்டுகால அவகாசத்தை அளித்துள்ளது. இந்தக் காலஅவகாசம் சிறீலங்காவின் ஈழத்தமிழின அழிப்புக்கான பச்சைக் கொடியாகவே சிறீலங்காவால் கருதப்படும் என்பதில் எவ்வித சந்தேகமுமில்லை.

ஒவ்வொரு நாடுகளதும் முதன்மைக் கடமையாக, சிறீலங்காவை மனித உரிமைகளை மதித்து, அதனை முன்னேற்றி, நிறைவுபடுத்தி முழுமக்களும் மனித உரிமைகளையும், அடிப்படைச்சுதந்திரங்களையும் முழுமையாக அனுபவிக்க வைப்பதை மீளுறுதி செய்துகொள்ள வேண்டுமென்ற வாசகத்திலும் ‘அதனை முன்னேற்றி நிறைவுபடுத்தி’ என்னும் சொற்றொடர் அகற்றப்பட்டுள்ளது. இது சிறீலங்காவிடம் மனித உரிமைகள் ஆணையகம் மனித உரிமைகளை மதிக்குமாறு விடுக்கும் கோரிக்கையாக அமைகிறதே ஒழிய, அதன் நெறிப்படுத்தல் அதிகாரத்தை மட்டுப்படுத்தும் செயலாக மாற்றியுள்ளதென்பதே உண்மை.

இவ்வாறு தீர்மானம் முழுவதுமே மனித உரிமைகள் ஆணையகத்தின் நெறிப்படுத்தல் உரிமையை வலியுறுத்தும் மற்றைய வாசகங்களும் திருத்தப்பட்டு, வெறுமனே ஒரு மனிதஉரிமைகளை பேணும்படியான மன்றாட்டமாக வடிவமைக்கப்பட்டுள்ளது. இத் திட்டமிட்ட செயல், சிறீலங்காவின் இறைமையையும், ஆட்புல ஒருமைப்பாட்டையும் பேணி அதன் குற்றவியல் தன்மைகளை விசாரணைப்படுத்தலுக்குரிய மனிதஉரிமை ஆணையகத்தின் ஆற்றலைத் தள்ளிப்போடும் தன்மையானதாக அமைகிறது.

அவ்வாறே இழைக்கப்பட்ட குற்றச் செயல்கள் குறித்த தரவுகளைத், தகவல்களை மனிதஉரிமைகள் ஆணையகம் மேலும் திரட்டுவதற்கான புதிய அனைத்துலகப் பொறிமுறைகளை அமைத்தல் பற்றியும் அச் செயற் திட்டத்திற்கான நிதியங்களைக் குறித்தும் தீர்மானம் பேசுகின்றதே தவிர, இச் செயற் திட்டத்திற்கான காலவரையறையோ அல்லது இதுவரை திரட்டப்பட்ட தரவுகள், தகவல்களின் அடிப்படையில் என்ன நெறிப்படுத்தலைச் செய்யலாம் எனவோ தீர்மானத்தில் எந்த வரைவுகளும் இல்லை. இது சிறீலங்காவின் இன அழிப்புச்

செயல்களுக்குக் கொடுக்கப்பட்ட வெற்றுக் காசோலைபோல் தீர்மானத்தை மாற்றியுள்ளது.

எனவே இந்த 'பூச்சியத் தீர்மானம்' சிறீலங்காவின் இனஅழிப்புக்கு எதிராகப் போராடுபவர்களின் முயற்சிக்கு அளிக்கப்பட்ட 'பூச்சிய' மதிப்பீடாகவே ஈழத்தமிழர்களால் கருதப்படுகிறது. ஆயினும், சிறீலங்காவில் கடந்த சில ஆண்டுகளாக

1. அரசின் சிவில் நிர்வாகத்தை இராணுவமயமாக்கும் செயல்களும்,

2. குற்றச் செயல்களுக்கும், மனிதஉரிமைகள் வன்முறைப்படுத்தல்களுக்கும் உரிய அடையாள வழக்குகள் எனக் கருதப்படக் கூடிய வழக்குகளில் நீதியின் செயற்பாட்டை தடுப்பதும்,

3. தமிழ் முஸ்லீம் சமூகங்களைச் சேர்ந்த ஆட்களை எல்லைப்படுத்துவதும், மனித உரிமைகளை இல்லாதொழிக்கும் நிலைமைகளை அதிகரிக்கச் செய்கின்ற தன்மைகள் எனவும், இந்நிலை கவலையளிப்பதாகவும் கவனத்தில் கொள்ளப்பட வேண்டியிருப்பதாகவும் தீர்மானத்தில் கூறப்பட்டுள்ளது உண்மை.

இதனை வைத்துக் கொண்டு 'தமிழர்கள்' என்ற சொல்லை தீர்மானத்தில் தாங்கள் சேர்க்க வைத்து விட்டதாக சாதனை பேசும் சில தமிழர் மனித உரிமைகள் அமைப்புக்களைப் பார்த்து அழுவதா? சிரிப்பதா? எனத் தெரியவில்லை.

முள்ளிவாய்க்கால் ஈழத்தமிழின அழிப்புக்காலத்து ஐ. நா.வின் பொதுச்செயலாளர் பான் கீ மூன், அதன் பின்னான கால மேனாள் மனித உரிமையக ஆணையாளர் நவநீதம்பிள்ளை, இந்நாள் மனித உரிமை ஆணையாளர் ஆகிய மூவருமே ஈழத்தமிழர்களுக்குச் சாதகமான கருத்துக்களை வெளியிட்ட நிலையிலும், அவற்றை முன்னெடுத்து சிறீலங்கா வெல்ல இயலாத கையாலாகத்தனத்தை ஈழத்தமிழர்களின் மனிதஉரிமைகள் அமைப்புக்கள் வெளிப்படுத்தியுள்ளன.

இந்தத் தமிழ் அமைப்புக்கள் சிறீலங்கா சீனாவுடனும், இந்தியாவுடனும் உறவாடும் அரச தந்திரத்தைப் பார்த்தும் ஏன் சீனா இரஸ்யா போன்ற சிறீலங்காவுக்கு ஆதரவு அளிக்கும் நாடுகளுடன் தங்களின் தொடர்புகளை வளர்த்து, ஈழத்தமிழர்கள் உரிமைகளின் உண்மை நிலைமைகளை அவர்களுக்கு விளக்கவில்லை. இது தான் இந்த ஐதாக்கப்பட்ட தீர்மானத்திற்குக் காரணம் என ஈழத்தமிழர்கள் கவலை தெரிவிக்கின்றனர்.

எனவே இனியாவது ஒரு சில நாடுகளுடன் உறவாடி மகிழும் நிலையை ஈழத்தமிழர்கள் மனித உரிமைகள் செயற்பாட்டுக்கான அமைப்புக்கள் விடுத்து, அனைத்துலக நாடுகளுடனும் ஈழத்தமிழர் மனித உரிமைக்காகக் தொடர்புகளை மேற்கொள்வதற்கான வழிகளையும், முறைகளையும் சிந்தித்தாலே ஈழத்தமிழர்கள் உரிமைகள் மீளவும் சனநாயக வழிகளில் நிறுவப்படுவது விரைவுபடும். இதற்கு ஈழத்தமிழர்கள் மனித உரிமைகள் செயற்பாட்டாளர்கள் ஒரு குடைநிழல் அமைப்பில் ஒருங்கு இணையவேண்டும், அந்த குடைநிழல் அமைப்புக்குத் தங்கள் செயற்பாடுகள் குறித்துப் பொறுப்புக் கூறல் அவசியம். இதுவே ஈழத்தமிழர் உரிமைகளை உரிய முறையில் வென்றெடுக்க முக்கிய வழியாக உள்ளது என்பதே இலக்கின் எண்ணமாக உள்ளது.

85

ஆசிரியர் தலையங்கம் – இலக்கு மின்னிதழ்: 120

'மௌனிக்க வைப்பு' சிறீலங்காவின் இனஅழிப்பை ஊக்குவிக்கும் உத்தி!

ஈழத்தமிழர்களின் நாளாந்த வாழ்வுக்குச் சிறீலங்கா வெளிப்படுத்தி வந்த, இனங்காணக் கூடிய அச்சத்துக்குப் பாதுகாப்பாக அவர்களைப் பாதுகாத்து வந்த அவர்களின் ஆயுத எதிர்ப்பைத் துப்பாக்கிகள் மௌனிக்கின்றன என்ற வாக்குறுதியை ஈழத்தமிழர்களைக் கொண்டு விடுக்கச் செய்ததின் மூலம் உலக வல்லாண்மைகளும், பிராந்திய மேலாண்மைகளும் சிறீலங்காவின் இனஅழிப்பு நோக்குக்கும், போக்குக்கும் பாதுகாப்பும், ஊக்கமும் அளிப்பித்தனர். இதன் பின்னரே சிறீலங்கா அனைத்துலக சட்டங்களுக்கோ, அமைப்புகளுக்கோ அல்லது நாடுகளுக்கோ எவ்வித அச்சமுமின்றி 'முள்ளிவாய்க்கால் இனஅழிப்பு' என்னும் 21ஆம் நூற்றாண்டின் கிட்லரிசத்தை நடைமுறைப்படுத்தியது.

தமிழீழத் தேசியப் போராட்டம் என்பது பயங்கரவாதமல்ல – பிரிவினைவாதமுமல்ல. 22.05.1972 முதல் நாடற்ற தேச இனமாக்கப்பட்ட ஈழத்தமிழர்கள், தங்களின் பிரிக்கப்பட முடியாத பிறப்பு உரிமைகளான தாயக, தேசிய, தன்னாட்சி உரிமைகளின் அடிப்படையில்18.05. 2009 வரை 37 ஆண்டுகள் இலங்கைத் தீவில் அரசுக்குள் அரசு என்ற அடிப்படையில் தங்களுக்கான நடைமுறை அரசை அமைத்து, தங்களுக்கு இருந்து வந்த சிறீலங்காவின் இனங்காணக் கூடிய அச்சத்தை எதிர்கொண்டு, தங்கள் உயிரையும், வாழ்வையும், உடமைகளையும் தங்களின் சொந்த மண்ணில் பாதுகாத்த உலகின் தொன்மையும், தொடர்ச்சியுமான குடிகளான ஈழத்தமிழர்களின் தேசிய விடுதலைப்போராட்டம்.

இந்த மக்கள் போராட்டம் உலக நாடுகளின் அங்கீகாரத்தை பெறும் நிலைக்கு தன்னை வடிவமைத்த நேரத்திலேயே அதனை அனுமதித்தால் உலகின் ஒடுக்கப்பட்ட, அடக்கப்பட்ட மக்களின் விடுதலை முயற்சிகள் வேக எழுச்சி பெறும் என ஒடுக்கப்பட்டு வரும் உலக மக்கள் அனைவரதும் விடுதலைக்கு மேலான மரண அடியாகவே சிறீலங்காவின் பாசிச வெற்றியை உலக வல்லாண்மைகளும், மேலாண்மைகளும் ஊக்குவித்தன. எந்த வல்லாண்மைகளும், மேலாண்மைகளும் சிறீலங்காவுக்கு ஈழத்தமிழ் மக்கள் போராட்டத்தை மௌனிக்க வைக்க உதவினவோ அவையே இன்றும், ஈழத்தமிழர்களின் நீதிக்கான அனைத்துலக மன்றத்தின் குரலை மௌனிக்கச் செய்வதன் மூலம் கடந்த பன்னிரெண்டு ஆண்டுகளாக ஈழத்தமிழர்களின் மேல் நடாத்தப்பெற்ற இனஅழிப்புக்கான உண்மைகள் உலகின் முன் தெளிவாக்கப்பட்ட நிலையிலும், அவர்கள் தங்களுக்கான நீதியைப் பெற்றுக்கொள்ளாதவாறு நீதியைக் கருக்கலைப்புச் செய்கின்றன.

மேலும் இம்முறை அனைத்துலக மன்றத்தின் மனித உரிமைகள் ஆணையகத்தின் தலைமையே சிறீலங்காவை அனைத்துலக குற்றவியல் நீதிமன்ற விசாரணைக்குட்படுத்தப்பட வேண்டுமெனப் பரிந்துரைத்த நிலையிலும், அந்த மனித உரிமை ஆணையகத்தின் அறிக்கையில் உள்ள அனைத்துலக நீதியை நடைமுறைப்படுத்தக் கூடிய சட்டவலுவை உண்டாக்கும் சொல்லாட்சிகளை அகற்றி அல்லது மென்மைப்படுத்தி, வாக்கெடுப்புக்கு முன்வைக்கும் தீர்மானங்களை எழுதிக்கொண்டதன் மூலம், அனைத்துலக மனித உரிமைகள் ஆணையகத்தின் மனச்சாட்சியுள்ள அலுவலர்களின் நேர்மையான உழைப்பின் மூலமான ஈழத்தமிழர்களின் நீதிக்கான குரலையும் மௌனிக்கச் செய்துள்ளன.

இந்நிலையில் இதனால் ஊக்கமும், வேகமும் பெறும் சிறீலங்கா சட்டத்தின் ஆட்சி என்னும் மக்களாட்சியின் வேரையே பிடுங்கி எறியும் தனது செயலை வேகப்படுத்தும் என்பது வெளிப்படையான உண்மை. இதனையே பொத்துவில் முதல் பொலிகண்டி வரையான மக்களின் சனநாயக அமைதிப் பேரணியில் பங்கேற்றவர்களை ஆறு ஏழு காவல் நிலையங்களைச் சேர்ந்த நகரகாவலர்களின் கூட்டான விசாரணைக்கு உட்படுத்தி அச்சப்படுத்தும் செயற்பாடுகளை ஐக்கிய நாடுகள் மனித உரிமை ஆணையக அமர்வுகள் நடைபெறும் பொழுதே உலக முறைமைகளுக்கோ, சட்டங்களுக்கோ எவ்வித அச்சமுமின்றிச் செய்வதன் மூலம் சிறீலங்கா உறுதிப்படுத்தி நிற்கிறது. இவ்வாறு

சிறீலங்காவின் நடைமுறை அரசியல் எதார்த்தம் உள்ள நிலையில் அவர்கள் பொறுப்புக்கூறலையும், நல்லிணக்கத்தையும் ஏற்படுத்தி நிலைமாற்று நீதியையோ, வலிந்து காணாமல் ஆக்கப்பட்டோருடைய கிட்டிய குடும்ப உறுப்பினர்களுக்கான நீதியையோ, புனர்வாழ்வையோ அளிப்பதற்கான கால அவகாசம் என்பது மக்கள் போராட்டங்களை களைக்கச் செய்து மௌனிக்க வைக்கும் உத்தியாகவே உள்ளது.

இவ்விடத்தில் உலக நாடுகளுக்கும், அமைப்புக்களுக்கும் ஈழத்தமிழர்களின் இனஅழிப்பை விளக்கி அவர்களுக்கான நீதியை கிடைக்க வைக்க முயற்சிக்கிறோம் என்னும் ஈழத்தமிழர்களின் புலம்பெயர் அமைப்புக்களும் கூட தாங்கள் இந்நாடுகளின் ஊதுகுழல்களாக நின்றால் தான் தமக்கும் இந்நாடுகளுக்கும் இடையிலான உறவாடல் இருக்கும் என்ற நினைப்பில் செயற்படுகின்றனர். இணைந்து பணியாற்றி இந்த நிலையை மாற்ற முயற்சிக்கும் சகோதரத்துவ ஈழத்தமிழ் அமைப்புக்களுடனும் பகைமையும், வெறுப்பும் கொண்டு இணைந்து பணிசெய்ய மறுக்கின்றனர். இதுவே 12 ஆண்டுகளாகச் சிறீலங்காவுக்கு எதிராக உலக ஆதரவை நிலைப்படுத்துவதில் உள்ள ஈழத்தமிழினம் சார்ந்த சிக்கலாக உள்ளது.

ஈழத்தமிழர் உரிமைகளைப் பெறுவது என்பது அரசியல் அல்ல. விட்டுக் கொடுப்பு இல்லாத உரிமைப்போராட்டம். மௌனிக்க வைத்தல் என்னும் உத்திக்கு எதிரான சனநாயகப் பொறிமுறைகளை உருவாக்க வேண்டிய போராட்டம். ஈழத்தமிழர்களின் உரிமைகள் இனஅழிப்புக்களால், இனத்துடைப்புக்களால், பண்பாட்டு இனஅழிப்புக்களால் இன்றும் படிப்படியாகப் பறிக்கப்பட்டு அவர்களின் இனத்துவ, மொழித்துவ, தாயக உரிமைகள் இல்லாதொழிக்கப்படுகின்றன என்பதை வெளிப்படுத்தி, அதனை மீட்டெடுக்கும் போரட்டம். நாமும் இந்தப் போராட்டத்திற்குப் பங்களிப்புச் செய்கிறோம் எனக் கருதும் ஒவ்வொரு வரும் விளைவுகளை விரைவாகப் பெற சகோதரத்துவத்துடன் இணைந்து ஒரே அணியில் செயற்பட வேண்டிய போராட்டம். இதற்கான நடைமுறைகளிலேயே மௌனிக்க வைத்தல் என்ற உத்தியை உடைத்து, ஈழத்தமிழர்களின் உரிமைகள் மீளநிலைப்படுத்தப்படல் என்பதன் வேகம் தங்கியுள்ளது.

86

ஆசிரியர் தலையங்கம் – இலக்கு மின்னிதழ்: 119

சிறீலங்காவை அனைத்துலக நீதிமன்ற விசாரணைக்குப் பாரப்படுத்த வேண்டும்.

இருபத்தொன்பதுக்கு மேற்பட்ட கைக்குழந்தைகள் உட்படத் தங்கள் குடும்பங்களில் இருந்து சிறீலங்காவால் வலிந்து காணாமல் ஆக்கப்பட்ட 18000இற்கு மேற்பட்டவர்களுடைய நீதிக்காக, அவர்களின் கிட்டிய குடும்ப உறுப்பினர்கள் இம்மாதம் 18ஆம் திகதியுடன் 1400 நாட்களை கடந்து தாங்கள் சாகும்வரை நீதிக்காகப் போராடுவோம் எனப் போராடி வருகின்றனர். ஆனால் சிறீலங்காவோ இதுவரை எந்தப் பொறுப்புக் கூறலையும் சொல்லவுமில்லை, நிலைமாற்று நீதியை அவர்கள் பெறுவதற்கான எந்த வழிமுறைகளையும் தோற்றுவிக்கவுமில்லை. தங்களுக்கு நீதி கிடைக்காத துயரநிலையிலேயே 83 தாய்தந்தையர் காலமான துயர வரலாற்றையும் இப்போராட்டம் பதிவு செய்துள்ளது. அதே வேளை காணாமல் போனவர்கள் குறித்த புகார்களைப் பதிவு செய்ய அமைக்கப்பட்ட அலுவலகத்தின் ஆணையாளரிடம் கையளிக்கப்பட்ட சான்றாதாரங்களுடன் கூடிய புகார்களுக்குக் கூட அந்த அலுவலகமும் எவ்வித தீர்வையும் இதுவரை ஏற்படுத்தவில்லை.

இந்நிலையில் 2009ஆம் ஆண்டு சிறீலங்காவின் முள்ளிவாய்க்கால் ஈழத் தமிழினப் படுகொலைகளின் போது யாவரும் பார்க்கச் சிறீலங்காப் படைகளிடம் சரணடைந்தவர்களையும், பின்னர் சிறீலங்காப் படைகளால் கைதாக்கப்பட்டு சரணடைந்தவர்களையும் யுத்தத்தின் விளைவால் இறந்தவர்கள் என்பதால் விசாரணைகள் மேற்கொள்ளப்படத் தேவையில்லை என உண்மைக்கு மாறான அறிவிப்பை சிறீலங்கா அரசத் தலைவரே வெளியிட்டமை உலக மனித உரிமைகள் பேணும் அனைவருக்கும் அதிருப்தியை ஏற்படுத்தியது.

தொடர்ந்து சிறீலங்கா ஐக்கிய நாடுகள் மனித உரிமைகள் ஆணையகத்தின் நெறிப்படுத்தல்களுக்கு முதலில் அனுசரணையாக நடப்பதாகக் கூறிக் காலஅவகாசத்தைப் பெற்றதன் பின்னர் அந்த அனுசரணையையும் சிறீலங்கா கடந்த ஆண்டில் விலத்திக் கொண்டது. கூடவே ஐக்கியநாடுகள் மனித உரிமைகள் ஆணைக்குழுவால் யுத்தக்குற்றச் செயல்கள், மனிதாயத்திற்கு எதிரான குற்றங்கள், மனிதஉரிமை வன்முறைப்படுத்தல்கள் என்பனவற்றில் ஈடுபட்ட சந்தேக நபர்கள் எனப் பட்டியலிடப்பட்ட படைத்தலைமைகளிடமே இன்று மக்களின் நாளாந்த நிர்வாகத்தை நடாத்தும் அமைச்சர்களையும், அமைச்சுக்களையும், கொடுத்துள்ளமை சிறீலங்கா பொறுப்புக் கூறலுக்கான சாட்சிகளை முடக்குகிறது என்பதைத் தெளிவாக்கியுள்ளது. கூடவே சிறீலங்காவின் நீதிமன்றத்தால் கொலைக்குற்றங்களுக்காகத் தண்டனை வழங்கப்பட்டவர்களையே அரச அதிபரின் நீதிமன்றச் சுதந்திரத் தலையீட்டின் மூலம் விடுவித்து சட்டத்தின் ஆட்சி என்ற பேச்சுக்கே இடமில்லை என்பதையும் உறுதிப்படுத்தி, நிலைமாற்று நீதி என்பதற்கு இடமில்லை என்பதையும் தெளிவாக்கியுள்ளது.

இத்தகைய சூழலிலேயே சிறீலங்காவை அனைத்துலக குற்றவியல் விசாரணைக்கு, அனைத்துலக குற்றவியல் நீதிமன்றத்துக்குப் பாரப்படுத்தித் தங்களுக்கான நீதியை வழங்குமாறு வலிந்து காணாமலாக்கப்பட்டோரின் கிட்டிய உறவினர்கள் மனித உரிமைகள் ஆணையத்திடம் கோரிக்கை விடுத்துள்ளனர். ஐக்கிய நாடுகள் மனித உரிமைகள் ஆணையரும் சிறீலங்காவை அனைத்துலகக் குற்றவியல் நீதிமன்றத்துக்கு பாரப்படுத்தி விசாரிக்க வேண்டுமென தனது உரையில் ஏற்கனவே விதந்துரைத்தமை இவர்களுக்கு நம்பிக்கையூட்டியிருந்தமை குறிப்பிடத்தக்கது. ஐக்கியநாடுகள் சபையின் மனிதஉரிமை ஆணையக இவ்வாண்டுக்கான அமர்வுகள் தொடங்கவுள்ள இந்நேரத்தில், ஐக்கிய இராச்சிய அரசிடம் பிரித்தானியத் தமிழர்களின் அமைப்புக்கள், சிறீலங்காவின் மேல் இனஅழிப்பு விசாரணைகள் மேற்கொள்ளப்பட வேண்டும், அனைத்துலக குற்ற நீதிமன்றத்திற்கு விதந்துரைகள் மேற்கொள்ளப்பட வேண்டும் என்னும் கோரிக்கையை முன்வைத்தன. இதற்கு பிரித்தானியாவின் வெளிநாட்டு பொதுநலவாயநாடுகள் அபிவிருத்தி அலுவலகத்தின் தெற்காசியத்துறையினர், பிரித்தானியத் தமிழர்கள் எழுப்பியுள்ள கோரிக்கைகளில் தாங்கள் கவனம் செலுத்துவதாக அளித்துள்ள பதிலில் பிரித்தானிய அரசின் நிலைப்பாட்டைக் குறித்து விளக்கியுள்ளனர்.

ஐக்கிய நாடுகள் சபையே ஒருநாட்டின் மேலான குற்றவியல் விசாரணைக்கு அந்நாட்டை அனைத்துலக குற்றவியல் நீதிமன்றத்துக்குப் பாரப்படுத்த வேண்டும் என்னும் கோரிக்கையை மனித உரிமைகள் ஆணையம் முன்மொழியும் பொழுது அதனை சாதாரண மேலதிக வாக்கால் நிறைவேற்றி அந்நாட்டை அனைத்துலக நீதிமன்ற விசாரணைக்குப் பாரப்படுத்தலாம். அல்லது அனைத்துலக குற்றவியல் நீதிமன்ற விசாரணயை ஒருநாடு ஏற்றுக்கொண்டாலே அதனை நடைமுறைப்படுத்த முடியும். ஒருநாட்டை குற்றவியல் நீதிமன்றத்திற்கு விசாரணைக்குப் பாரப்படுத்துவதற்கு அந்நாடு இதுகுறித்த உரோமைய ஒப்பந்தத்தில் கையெழுத்திட்டிருக்க வேண்டும். ஆனால் சிறீலங்கா அதில் கையெழுத்திடவில்லை. எனவே இந்த முயற்சி எதிர்பார்க்கும் பலனை தராது எனப் பிரித்தானியா கருதுவதைத் தெரிவித்துள்ளது.

இங்குதான் ஈழத்தமிழர்களின் பிரச்சினையை சிறீலங்காவின் மனித உரிமைப்பிரச்சினையாகவே உலகம் பார்க்கின்றது என்பது தெளிவாகிறது. இந்நிலைமாற்றப்பட்டு ஈழத்தமிழர்களின் பிரச்சினை இனஅழிப்புக்கான நீதி கோரும் பிரச்சினை என்ற தெளிவை உலகத் தமிழர்கள் உறுதிப்படுத்த வேண்டும். இதற்கு ஈழத்தமிழர்களின் மனித உரிமைகளுக்காக உழைப்பவர்கள் தாங்கள் சந்திக்கும் நாடுகளின் பிரதிநிதிகள், அமைப்புக்களின் பிரதிநிதிகள் உடனான பேச்சுக்களின் போது அந்நாடுகளின் நலன்களுக்கு ஏற்ற மாதிரி தாங்கள் தங்களை மாற்றி உறவாடும் நிலையை விடுத்து ஈழத்தமிழர்களின் பிரச்சினையை உறுதியுடன் முன்னிறுத்தி அதனை அவர்கள் ஏற்க வைக்க வேண்டும். இந்த விட்டுக் கொடுப்பு இல்லா உறுதிப்பாடே உரிய தீர்வை நோக்கி அவர்களை நகர்த்தும். இதனை நடைமுறைச்சாத்தியமாக்குவதற்கு புலம்பெயர் ஈழத்தமிழர்கள் தங்களுக்கு இடையில் உள்ள செயற்பாட்டு மாறுபாடுகளை மதித்து அதே வேளையில் ஒரே குரலாக ஒலிக்கும் தமது கடமையைச் செய்ய வேண்டும். இந்தக்கடமையுணர்வே ஈழத்தமிழர்களின் உரிமைகளை சிறீலங்காவின் உரிமைகளிலிருந்து வேறுபட்டதென்ற உண்மையை உலகை உணரவைக்கும் கருவியாகும்.

87

ஆசிரியர் தலையங்கம் – இலக்கு மின்னிதழ்: 118

ஈழத்தமிழர் பிரச்சினை அனைத்துலகப் பிரச்சினை, அனைத்துலக நீதியே பிரச்சினைக்கான தீர்வாகும்

ஐக்கிய நாடுகள் சபையின் மனித உரிமை ஆணைக்குழுவின் 46ஆவது அமர்வு பெப்ரவரி மாதம் 22ஆம் திகதி ஆரம்பமாகவுள்ளது. இந்த அமர்வில் ஈழத்தமிழர் அனைத்துலகப் பிரச்சினைக்கு அனைத்துலக நீதி வழங்கு முறைமை எந்த அளவுக்குச் செயற்படுத்தப்படப் போகிறது என்பது உலகெங்கும் உள்ள மனித உரிமைகள் மற்றும் அமைதிக்கான மக்களதும், அமைப்புக்களதும் மிகப்பெரிய எதிர்பார்ப்பாக உள்ளது.

தற்போது சிறீலங்காவில் அரசாங்கம் அனைத்துலக சட்டங்களுக்கு, – மனித உரிமைகள் மரபுசாசனம் உட்பட – தனது ஆட்சிப்பரப்பு எல்லைக்குள் தான் கட்டுப்படப் போவதில்லை என்கிற உறுதியான முடிவில் இறுக்கமாக உள்ளது. அப்படியானால், உலகில் எந்த ஒரு நாடும் தனது இறைமை என்ற மீயுயர் உரிமையைப் பயன்படுத்தி பாராளுமன்ற ஆட்சிமுறைக்கு ஊடான சர்வாதிகார ஆட்சி முறைமையை இந்த 21ஆம் நூற்றாண்டில் நடைமுறைப்படுத்துவதற்கான போக்கை உலக மக்களின் அமைதிக்கும், பாதுகாப்புக்கும் பொறுப்பு வகிக்கும் அனைத்துலக நாடுகளின் அமைப்பான ஐக்கிய நாடுகள் சபை அனுமதிக்கப்போகிறதா? இது அனைத்துலக சட்டங்கள், ஒழுங்குகள் தொடர்பாக சிறீலங்கா தோற்றுவித்துள்ள மிக முக்கியமான கேள்வி. இந்தக் கேள்விக்கான பதிலிலேயே 21ஆம் நூற்றாண்டின் உலக அமைதியும், பாதுகாப்பும் உறுதி பெறும் என்பது வெளிப்படையான உண்மை.

அதேவேளை ஈழத்தமிழர் பிரச்சினை, அது தோன்றிய விதத்திலும் தீர்வை நாடும் விடயத்திலும் உலகப் பிரச்சினையாகவே அன்றும் இன்றும் உள்ளது.

☐ பிரித்தானிய காலனித்துவ ஆட்சியின் தவறான முடிவுகளால் 1833 முதல் 1948 வரை உலகின் காலனித்துவ ஆட்சிப் பிரச்சினையாகவும்,

☐ 04.02.1948 முதல் 22.05. 1972 வரை சிங்கள பௌத்த பெரும்பான்மைப் பாராளுமன்ற ஒற்றையாட்சி என்னும் உலகின் நவகாலனித்துவப் பிரச்சினையாகவும்,

☐ 22.05. 1972 முதல் 18.05. 2009 வரை நாடற்ற தேச இனமாக்கப்பட்ட ஈழத்தமிழ் மக்களின் நடைமுறை அரசு ஒன்றுக்கான உலக நாடுகளின் அங்கீகாரப் பிரச்சினையாகவும்,

☐ இந்த 37 ஆண்டுகால தமிழீழ அரசு நோக்கிய அரசின் நடைமுறைச் செயற்பாட்டைச் சிறிலங்கா இனஅழிப்பு மூலம் இல்லாதொழித்ததின் விளைவாக 18.05.2009 முள்ளிவாய்க்கால் ஈழத்தமிழர் இனஅழிப்பு முதல் இன்று வரை இந்த இனஅழிப்புக்கான அனைத்துலக நீதியையும், தங்களின் மனிதஉரிமைகள் மற்றும் மக்கள் உரிமைகளைப் பேணுவதற்கு அனைத்துலக சட்டங்கள், ஒழுங்குகள், வழமைகள் மூலமான வழிகாட்டலைக் கோரும் ஈழத்தமிழர் தேசியப் பிரச்சினை என்னும் அனைத்லுகப் பிரச்சனையாகவும்

ஈழத்தமிழர் பிரச்சினை என்றும் அனைத்துலக நீதிக்கான பிரச்சினையாகவே தொடர்கிறது. ஈழத்தமிழர்களின் தேசியப் பிரச்சினை என்பது எந்த ஒரு வரலாற்று நிலையிலும் சிங்கள ஆட்சிக்குள் உட்பட்ட மக்களின் பிரச்சினையாக உலகின் முன்வைக்கப்படவில்லை என்பதே இங்கு முக்கியமானது. இதனால் ஈழத்தமிழர் பிரச்சினை சிறீலங்காவின் உள்விவகாரப் பிரச்சினையோ அல்லது அதன் இறைமைக்கு உட்பட்ட பிரச்சினையோ அல்ல. உலகால் தீர்த்து வைக்கப்பட வேண்டிய அனைத்துலகப் பிரச்சினை என்பது தெளிவான விடயமாக உள்ளது.

எனவே மனித உரிமைகள் மீறல்கள், யுத்தக் குற்றங்கள், மனிதாயத்திற்கு எதிரான குற்றங்கள் என்கிற வகையில் ஈழத்தமிழர்களுக்கு சிறீலங்கா செய்த, செய்கிற இனஅழிப்புக்களை ஐக்கிய நாடுகள் மனித உரிமைகள் ஆணையகம் மட்டுப்படுத்தக் கூடாது என்பதே பொத்துவில் முதல் பொலிகண்டி வரையான ஈழத்தமிழர்களின் P2P குறியீட்டால் சுட்டப்பட்ட மக்களின் சனநாயகப் போராட்டம் அமைந்தது.

இனஅழிப்பு ஒன்றுக்கான நீதி, இனஅழிப்புக்கு உள்ளான மக்களுக்கான தீர்வு என்கிற இரு அடிப்படைகளில் உலகநாடுகளும், உலக அமைப்புக்களும் ஈழத்தமிழர் பிரச்சினையை அணுக வழிகாட்ட வேண்டும். இந்த அடிப்படையில் ஐக்கிய நாடுகள் சபையின் மனித உரிமைகள் ஆணையகம் ஈழத்தமிழர் பிரச்சினையை ஐக்கிய நாடுகளின் பொதுச்சபைக்கு கொண்டு செல்ல வேண்டும். அனைத்துலக நீதிமன்றத்திற்கு எடுத்துச் செல்ல வேண்டும்.

இதனைச் செய்யுமாறு புலம்பெயர் தமிழர்களின் அமைப்புக்கள் தாங்கள் வாழும் நாடுகளை உரிமையுடன் வலியுறுத்த வேண்டும். இது கெஞ்சிப் பெறும் விடயமல்ல. விட்டுக்கொடுப்புக்களுக்கான பேரம் பேசும் அரசியல் பேச்சுவார்த்தைகளும் அல்ல. யாராலும் எக்காலத்திலும் பிரிக்கமுடியாத ஈழத்தமிழ் மக்களின் மனித உரிமைகள் மற்றும் தன்னாட்சி உரிமைகள்.

இந்தத் தன்மையுடன் ஈழத்தமிழ் மக்களின் நலனில் அக்கறை காட்டும் தமிழக அரசும், இந்திய மத்திய அரசை ஈழத்தமிழர்கள் பிரச்சினையை சிறீலங்காவின் உள்நாட்டு விடயமாக அல்லாது உலகின் மனித உரிமைத் தீர்வுக்கான அனைத்துலகப் பிரச்சினையாக அணுகும்படி வற்புறுத்த வேண்டும்.

இவற்றைச் செய்வதற்கான அரச ஆதரவுகளைத் திரட்ட திரள்நிலை ஊடகப் பலத்தை வளர்க்க வேண்டிய, சமுக ஊடகங்களை ஊக்கப்படுத்த வேண்டிய முக்கிய வாரமாக ஈழத்தமிழர்களுக்கும் உலகத்தமிழர்களுக்கும் இவ்வாரம் அமைகிறது.

88

ஆசிரியர் தலையங்கம் – இலக்கு மின்னிதழ்: 117

நம்பிக்கை தரும் அமெரிக்கா

அமெரிக்காவின் இன்றைய அரச அதிபர் மதிப்புக்குரிய பைடன் அவர்கள் "அமெரிக்கா பழைய நிலைக்கு வருகிறது" என்னும் தலைப்பில் அமெரிக்கா மனிதஉரிமைகளைப் பாதுகாக்கும் விடயத்தில் முன்பு போல உலகில் செயற்படும் என உறுதியளித்துள்ளது நம்பிக்கை தரும் உறுதி மொழியாக உள்ளது. இந்நேரத்தில் ஈழத்தமிழர்களின் மனித உரிமைப் பிரச்சினை என்பது அவர்களுடைய தன்னாட்சி உரிமையுடன் தொடர்பானது. ஆகையினால் அதனைக் கவனத்தில் எடுத்து மனித உரிமைகள் பேணல் இலங்கையில் முன்னெடுக்கப்பட வேண்டும் என்பதை உலகத் தமிழர்கள் அமெரிக்காவிடம் வலியுறுத்த வேண்டும்.

குடியேற்றவாதத்திலிருந்து ஈழத்தமிழர்கள் சுதந்திரம் பெற்ற 73ஆவது ஆண்டு 04.02.2021இல் நிறைவு பெற்றுள்ள இந்நேரத்தில், ஈழத்தமிழர்களின் தன்னாட்சி உரிமையை மீளப்பெறும் போராட்டமாகவே அது அமைந்தது என்ற வரலாற்று உண்மையை நாம் உலகுக்குத் தெளிவுபடுத்த வேண்டும்.

இலங்கை தீவு குடியேற்ற ஆட்சிக்குட்பட்ட காலம் முதலாக அதன் தேச இனங்களாக இருந்த ஈழத்தமிழர்களும், சிங்களவர்களும் தங்களுடைய தன்னாட்சியை மீள நிறுவப் போராடினார்கள். யாழ்ப்பாண அரசின் இறைமையை போர்த்துக்கேயரிடம் 1621 இல் இழந்த ஈழத்தமிழர்கள், அன்று முதல் 1948ஆம் ஆண்டுவரையான 327 ஆண்டுகள் போராடினர். பண்டாரவன்னியனைப் பிரித்தானியர் 1832இல் கைப்பற்றியதனால் தங்கள் இறைமையை இழந்த வன்னிச் சிற்றரசின் ஈழத்தமிழர்கள் 116 ஆண்டுகள் போராடினர். 1505இல்

தமது இறைமையைப் போர்த்துக்கேயரிடம் இழந்த கோட்டே அரசின் கரையோரச் சிங்கள மக்கள், 443 ஆண்டுகள் போராடினர். 1815இல் பிரித்தானியர்களிடம் தமது இறைமையை இழந்த கண்டி அரசின் கண்டிச் சிங்கள மக்கள் 133 ஆண்டுகள் போராடினர்.

சுருக்கமாகச் சொல்வதானால் தனித்தனி இறைமையுள்ள ஈழத்தமிழ் மக்களும் சிங்கள மக்களும் தங்கள் தங்கள் இறைமைகளை குடியேற்றவாதத்தில் இருந்து மீட்டெடுப்பதற்கு ஒன்றிணைந்து நடாத்திய விடுதலைப்போராட்டத்தில் தமிழ்பேசும் மக்களாக இலங்கையில் நீண்டகாலமாக வாழ்விட உரிமைகள் கொண்ட முஸ்லிம்களும், மலையகத் தமிழர்களும் தங்கள் தங்கள் அரசியல் உரிமைகளுக்காக இணைந்த விடுதலை வரலாறாக இலங்கைத் தீவின் குடியேற்றவாதத்திற்கு எதிரான தேசிய விடுதலைப் போராட்டம் அமைந்தது.

மொழிவழியாகத் தமிழ் சிங்கள தேச இனங்களுக்கு ஒவ்வொரு பிரதிநிதித்துவத்தை அளித்தே 1833இல் பிரித்தானிய குடியேற்றவாத அரசு கோல்புறுக் கமரோன் அரசியலமைப்பை நிறுவி வரலாற்றில் அதுவரை இல்லாத வகையில் இலங்கையை ஒருநாடாக மக்களின் விருப்பு கேட்கப்படாத நிலையில் பிரகடனப்படுத்தியது. ஆயினும் 1923இல் மன்னிங்ஸ் அரசியல் சீர்திருத்தக் காலம் வரை 90 ஆண்டுகள் மொழிவாரிப் பிரதிநிதித்துவ முறைமைக்கு ஊடாகச் சிங்களப் பெரும்பான்மையைத் தவிர்த்தே பிரித்தானியா ஆட்சி செய்தது. ஆயினும் 1931இல் பிரித்தானியா அளித்த டொனமூர் அரசியல் சீர்திருத்தம் தேசஇனங்களின் உரிமைகள் பாதுகாக்கப்படாத வகையிலான வாக்குரிமை முறையினை அறிமுகம் செய்தமையே சிங்களப் பெரும்பான்மை ஆட்சி இலங்கையில் தோன்ற வழிவகுத்தது.

தொடர்ந்து பிரித்தானியா 1948இல் சோல்பரி அரசியல் அமைப்பு 29 (2) துணை விதியின் மூலம் இலங்கையில் இனங்கள் மதங்களுக்கு எதிரான பாராளுமன்ற சட்டவாக்கத்திற்கு எதிராகப் பிரித்தானியப் பிரிவுக்கவுன்சிலுக்கு மேன்முறையீடு செய்யலாம் என்னும் காப்புரிமையை அளித்து இலங்கைக்குச் சுதந்திரத்தை அளித்தது. இந்த சோல்பரி அரசியலமைப்பை வன்முறைப்படுத்தி 1972இல் ஈழத்தமிழர்களின் விருப்புப் பெறப்படாத சிறீலங்கா அரச பிரகடனமே ஈழத்தமிழர்களை நாடற்ற தேசஇனமாக்கி இன்று வரையான மனித உரிமைப் பிரச்சினைகளின் மூலகாரணமாக உள்ளது. இதனை இன்றைய அமெரிக்க அரசு கவனத்தில் எடுத்து ஈழத்தமிழர்களின்

தன்னாட்சி உரிமையை உறுதி செய்வதன் மூலமான மனித உரிமைகள் பேணலுக்கு சிறீலங்காவை எதிர்வரும் மனித உரிமைகள் ஆணையக அமர்வில் நெறிப்படுத்தினாலே அது பிரச்சினைக்கான இயல்பான தீர்வுக்கு வழிசமைக்கும்.

அதே நேரத்தில் மனித உரிமை கண்காணிப்பு என்னும் உலக அமைப்பும் சிறிலங்காவின் மனித உரிமை மீறல்கள் குறித்த மிகத் தெளிவான அறிக்கையை வெளியிட்டதும் அல்லாமல் அதிக அளவு தமிழர்களைத் தனது குடிகளாகக் கொண்டுள்ள கனடா அரசு எதிர்வரும் மார்ச் மாத மனித உரிமைகள் குறித்த மனித உரிமை ஆணையக அமர்வில் உரிய முறையில் முடிவுகள் அமைய தலைமைப் பொறுப்புடைய நாடாக உள்ளது என்பதையும் சுட்டிக்காட்டியுள்ளது. இதனையே ஈழத்தமிழர்களை அதிக அளவில் குடிகளாகக் கொண்ட பிரித்தானியா உட்பட்ட ஐரோப்பிய அவுஸ்திரேலிய நாடுகளும் செய்ய வேண்டும் என்பது இலக்கின் எதிர்பார்ப்பாக உள்ளது.

89

ஆசிரியர் தலையங்கம் – இலக்கு மின்னிதழ்: 116

உலகின் அமைதிக்கும் பாதுகாப்புக்கும் சவாலாக விளங்கும் சிறீலங்கா

இன்றைய உலகில் சிறீலங்காவின் செயற்பாடுகள் உலக அமைதிக்கும், பாதுகாப்புக்கும் நேரடியான சவால்களைத் தோற்றுவித்து வருகிறது. உலக நாடுகளின் அமைப்பான ஐக்கிய நாடுகள் சபையின் தோற்றத்தினதும், செயற்பாட்டினதும் மிக முக்கியமான நோக்கு முதலாவது, இரண்டாவது உலகப் பெரும்போர்களால் உலக அமைதியும் பாதுகாப்பும் இழக்கப்பட்டது போன்ற ஒரு சூழ்நிலை மீண்டும் இவ்வுலகில் ஏற்படாது தடுப்பதாகும்.

சிறீலங்கா ஐக்கிய நாடுகள் சபையின் இந்நோக்கிற்கு எதிராக

☐ இந்துமா கடலை ஆதிக்க போட்டிகளின் களமாக்கும் பொருளாதார இராணுவ உடன்படிக்கைகள் மூலமும்,

☐ அனைத்துலகச் சட்டங்கள் முறைமைகளுக்கு கட்டுப்படாத வகையில் மனித உரிமை மீறல்களை வெளிப்படையாகவே மீறி, தனது பாராளுமன்றச் சிங்களப் பெரும்பான்மையினைப் பயன்படுத்தி, ஒரு இனம் – ஒரு மதம் – ஒரு நாடென்ற இராணுவ ஆட்சியைப் பாராளுமன்ற கொடுங்கோன்மை ஆட்சியாக நடத்தியும்,

உலகின் அமைதிக்கும் பாதுகாப்புக்கும் சவால்களை உருவாக்கி வருகிறது.

ஐக்கிய நாடுகள் சபையின் மனிதஉரிமை ஆணையகத்தால் மட்டுமே ஐக்கிய நாடுகளின் பொதுச்சபைக்கு பாதுகாப்புச்சபையின் ரத்து உரிமையையும் மீறி ஒரு நாட்டின் மீது மனிதஉரிமைகள் தொடர்பாக நடவடிக்கை எடுப்பதற்கான கோரிக்கையைச் சமர்ப்பித்து

மூன்றில் இரண்டு அறுதிப் பெரும்பான்மை வாக்குகளால் அல்ல, சாதாரண பெரும்பான்மை வாக்குகள் மூலம் அதனை நிறைவேற்றிக் கொள்ள அதிகாரம் உண்டு. இத்தகைய உலகின் மீயுயர் சக்தி படைத்த மனிதஉரிமை ஆணையகத்தின் நெறிப்படுத்தல் ஒழுங்குமுறையான 2015ஆம் ஆண்டின் 30/1 தீர்மானத்திற்கான தனது இணை அனுசரணையைத்தான் கடந்த ஆண்டு இன்றைய சிறீலங்கா அரசு விலத்தியது. அதன் மூலம் உலக நீதிமன்றத்தால் தீர்க்கப்பட வேண்டிய உலகப் பிரச்சினையாக இந்தப் பிரச்சினையைச் சிறீலங்கா மாற்றிக் கொண்டது.

இந்த உண்மை நிலையை இன்றைய சிறீலங்கா அரச அதிபரின் விசாரணை ஆணைக்குழு அறிவிப்பை, உள்ளூர் விசாரணை என்ற வகையில், இதுவரை நடந்த சம்பவங்களின் அடிப்படையில் ஏற்க முடியாதென்ற ஐக்கியநாடுகள் மனித உரிமை ஆணையாளரின் இவ்வாண்டு அறிக்கை உலகுக்கு மீண்டும் தெளிவுபடுத்தியுள்ளது. இதனால் ஐக்கிய நாடுகள் சபையின் பொறுப்புள்ள உறுப்புரிமை நாடுகள் ஒவ்வொன்றுக்கும் சிறீலங்காவில் மனித உரிமையை நிலைநாட்ட இவ்வாண்டில் ஐக்கிய நாடுகள் மனித உரிமை ஆணையகம் முன்மொழியும் தீர்மானத்தை முன்னெடுக்க வேண்டிய கடமை இயல்பாகியுள்ளது.

ஐக்கிய நாடுகளின் மனித உரிமை ஆணையகத்தின் தீர்மானத்தைப் பலவீனப்படுத்தச் சிறீலங்கா, 'அரசு' என்ற முறையில் தனக்கு மற்றைய நாடுகளுடன் உள்ள சந்தை மற்றும் இராணுவ உறவுகளைப் பயன்படுத்தத் தொடங்கியுள்ளது.

அமெரிக்காவும் பிரித்தானியா உட்பட்ட ஐரோப்பிய வல்லாண்மைகளும் பேச்சுவார்த்தைகள் மூலம் உறவாட உரிமை பெற்ற இந்துமா கடலின் கரையோர நாடுகளின் அமைப்பின் தலைமைப் பதவியில் சிறீலங்காவை இந்தியா செயற்பட வைத்தும், இந்தியா தாங்கள் விடுதலைப்புலிகளுடனான யுத்தகாலத்தில் வழங்கியதை விட அதிகமான நவீன ஆயுதங்களை நேரடியாக அளித்தும், பொருளாதார உதவிகளை அள்ளி வழங்கியும், சீனாவுடைய இறைமைக்குரிய இடமாக இலங்கைத்தீவு மாறாது பாதுகாக்கவும், பாகிஸ்தானுடன் இராணுவப் பயிற்சியில் சிறீலங்கா நேரடியாகக் கைகுலுக்கத் தொடங்கியுள்ளதை விலக்கவும் படாதபாடுபடுகிறது. இவைகள் சிறீலங்கா ஐக்கியநாடுகள் மனித உரிமை ஆணையத்தின் செயற்பாடுகளில் இருந்து தன்னைப் பாதுகாக்கும் கவசமாக

இந்தியாவை முன்னிறுத்தும் என்பதற்கான வெளிப்பாடுகளாகவும் உள்ளது.

இந்நிலையில், ஈழத்தமிழர்களின் மனித உரிமைப் பிரச்சினை இன்று உள்நாட்டுப் பிரச்சனையல்ல. அனைத்துலகப் பிரச்சினை. அதனாலேயே தமிழ்க்கட்சிகள் ஒன்றிணைந்து ஐக்கியநாடுகள் சபையின் மனித உரிமைப் பேரவையின் உறுப்புரிமை நாடுகளுக்கு இலங்கையில் இடம்பெற்ற மனித உரிமை மீறல்கள், போர்க்குற்றங்கள், இனப்படுகொலைகள், மனிதாயத்திற்கு எதிரான குற்றங்கள் என்பவற்றை விசாரணை செய்ய அனைத்துலகப் பொறிமுறை ஒன்றை உருவாக்க வேண்டும். இந்த விவகாரம் ஜெனிவாவில் இருந்து நியூயோர்க்கு மாற்றப்பட வேண்டும் என்கிற ஏகோபித்த குரலை எழுப்பியுள்ளன.

ஈழத்தமிழர்களின் இந்தக் குரல், உலக அமைதிக்கான குரல். உலகப் பாதுகாப்புக்கான அழைப்பு. இதனைக் காலம் தாழ்த்தாது உலகெங்கும் புலம்பதிந்து வாழும் ஈழத்தமிழர்கள் தாங்கள் வாழும் நாடுகளின் மக்களுக்கும், ஊடகங்களுக்கும், அரசாங்கங்களுக்கும் அறிவித்து தெளிவாக்க வேண்டும். அத்துடன் புலத்தில் உள்ள அனைத்து தமிழர் அமைப்புக்களும் ஒன்றிணைந்து ஒரே குரலில் இலங்கையில் இருந்து விடுக்கப்பட்டிருக்கும் தமிழர்களின் கோரிக்கைக்கு பலமும் வளமும் சேர்க்க வேண்டும். இதற்கு உழைக்க புலம்பெயர் தமிழர்களை அழைப்பதே இலக்கின் இவ்வார இலக்காக உள்ளது.

90

ஆசிரியர் தலையங்கம் – இலக்கு மின்னிதழ்: 115

காலதாமதமில்லாத அனைத்துலக விசாரணை உடன்தேவை

இலங்கைத் தீவில் உண்மையும், நீதியும், இழப்பீடுகளும் முன்னெடுக்கப்பட்டு, இனிமேல் முன்னைய நிகழ்வுகள் இடம்பெறாமை உறுதிசெய்யப்படல் வேண்டும் என்பது ஐக்கிய நாடுகள் சபையின் மனிதஉரிமை ஆணையகத்தின் நிலைமாற்று நீதி முறைமையாக தீர்மானம் 30/1 மூலம் பரிந்துரைக்கப்பட்டது.

ஆயினும் 2020ஆம் ஆண்டு பெப்ரவரியில் சிறீலங்கா இந்தப் பரிந்துரைகளுக்கான வழிகாட்டல் தீர்மானத்தில் இருந்து விலகிக்கொண்டது.

அதே நேரத்தில் கடந்த ஆண்டு முழுவதும் சிறீலங்கா சட்டத்தின் ஆட்சிக்கு மதிப்பளிக்காத வகையில் நடந்து கொண்டுள்ளதை அனைத்துலக மன்னிப்புச் சபை பின்வருமாறு பட்டியலிட்டு உலகிற்கு வெளிப்படுத்தியுள்ளது.

1. ஐக்கிய நாடுகள் மனித உரிமை ஆணையகத்தால், மனிதஉரிமை மீறல்களைச் செய்த படையினர் என விசாரிக்கப்பட வேண்டும் என்று யார் பட்டியலிடப்பட்டார்களோ அவர்களுக்குச் சிறீலங்கா அரசாங்கம் மதிப்பளித்து, தனது படைகளின் தலைமைப் பொறுப்புக்களில் அமர்த்திக் கொண்டது.

2. கடந்த ஆண்டு மார்ச் 2020 இல் மிருசுவிலில் 5, 13, 15 வயதுச் சிறுவர்கள் உட்பட எட்டுத் தமிழரைச் சித்திரவதை செய்து கொன்றழித்த சுனில் இரத்நாயக்கா என்ற இராணுவப் பொறுப்பதிகாரிக்கு வழங்கப்பட்ட நீதிமன்றத் தண்டனையில் இருந்து அவனை சிறீலங்கா ஜனாதிபதி விடுதலை செய்தார்.

3. முள்ளிவாய்க்கால் ஈழத்தமிழின அழிப்பு நினைவு நாளான மே 19 ஐ சிறீலங்கா தனது தேசிய வீரர்கள் தினமாக அறிவித்து, கடந்த 2020ஆம் ஆண்டு அன்றைய தினம் ஐக்கிய அரசின் சிறீலங்காத் தூதரக அதிகாரியாக இருந்து எந்த இராணுவத்தினன், இலண்டனில் அமைதிப் போராட்டத்தில் ஈடுபட்டிருந்த பிரித்தானியத் தமிழருக்குப் பகிரங்கமாகக் கொலை அச்சுறுத்தல் விடுத்துக் குற்றவாளியாகக் காணப்பட்டானோ, அவனுக்கு உயர்வளித்துப் போற்றவும் செய்தது.

4. 1995ஆம் ஆண்டில் நவாலிக் கத்தோலிக்க தேவாலயத்தில் நடாத்தப்பட்ட இனஅழிப்பு நோக்கிலான விமானக்குண்டு வீச்சு நினைவினை நினைவு கூர்ந்தவர்களைச் சிறீலங்காப் படையினர் 09.07.2020 இல் தள்ளிக் குழப்பியுள்ளனர்.

5. செப்டெம்பரில் ஐக்கிய நாடுகள் சபையின் வலுக்கட்டாயமாகக் காணாமல் ஆக்கப்பட்டோரின் தினத்தன்று மட்டக்களப்பில், நடத்த முற்பட்ட அமைதிப் போராட்டத்தில் பாதிப்புற்றவர்கள் ஒன்று கூடுவதைச் சிறீலங்கா கோவிட் 19 ஐச் சாட்டாக வைத்து நீதிமன்றத் தடையுத்தரவைப் பெற்று தடுத்தது.

6. சிறீலங்கா அரசியலமைப்பின் 19ஆவது பிரிவு வழங்கிய நீதித்துறை மற்றும் நிறுவனங்களின் சுதந்திரமான செயற்பாட்டு உரிமையை இன்றைய சிறீலங்கா அரசாங்கம் கடந்த ஆண்டு ஒக்டோபரில் நிறைவேற்றிய அரசியலமைப்பின் 20ஆவது திருத்தத்தின் வழி நீக்கி, அரச அதிபர் இடத்தில் அதிகாரக் குவிப்பு ஏற்படச் செய்தது.

7. இந்த ஆண்டு 2021 சனவரியில் சிறீலங்கா அரசாங்கம், பாராளுமன்ற உறுப்பினர் யோசப் பரராஜசிங்கம் கொலை வழக்கைத் தொடர அனுமதி மறுத்து, குற்றம் சாட்டப்பட்டிருந்த அரச ஆதரவுக் கட்சியில் போட்டியிட்டு, தேர்தலில் வெற்றி பெற்ற சிவநேசன் சந்திரகாந்தனுக்கு உதவியது.

8. இந்த ஆண்டு சனவரி 8ஆம் நாள் யாழ். பல்கலைக்கழகத்தில் மாணவர்களால் அமைக்கப்பட்ட முள்ளிவாய்க்கால் இனஅழிப்பு நினைவுச் சின்னத்தை கோவிட் 19 தனிமைப்படுத்தல் சூழலைச் சாதகமாகப் பயன்படுத்தி தகர்த்தது.

இவ்வாறு சிறீலங்காவில் சட்டத்தின் ஆட்சி இல்லாத நிலையை வெளிப்படுத்தியுள்ள அனைத்துலக மன்னிப்புச் சபை, சிறீலங்கா அரச அதிபர் புதிதாக ஜனாதிபதி ஆணைக்குழு ஒன்றை அமைத்து விசாரிக்க முற்படுவது குறித்து ஐக்கிய நாடுகள் சபையின் மனித உரிமைகள்

ஆணையாளர் கூறிய "கடந்த காலங்களில் உள்ளூர் செயற்பாடுகள் பொறுப்புக் கூறலில் தொடர்ச்சியாகத் தோல்வி அடைந்துள்ள நிலையில், புதிய ஆணைக்குழுவொன்று எந்த முன்னேற்றத்தையும் தராது, இதன் விளைவாகத் தொடர்ந்தும் பாதிப்புற்றோர்க்கு நீதி மறுக்கப்படும். கடந்த காலங்களில் நிகழ்ந்தது போன்ற மனித உரிமை மீறல் வன்முறைகள் இனியும் நிகழாது என்பதற்கும் எந்த உத்தரவாதமும் இல்லை" என்ற கூற்றையும் சுட்டிக்காட்டியுள்ளது.

இதன் மூலம் அனைத்துலக விசாரணையின் தேவையை அனைத்துலக மன்னிப்புச் சபை உலகின் முன் முன்னிறுத்தியுள்ளது. உலகெங்கும் உள்ள தமிழர்கள் அனைத்துலக மன்னிப்புச் சபையின் சிறீலங்கா குறித்த இந்த அறிக்கை தரும் செய்தியான அனைத்துலக விசாரணையை காலம் தாழ்த்தாது உடன் நடாத்தப்படல் வேண்டும் என ஒன்றிணைந்து, தாங்கள் வாழும் நாடுகளின் அரசுக்களிடம் வலியுறுத்தி பாதிப்புற்ற மக்களுக்கு நீதி கிடைக்கச் செய்தல் வேண்டும்.

91

ஆசிரியர் தலையங்கம் – இலக்கு மின்னிதழ்: 114

ஈழத்தமிழர் உரிமை மீட்பு பிராந்திய பொருளாதார மீட்டெடுப்புக்கு அவசியம்

கொரோனாவுக்குப் பின்னரான பிராந்திய பொருளாதார மீட்டெடுப்பு என்பது, இன்று இந்திய அரசின் முக்கிய சிந்தனைகளில் ஒன்றாக அமைந்துள்ளதை இலங்கைக்கு வருகை தந்த இந்திய வெளிவிகார அமைச்சர் கலாநிதி சுப்பிரமணியம் ஜெய்சங்கர் அவர்கள் மிகத் தெளிவாக உலகுக்கு வெளிப்படுத்தியுள்ளார்.

தெற்காசியப் பிராந்தியத்தின் முக்கிய சந்தையாக உள்ள இந்தியச் சந்தை சுதந்திரமாகவும், உறுதியாகவும் தொழிற்பட பொருட்களும், ஆட்களும் தடையின்றி இந்திய துணைக்கண்ட நிலப்பரப்பிலும், அதனைச் சூழவுள்ள இந்துமா கடல் பரப்பிலும் போக்குவரவு செய்தல் என்பது அதிமுக்கிய தேவையாகவும் இந்தியாவுக்கு உள்ளது.

இந்த வகையிலேயே கொழும்பு செயற்கைத் துறைமுகத்தின் கிழக்கு முனையத்தையும், திருகோணமலை இயற்கைத் துறைமுகத்தையும் இந்தியா தனது பொருட்களினதும், ஆட்களதும் நடமாட்டத்திற்கு தடையில்லா வகையில் வைத்திருப்பதற்கான அனைத்து முயற்சிகளையும் செய்தல் என்பது இந்தியத் துணைக்கண்டத்தின் பாதுகாப்பு என்பதோடு அமையாது, இந்தியச் சந்தை நலன்களுடனும் தொடர்பான ஒன்றாகவும் உள்ளது.

இந்த அடிப்படையில் இந்தியா இலங்கை அரசாங்கத்துடன் இணக்கப்பாட்டு உறவுமுறையினைப் பேண முற்படுதல் என்பதும் அரசுக்கும் அரசுக்கும் இடையிலான இயல்பான தொடர்பாடல் முயற்சியாகவும் உள்ளது.

இந்தச் சந்தைநல இராணுவ நிலைப்பாட்டுக் கொள்கை வகுத்தலில் இலங்கையின் ஒருமைப்பாட்டுக்கும் இறைமைக்கும் பங்கம் இல்லாத வகையில் இலங்கைக்கு ஊக்கமும், ஆக்கமும் அளித்தல் என்கிற இராசதந்திர உத்தியை முன்நிறுத்தி முயலுதல் என்பது இந்தியாவின் தொடர்ச்சியான முயற்சியாக உள்ளது. இந்த முயற்சியில் ஈழத்தில் வரலாற்றுக்கு முற்பட்ட காலம் முதலாக தாயக, தேசிய, தன்னாட்சி உரிமையினைத் தொடர்ச்சியாகக் கொண்டுள்ள ஈழத்தமிழர்களின் உரிமைகளை சிங்கள பௌத்த பேரினவாத அரசுடனான சுமுகமான உறவாடலுக்காகக் கவனத்தில் எடுக்காத செயற்பாடே, சிறீலங்கா தன்னை யாராலும் தட்டிக் கேட்க இயலாத இறைமையுள்ள தெற்காசிய அரசுகளில் ஒன்றாக முன்னிறுத்தி, 'ஒரு நாடு ஒரு இனம்' என்கிற சர்வாதிகார ஆட்சி முறைமையை இந்த 21ஆம் நூற்றாண்டிலும் சனநாயக குடியரசு ஆட்சியென தொடர ஊக்கமும், ஆக்கமும் அளித்து வருகிறது.

முன்னாள் இந்தியப் பிரதமர் யவர்கலால் நேரு அவர்கள் மலையகத் தமிழர்களுக்கு நடைமுறை ஆட்சி உரிமை உண்டு முழு அளவிலான ஆட்சி உரிமை கோருங்கள் என அவருடைய மலையக வருகையின் பொழுது பகிரங்கமாகச் சொல்லி 1927 களிலேயே பின்னர் சிங்கள மேலாண்மை ஆட்சி தோன்றாது தடுக்க முற்பட்டவர்.

முன்னாள் பாரதப் பிரதமர் இந்திரா காந்தி அவர்கள் ஈழத்தமிழர்களின் உரிமை மீட்புக்கு முழுஅளவிலான ஆதரவை அளித்து, ஈழத்தமிழர்களின் உயிரையும் உடைமைகளையும் நாளாந்த வாழ்வையும் ஆயுத எதிர்ப்பின் மூலம் பாதுகாக்க வேண்டிய கடமையைச் செய்யப் புறப்பட்ட விடுதலைப்புலிகள் உட்பட்ட ஈழத்தமிழ்ப் பேராளிகளுக்கு தனது படைகள் மூலம் ஆயுதப்பயிற்சிகளை வழங்கியவர். கூடவே 1983ஆம் ஆண்டு இலங்கையில் தமிழர்கள் மேல் நடாத்தப்பட்ட ஆடிக் கலவரத்தை உலகின் தீர்வுக்குரிய பிரச்சினையாக ஆர்ஜன்டீனா மூலம் அனைத்துலக மன்றத்தின் பாதுகாப்புச் சபையின் கவனத்திற்கு கொண்டு சென்று வாக்களிப்பு நடைபெறச் செய்து ஈழத்தமிழர் பிரச்சினையை உலகின் தீர்வுக்குரிய பிரச்சினையாக அன்றே இனங்காட்டியவர்.

தமிழகத்தில் பேரறிஞர் அண்ணா முதலமைச்சராக இருந்த காலம் முதலாக இன்றைய தமிழக முதலமைச்சர் எடப்பாடி பழனிசாமி அவர்கள் காலம் வரை அத்தனை முதலமைச்சர்களும் இந்திய மத்திய அரசிடம் ஈழத்தமிழ் மக்களின் உரிமைகளைப் பாதுகாக்க உதவும்படி தொடர்ந்து கோரிக்கை வைத்து வருவது வரலாறாக உள்ளது.

இந்த வரலாற்று உண்மைகளின் அடிப்படையில் இன்றைய இந்தியப் பிரதமர் நரேந்திரமோடி அவர்களும் அவரின் வெளிவிவகார அமைச்சரும், பாதுகாப்பு அமைச்சரும் ஈழத்தமிழர்களின் உரிமைகள் மீட்பு என்பதனை இந்திய இலங்கை உறவாடல் வழி உரிய முறையில் உரிய நேரத்தில் அவர்கள் அடைந்திட உதவிடல் வேண்டும்.

இதனை ஈழத்தமிழர்களையும் உள்ளடக்கிச் செய்வதற்கு, இந்தியா ஈழத்தமிழர்களிடம் அவர்களின் உரிமைகள் மீட்புக் குறித்த தேவைகளைக் கருத்துக்களை ஈழத்திலும் உலகத்திலும் ஈழத்தமிழர்களுடன் நேரடித் தொடர்புகளை ஏற்படுத்திக் கேட்டறிய வேண்டும்.

ஈழத்தமிழ் மக்களுடனான உரையாடல், உறவாடல் என்பது கோவிட் பின்னரான பிராந்திய பொருளாதார மீட்டெடுப்புக்கு இந்துமா கடல் பிரதேசத்தில் ஏற்படக் கூடிய தடைகளை வெல்வதற்கு, உலகளாவிய நிலையில் வாழும் ஈழத்தமிழர்களின் அறிவையும், மூலதனங்களையும், ஆற்றல்களையும் இணைக்கும் செயற்பாடாகவும் அமையும்.

92

ஆசிரியர் தலையங்கம் – இலக்கு மின்னிதழ்: 113

வெளிப்படையான இனத்துடைப்பு உலகம் என்ன செய்யப்போகிறது?

ஈழத் தமிழர்கள் மீதான முள்ளிவாய்க்கால் இனஅழிப்புச் செயற்பாட்டின் 12ஆவது ஆண்டு தொடக்கம் பெற்றதும் பெறாததுமாக 08.01.2021 இல் இன்றைய சிறீலங்கா அரசாங்கம் யாழ்ப்பாணப் பல்கலைகழகத்தில் 2018 முதல் பல்கலைக்கழக மாணவர்களால் அமைக்கப்பட்டு எல்லாத் தமிழர்களதும் போற்றுதலுக்குரியதாகத் திகழ்ந்து வந்த முள்ளிவாய்க்கால் இனஅழிப்பு நினைவுத்தூபியை தனது ஏவலாளார்களான யாழ்ப்பாணப் பல்கலைகழகத்தின் இன்றைய துணை வேந்தரதும் நிர்வாகக் குழுவினதும் துணை கொண்டு இடித்துத் தள்ளி இனத்துடைப்புச் செய்துள்ளது. 10.01.1974இல் நான்காவது உலகத் தமிழராய்ச்சி மாநாட்டை வன்முறைப்படுத்தி ஈழத்தமிழ் மக்கள் மீது பண்பாட்டு இனஅழிப்புச் செய்து பதினொரு தமிழர்களை உயிரிழக்கச் செய்தமையே ஈழத்தமிழ் மக்களின் ஆயுத எதிர்ப்பின் தொடக்கமானது என்பது வரலாறு. இன்று 47 ஆண்டுகளாகியும் கிட்டத்தட்ட அரைநூற்றாண்டு காலமாக சிறீலங்கா எவ்வித அச்சமுமின்றி பண்பாட்டு இனஅழிப்பைத் தொடர்ந்து கொண்டே இருப்பதற்கு இன்றைய சம்பவம் சான்றாகிறது.

ஈழத்தமிழர்கள் நடுகல் வழிபாட்டு முறைமையினைத் தமது பண்பாடாகக் கொண்டவர்கள். அந்த வகையில் இந்தச் செயல் வழிபாட்டுரிமையையும், பண்பாட்டு உரிமையையும் இல்லாதொழிக்கும் மனித உரிமை வன்முறையாகிறது. எல்லாவற்றுக்கும் மேலாக உள்ளத்தில் நினைந்து போற்றுதல் என்னும்

மனிதசிந்தனை உரிமையையும் இல்லாதொழிக்கும் மிகப்பெரிய மனிதாயத்திற்கு எதிரான குற்றமாகவும் திகழ்கிறது.

இது ஒரு வெளிப்படையான இனத்துடைப்புச் செயற்பாடு என்பதை ஐக்கிய நாடுகள் அமைப்பின் இனத்துடைப்பு குறித்த S/ 1994/674 இலக்க விளக்கத்தில் காணலாம். "ஒரு குறித்த புவியியல் நிலப்பரப்பில் இன்னொரு இன அல்லது மத மக்களை வன்முறைகள் மூலமும் பயங்கரவாதத்தின் வழியாகவும் வெளியேற வைப்பதற்கான திட்டமிட்ட கொள்கைகளை வரைந்து கொள்ளுதல்" என இனத்துடைப்பு என்றால் என்ன என்பதை தெளிவாக ஐக்கிய நாடுகள் சபை விளக்கியுள்ளது. அத்துடன் அத்தகையோரின் சொத்துக்களை அழித்தலும் இனத்துடைப்பே என்பதையும் இவ்விளக்கம் உள்ளடக்கியிருக்கிறது. கூடவே அவ்விளக்கம் இனத்துடைப்பு மனிதாயத்திற்கு எதிரான குற்றமாகவும், யுத்தக் குற்றமாகவும், கருதப்பட்டு இனஅழிப்பு ஒழிப்பு மரபுசாசனத்தின் கீழ் தண்டிக்கப்பட வேண்டிய ஒன்று எனவும் மேலதிக விளக்கமும் அளிக்கப்பட்டுள்ளது. எனவே இச்செயற்பாட்டை சிறீலங்காவின் உள்நாட்டுப் பிரச்சினையாகப் பார்க்காமல் உலகம் அனைத்துலகப் பிரச்சினையாகப் பார்க்க வேண்டிய நேரமிது.

இதனைச் செய்வதற்கு உடந்தையாக இருந்த சிறீலங்காவின் ஏவலாளரான யாழ்.பல்கலைக்கழகத் துணைவேந்தர் அவர்களையும் அவரது நிர்வாகக் குழுவையும் இனத்துடைப்புக் குற்றத்திற்கு உறுதுணையாக இருந்த குற்றவாளிகள் என்ற வகையில் பதவி விலத்த உலக நாடுகளும் அமைப்புக்களும் சிறீலங்காவை வற்புறுத்த வேண்டும். தமிழ்நாட்டின் முதலமைச்சர் மதிப்புக்குரிய எடப்பாடி பழனிச்சாமி உட்பட பாரதிய ஜனதா கட்சியின் தமிழகத் தலைமைகள் வரை முழுத் தமிழகமுமே இந்தச் செயலைக் கண்டித்துள்ள நிலையில், அவர்களைப் பதவி விலக்கலே முழுத்தமிழினத்திற்கும் சிறிதளவாவது அமைதியை அளிக்கும்.

ஈழத்தமிழர்கள் தங்கள் மேல் நடாத்தப்படும் இனஅழிப்பு, பண்பாட்டு இனஅழிப்பு, இனத்துடைப்பு என்பவற்றிக்கு சனநாயக வழிகளில் போராடுவதைத் தடுக்கும் நோக்கிலேயே ஈழத்தமிழர்களின் நிர்வாகத்தினை எந்த இராணுவ அதிகாரிகள் அவர்களை இனஅழிப்புச் செய்தார்களோ அவர்களின் நிர்வாகத்தின் கீழேயே இன்றைய சிறீலங்கா ஜனாதிபதி செயற்படுத்தி வருகிறார் என்பது உலகறிந்த விடயம். கோரோனாக் காலத்தைக் கூட எவ்வாறு தனது இனழிப்பு

இராணுவத் தலைமைகளை அனைத்துலகச் சட்டங்களிலிருருந்து காக்க இன்றைய சிறீலங்கா ஜனாதிபதி பயன்படுத்துகிறார் என்பதை அனைத்துலக நீதிக்கும் அமைதிக்கும் பாடுபடும் அமைப்புக்கள் உலகுக்கு வெளிப்படுத்தி வருகின்றன.

ஆனால் யார் எம்மை என்ன செய்யலாம் என்னும் சர்வாதிகார உணர்வுடன் சிறீலங்கா ஜனாதிபதி சிறீலங்கா, ஒருஇன ஒருமொழி – ஒருமத நாடு என்னும் காட்டுமிராண்டித்தனமான சிங்கள பௌத்த பேரினவாதத்தை தனது சிங்களப் பெரும்பான்மைப் பாராளுமன்றக் கொடுங்கோன்மையாலும், படைபல நிர்வாக ஆட்சியாலும் ஈழத்தமிழர்களுக்குச் சட்டவாட்சி மறுக்கப்பட்ட நிலையில் முன்னெடுக்கிறார்.

இந்த இன்றைய சூழலில் உலகம் என்ன செய்யப் போகிறது? உலகத்தமிழர்கள் என்ன செய்யப் போகிறார்கள்? இந்தக் கேள்விகளுக்கான விடைகளால், சரியானதைச் சரியான முறையில், சரியான நேரத்தில் செய்ய வைப்பதிலேயே ஈழத்தமிழர்களின் உரிமைகள் மீட்பு நடைமுறைச் சாத்தியமாகும்.

93

ஆசிரியர் தலையங்கம் – இலக்கு மின்னிதழ்: 112

விடுதலை உணர்வின் ஆண்டான 2021இல் விடுதலை உணர்வுடைய கூட்டுத்தலைமை அவசியம்

2020ஆம் ஆண்டு உலக நாடுகளை கொரோனா தொற்று செயலிழக்க வைத்த நிலையில், கொரோனா வீரியிலிருந்து விட்டு விலகும் விடுதலை உணர்வு மூலம் மனிதம் வாழ்வு பெற வைக்கும் ஆண்டாக 2021 ஐ அமைக்க உலக நாடுகள் அனைத்தும் தம்மாலான முயற்சிகளில் இறங்கியுள்ளன. மனித விடுதலை உணர்வே மனித வாழ்வின் உயிர்ப்புக்கான அடிப்படையாக அமையப் போகிறது.

பாராளுமன்ற சனநாயகத்தின் தாய் எனப்படும் ஐக்கிய அரசில் இறைமை இழப்பாக ஐரோப்பிய ஒன்றிய உறுப்புரிமையைக் கருதி, அதிலிருந்து விட்டு விலகல் என்னும் விடுதலை உணர்வின் வழி தங்களின் இறைமையுடன் கூடிய வளர்ச்சியை முன் எடுக்க முடியும் என்னும் மன உறுதியே 31.12.2020 இரவு 11.00 மணியுடன் பிரித்தானியாவை ஐரோப்பிய ஒன்றியத்தில் இருந்து விட்டு விலக வைத்துள்ளது. இங்கும் விடுதலை உணர்வுதான் பிரித்தானியாவின் நம்பிக்கையாக அமைகிறது. ஸ்கொட்லாந்து தலைமைகள் தாங்கள் ஐக்கிய அரசு என்னும் கட்டமைப்பில் இருந்து குடியொப்பத்தால் விலகி ஐரோப்பிய ஒன்றியத்துடன் இணைவோம் எனவும் வெளிப்படையாகக் கூறி விட்டு விலகலை விடுதலை உணர்வின் செயற்பாடாகவே பேசியும் வருகின்றனர்.

உலகின் வல்லாண்மைகளில் முக்கியமான அமெரிக்காவில் 20.01.2021 இல் ட்ரம்பின் மக்கள் நலத்திற்கு எதிரான ஆட்சியிலிருந்து விட்டு விலக வேண்டும் என்னும் விடுதலை உணர்வால் பைடன் தலைமையிலான புதிய ஆட்சி மூலம் தங்களுக்கு மட்டுமல்ல முழு

உலகுக்குமே புதிய ஒழுங்குமுறையொன்றைத் தோற்றுவிக்கும் ஆண்டாக 2021ஐ அமெரிக்க மக்கள் அமைத்துள்ளனர். இங்கும் விடுதலை உணர்வுதான் அமெரிக்காவின் அரசியலையும் உலகில் அதன் நிலையையும் மீள் உறுதி செய்யப் போகிறது.

இந்தியா, சீனா உருவாக்கிய தென்கிழக்காசிய ஆசிய நாடுகளை உள்ளடக்கிய பொருளாதாரக் கட்டமைப்புக்களுள் அடங்காது விட்டு விலகி விடுதலை உணர்வுடன் தனக்கான தனித்துவத்துடன் இந்துமா கடலை அமைதிக் கடலாக அமைக்கும் முயற்சிகளில் அமெரிக்காவுடன் இணைந்து செயற்படும் ஆண்டாக 2021 அமையப் போகிறது.

இவ்வாறாக 2021 உலகெங்கும் விடுதலை உணர்வின் வழி மக்கள் தங்கள் வாழ்வையும், தங்கள் நாடுகளின் ஆட்சிகளையும் மீள் கட்டமைக்கும் ஆண்டாக 2021ஐ உலகு காணப் போகிறது. இந்த விடுதலை உணர்வை சனநாயக பங்களிப்பின் ஒரு அங்கமாகவே உலகம் பார்க்கின்றதே தவிர, நாட்டின் அரசியலமைப்புக்கு எதிரானது பயங்கரவாதம் என்றெல்லாம் கருதவில்லை. நாட்டின் ஒருமைப்பாட்டுக்கும் இறைமைக்கும் எதிரான பயங்கரவாதக் குற்றச் செயலாகவும் தண்டிக்க முற்படவுமில்லை. மக்களின் உண்மையான அரசியல் தலைவர்களும் எவ்வித அச்சமுமின்றி தங்கள் அடிப்படை மனித உரிமையான தன்னாட்சியின் ஒரு அங்கமாகவே விட்டு விலகி விடுதலை பெறும் உரிமையைப் பேசியும் செயற்படுத்தியும் வருகின்றனர்.

ஆனால் விட்டு விலகும் விடுதலை உணர்வைப் பயன்படுத்தி ஈழத்தமிழ் மக்களின் உரிமைகளை மீட்க இன்றைய ஈழத்தமிழ்த் தலைவர்கள் அஞ்சுகின்றனர். இந்த அச்சத்தை 2021ஆம் ஆண்டுக்கான தமிழ்த் தேசியக் கூட்டணியின் தலைவரும் பாராளுமன்ற உறுப்பினருமான திரு. இரா. சம்பந்தன் அவர்களின் புத்தாண்டு வாழ்த்து தெளிவாக எடுத்துரைக்கிறது. நாட்டின் இறைமைக்கும் ஒருமைப்பாட்டிற்கும் உட்பட்ட அரசியல் தீர்வொன்றையே தாங்கள் புதிய அரசியலமைப்பு உருவாக்கத்தின் மூலம் பெற விரும்பி அதற்கேற்ற முன்மொழிவுகளை முன்வைத்துள்ளதாக அவர் தெரிவித்துள்ளமை சிறீலங்காவின் ஒரு நாடு ஒரு இனம் என்னும் சர்வாதிகாரப் பிரகடனத்தை ஏற்கும் உண்மையற்ற நேர்மையுமற்ற செயலாக அமைகிறது.

அதே வேளை சிறீலங்கா கொரோனா ஒழிப்பு நடவடிக்கையை சாட்டாக வைத்து 25 இராணுவ அதிகாரிகளை துன்பப்பட்ட மக்களின்

நோய்த்தடுப்பு நோய்ச் சிகிச்சை முறைகளைக் கையாளும் இணைப்பு அதிகாரிகளாக நியமித்து 2021ஐ 2020இல் தான் தொடங்கிய இராணுவத் துணையுடனான சர்வாதிகார ஆட்சியை முழுமையாக்கும் செயலில் இறங்கியுள்ளது.

இந்நிலையில் ஈழத்தமிழர்களிடை விடுதலை உணர்வுள்ளவர்களின் கூட்டுத்தலைமை ஒன்று 2021இல் உருவாக்கப்பட்டாலே, ஈழத்தமிழர்களின் உரிமைகள் பாதுகாக்கப்படும் என்பதே இவ்வாண்டில் ஈழத்தமிழர்கள் குடிமையை அடிமைப்படுத்தி ஒரு நாடு ஒரு இனம் என்னும் அரசியலமைப்பை உருவாக்கும் சிறீலங்காவின் முயற்சியையும், புதிய கல்விக் கொள்கையை அறிமுகப்படுத்தி இளைய சமுதாயத்தையே மூளைச் சலவை செய்ய முயலும் அமைச்சர் பீரிசின் நரித்தந்திரோபாயத்தையும் எதிர்ப்பதற்கான உறுதியை ஈழத்தமிழர்களுக்குத் தரும் என்பதே இலக்கின் முடிவான கருத்தாக உள்ளது. உலகத் தமிழர்கள் விடுதலை உணர்வுள்ள ஈழத்தமிழ்த் தலைமைகளை இனங்கண்டு அவர்களாலான கூட்டுத் தலைமை உருவாக இயன்றவு உழைக்க இவ்வாண்டில் உறுதி பூண வேண்டும்.

94

ஆசிரியர் தலையங்கம் – இலக்கு மின்னிதழ்: 111

ஈழத்தமிழர் தம்மை தேசஇனமாக உலகுக்குப் பிரகடனப்படுத்திய 75ஆவது ஆண்டு

ஈழத்தமிழர்கள் பிரித்தானிய காலனித்துவ ஆட்சியில் இருந்து விடுபட வேண்டுமெனப் போராடியமை வரலாறு. ஆனால் 17.05.1946 இல் பிரித்தானிய ஆட்சிக்குழு ஆணையகம் இலங்கைக்கான புதிய அரசியலமைப்புப் பிரகடனத்தை வெளியிட்டது. இது ஈழத்தமிழர்களின் இறைமையின் அடிப்படையில் அவர்களுக்கான சுதந்திரத்தை வழங்காது, தங்களது காலனித்துவ ஆட்சிக்குப் பதிலாகச் சிங்களக் காலனித்துவ ஆட்சி ஒன்றை ஈழத்தமிழர்கள் மேல் தோற்றுவித்தது. ஈழத்தமிழர்களுக்கு இந்தச் சிங்கள காலனித்துவம் பிரித்தானியாவால் ஏற்படுத்தப்பட்டதன் 75ஆவது ஆண்டு 2021இல் தொடங்குகின்றது.

இவ்வேளையில் ஈழத்தமிழர் பிரச்சினையை காலனித்துவத்தில் இருந்து விடுதலை அளிப்பதற்குரிய அனைத்துலக சட்டங்களின் அடிப்படையில் எடுத்து நோக்க வேண்டும் என்பது பலமாக வலியுறுத்தப்பட வேண்டும்.

இதனை விடுத்து ஈழத்தமிழர் தேசியப் பிரச்சினையை சிங்கள பௌத்த பேரினவாத அரசின் உள்நாட்டுப் பிரச்சினையாகவே எடுத்து நோக்கும் உலக வழமையே 1956 முதல் இன்றுவரை 65 ஆண்டுகளாகத் தொடர்ச்சியாகவும், நேரடியாகவும், மறைமுகமாகவும் ஈழத்தமிழர்களை சிங்கள அரசு இனஅழிப்புக்கு உள்ளாக்கி வருவதற்கான மூல காரணமாகிறது.

இதன் தொடர்ச்சியாகவே ஈழத்தமிழர்களின் வரலாற்றுத் தாயகத்தில் அவர்களின் இருப்பைக் குலைக்கும் இனஅழிப்பு, இனத்துடைப்பு, பண்பாட்டு இனஅழிப்புச் செயற்பாடுகள் என்பவற்றைச் செய்கிறது.

இந்த இனஅழிப்பைச் சிறீலங்கா நாட்டின் இறைமையையும், ஒருமைப்பாட்டையும் பாதுகாக்கும் தேசிய பாதுகாப்பு நடைமுறைகள் என்ற பெயரில் நியாயப்படுத்தி ஈழத்தமிழரின் செயற்பாட்டைப் பயங்கரவாதமென திரிபுவாதம் செய்து வருகிறது. இவ்வாறு அரசு என்னும் தகுதியைத் தனது சர்வாதிகார அரசுக்கு நிலைநாட்டிக் கொள்ளும் சிறீலங்கா, தனது இனஅழிப்புக்குத் தடையாக உள்ளனவற்றை நீக்கிட இன்றைய அரசியலமைப்பை முழுதாக மாற்றிப் புதிய அரசியலமைப்பையும் விரைவில் உருவாக்கவுள்ளது. இந்த புதிய அரசியலமைப்பின் நோக்கம் வரலாற்றக்கு முற்பட்ட காலம் முதலாக இலங்கைத்தீவில் வரலாற்றுத் தாயகத்தையும் தன்னாட்சி உரிமையையும் தேசியத் தன்மையையும் உடைய ஈழத்தமிழர்களுக்கான அனைத்து உரிமைகளையும் மறுத்து, சிறீலங்கா என்னும் நாடு சிங்கள இனத்தவருக்கும், பௌத்த மதத்தவருக்குமே இறைமையும், தன்னாதிக்கமும் உடைய நாடு என நிலைநிறுத்துவதாக உள்ளது. ஈழத்தமிழர்களின் மானிடவியல், தொல்லியல், சமூகவியல் தொன்மையைத் தொடர்ச்சியை படைபலப் பின்னணியில் அழிப்பதைப் பௌத்தத்தின் தொன்மையை தமிழர் தாயகங்களில் மீள்நிறுவுதலுக்கான புனிதச் செயற்திட்டமாக 2020 முதல் சிறீலங்கா முன்னெடுக்கத் தொடங்கி, சைவத் திருத்தலங்களில் எல்லாம் முன்னால் பௌத்த விகாரையையும் அமைக்கும் மதச்சுதந்திர மறுப்பையும் தொடங்கியுள்ளது.

இந்நேரத்தில் இன்றைய ஈழத்தமிழர் பாராளுமன்ற உறுப்பினர் கஜேந்திரகுமார் பொன்னம்பலம் அவர்கள் சிறீலங்காப் பாராளுமன்றத்துள்ளும், வெளியிலும் ஈழத்தமிழர்களின் இறைமையும், தன்னாதிக்கமும் கவனத்தில் எடுக்கப்பட்டு ஆட்சிமுறை மாற்றங்கள் அமைய வேண்டும் என்னும் முக்கியமான வேண்டுகோளை முன்வைத்து வருகின்றார்.

இந்தக் கோரிக்கைக்கு வலுச்சேர்க்கும் வகையில் இவரின் தந்தைவழிப் பேரனும், ஈழத்தமிழ்த் தலைவர்களுள் முக்கியமானவரும், அகில இலங்கைத் தமிழ்க் காங்கிரஸ் கட்சியின் தலைவராக விளங்கியவருமான அமரர் ஜி.ஜி.பொன்னம்பலம் அவர்கள் *03.11.1945* அன்று அன்றைய காலனித்துவச் செயலகத்திற்குச் சமர்ப்பித்த அறிக்கை அமைகிறது, பிரித்தானியாவின் இந்திய அலுவலகப் பதிவு *CO 54/987/1, No 96* இலக்கப் பதிவில் இன்றும் காணக்கூடிய அந்த அறிக்கை அரசியல் நிர்ணயசபை ஒன்றைத்

தமிழர்களையும் உள்ளடக்கி அமையாமல் விட்டமையே ஈழத்தமிழர் பிரச்சினைக்கு மூலகாரணமெனத் தெளிவாகக் கூறியுள்ளார்.

இவ் அறிக்கையைத் தொடர்ந்து 15.01.1946ஆம் திகதி அன்று அகில இலங்கைத் தமிழ்க் காங்கிரசின் செயலாளர் எஸ்.சிவசுப்பிரமணியம் அவர்கள் காலனித்துவ செயலகத்திற்கு அனுப்பிய CO 54/986/9. No9ஆம் இலக்க அறிக்கை ஈழத்தமிழர்கள் சிறுபான்மையினமல்ல தேசஇனம் என்பதைத் தெளிவாக பிரித்தானிய காலனித்துவ அரசிடம் வலியுறுத்தியது.

இவ்வுண்மைகளின் அடிப்படையில், ஈழத்தமிழர் தங்களைத் தேச இனமாகப் பிரித்தானியாவுக்குப் பிரகடனப்படுத்திய 75ஆவது ஆண்டில் ஈழத்தமிழர்கள் காலெடுத்து வைக்கும் இந்நேரத்தில், தாயகத்திலும் உலகெங்கும் ஈழத்தமிழர்கள் தங்கள் இனத்துவத்தைச் சிறுபான்மையினமல்ல, ஈழத்துத் தேச இனம் என்ற உரிமை கோரலுடன் வெளிப்படுத்துவதன் மூலமே சிறீலங்காவின் ஒரு இனம் ஒரு மதச் சர்வாதிகார ஆட்சிக்கு எதிராக ஈழத்தமிழர் உரிமைகளை 2021இல் நிலைநாட்டலாம் என்பதே இலக்கின் கருத்தாக அமைகிறது.

95

ஆசிரியர் தலையங்கம் – இலக்கு மின்னிதழ்: 110

ஈழத்தமிழர்களிடை பொறுப்புள்ள கூட்டமைவு அவசியம்

ஈழத்தமிழர்களுக்கு நல்லாட்சி, மனித உரிமைகள், வளர்ச்சிகள் என்னும் மூன்றுமே இன்றைய சிறீலங்கா அரசாங்கத்தால் உறுதி செய்யப்படாது உள்ளது என்பது வெளிப்படையான உண்மை. நாள்தோறும் கிடைக்கும் செய்திகளும், தகவல்களும், அறிக்கைகளும், வேண்டுகோள்களும் இதனை கள ஆய்வு நிலையிலும் உறுதிப்படுத்தி வருவதை உலக நாடுகளும், அமைப்புகளும் நன்கறிவர்.

இந்நிலையில், ஈழமக்களின் இந்த நாளாந்த வாழ்வியலை வார்த்தைப்படுத்தி, உள்ளதை உள்ளவாறு வெளிப்படுத்தும் ஊடகத் தலைமைகளோ, அரசியல் தலைமைகளோ இல்லாதிருக்கிறது. இதனாலேயே 21ஆம் நூற்றாண்டின் உலக வரலாற்றின் மிகக் கொடிய மனித இனஅழிப்பு என்று வரலாறு பதிந்துள்ள முள்ளிவாய்க்கால் ஈழத்தமிழின அழிப்பு நடைபெற்று 11 ஆண்டுகள் நிறைவு பெற்றுள்ள இன்றைய சூழலிலும், பாதிக்கப்பட்ட ஈழத்தமிழர்கள் அதீத மனிதாய தேவைகளுடன் இன்றும் வாழ்ந்து கொண்டிருக்கின்றனர். இவர்களுக்கான அனைத்துலகச் சட்டங்கள் வலியுறுத்தும் நிலைமாற்ற நீதியோ துயர் மாற்றும் பொருளாதார சமூக உதவிகளோ இல்லாத மக்களாக சிறீலங்காப் படைகளால் வலுக்கட்டாயமாகக் காணாமலாக்கப்பட தங்களின் கிட்டிய குடும்ப உறுப்பினர்களை எண்ணி எண்ணி ஏங்கிச் சாகும் சமுதாயமாகத் தவித்துக் கொண்டிருக்கின்றனர்.

அதேவேளை பதினொரு ஆண்டுகளாக ஈழத்திலும், புலம்பெயர் நிலங்களிலும் ஈழத்தமிழர்கள் மேல் ஆர்வமும், அக்கறையும்

கொண்டவர்கள் பலவழிகளில் பல குழுக்களாகத் தாங்கள் ஏதேதோ ஈழத்தமிழர்களுக்காகச் செய்கின்றார்கள் என்ற செய்திகளும், தகவல்களும், பதிவுகளும் கூட நிறைய உண்டு. ஆயினும் இவற்றின் பலன் சிறீலங்கா 2009 வரை ஒரு தீவுக்குள் இரு நாடுகள் என உலகமே ஏற்றுக் கொண்ட ஈழத்தமிழ்த் தேசத்தை அதனுடைய மக்களை இனஅழிப்பு செய்த கோட்டாபய ராஜபக்சா தலைமையிலான அதே தலைமை தற்போது ஈழமண்ணின் மானிடவியல், தொல்லியல், சமூகவியல் அடையாளங்களை அதன் வரலாற்றுக்கு முறட்பட்ட தன்மை சனநாயகத்தின் வழி உண்மைகள் மீள்நிறுவப்பட உதவும் என்ற அடிப்படையில் பண்பாட்டு இனஅழிப்பு செய்து வருகிறது. கூடவே தமிழர் தாயகங்களில் ஈழத்தமிழ் மக்களின் பாராளுமன்ற சட்டவாக்கப் பிரதிநிதித்துவ உரிமையை மேலும் குறைவடையத்தக்க வகையில் குடித்தொகையில் சிங்கள பெரும்பான்மையை நிலைபெறக் கூடிய முறையில் அனைத்தையும் செய்து வருகின்றது. கூடவே வடை, தோசை சாப்பிட்ட ஈழத்தமிழர்களுக்குத் தாங்களே பிட்சா சாப்பிடப் பழக்கியதாக நீதிமன்றங்களிலேயே பெருமை பேசி ஈழத்தமிழர்களின் பண்பாட்டையே தாம் மாற்றி வருவதை அவர்களின் வளர்ச்சியாக வாதிடவும் செய்கின்றனர்.

இந்த நிலைமைக்குக் காரணம் என்ன என்றால், வள்ளுவர் அதற்கான தெளிவான பதிலைச் சுருக்கமாகத் தருகின்றார். “பல்குழுவும் பாழ்செய்யு முட்பகையும் வேந்தலைக்கும் – கொல் குறும்பு மில்லது நாடு” என்னும் வள்ளுவம் எமக்குள் நாம் பல்குழுவாக உள்ளமையும், பகைமை கொண்டவர்களாக வாழ்வதும் எங்கள் மண்ணில் அரசனே அஞ்சும் அளவுக்கு கொலைத்தனமான வாழ்வு தொடர அனுமதிக்கிறோம் என்கிற உண்மையை உணர்த்துகிறது. எனவே ஈழத்தமிழர்களின் அரசியல் தலைமைகள் தமக்குள் பொதுக் கொள்கை, பொது வேலைத்திட்டம் என்பவற்றை மக்களின் தாயக, தேசிய, தன்னாட்சி உரிமைகளில் எந்த விட்டுக்கொடுப்பையும் செய்யாத நிலையில் ஏற்படுத்த வேண்டும். இதற்குத் தனிமனித விருப்பு வெறுப்புகளைப் பொதுவாழ்வில் வெளிப்படுத்தும் சீர்கேட்டை நிறுத்த வேண்டும்.

அவ்வாறே தோல்வி கண்ட உணர்வினராக துன்பக்காலத்தை நோக்காது அதனை மாற்றும் ஆற்றலை உருவாக்கும் காலமாக இக்காலத்தை எதிர்கொள்ள வேண்டும். “தள்ளா விளையுளுந் தக்காருந் தாழ்விலாச் – செல்வருஞ் சேர்வது நாடு” என்று வள்ளுவர்

கூறியுள்ளாரே தவிர, ஆட்சி குறித்தோ அதிகாரம் குறித்தோ ஏன் எல்லைகள் குறித்தோ வள்ளுவர் கூறவில்லை. எனவே நமது மக்கள் தமது மண்ணில் தள்ளாவிளையுளைப் பெற்றுப் பொருளாதார வளம் பெறவும் வாழ்வதற்குத் தக்காராகத் தம் அறிவையும், ஆற்றலையும் வளர்ப்பதற்கும் நிதி வளம் குன்றாது வாழ்விக்கும் செல்வர்கள் அங்கு உருவாவதற்கும் உழைப்பதே எமது ஈழமண்ணினதும் மக்களினதும் தேசத்தைக் கட்டியெழுப்பும் பணியாக வேகமாகத் தொடர்வறாது செய்யப்பட வேண்டும். இதற்கான கூட்டுத் தலைமைகள் புலம்பெயர் ஈழத்தமிழரிடை வளர்க்கப்பட வேண்டும் என்பதே இலக்கின் இவ்வார இலக்காக அமைகிறது.

96

ஆசிரியர் தலையங்கம் – இலக்கு மின்னிதழ்: 109

பயங்கரவாதத் தடைச்சட்ட அணுகுமுறை மாற்றமே ஈழத்தமிழர் உரிமைகளுக்குப் பாதுகாப்பை அளிக்கும்

சிறீலங்கா இம்முறை வரவுசெலவுத் திட்டத்திலும், நாட்டின் நாளாந்தத் தேவைகளுக்கே நிதிப்பற்றாக்குறை வருமென்ற பெரும் அச்சமுள்ள சூழலிலும் மக்களின் நலவாழ்வுக்கு முக்கியத்துவம் கொடுக்காது பெருந்தொகையான பணத்தை நாட்டின் பாதுகாப்பு என்ற பெயரில் படையினருக்கு ஒதுக்கியுள்ளது.

இதனை சமத்துவமுள்ள குடிகளாக அல்லாது தோற்கடிக்கப்பட்ட மக்களாக ஈழத்தமிழர்களை தாம் நடாத்தும் இன்றைய சூழலில் அதனை சனநாயக வழிகளில் எதிர்க்கும் ஈழத்தமிழரை சிறீலங்காவின் இறைமை பிரதேச ஒருமைப்பாடு என்பவற்றைப் பாதுகாக்கிறோம் என்ற பெயரில் அழித்து ஒழித்து ஈழத்தமிழின அழிப்பை செய்வதற்கான சிறீலங்காவின் முற்திட்டமிடலாகவே ஈழத்தமிழர்கள் கருதுகின்றனர்.

இந்நிலையிலேயே இலங்கை அரசாங்கத்தின் நீதித்துறையின் அங்கமான நீதியரசராக நீண்ட சட்டத்துறை அனுபவம் உள்ள முன்னாள் வடமகாணசபைத் தலைவரும் இன்றைய யாழ். மாவட்டப் பாராளுமன்ற உறுப்பினரும், தமிழ் மக்கள் தேசியக் கூட்டணித் தலைவருமான திரு சி.விக்னேஸ்வரன் அவர்கள் சிறீலங்காப் பாராளுமன்றத்தில் வரவுசெலவுத்திட்ட விவாதத்தில் பேசியுள்ள பேச்சு, ஈழத்தமிழர் பிரச்சினையைக் குறித்த தெளிவையும், ஈழத்தமிழர் தேசிய இனப்பிரச்சினையைப் பயங்கரவாதப் பார்வையில் அணுகும் முறை நீக்கப்பட்டாலே ஈழத்தமிழர் உரிமைகள் பாதுகாக்கப்படும் என்ற உண்மையையும் உலகுக்கு மீண்டும் வெளிப்படுத்தியுள்ளது.

அவர் தமது உரையில் "சிங்கள மக்களுக்கு எதிராகவோ அவர்களின் இறைமைக்கு எதிராகவோ எமது இளைஞர்கள் ஆயுதம் ஏந்தவில்லை. அதே நாட்டில் தமது பகுதிகளின் இறைமைக்கு ஆபத்து ஏற்பட்டதாலேயே அவர்கள் ஆயதம் ஏந்தினார்கள். அவர்கள் தமது அடையாளத்தைப் பாதுகாக்க வேண்டியிருந்தது. ஆனால் அவர்கள் பயங்கரவாதிகளாக அழைக்கப்பட்டு 20இற்கும் அதிகமான நாடுகளின் உதவியுடன் கொடூரமாக அழிக்கப்பட்டார்கள்". என எடுத்தியம்பி உள்ளார். இதன்வழி ஈழத்தமிழர் தேசிய இனப் போரட்டம் ஒரு தேசிய விடுதலைப் போராட்டமே அன்றி பயங்கரவாதமல்ல என்பதை நிறுவியுள்ளார். ஆயினும் உலகின் தவறான அணுகுமுறையால் அத்தேசிய விடுதலைப் போராட்டம் பின்னடைந்து ஈழத்தமிழர்கள் இன்றைய அவல வாழ்வுக்கு உள்ளாயினர் என்ற உண்மையையும் அவரின் இப்பேச்சு உலகுக்குத் தெளிவுபடுத்தியுள்ளது.

மேலும் அவர் "நாட்டின் இறைமையைவிட மக்களின் இறைமையே மேலானது. இன்றைய சர்வதேச உறவில் அப்படித்தான் ஏற்றுக் கொள்ளப்பட்டுள்ளது. இந்த அடிப்படையில்தான் சர்வதேச சட்டங்களும், கோட்பாடுகளும் உருவாக்கப்பட்டு வருகின்றன. நாட்டின் இறைமையின் பின்னால் ஒளிந்து நின்றுகொண்டு எமது மக்களின் இறைமையை இல்லாமல் செய்யலாம் எனக் கனவு காணாதீர்கள். 18ஆம் நூற்றாண்டுக் காலத்துக்குரிய நாட்டின் இறைமையைப் பாதுகாக்கும் கோட்பாடு இன்று பொருத்தமற்றதாகி வலுவிழந்து விட்டது. ஒரு நாட்டின் மனித உரிமைகள் மோசமாக மீறப்படும் பொழுது மனித உரிமைகளைப் பாதுகாப்பதற்காக அந்த நாட்டின் இறைமையை உதாசீனம் செய்யலாம் என்பதே இன்றைய உலக நடப்பு" என எடுத்துரைத்துள்ளார். இதன் மூலம் அவர் ஈழத்தமிழர்களின் உரிமைகளுக்கான செயற்பாடுகளை இனியும் நாட்டின் இறைமை மற்றும் ஆள்புல ஒருமைப்பாட்டுக்கு எதிரானது எனப் பட்டியலிட்டு அவர்களை இனஅழிப்பு செய்ய முடியாதென்பதை உறுதிப்படுத்தியுள்ளார்.

அத்துடன் "இறுதிப் போரில் மனிதக் கேடயங்களாக அப்பாவி மக்களை விடுதலைப்புலிகள் பயன்படுத்தியதாகவும், அந்த மக்களை நீங்கள் மீட்டதாகவும் எந்த ஒரு போர்க் குற்றத்தையும் படையினர் செய்யவில்லை என்றும் கூறுகின்றீர்கள். இது உண்மையானால் இதை நீங்கள் கூறவேண்டியதில்லை. பாதிக்கப்பட்ட மக்கள்தான் கூற வேண்டும். ஆனால் இறுதி யுத்தத்தில் நீங்கள் காப்பாற்றியதாகக்

கூறும் மக்கள் நீங்கள் தமது உறவுகளை கொலை செய்ததாக அல்லவா கூறுகின்றார்கள். நீங்கள் சொல்வது உண்மையானால் ஏன் சர்வதேச சுயாதீன விசாரணைக்குத் தயங்குகின்றீர்கள்? நீங்கள் சர்வதேச விசாரணைக்கு அஞ்சுவதும் சீனாவின் பின்னால் ஓடுவதும் உங்கள் படையினர் போர்க்குற்றங்கள், மனிதாயத்திற்கு எதிரான குற்றங்கள், இனப்படுகொலை என்பவற்றை இழைத்திருக்கின்றார்கள் என்பதையே காட்டுகின்றது"எனவும் கூறியுள்ளார்.

திரு சி.விக்னேஸ்வரன் அவர்களின் இந்த உரையின் உண்மைகளை உலக வல்லாண்மைகளும், பிராந்திய மேலாண்மைகளும் ஏற்று, பயங்கரவாதத் தடைச்சட்ட அணுகுமுறையில் ஈழத்தமிழர் பிரச்சினையை அணுகும் முறையை மாற்றி ஈழத்தமிழர்களுடைய உரிமைகளைப் பாதுகாத்து, மீண்டும் ஒரு இனஅழிப்புக்கு அவர்கள் ஆளாகாதவாறு தடுப்பதற்குரிய எல்லா நடவடிக்கைகளையும் எடுக்க புலம்பெயர் தமிழர்கள் உழைக்கக் கடமைப்பட்டுள்ளார்கள் என்பதே இலக்கின் இவ்வாரக் கருத்தாக உள்ளது.

97

ஆசிரியர் தலையங்கம் – இலக்கு மின்னிதழ்: 108

ஈழத்தமிழர் மனித உரிமைகள் குறித்த சிறப்பான அணுகுமுறை தேவை

இம்மாதம் 9ஆம் திகதி அனைத்துலக மன்றத்தின் 'இனஅழிப்பால் பாதிக்கப்பட்டவர்களைக் கண்ணியத்துடன் நினைவு கூரும் அனைத்துலக நாளாக' இக்குற்றச் செயல் இடம்பெறாது முன்கூட்டியே தடுப்பதை வலியுறுத்தும் நோக்கில் உலகெங்கும் கொண்டாடப்படுகிறது.

மறுநாள் 10ஆம் திகதி உலகின் முக்கியமான நாள், 'அனைத்துலக மனித உரிமைகள் தினம்.'.

ஆயினும் இந்த அனைத்துலக மரபுசாசனங்களுக்கோ அல்லது அனைத்துலக சட்டங்களுக்கோ, முறைமைகளுக்கோ சிறிதளவேனும் மதிப்பளிக்காது ஈழத்தமிழர்களைச் சிறீலங்கா இனஅழிப்புச் செய்து, இன்று இனத்துடைப்புச் செய்து வருவது உலகறிந்த உண்மை.

சிறீலங்கா தனது ஈழத்தமிழின அழிப்பின் உச்சமாக 2009 இல் தேசிய பாதுகாப்பு என்ற பெயரில் முள்ளிவாய்க்காலில் ஈழத்தமிழின அழிப்பை நடாத்தி, ஹிட்லரை விட மோசமான இனஅழிப்பு வரலாற்றை 21ஆம் நூற்றாண்டில் பதிவு செய்து கொண்டது.

அதனை இன்று வரை உலகநாடுகளும் அமைப்புகளும் உண்மை கண்டறியும் முறையிலோ, நீதியை நிலைநாட்டும் வகையிலோ அல்லது பாதிக்கப்பட்டவர்களின் புனர்வாழ்வு புனரமைப்பை வேகப்படுத்தும் நிலையிலோ நெறிப்படுத்தி விரைவாக ஒழுங்குபடுத்தாது வெறுமனே வழிகாட்டல் முறைமைகளையே மேற்கொண்டு வருகின்றன.

இதனால் உற்சாகமடைந்த சிறீலங்கா இன்று இனத்துடைப்பை இலக்காகக் கொண்டு ஈழத்தமிழ் சிவில் சமுகத்தினரைப் பலவழிகளில் தொல்லைப்படுத்தியும், ஈழத்தமிழ் சிவில் சமூகத்தின் செயற்பாடுகளை இராணுவமயப்படுத்திய சூழலில் இனங்காணக் கூடிய அச்சத்தை அவர்களுக்கு ஏற்படுத்தியும் அவர்களின் உள்ளக தன்னாட்சியை நிராகரித்து வருகிறது. இது மனித உரிமை சாசனத்தின் 'மக்களின் உரிமை'க்கு எதிரான குற்றம்.

கோவிட்19இற்குப் பின்னரான மனித உரிமைகள், வேறுபாடற்ற சேவைகளையும் வழங்கல்கல்களையும் உறுதிப்படுத்தலுக்கு முன்னுரிமை கொடுத்தல் மூலமே நடைமுறைப்படுத்தப்படலாம் என்னும் விருது வாக்கியத்துடன், இம்மாதம் 10ஆம் திகதி அனைத்துலக மனித உரிமைகள் தினம் அனைத்துலக மன்றத்தால் முன்னெடுக்கப்படுகிறது.

ஆனால் ஈழத்தமிழ் மக்களுக்கு கோவிட்19 காலத்திலும் பல்வேறு வேறுபாடுகளும், ஒதுக்கல்களும், விலக்கல்களும் சிறீலங்காவால் இருந்தன என்பதைத் தகவல்கள் உறுதி செய்கின்றன. இதுவும் ஈழத்தமிழரின் உள்ளக தன்னாட்சியை சிறீலங்கா நிராகரித்து, அவர்களின் மக்களுக்கான உரிமையை மீறும் குற்றச் செயலாக உள்ளது.

இந்நிலையில் ஈழத்தமிழர்கள் தாங்கள் உலகின் குடிகள் என்ற முறையில் தங்களின் உரிமைகள் குறித்த குரலையும் அனைத்துலக மன்ற உறுப்பு நாடுகள் கேட்க வேண்டும் எனவும், தங்களுக்கு வெளியக தன்னாட்சி உரிமையின் அடிப்படையில் உலக நாடுகள் உடன் உதவ வேண்டும் எனவும் கேட்பது அனைத்துலக சட்டங்களுக்கும், முறைமைகள், வழக்காறுகளுக்கும் ஏற்புடைய கோரிக்கையே. என்பதை அனைத்துலக நாடுகள் மன்றத்திற்கு உலகத் தமிழர்கள் உணர்த்த வேண்டும்.

ஆனால் இந்தக் கோரிக்கை கேட்கப்படாதிருப்பதற்கு ஈழத்தமிழர்களின் மனித உரிமைகளைச் சிறீலங்காவின் மனித உரிமைகள் என்ற நோக்கில் எடுத்து நோக்கி, சிறீலங்காவின் இறைமை எல்லைக்குள் அதனது நீதிமுறைமை கொண்டு உறுதிப்படுத்த உலகநாடுகளும், அமைப்புக்களும் முயல்வதே காரணமாகிறது. இதன் விளைவாகவே ஈழத்தமிழர்களுக்கு இனஅழிப்பு முற்தடுப்பையோ, பாதுகாப்பையோ இனஅழிப்புக் குற்றத்திற்கான நீதியையோ உலகால் வழங்க இயலாதுள்ளது. எனவே ஈழத்தமிழர் மனித உரிமை குறித்த சிறப்பான அணுகுமுறை ஒன்று பாலஸ்தீனிய

மக்கள் குறித்து எடுக்கப்பட்ட பாணியில் அமைய வேண்டும். பிரித்தானியப் பிரதமர் மாண்புமிகு பொரிஸ் ஜோன்சன் அவர்கள் ஒரு ஆட்சிக்குள் இருவேறான ஆட்சிகள் காலனித்துவ அரசால் உருவாக்கப்பட்ட பிரச்சிகைள் அனைத்துலகப் பிரச்சினையாக இன்று உள்ளன என்ற கூற்றுக்கு உதாரணமாக ஈழத்தமிழர் பிரச்சினை உலகப் பிரச்சினையாகவே தொடர்கிறது. இதனால் ஈழத்தமிழர் பிரச்சினையை அனைத்துலகப் பிரச்சினையாகக் கருதி ஈழத்தமிழரின் இன்றைய அதீத மனிதாயத் தேவை நிலையில், 1992இல் பிரித்தானிய வெளிவிவகாரச் செயலாளர் டக்ளஸ் கியூட் அவர்கள் அதீத மனிதாய தேவையில் உள்ளவர்களுக்கு அவர்கள் வாழும் நாட்டின் இறைமையை மீறி உலகநாடுகளாலும், அனைத்துலக அமைப்புகளாலும் முன்னெடுக்கப்படல் வேண்டும் என்ற வகைமைக்குள் உள்ளனர். ஆகவே அனைத்துலக அமைப்புகளும், நாடுகளும் சிறீலங்காவின் இறைமையை மீறி மிகவும் நலிவுற்ற ஈழத்தமிழ் மக்களுக்கு உதவுதல் என்ற அடிப்படையில் நேரடியான மனித உரிமைகள் பாதுகாப்பையும், புனர்வாழ்வு, புனரமைப்பு உதவிகளையும் அளிக்க வேண்டும் எனப் புலம்பெயர் தமிழர்கள் குரல் எழுப்பல் அவசியம்.

இதனை விரிவுபடுத்தி ஈழத்தமிழர்களைப் பாதுகாக்க புலம்பெயர்ந்து, உலகின் பலநாடுகளிலும் வாழும் ஈழத்தமிழ் மக்களுடன் அனைத்துலக மன்றமும், நாடுகளும் தங்களின் நேரடித் தொடர்புகளை வேகப்படுத்த வேண்டும்.

இதற்கான ஊக்கத்தையும் தகவல்களையும் தொடர்ச்சியான முறையில் உலக மன்றத்திற்கும் உலக நாடுகளுக்கும் அளிப்பதற்கான வேலைகளையும் புலம்பெயர் தமிழர்கள் வேகப்படுத்த வேண்டும்.

இந்த இருதரப்பு தொடர்பாடலே ஈழத்தமிழரை இனஅழிப்பில் இருந்து காத்து, இனத்துடைப்பில் இருந்து விடுவித்து அவர்களுக்கும் மனித உரிமைகள் மரபுசாசனத்தின் பாதுகாப்பை உறுதிப்படுத்தும் என்பதே இலக்கின் கருத்தாக உள்ளது.

98

ஆசிரியர் தலையங்கம் – இலக்கு மின்னிதழ்: 106

மாவீரரைப் போற்றுதலே புதிய ஒழுங்குமுறையில் ஈழத்தமிழரைப் பாதுகாக்கும்

உலகின் அரசியல் பொருளாதார இராணுவ முறைமைக்கான புதிய ஒழுங்குமுறை ஒன்று அமெரிக்காவில் மக்களால் புதிதாகத் தெரிவாகியுள்ள சனநாயகக்கட்சியைச் சேர்ந்த அரச தலைவர் மதிப்புக்குரிய ஜோ பைடன் அவர்களால் 20.01.2021க்குப் பின் எவ்வாறு முன்னெடுக்கப்படும்? .இது இன்றைய உலக அரசியலில் மிகப்பெரிய கேள்வியாக உள்ளது.

இதில் கோவிட்19 தொற்றின் உள்ளகத் தாக்கமும் அமெரிக்காவுக்கு பொருளாதார ரீதியிலான புறத்தாக்கமாக உள்ள சீனாவின் உலகப் பொருளாதார மேலாண்மையும் எத்தகைய தாக்கத்தை ஏற்படுத்தும் என்பதை உலகம் ஆவலுடன் எதிர்பார்த்து நிற்கிறது.

இந்த எதிர்பார்ப்பில் இந்துமா கடலில் இலங்கைத் தீவுடன் சீனாவுக்கு உள்ள அரசியல் அமுக்க சத்தியை எவ்வாறு அமெரிக்கா குறைத்து தனது அரசியல் அமுக்க சத்தியை அங்கு அதிகரிக்கப் போகிறது?

இதற்கு இந்தியா சார்ந்த முறையிலும், அமெரிக்க நேரடி உதவிகள் மூலமும் இந்தப் புதிய ஒழுங்குமுறை இலங்கையில் அமையும் என்பது விடையாக உள்ளது.

எனவே இந்தியாவுடனும், அமெரிக்காவுடனும் ஈழத்தமிழ் மக்கள் தங்களது தொன்மையும், தொடர்ச்சியுமான உறவுமுறைகளைப் புதுப்பிப்பதன் மூலம் இவ்விருநாடுகளினதும் தேசிய நலன்களில், ஈழத்தமிழரின் இந்துமா கடல் இருப்பு, வரலாற்றில் எத்தகைய

பாதுகாப்பை வழங்கியது – வழங்குகிறது வழங்கும் என்பதனைத் தெளிவாக்க வேண்டிய காலகட்டமிது.

அந்தப் பாதுகாப்பு சிங்கள பௌத்த பேரினவாதக் கொள்கைக்கு இந்த நாடுகள் ஆதரவு அளித்ததின் மூலம், இனஅழிப்புடன் கூடிய இனங்காணப்படக்கூடிய அச்சத்துக்குரிய வாழ்வுக்குள் ஈழத்தமிழர்கள் தள்ளப்பட்டுள்ளதன் பின்னணியில், இன்று எவ்வாறு மாறுபட்டுள்ளது என்பதை, ஈழத்தமிழர்கள் தாயகத்திலும் புலத்திலும் இவ்விருநாடுகளுடனுமான உரையாடல்கள் மூலம் தெளிவாகவும், விரைவாகவும் விளக்க வேண்டிய நேரமாக இன்றைய காலகட்டம் அமைகிறது.

அமெரிக்காவுடனான இந்த உரையாடலில், தாய்த் தமிழினத்தவர் என்ற இனத்துவத் தொடர்பை தெரிவாகியுள்ள அமெரிக்காவின் துணை அரசத்தலைவர் மதிப்புக்குரிய கமலா ஹாரிஸ் அவர்கள் கொண்டுள்ளதும், சென்னையில் வாழ்ந்த தொன்மைத் தொடர்பைக் கொண்ட பாரம்பரியத்தில் வந்தவர் என்ற வரலாற்றை தெரிவாகியுள்ள அமெரிக்க அரசதலைவர் ஜோ பைடன் அவர்கள் கொண்டிருப்பதும், வரலாற்றின் புரிதலுக்கு ஓரளவு உதவக்கூடும்.

ஆயினும் அமெரிக்க கட்டமைப்புக்கு ஈழத்தமிழர்களின் சமூக மூலதனமும், புத்திஜீவித்தனமும் எந்த அளவுக்குப் பயன்படும் என்பதை ஈழத்தமிழர்கள் உணர்த்துகின்ற அளவுக்குத் தான் அமெரிக்க வெளியுறவுக் கொள்கை வகுப்பாளரிடை ஈழத்தமிழர்களின் பாதுகாப்பு குறித்த அக்கறை அமையும்.

அவ்வாறே இந்தியாவின் அக்கறை என்பது அதனுடைய நலனில் ஈழத்தமிழினத்தின் இருப்பு வகிக்கும் பங்கின் அடிப்படையிலேயே தீர்மானிக்கப்படும். எனவே ஈழத்தமிழர்கள் இந்தியாவுடனும், அதனுடைய நலன் என்பதில் தங்களின் முக்கியத்துவம் குறித்த உரையாடல்களை வேகப்படுத்த வேண்டும்.

மேலும் ஈழத்தமிழர்களுடைய மனித உரிமைகள், சனநாயகம், நல்லாட்சி என்பவற்றை அவர்களின் ஈழமண் மீதான தொன்மையும், தொடர்ச்சியுமான இறைமையின் அடிப்படையிலான அவர்களின் உள்ளக – வெளியக தன்னாட்சி உரிமைகளின் அடிப்படையில், எடுத்து நோக்கப்படுகின்ற பொழுதே அது இயல்பானதாகவும், இயற்கையானதாகவும் அமையும் என்பது வெளிப்படையான உண்மை. இந்த உண்மை எந்த உரையாடலிலும் முதன்மை பெற்றாலே ஈழத்தமிழர் உரிமைகள் இயல்புநிலையில் பாதுகாப்புறும்.

எங்களின் சொந்த மண்ணான இந்த மண்ணில் சலுகைகளை அல்ல உரிமைகளையே உடையவர்கள் நாங்கள் என்ற இந்த இருப்பை உறுதி செய்தவர்களே தமிழீழ மாவீர்கள். அவர்களுடைய நினைவேந்தலை தங்களின் கிட்டிய குடும்ப உறுப்பினர்களின் நினைவேந்தலாகவே ஈழத்தமிழ் மக்கள் தாயகத்திலும், புலத்திலும் கார்த்திகை மாதம் முழுவதும் போற்றித் தம்மினத்தின் தேசிய உணர்வாக வெளிப்படுத்தி நிற்கின்றனர்.

இது ஈழமக்கள் உரிமைகளை எந்த சக்தியாலும் அவர்களை விட்டுப் பிரிக்க இயலாது என்ற உண்மையை உலகுக்குச் சொல்கிறது. இந்த உண்மையை பலமாக்குவதற்குத் தாயகத்திலும், புலத்திலும் உள்ள ஈழத்தமிழர்கள் வெளிப்படையான முறையில் மாவீரர் மாதமான இக்கார்த்திகை மாதத்தில் தங்கள் மாவீரர் போற்றுதலை இயலுமான எல்லாவகையிலும் உலகுக்கு வெளிப்படுத்த வேண்டும்.

மாவீரரைப் போற்றுதலே உலகுக்கான புதிய ஒழுங்குமுறையொன்று தோற்றம் பெறும் இக்காலகட்டத்தில், ஈழத்தமிழர்களின் உரிமைகள் சனநாயக வழிகளில் பாதுகாக்கப்படக் கூடிய கொள்கை வகுப்பு உலகில் இடம்பெறச் செய்து, ஈழத்தமிழர்களின் உரிமைகள் பாதுகாப்புற வைக்கும்.

99

ஆசிரியர் தலையங்கம் – இலக்கு மின்னிதழ்: 105

அமெரிக்காவின் புதிய ஆட்சி மாற்றத்துள் ஈழத்தமிழர் உரிமைகளை மீட்டெடுத்தல்

ஐக்கிய அமெரிக்க அரச தலைவர் தேர்தலில் ஜோ பைடன் அவர்களுக்குக் கிடைத்த வரலாறு காணாத பெருவெற்றியை சனநாயகத்தின் வெற்றியாகக் கருதி, 'இலக்கு' தனது வாழ்த்துக்களைத் தெரிவிக்கின்றது.

அடுத்து கமலா ஹாரிஸ் அவர்கள், அமெரிக்க வரலாற்றிலேயே முதற்தடவையாக வெள்ளை மாளிகையில் துணை அரசத் தலைவராகப் பதவிப்பொறுப்பேற்கும் பெண் – தெற்காசிய வழிவந்த முதல் பெண் – ஆபிரிக்க ஆசிய அமெரிக்கப் பெண் – குடிவரவானவரின் மகளாக உள்ள பெண் – வெள்ளை நிறமல்லாத பெண் என்னும் பல வரலாற்றுச் சாதனைகள் படைத்த நிலையில் தெரிவாகியுள்ளார். அவரின் இந்த அனுபவங்களுடனான அரசியல் பயணம் என்பது பெண்ணுரிமை – தெற்காசிய அமைதி – ஆசிய ஆபிரிக்க அமெரிக்க மக்கள் உரையாடல் – குடிவரவுப் பிரச்சினைகளுக்கான நியாயமான தீர்வுகள் என்பதை ஏற்படுத்தும் என்பது எதிர்பார்ப்பு. இந்த வியக்கத்தகு மாற்றத்தை ஏற்படுத்திய அவருக்குஇ அவரின் தாயார் தமிழகத்தைச் சேர்ந்தவர் என்ற உரிமையுடன் 'இலக்கு' தனது வாழ்த்துக்களைத் தெரிவிக்கிறது.

அதேவேளையில், இந்த உரிமை தரும் தமிழர்கள் குறித்த அவரின் கடமைகளையும் அவர் நிறைவேற்ற வேண்டுமெனவும் வேண்டுகிறது.

"நான் சிவப்பு, நீல நிற மாநிலங்களாக அல்ல, ஒன்றுபட்ட ஐக்கிய அமெரிக்க மாநிலங்களாகவே அமெரிக்காவைப் பார்க்கிறேன்"

என்னும் ஜோ பைடன் அவர்களின் வெற்றியுரை, அமெரிக்கா தனது மாநிலங்களை ஒன்றுபடுத்தும் அரசியல் நடவடிக்கைகளுக்கே, எதிர்வரும் காலங்களில் முன்னுரிமை கொடுக்கும் என்பதை உறுதிப்படுத்தியுள்ளது. இந்த அமெரிக்க ஒருமைப்பாடு என்பதன் பின்னணியிலேயே அமெரிக்காவின் வெளிவிவகாரக் கொள்கை தொடரும் என்பது எதிர்பார்க்கப்படுகிற ஒன்றாக அமைகிறது.

இந்நேரத்தில் ஈழத்தமிழர்களுக்கு அவர்களது தேசியத்தை முன்னெடுக்க வேண்டுமென்னும் அவர்களின் அரசியல் ஆன்மாவை 18ஆம் நூற்றாண்டிலே அமெரிக்கர்களே வடக்கில் முதலில் மானிப்பாயில் டாக்டர் கிரீன் அவர்களின் குழுவினரால் தமிழால் மருத்துவக்கல்வியைக் கற்பித்துத், தமிழ்மொழி மூலமாக மருத்துவர்களை உருவாக்கியும், அறிவியல் நூல்களைத் தமிழில் மொழியெர்த்து வெளியிட்டும் ஊடகங்களைத் தமிழில் தொடங்கியும் தோற்றுவித்தனர். என்பதை மீள்நினைவுகூர விரும்புகின்றோம்.

அக்காலத்து காலனித்துவ, பிரித்தானிய அரசின் கடும் எதிர்ப்புக்கு மத்தியிலேயே அமெரிக்கர்கள் ஈழத்தமிழர்களுக்கான வைத்திய மற்றும் கல்விச் சேவைகளைத் தொடங்கி, அவர்களது அரசியல் ஆன்மா கட்டமைக்கப்பட உதவினர். அன்று முதல் இன்று வரை ஈழத்தமிழர்களின் நவீன கல்வி வளர்ச்சிக்கு அமெரிக்கர்கள் ஆற்றி வரும் பணிகள் பல. இந்த அமெரிக்க ஈழத்தமிழர் இடையான தொன்மையும் தொடர்ச்சியுமான நேரடி உறவாடலை ஜோன் பைடன் அவர்கள் அரசியலிலும் தொடங்க வேண்டும். இது அமெரிக்க வெளிவிவகாரக் கொள்கையில் இந்துமா கடல் அமைதிஇ பாதுகாப்பு – பசுபிக்கடல் பாதுகாப்பு என்பவற்றை உறுதிப்படுத்த இலங்கைத் தீவில் இந்துமா கடலின் பெரும்பகுதியைத் தங்கள் வாழ்வாதாரமாகக் கொண்டுள்ள ஈழத்தமிழர்களும் தங்களாலான பங்களிப்பை வழங்க வழி செய்யும்.

அதே வேளை, “சனநாயகம் ஒரு நிலையல்ல – செயல். அமெரிக்காவின் ஆன்மாவை மீட்டெடுக்க நாங்கள் அதிகம் பணி செய்ய வேண்டியுள்ளது” என்பதைத் துணை அரசத் தலைவர் கமலா ஹாரிஸ் அவர்கள் தனது உரையில் தெரிவித்துள்ளார். இந்தப் புதிய அணுகுமுறையில் அமெரிக்காவின் அரசியல் ஆன்மாவை வடிவமைத்த அமெரிக்கத் தலைவர்கள் வலியுறுத்திய மக்களின் பிறப்புரிமையாம் தன்னாட்சி உரிமையும் சிறுதேசியங்களின் பாதுகாப்பும், உலக மக்கள் அனைவருக்கும் கிட்டச் செய்ய வேண்டும்

என்னும் உறுதிமொழியையும் இணைத்துக் கொண்டாலே, அமெரிக்க ஆன்மாவை மீட்டெடுத்தல் என்பது முழுமையாகும்.

கமலா ஹாரிஸ் அவர்களின் தெரிவால் இதுவரை இராணுவ, பொருளாதார நல்லுறவாக அமைந்த இந்தோ அமெரிக்க உறவு இனி அரசியல் நல்லுறவாகவும் தொடரும். இந்த புதிய சூழலில் ஈழத்தமிழர்கள் குறித்த கொள்கை வகுப்பை ஈழத்தமிழர்களையும் இணைத்து வகுத்தாலே இந்தியாவும், அமெரிக்காவும் எதிர்பார்க்கும் இந்துமா கடல் அமைதி என்பது விரைவுபடும் என்பது எதார்த்தம்.

இந்நேரத்தில் இந்தியா எதிர்பார்ப்பது போல, ஈழத்தமிழர்களின் உரிமைகளை இக்காலத்துக்கு ஏற்ப முன்னெடுக்கக் கூடிய ஆற்றலாளர்களைக் கொண்ட குரல் தரவல்ல ஒரு கட்டமைப்பை ஈழத்தமிழர்கள் உருவாக்கினாலே, அமெரிக்காவின் புதிய ஆட்சி மாற்றத்துள் ஈழத்தமிழர் உரிமைகளை மீட்டெடுத்தல் என்னும் இராஜதந்திர முயற்சிகள் முன்னேற உதவும்.

100

ஆசிரியர் தலையங்கம் – இலக்கு மின்னிதழ்: *104*

கொரோனா பின்னரான உலக அரசியலில் ஈழத் தமிழரின் இந்துமா கடல்சார் முக்கியத்துவம்

அமெரிக்க இராஜாங்கச் செயலாளர் மைக் பொம்பியோவின் இந்துமா கடல் பாதுகாப்புத் தொடர்பான இலங்கைக்கான விஜயம், அமெரிக்க அரச அதிபர் தேர்தலுக்கான பரப்புரை உச்சக்கட்டத்தில் உள்ள நேரத்திலேயே இடம்பெற்றமை சிறீலங்கா – சீன உறவாடல், உலகப் பிரச்சினையாகத் தலைதூக்கியுள்ளதைத் தெளிவுபடுத்துகின்றது.

அமெரிக்காவில் எந்தக் கட்சியைச் சேர்ந்தவர் அரசத் தலைவராக வந்தாலும், இந்தப் பிரச்சினை அமெரிக்காவின் தேசியப் பிரச்சினையாக முன்னுரிமை பெறும் என்பது இதன் மூலம் உறுதியாகியுள்ளது.

அதேவேளை, கடன் பொறிக்குள் சிறீலங்காவைச் சிக்க வைப்பதன் மூலம் சீனா தனது வலுவாண்மையைச் சிறீலங்காவின் இறைமை மீது மேற்கொள்கிறது. இதனைத் தடுக்கும் ஆற்றலை சிறீலங்கா இழந்து நிற்பதால், 'சீன அதிகாரம்' உள்ள நாடாக சிறீலங்கா மாறிவிட்டது என்பது, அமெரிக்காவின் சிறீலங்கா குறித்த தெளிவான விளக்கமாக உள்ளது.

இவ்விடத்தில் உலக வல்லாண்மைகளும், பிராந்திய மேலாண்மைகளும் சிறீலங்காவுக்கு ஈழத்தமிழர்களின் கடற்பலத்தை ஒடுக்க உதவியதன் உலக விளைவாகவே இன்று சிறீலங்கா எந்த நாடுகளையும் உலகச் சட்டங்களையும் பொருட்படுத்தாது, சீனாவுடன் 'ஆசிய நாடுகளுக்கு முன்னுரிமை' என்னும் கொள்கை உருவாக்கல் மூலம் சார்ந்துள்ளது என்பதை எண்ணிப் பார்க்க வேண்டும்.

இன்று பாதுகாப்பான கடலாக இந்துமா கடலைப் பேணுவதற்கு சிறீலங்காவும் இந்தோ – பசுபிக் கடற் பாதுகாப்புக்கான அமெரிக்க திட்டங்களில் பங்காளராக வேண்டும் என்பது, அமெரிக்காவின் இன்றைய அழைப்பாக உள்ளது. இந்த அழைப்பைச் சிறீலங்காவை ஏற்க வைப்பதற்கு அமெரிக்கா, தனது சிறீலங்காவுக்கான பங்களிப்பை மேலும் வலுப்படுத்த விரும்புகிறது. இந்த மென்மைப் போக்கு சிறீலங்கா தொடர்ந்தும் அனைத்துலக சட்டங்களுக்கோ அல்லது அனைத்துலக முறைமைகளுக்கோ கட்டுப்படாத அரசாகச் செயற்படுவதற்கான ஊக்கத்தையே சிறீலங்காவுக்கு அளிக்கிறது.

'அயலகத்துக்கு முதலிடம்' என்னும் வெளிவிவகாரக் கொள்கைத் திட்டமிடல் மூலம் இந்தியாவும் கடன்களை வழங்கியும், இராணுவப் பயிற்சிகளை அளித்தும் மென்மையான போக்கில் சிறீலங்காவின் பங்காளிகளாகத் தொடர்வதன் மூலமே இந்துமா கடல் மீதான தனது நிலை கொள்ளலை உறுதி செய்ய முயற்சிக்கிறது.

ஆயினும் வரலாற்றில் ஈழத்தமிழர்களின் உரிமைகள் பாதுகாப்புற்ற வேளைகளிலேயே, சீன ஆதிக்கத்தை இந்தியாவால் தடுக்க முடிந்தது என்ற உண்மையை இந்தியா உணர வேண்டும். யாழ்ப்பாண அரசின் தோற்றம் என்பது இந்துமா கடல் கடற் பாதுகாப்பைச் சோழர்கள், பாண்டியர்கள் இழந்ததின் பின்னணியில் ஏற்பட்டது என்பதையும், யாழ்ப்பாண அரசை 17 ஆண்டுகள் மட்டும் ஆண்ட சிங்கள சார்பான செண்பகப் பெருமாள் கைப்பற்றிய பொழுதும், தமிழரசனான அழகக்கோனின் கம்பஹா அரசின் வீழ்ச்சியின் பொழுதும், அக்காலத்திலேயே சீனக் கடற்படை இலங்கை கடல் எல்லையில் நிறுத்தப்பட்டிருந்தது என்பதையும் இந்நேரத்தில் இந்தியா எண்ணிப் பார்க்க வேண்டும்.

இந்துமா கடலில் சமநிலையின்மையை ஏற்படுத்த உதவுங்கள்; நாங்கள் உங்களுக்கு உதவுகின்றோம் என்ற கோரிக்கைகள் போராட்டக் காலங்களில் முன்வைக்கப்பட்ட நேரங்களிலும், ஈழத்தமிழர்களின் தலைமை உலக அமைதியையும் இந்தியத் துணைக் கண்டத்து அமைதியையும் முன்னிலைப்படுத்தி, தங்களுக்கு நன்மை வரும் என்ற நிலையிலும் அதற்கு மறுப்புத் தெரிவித்தார்கள் என்பது இன்றைய சமகால வரலாறு.

இன்று இந்துமா கடலில் அமெரிக்காவும் அதன் கூட்டு நாடுகளும், இந்தியாவும் எதிர்பார்க்கும் இந்துமா கடல் அமைதித் திட்டங்கள் நடைமுறைக்கு வருவதாக இருந்தால், ஈழத்தமிழ் மக்களின் உரிமைகள்

பாதுகாப்பு வழி அவர்களின் கடலான தென்னிந்திய இந்துமா கடல் மேலான அவர்களின் இறைமையும் அவர்களால் ஏற்படுத்தக் கூடிய பாதுகாப்பும் உறுதிப்படுத்தப்படுதல் அவசியமாகிறது.

அனைத்துலக மன்னிப்புச் சபையின் அமெரிக்க இராஜங்க செயலாளருக்கான கடிதம் இலங்கையில் ஈழத்தமிழர்களுக்கான நிலைமாற்றக்கால நீதியையும், மாகாண சபைகளுக்கான அதிகார பரவலாக்கலையும் ஆதாரபூர்வமாக வலியுறுத்தி உள்ளது. இவ்வாறு உலக அமைப்புக்கள் பலவும் நிலைமாற்ற நீதியையும் நிவாரணங்களையும் மனித உரிமைப் பாதுகாப்பையும் நல்லாட்சியையும் ஈழத்தமிழர்களுக்கு வழங்க வேண்டுமென வலியுறுத்தும் இக்காலத்தில், இதற்கான உரையாடல்களை ஈழத்தமிழர்களுடன் ஈழத்திலும் அவர்கள் குடிமக்களாக வாழ்ந்து கொண்டிருக்கும் நாடுகளிலும் உலகநாடுகள் நடாத்தி அனைத்துலக சட்டங்களுக்கு ஏற்ப அவர்களின் இருப்பையும் உரிமைகளையும் ஏற்பதே இலங்கை சார்ந்த இந்துமா கடல் அமைதிப்பிர தேசமாகத் தொடர்வதற்கான சிறந்த வழிகளைத் தோற்றுவிக்கும்.

இதற்கான அரசியல் உரையாடல்களை முன்னெடுக்கக் கூடிய ஈழத்தமிழர்களின் ஒன்றுபட்ட அரசியல் கட்டமைப்பு ஒன்றை உடன் உருவாக்க வேண்டியது புலம்பெயர் தமிழரின் இன்றைய இலக்காக உள்ளது.